ವಿಶ್ವಕಥಾಕೋಶ

ಸಂಪುಟ - ೩

ಪ್ರಧಾನ ಸಂಪಾದಕ
ನಿರಂಜನ

ಕಾಡಿನಲ್ಲಿ ಬೆಳದಿಂಗಳು

ವಿಯೆಟ್ನಾಮ್ ಕಥೆಗಳು

ಅನುವಾದ
ಸಿ. ಪಿ. ರವಿಕುಮಾರ್

ನವಕರ್ನಾಟಕ ಪ್ರಕಾಶನ

KAADINALLI BELADINGALU (Kannada)
An anthology of short stories from Vietnam, being the third volume of Vishwa Kathaa Kosha, a treasury of world's great short stories in 25 volumes in Kannada. Translated by C. P. Ravikumar. Editor-in-Chief : Niranjana. Editors : S. R. Bhat, C. R. Krishna Rao, C. Sitaram. Secretary : R. S. Rajaram.

Fourth Print : 2022   Pages : 160   Price : ₹ 175
Paper : 75 gsm Maplitho 20 kg ($^1/_8$ Demy Size)

ಮೊದಲನೇ ಮುದ್ರಣ : 1980
ಮರುಮುದ್ರಣಗಳು : 2011, 2012
ನಾಲ್ಕನೇ ಮುದ್ರಣ : 2022

ಪ್ರಧಾನ ಸಂಪಾದಕ : ನಿರಂಜನ
ಸಂಪಾದಕರು : ಎಸ್. ಆರ್. ಭಟ್, ಸಿ. ಆರ್. ಕೃಷ್ಣರಾವ್, ಸಿ. ಸೀತಾರಾಮ್
ಕಾರ್ಯದರ್ಶಿ : ಆರ್. ಎಸ್. ರಾಜಾರಾಮ್
ಕಲಾ ಸಲಹೆಗಾರರು : ಎಸ್. ರಮೇಶ್, ಕಮಲೇಶ್, ಅಮಿತ್

ಕೃತಿಸ್ವಾಮ್ಯ : ಆಯಾ ಕಥೆಗಳ ಲೇಖಕರದ್ದು / ಲೇಖಕರ ವಾರಸುದಾರರದ್ದು

ಬೆಲೆ : ₹ 175

ಮುಖಚಿತ್ರ : ಜೆ. ಎಂ. ಎಸ್. ಮಣಿ

ಪ್ರಕಾಶಕರು
ನವಕರ್ನಾಟಕ ಪಬ್ಲಿಕೇಷನ್ಸ್ ಪ್ರೈವೆಟ್ ಲಿಮಿಟೆಡ್
ಎಂಬೆಸಿ ಸೆಂಟರ್, ಕ್ರೆಸೆಂಟ್ ರಸ್ತೆ, ಬೆಂಗಳೂರು – 560 001
ದೂರವಾಣಿ : 080–22161900 / 22161901 / 22161902

ಶಾಖೆಗಳು / ಮಳಿಗೆಗಳು
ನವಕರ್ನಾಟಕ, ಕ್ರೆಸೆಂಟ್ ರಸ್ತೆ, ಬೆಂಗಳೂರು – 1, ℂ 080–22161913/14, Email : nkpsales@gmail.com
ನವಕರ್ನಾಟಕ, ಕೆಂಪೇಗೌಡ ರಸ್ತೆ, ಬೆಂಗಳೂರು – 9, ℂ 080–22203106, Email : nkpkgr@gmail.com
ನವಕರ್ನಾಟಕ, ಶರವು ದೇವಸ್ಥಾನ ರಸ್ತೆ, ಮಂಗಳೂರು – 1, ℂ 0824–2441016, Email : nkpmng@gmail.com
ನವಕರ್ನಾಟಕ, ಬಲ್ಮಠ, ಮಂಗಳೂರು – 1, ℂ 0824–2425161, Email : nkpbalmatta@gmail.com
ನವಕರ್ನಾಟಕ, ರಾಮಸ್ವಾಮಿ ವೃತ್ತ, ಮೈಸೂರು–24, ℂ 0821–2424094, Email : nkpmysuru@gmail.com
ನವಕರ್ನಾಟಕ, ಸ್ಟೇಷನ್ ರಸ್ತೆ, ಕಲಬುರಗಿ – 2, ℂ 08472–224302, Email : nkpglb@gmail.com

ಮುದ್ರಕರು : ರಿಪ್ರೋ ಇಂಡಿಯಾ ಲಿಮಿಟೆಡ್, ಮುಂಬಯಿ

0412226338   **ISBN 978-81-8467-202-2**

Published by Navakarnataka Publications Private Limited, Embassy Centre Crescent Road, Bengaluru - 560 001 (India). Email : navakarnataka@gmail.com

ಅರ್ಪಣೆ

ನಿರಂಜನ
(1924–1991)

ಇವರ ನೆನಪಿಗೆ

ಪರಿವಿಡಿ

ಪ್ರಕಾಶಕರ ನುಡಿ

1980. ಇದು ನವಕರ್ನಾಟಕ ಪ್ರಕಾಶನ ಸಂಸ್ಥೆಯ 20ನೇ ಹುಟ್ಟು ಹಬ್ಬದ ವರ್ಷ. ಈ ಸಂದರ್ಭದ ನೆನಪಿಗಾಗಿ ಕೆಲವು ಉತ್ಕೃಷ್ಟ ಸಾಹಿತ್ಯ ಕೃತಿಗಳನ್ನು ಪ್ರಕಟಿಸಬೇಕೆಂಬ ಹಂಬಲ ನಮ್ಮನ್ನು ಕಾಡಿತು. ಅದರ ಪರಿಣಾಮವಾಗಿ ವಿಶ್ವಕಥಾಕೋಶ ಯೋಜನೆ ರೂಪುಗೊಂಡಿತು.

ಜಗತ್ತಿನ ಸಾರಸ್ವತ ಭಂಡಾರದ ಒಂದು ಭಾಗವನ್ನು ಕನ್ನಡ ಓದುಗರ ಮುಂದೆ ವಿಶ್ವಕಥಾಕೋಶ ತಂದಿಡುತ್ತದೆ. ನಾನಾ ದೇಶಗಳಿಂದ, ಭಾಷೆಗಳಿಂದ ಆಯ್ದ ಸುಮಾರು 400 ಸಣ್ಣ ಕಥೆಗಳ ರಸದೌತಣ ಓದುಗರಿಗಾಗಿ ಇದರಲ್ಲಿ ಕಾದಿದೆ. ಭಾರತೀಯ ಭಾಷೆಗಳಲ್ಲಿ ಇಂತಹ ಒಂದು ಪ್ರಕಟಣೆ ಇದೇ ಮೊತ್ತಮೊದಲನೆಯದು.

ಇದೊಂದು ಬೃಹತ್ ಯೋಜನೆ. ಒಟ್ಟು 25 ಸಂಪುಟಗಳಲ್ಲಿ ಇದರ ಪ್ರಕಟಣೆ. ಅವುಗಳಲ್ಲಿ 'ಧರಣಿ ಮಂಡಲ ಮಧ್ಯದೊಳಗೆ', 'ಆಫ್ರಿಕದ ಹಾಡು', 'ಕಾಡಿನಲ್ಲಿ ಬೆಳದಿಂಗಳು' ಮತ್ತು 'ಚೆಲುವು' ಎಂಬ ಮೊದಲ ನಾಲ್ಕು ಸಂಪುಟಗಳನ್ನು ಈಗ ಓದುಗರ ಕೈಗಿಡುತ್ತಿದ್ದೇವೆ. ಇದು ಈ ವರ್ಷದ ಯುಗಾದಿಯ ಬಿಡುಗಡೆ. ಮುಂದೆ ದೀಪಾವಳಿಯಂದು ಇನ್ನೂ ನಾಲ್ಕು ಸಂಪುಟಗಳು ಹೊರಬೀಳುತ್ತವೆ. ತದನಂತರ 1981 ಮತ್ತು 1982ರ ಯುಗಾದಿ ಮತ್ತು ದೀಪಾವಳಿಗಳಂದು ಉಳಿದ ಸಂಪುಟಗಳ ಬಿಡುಗಡೆ.

ಜಗತ್ತಿನ ಅತ್ಯುತ್ತಮ ಸಣ್ಣ ಕಥೆಗಳ ಈ ಮಹಾ ಸಂಕಲನವನ್ನು ಸಂಪಾದಿಸುವ ಗುರುತರವಾದ ಹೊಣೆಯನ್ನು ಹೊತ್ತವರು ಖ್ಯಾತ ಸಾಹಿತಿಯೂ ಸ್ವತಃ ಶ್ರೇಷ್ಠ ಕಥೆಗಾರರೂ ಆದ ನಿರಂಜನರು. ತಮ್ಮ ಸ್ವಂತ ಕಾರ್ಯಭಾರಗಳನ್ನು ಸ್ವಲ್ಪ ಕಾಲ ಬದಿಗಿರಿಸಿ, ನಮ್ಮ ಮೇಲಿನ ಅಭಿಮಾನದಿಂದ ಈ ಕೆಲಸವನ್ನು ನಿರ್ವಹಿಸಲು ಅವರು ಒಪ್ಪಿದುದು ನಮಗೊಂದು ಹರ್ಷದ ಸಂಗತಿ. ಈ ಸಂಪಾದನ ಕಾರ್ಯದಲ್ಲಿ ಅವರೊಂದಿಗೆ ಸಹಕರಿಸಿದವರು ಶ್ರೀ ಎಸ್. ಆರ್. ಭಟ್, ಶ್ರೀ ಸಿ. ಆರ್. ಕೃಷ್ಣರಾವ್ ಮತ್ತು ಶ್ರೀ ಸಿ. ಸೀತಾರಾಮ್. ಹಾಗೆಯೇ ಮೂಲ ಕಥೆಗಳ ಬೆರಳಚ್ಚು ಪ್ರತಿಗಳನ್ನು ತಾಳ್ಮೆಯಿಂದ ಸಿದ್ಧಪಡಿಸುವುದು ಮಾತ್ರವಲ್ಲದೆ, ಇತರ ಹಲವು ರೀತಿಗಳಲ್ಲೂ ಸಂಪಾದಕ ಮಂಡಲಿಗೆ ಈ ಕೆಲಸದಲ್ಲಿ ನೆರವಾದವರು ಕುಮಾರಿ ಸೀಮಂತಿನೀ ನಿರಂಜನ. ಕಥಾಕೋಶದ ಸಂಪುಟಗಳ ಬಾಹ್ಯಾಕರ್ಷಣೆ ಮತ್ತು ಇತರ ಕಲಾವಿಷಯಗಳ ಬಗ್ಗೆ

ಕಾಳಜಿ ವಹಿಸಿದವರು ನಮ್ಮ ಕಲಾ ಸಲಹೆಗಾರರಾದ ಶ್ರೀ ಎಸ್. ರಮೇಶ್, ಶ್ರೀ ಕಮಲೇಶ್ ಮತ್ತು ಶ್ರೀ ಅಮಿತ್‌ರವರು. ಮುದ್ರಣದ ಬಗ್ಗೆ ಸೂಕ್ತ ಸಲಹೆಗಳನ್ನು ನೀಡಿದವರು 'ಮಯೂರ' ಸಂಪಾದಕ ಶ್ರೀ ಎಂ. ಬಿ. ಸಿಂಗ್‌ರವರು. ಇವರೆಲ್ಲರಿಗೂ ನಾವು ಚಿರಋಣಿಗಳು. ಇವರಲ್ಲದೆ ಪ್ರತಿಯೊಂದು ಸಂಪುಟವನ್ನು ತಯಾರಿಸುವ ಕಾರ್ಯದಲ್ಲೂ ಇತರ ಅನೇಕ ಮಂದಿ ಮಿತ್ರರು ಅನೇಕ ವಿಧಗಳಲ್ಲಿ ನಮಗೆ ಸಹಾಯ ನೀಡಿದ್ದಾರೆ. ಆಯಾ ಸಂಪುಟದ ಕೊನೆಯಲ್ಲಿ ಅವರಿಗೆ ನಮ್ಮ ಕೃತಜ್ಞತೆಗಳನ್ನು ಸಮರ್ಪಿಸಲಾಗಿದೆ.

ವಿಶ್ವಕಥಾಕೋಶದಲ್ಲಿ ಬಳಸಲಾದ, ಕೃತಿಸ್ವಾಮ್ಯವನ್ನು ಹೊಂದಿರುವ ಎಲ್ಲ ಕಥೆಗಳ ಕರ್ತೃಗಳಿಂದ ಅಥವಾ ಅವರ ವಾರಸುದಾರರಿಂದ ಅದಕ್ಕೋಸ್ಕರ ಅನುಮತಿ ಪಡೆಯಲು ಆದಷ್ಟು ಪ್ರಯತ್ನಿಸಿದ್ದೇವೆ. ಒಂದು ವೇಳೆ ಯಾರದಾದರೂ ಬಿಟ್ಟುಹೋಗಿದ್ದರೆ, ಈ ಯೋಜನೆಯ ಮಹತ್ವವನ್ನು ಮನಗಂಡು, ಸಂಬಂಧಪಟ್ಟವರು ನಮ್ಮನ್ನು ಕ್ಷಮಿಸುವರೆಂದು ನಂಬಿದ್ದೇವೆ.

ಇನ್ನು ಈಗ ನಿಮ್ಮ ಮುಂದಿರುವ ನಾಲ್ಕು ಸಂಪುಟಗಳ ಬಗ್ಗೆ. ಇವುಗಳಲ್ಲಿ 'ಧರಣಿ ಮಂಡಲ ಮಧ್ಯದೊಳಗೆ' ಸಂಪುಟದಲ್ಲಿ ಸೇರಿಸಲ್ಪಟ್ಟಿರುವ ಕಥೆಗಳ ಕರ್ತೃಗಳಿಗೂ ಉಳಿದ ಸಂಪುಟಗಳನ್ನು ಸೊಗಸಾಗಿ ಅನುವಾದಿಸಿದ ಶ್ರೀ ಸಿ. ಸೀತಾರಾಮ್, ಶ್ರೀ ಸಿ. ಪಿ. ರವಿಕುಮಾರ್ ಮತ್ತು ಶ್ರೀ ಜಿ. ಎಸ್. ಸದಾಶಿವ ಅವರಿಗೂ ನಾವು ಋಣಿಗಳಾಗಿದ್ದೇವೆ. ಈ ಸಂಪುಟಗಳನ್ನು ಅಂದವಾಗಿ ಮುದ್ರಿಸಿದ ಶಾಲಿವಾಹನ ಪ್ರಿಂಟರ್ಸ್‌ನ ಶ್ರೀ ಬಿ. ವಿ. ರಾಮಚಂದ್ರಪ್ಪ, ಪ್ರಿಯದರ್ಶಿ ಮತ್ತು ವ್ಯವಸ್ಥಾಪಕ ಮನೋಹರ್ ಸಿಂಗ್ ಅವರಿಗೂ ಮುಖಪುಟ ಗಳಿಗೆ ಅರ್ಥವತ್ತಾದ ಚಿತ್ರಗಳನ್ನು ಬರೆದುಕೊಟ್ಟ ಕಲಾವಿದರು ಶ್ರೀ ಕಮಲೇಶ್, ಶ್ರೀ ಕಾರ್ತಿಕ್, ಶ್ರೀ ಜೆ. ಎಂ. ಎಸ್. ಮಣಿ ಮತ್ತು ಶ್ರೀ ಅಮಿತ್ ಅವರಿಗೂ ನಮ್ಮ ನೆನಕೆಗಳು ಸಲ್ಲುತ್ತವೆ.

ಕಥಾಕೋಶದ ಬಿಡಿ ಸಂಪುಟದ ಬೆಲೆ ರೂ. 10-00. ಒಟ್ಟು 25 ಸಂಪುಟಗಳಿಗೆ ರೂ. 250-00. 'ನವಕರ್ನಾಟಕ ಪಬ್ಲಿಕೇಷನ್ಸ್ (ಪ್ರೈ) ಲಿಮಿಟೆಡ್' – ಈ ಹೆಸರಿಗೆ 200 ರೂ.ಗಳನ್ನು ಡ್ರಾಫ್ಟ್ ಮೂಲಕ ಮುಂಗಡವಾಗಿ ಕಳುಹಿಸಿದವರಿಗೆ, ರೂ. 50/-ರ ರಿಯಾಯಿತಿ ಇದೆ. ಸಂಪುಟಗಳು ಪ್ರಕಟವಾದಂತೆ ನಮ್ಮ ವೆಚ್ಚದಲ್ಲಿ ನಿಮ್ಮ ಮನೆ ಬಾಗಿಲಿಗೆ ಅವುಗಳನ್ನು ತಲುಪಿಸಲಾಗುವುದು.

ಹೀಗೆ 200 ರೂ.ಗಳನ್ನು ಒಂದೇ ಸಲ ಹೊಂದಿಸಲಾಗದವರಿಗೆ ಈ ಸಂಪುಟಗಳನ್ನು ಕೊಳ್ಳುವ ಸಲುವಾಗಿ ಸಾಲ ಸೌಲಭ್ಯ ನೀಡಲು ಸಿಂಡಿಕೇಟ್ ಬ್ಯಾಂಕ್ ಮುಂದೆ ಬಂದಿದೆ. ಸುಲಭ ಕಂತುಗಳಲ್ಲಿ

ಮರುಪಾವತಿ. ಬ್ಯಾಂಕಿನ ಎಲ್ಲ ಶಾಖೆಗಳಲ್ಲಿ ಈ ಸೌಲಭ್ಯ ದೊರೆಯುತ್ತದೆ. ಇದಕ್ಕೋಸ್ಕರ ಸಿಂಡಿಕೇಟ್ ಬ್ಯಾಂಕಿನ ಆಡಳಿತ ವರ್ಗಕ್ಕೆ ನಮ್ಮ ಕೃತಜ್ಞತೆ ಸಲ್ಲುತ್ತದೆ. ಬ್ಯಾಂಕಿನ ಯಾವ ಶಾಖೆಯಲ್ಲಾದರೂ ವಿಚಾರಿಸಿ, ಈ ಸೌಲಭ್ಯವನ್ನು ಇಂದೇ ಪಡೆಯಿರಿ.

ಕಥಾಕೋಶವನ್ನು ಈ ರೀತಿ ಇಡಿಯಾಗಿಯೋ ಬಿಡಿಯಾಗಿಯೋ ಕೊಂಡು ಓದಿದವರ ಪ್ರತಿಕ್ರಿಯೆಗಾಗಿ ನಾವು ಕಾತರರಾಗಿದ್ದೇವೆ. ಇದಕ್ಕಾಗಿ ಪ್ರತಿಯೊಂದು ಸಂಪುಟದ ಕೊನೆಯಲ್ಲೂ ಒಂದು ಪ್ರವೇಶಪತ್ರವನ್ನು ಇರಿಸಿದ್ದೇವೆ. ಈಗ ಪ್ರಕಟವಾಗಿರುವ ಈ ನಾಲ್ಕು ಸಂಪುಟಗಳಲ್ಲಿ ಒಂದೊಂದನ್ನು ಕುರಿತು ನಿಮ್ಮ ವಿಮರ್ಶೆಯನ್ನು ಈ ಪ್ರವೇಶಪತ್ರದೊಂದಿಗೆ ಸೆಪ್ಟೆಂಬರ್ 1980ರೊಳಗೆ ನಮಗೆ ಕಳುಹಿಸಿಕೊಡಿ. ವಿಮರ್ಶೆ ಒಂದು ಸಾವಿರ ಪದಗಳಿಗೆ ಮೀರಬಾರದು. ಉತ್ತಮ ವಿಮರ್ಶೆಗೆ ಸೂಕ್ತ ಬಹುಮಾನವಿದೆ.

ಇಷ್ಟು ಹೇಳಿ, ಕಥಾಕೋಶಕ್ಕೆ ನಿಮ್ಮೆಲ್ಲರ ಆದರದ ಸ್ವಾಗತವನ್ನು ಬಯಸುವ,

ಯುಗಾದಿ, 1980
ಬೆಂಗಳೂರು

ಆರ್. ಎಸ್. ರಾಜಾರಾಮ್
ಕಾರ್ಯದರ್ಶಿ
ನವಕರ್ನಾಟಕ ಪಬ್ಲಿಕೇಷನ್ಸ್ (ಪ್ರೈ) ಲಿಮಿಟೆಡ್

ಪ್ರಕಾಶಕರ ನುಡಿ

(ಎರಡನೇ ಮುದ್ರಣ)

ನವಕರ್ನಾಟಕ ಪ್ರಕಾಶನದ 50ರ ಸಂಭ್ರಮದಲ್ಲಿ, 'ವಿಶ್ವಕಥಾಕೋಶ'ದ ಇಪ್ಪತ್ತೈದು ಸಂಪುಟಗಳನ್ನು ಪುನರ್ಮುದ್ರಿಸಿ ಓದುಗರ ಕೈಗಿಡುತ್ತಿದ್ದೇವೆ. ಮೂವತ್ತು ವರ್ಷಗಳ ಕಾಲ ಅಲಭ್ಯವಾಗಿದ್ದ ಜಗತ್ತಿನ ಸಾಹಿತ್ಯ ಕಥಾ ಕಣಜ ಬೆಳಕು ಕಾಣುವ ಈ ಸಮಯದಲ್ಲಿ ಈ ಯೋಜನೆಯ ಹೊಣೆ ಹೊತ್ತ ಶ್ರೇಷ್ಠ ಕಥೆಗಾರ, ಸಾಹಿತಿ ನಿರಂಜನರು ನಮ್ಮೊಂದಿಗೆ ಇದ್ದಿದ್ದರೆ, ನವಕರ್ನಾಟಕದ ಚಿನ್ನದ ಹಬ್ಬ ಹೆಚ್ಚು ಅರ್ಥಪೂರ್ಣವಾಗುತ್ತಿತ್ತು. ಈ ಸಂಪುಟಗಳನ್ನು ಅವರಿಗೆ ಅರ್ಪಿಸಿ, ಅವರನ್ನು ನೆನೆಯುತ್ತೇವೆ.

ಸಂಪುಟಗಳನ್ನು ಅನುವಾದಿಸಿ ನೆರವಾದ ಅನೇಕ ಲೇಖಕ ಮಿತ್ರರು ಈ ಮೂರು ದಶಕಗಳಲ್ಲಿ ನಮ್ಮನ್ನು ಅಗಲಿದ್ದಾರೆ. 'ವಿಶ್ವಕಥಾಕೋಶ'ದ ಎಲ್ಲಾ ಅನುವಾದಗಳನ್ನು ಓದಿ, ಪರಿಷ್ಕರಿಸಿ, ಮುದ್ರಣಕ್ಕೆ ಸಿದ್ಧಗೊಳಿಸಿದ ಸಂಪಾದಕರಲ್ಲಿ ಒಬ್ಬರಾದ ಶ್ರೀ ಎಸ್. ಆರ್. ಭಟ್ಟರ ಅಗಲಿಕೆಯ ನೆನಪು ಈ ಸಂದರ್ಭದಲ್ಲಿ ನಮ್ಮನ್ನು ಕಾಡುತ್ತಿದೆ.

ಮೂವತ್ತು ವರ್ಷಗಳ ಹಿಂದೆ 25 ಸಂಪುಟಗಳನ್ನು ರೂ. 250ಕ್ಕೆ ನೀಡಿದ್ದೆವು. ಬೆಲೆಯೇರಿಕೆಯ ಇಂದಿನ ದಿನಗಳಲ್ಲಿ ಮರುಮುದ್ರಿಸಿದಲ್ಲಿ, ಅದರ ಬೆಲೆಯನ್ನು ಎಂಟು-ಹತ್ತು ಪಟ್ಟು ಏರಿಸಬೇಕಾಗಬಹುದು ಎನ್ನುವ ಭೀತಿಯೂ ವಿಳಂಬಕ್ಕೆ ಕಾರಣವಾಯಿತು. ಈ ಸಂದರ್ಭದಲ್ಲಿ ಈ ಸಂಪುಟಗಳನ್ನು ಸುಲಭ ಬೆಲೆಗೆ ನೀಡಲು ನೆರವಾದವರು ಇನ್ಫೋಸಿಸ್ ಫೌಂಡೇಷನ್‌ನ ಅಧ್ಯಕ್ಷೆ ಶ್ರೀಮತಿ ಸುಧಾ ಮೂರ್ತಿಯವರು. ಅವರಿಗೆ ನಾವು ಕೃತಜ್ಞರಾಗಿದ್ದೇವೆ.

ಈ ಯೋಜನೆಯ ಲೇಖಕರು ಈ ಅವಧಿಯಲ್ಲಿ ಸಾಕಷ್ಟು ಹೊಸ ಬರೆಹಗಳನ್ನು ಮಾಡಿದ್ದಾರೆ, ಗೌರವ ಪುರಸ್ಕಾರಗಳಿಗೆ ಪಾತ್ರರಾಗಿದ್ದಾರೆ. ಕೆಲವರು ನಮ್ಮೊಂದಿಗಿಲ್ಲ. ಈ ಎಲ್ಲ ಲೇಖಕರ ಪರಿಚಯಗಳಿಗೆ ಹೊಸ ಸೇರ್ಪಡೆಗಳನ್ನು ಮಾಡಿಕೊಟ್ಟ ಡಾ॥ ಆರ್. ಪೂರ್ಣಿಮಾ ಮತ್ತು ಶ್ರೀಮತಿ ರೋಸಿ ಡಿ'ಸೋಜಾ ಅವರ ನೆರವನ್ನು ಸ್ಮರಿಸುತ್ತೇವೆ.

ಮರುಮುದ್ರಣದ ಈ ಕಾರ್ಯದಲ್ಲಿ ನೆರವಾದ ಎಲ್ಲರನ್ನೂ ನೆನೆಯುತ್ತೇವೆ.

ಯುಗಾದಿ, 2011
ಬೆಂಗಳೂರು

ಆರ್. ಎಸ್. ರಾಜಾರಾಮ್
ವ್ಯವಸ್ಥಾಪಕ ನಿರ್ದೇಶಕ, ನವಕರ್ನಾಟಕ ಪ್ರಕಾಶನ

ಪ್ರಸ್ತಾವನೆ

ಪೂರ್ವಾರ್ಧ

ಪ್ರಾಚೀನ ಮನುಷ್ಯನಿಗೆ, ಮಾತು ಬಂದುದಕ್ಕೂ ಮುಂಚೆ ಗಂಟಲಿನಿಂದ ರಾಗ ಹೊರಟಿತು. ಗುಡ್ಡದ ಈಚೆ ತಪ್ಪಲಿನಲ್ಲಿ ತಾನಿದ್ದೇನೆ ಎಂದು ಆಚೆ ತಪ್ಪಲಿನವನಿಗೆ ತಿಳಿಸುವುದಕ್ಕೆ ಕೂಗು. ಮಿಕವನ್ನು ಬೆನ್ನಟ್ಟಿದಾಗ ನಡುಕ ಹುಟ್ಟಿಸುವ ರಾಗಮೇಳ. ದೋಣಿಗೆ ಹುಟ್ಟುಹಾಕುವಾಗ ಪರಿಸರಕ್ಕೆ ಮೇಳೈಸಿ ಆಲಾಪನೆ. ಹೆಜ್ಜೆಗಳು ಲಯಬದ್ಧವಾದಾಗ ರಾಗದ ಜತೆ ಕುಣಿತ. ಪದಗಳಿಗೆ ಅರ್ಥ ನಿಶ್ಚಿತವಾದಾಗ, ಹಾಡು.

ಜತೆಯಲ್ಲಿ, ಸ್ಪಂದಿಸುವ ಬೆರಳುಗಳು ಮಣ್ಣಿನ ಬಣ್ಣದಿಂದ ಗವಿಯ ಶಿಲಾ ಭಿತ್ತಿನಲ್ಲಿ ಭಯಾನಕ ಮಿಕದ ಚಿತ್ರ ಬರೆದುವು. ಅದನ್ನು ತಾನು ಕೊಂದಂತೆ ಚಿತ್ರಿಸಿದಾಗ, ಸಂತೋಷ – ಸಮಾಧಾನ – ಆತ್ಮವಿಶ್ವಾಸ.

ಶಬ್ದಗಳು ಖಚಿತ ಅರ್ಥ ಪಡೆದ ಮಾತು ಬಳಿಕ ಸರಾಗವಾಯಿತು. ಆಹಾರ ಸಂಪಾದನೆಗೆ ಹೋದ ಗಂಡಸು ಗವಿಗೆ ಮರಳಿದ ಮೇಲೆ ತನ್ನ ಸಾಹಸದ ವಿವರವನ್ನು ನೀಡಿದ. ಅವನಿಲ್ಲದಾಗ ಗವಿಯತ್ತ ಕಣ್ಣು ಹಾಯಿಸಿದ ಕಾಡು ಪ್ರಾಣಿಯನ್ನು ತಾನು ಹೇಗೆ ಓಡಿಸಿದೆ ಎಂಬುದನ್ನು, ಯಜಮಾನಿ ಬಣ್ಣಿಸಿದಳು. ವಾಸ್ತವತೆಗೆ ರೆಕ್ಕೆಪುಕ್ಕ ಹುಟ್ಟಿದಾಗ ಅದು ಕಥೆಯಾಯಿತು...

ಜತೆಯಾಗಿ ಪಯಣ ಹೊರಟಾಗ ಮಾರ್ಗಕ್ರಮಣಕ್ಕೆ ಕಥೆ ಸಹಾಯಕ. ದಿನದ ದುಡಿಮೆ ಮುಗಿದು, ಗುಡಿಸಲಿನ ಸುತ್ತು ಬೆಂಕಿ ಕಾಯಿಸುತ್ತ ಕುಳಿತಾಗ ಕಥೆ ಬೇಕು.

ಕಥನ ಕವನಗಳು ಪೀಳಿಗೆಯಿಂದ ಪೀಳಿಗೆಗೆ ಬಳುವಳಿಯಾಗಿ ಬಂದುವು. ಅಜ್ಜಿ ಹೇಳಿದ ಕಥೆಯೂ ಅಷ್ಟೆ. ಕಾಲ ಸವೆದರೂ ಮಾಸದ ನೆನಪು.

ಜಾದುಗಾರ, ಔಷಧಿ ಕೊಡುವಾತ, ದೇವರ ಅಥವಾ ದೈವದ ಅರ್ಚಕ ಈ ಎಲ್ಲ ಪಾತ್ರಗಳನ್ನು ಹಿಂದೆ ಒಬ್ಬನೇ ಮಾಡುತ್ತಿದ್ದ. ಜನತೆಯ ಮೇಲೆ ಅವನದೇ ಪ್ರಭಾವ. ಸುಮಾರು ಐದು ಸಾವಿರ ವರ್ಷ ಹಿಂದೆ ಈಜಿಪ್ಟಿನ ಪ್ರಭು ಖುಫು (ಶ್ರೇಷ್ಠತಮ ಗೋರಿ ನಿರ್ಮಾಪಕ) ನಿತ್ಯವೂ ಮಕ್ಕಳನ್ನು ತನ್ನ ಬಳಿಗೆ ಕರೆಯುತ್ತಿದ್ದ.

"ಅರ್ಚಕ ಹೇಳಿದ ಕಥೆಗಳನ್ನೆಲ್ಲ ನನಗೆ ಒಂದೊಂದಾಗಿ ತಿಳಿಸಿ", ಎನ್ನುತ್ತಿದ್ದ. ಆ ಕಥೆಗಳನ್ನು ಕೆದಕಿ ಕೆದಕಿ ಅರ್ಚಕರ ಬಲದ ಮೂಲವನ್ನು ತಿಳಿಯುವ ತವಕ ಖುಫುಗೆ. (ಮುಂದೆ ಅರ್ಚಕರ ಸಂಪತ್ತನ್ನೆಲ್ಲ ವಶಪಡಿಸಿಕೊಂಡು, ದೇವಮಂದಿರಗಳಿಗೆ ಬೀಗಮುದ್ರೆ ಹಾಕಿ, ಶಾಶ್ವತ ವಾಸಕ್ಕಾಗಿ ಭಾರೀ ಗೋರಿಗಳನ್ನು ಕಟ್ಟಿಸಿದ ಈ ಭೂಪ!)

ಅನಂತರ 2500 ವರ್ಷಗಳಾದ ಮೇಲೆ, ಈ ನೆಲದಲ್ಲಿ, ಧರ್ಮದ ತಿರುಳನ್ನು ತಿಳಿಯಹೇಳಲು ಕಥೆಗಳನ್ನು ಬುದ್ಧನೂ ಅವನ ಅನುಯಾಯಿಗಳೂ ಬಳಸಿದರು. ಮುಂದೆ ಯೇಸು ಕ್ರಿಸ್ತನ ಧರ್ಮ ಬೋಧನೆಗೂ ಕಥೆಗಳು ಹಾಸುಗಲ್ಲುಗಳಾದುವು.

ಆರ್ಯಾವರ್ತದಲ್ಲಿ ವೇದೋಪನಿಷತ್ತುಗಳ ಹಾಗೂ ಮಹಾಕಾವ್ಯಗಳ ರಚನೆ ಮುಗಿದು ಕೆಲ ಶತಮಾನಗಳಾದ ಮೇಲೆ, ಬೃಹತ್ಕಥಾ (ಕಥಾ ಸರಿತ್ಸಾಗರ), ಹಿತೋಪದೇಶ, ಪಂಚತಂತ್ರ ಕಥೆಗಳು ರೂಪು ಗೊಂಡುವು. ಕಥೆಗಳು ಕಥೆಗಳೇ. ಅವು ಒಂಟೆಗಳ ಮೇಲೆ ಕುಳಿತು ಮರುಭೂಮಿಗಳನ್ನು ದಾಟಿ ಹೋದವು. ವಣಿಕರೂ ಅಲೆಮಾರಿಗಳೂ ಪೂರ್ವದಿಂದ ಪಶ್ಚಿಮಕ್ಕೆ ಒಯ್ದ ಕಥೆಗಳೆಷ್ಟು! ಅಲ್ಲಿಂದ ಇಲ್ಲಿಗೆ ತಂದ ಕಥೆಗಳೆಷ್ಟು! ವಣಿಕ ಮಾರ್ಗಗಳು ಪರಸ್ಪರ ಸಂಧಿಸುತ್ತಿದ್ದ ತಾಣ ಬಾಗ್ದಾದ್. ಕಾಲ ಕಳೆದಂತೆ ಹತ್ತು ದಿಕ್ಕುಗಳ ಕಥೆಗಳು ಇಲ್ಲಿ ಹುಲುಸಾಗಿ ಬೆಳೆದು ಯವನ ಯಾಮಿನೀ ವಿನೋದ ಕಥೆಗಳ ಸುರೆ ಸಿದ್ಧವಾಯಿತು.

ನೌಕಾ ವ್ಯಾಪಾರಿಗಳೂ ಅಂಬಿಗರೂ ಕಥೆಗಳನ್ನೊಯ್ದರು. ಬಂದರಿನಿಂದ ಬಂದರಿಗೆ–ದೇಶದಿಂದ ದೇಶಕ್ಕೆ. ಕಂಠಶ್ರೀ ನೆರವಾದಾಗ ಹಾಡುಗಬ್ಬ. ಅದಿಲ್ಲದಾಗ ಕಾವ್ಯದ ಕವಚ ಒಡೆದು ಕಥಾರತ್ನಗಳ ರಾಶಿ.

ನೀತಿಪ್ರಸಾರ, ಧರ್ಮಬೋಧೆ ಇಲ್ಲದಾಗ, ಕಥೆಗಳ ಹೊಳಪೇ ಬೇರೆ. ಕ್ರಿಸ್ತಶಕ ನಾಲ್ಕನೆಯ ಶತಮಾನದಲ್ಲಿ ಟ್ರಿಸಿಯಾ ಊರಲ್ಲಿ ಹಿಲಿಯೊಡೊರಸ್ ಎಂಬ ಹೆಸರಿನ ಬಿಶಪ್ ಇದ್ದ. ಅವನಿಗೆ ಕಥೆ ಬರೆಯುವ ಖಯಾಲಿ. ಬದುಕಿನ ಸೆಲೆಗಳಿಂದ ವಸ್ತುಗಳ ಆಯ್ಕೆ. ಮೇಲಣ ಧರ್ಮಾಧಿಕಾರಿಗಳ ಕಣ್ಣು ಕೆಂಪಾಯಿತು. ಸಭೆ ಸೇರಿ, ವಿಚಾರಣೆ ನಡೆಸಿ, ತೀರ್ಮಾನವಿತ್ತರು:

"ಕಥೆಗಳನ್ನೆಲ್ಲ ಬೆಂಕಿಗೆ ಹಾಕು, ಇಲ್ಲವೆ ನೀನು ಬಿಶಪ್ ಪದವಿ ತ್ಯಜಿಸಬೇಕು."

ಹಿಲಿಯೊಡೊರಸ್ ಬಿಶಪ್ ಪದವಿ ಬಿಟ್ಟು, ಕಥೆಗಳ ಕಂತೆಯೊಡನೆ ಬೀದಿಗಿಳಿದ...

15ನೆಯ ಶತಮಾನದಲ್ಲಿ ಜರ್ಮನಿಯಲ್ಲಿ ಗುಟೆನ್‌ಬರ್ಗ್ ಮುದ್ರಣ ಯಂತ್ರವನ್ನು ಕಂಡುಹಿಡಿದ ಮೇಲೆ ಕಥೆಗಳು ವಿಶ್ವದ ಮೂಲೆ ಮೂಲೆಗಳಿಗೆ ಬೇಗಬೇಗನೆ ಸಂಚಾರ ಮಾಡಿದುವು. ಲೋಕಸಮಾಜದ

ಚಪ್ಪರ ತುಂಬ ಕಥಾಬಳ್ಳಿಗಳು. ಮೂಲ ಇಂಥ ನೆಲದಲ್ಲಿದೆ ಎಂದು ಮುಟ್ಟಿ ತೋರಿಸುವುದು ಕಷ್ಟಸಾಧ್ಯವೆನಿಸಿದ ವರ್ಣವೈವಿಧ್ಯ....

ಸಣ್ಣ ಕಥೆ ಎನ್ನುವುದು ಯಾವುದಕ್ಕೆ ? ಅದು ಮೂರೇ ಪುಟಗಳದಿರ ಬಹುದು; ಮೂವತ್ತು ಪುಟಗಳದೂ ಇರಬಹುದು. ಮುಖ್ಯ ಗುಣ–ಸೂಕ್ಷ್ಮ ಸ್ವರೂಪ. ಆದರೆ ಅದರಲ್ಲಿ ಬ್ರಹ್ಮಾಂಡವನ್ನು ಕಾಣುವುದೂ ಶಕ್ಯ. ಕಾಲದ ಒಂದು ತುಣುಕನ್ನು ಅಲ್ಲಿ ಸೆರೆಹಿಡಿದು, ಅನಂತಕ್ಕೆ ಅನ್ವಯಿಸಬಹುದು. ಕೆಲವೇ ಪಾತ್ರಗಳಿದ್ದರೂ, ಇದು ಅಸಂಖ್ಯ ವೇಷಧಾರಿಗಳ ಬೃಹತ್ ನಾಟಕಶಾಲೆ ಎಂಬ ಭಾವನೆ ಮೂಡಬಹುದು. ಕಾದಂಬರಿಯ ವಿಸ್ತಾರದ ಅನುಕೂಲ ಕಥೆಗಿಲ್ಲ. ಇದು ಹೆಚ್ಚು ಕುಸುರಿನ ಕೆಲಸ. ದಂತದ ಪುಟ್ಟ ತುಣುಕಿನಲ್ಲಿ ಚಿತ್ತಾರ. ಆ ತುಣುಕು, ವಾಸ್ತವತೆ. ಆ ವಾಸ್ತವತೆಯ ಅಡಿಪಾಯದ ಮೇಲಿರುವುದು ಕಲ್ಪನೆಯ ಕಟ್ಟಡ.

ಜಗತ್ತಿನ ಮಾನವನ ಬೆಳವಣಿಗೆ ಏಕರೀತಿಯಾಗಿಲ್ಲ. ಸಹಸ್ರಾವಧಿ ವರ್ಷಗಳಿಂದ ಉತ್ತಮತರ ಬದುಕಿಗಾಗಿ ಆತ ಹೋರಾಡುತ್ತಲೇ ಇದ್ದಾನೆ. ಶೋಷಕ ಶಕ್ತಿಗಳ ವಿರುದ್ಧ ಅವನ ಸಮರ ಬೇರೆಬೇರೆ ದೇಶಗಳಲ್ಲಿ ಬೇರೆಬೇರೆ ಹಂತಗಳಿಗೆ ಅವನನ್ನು ಒಯ್ದು ಮುಟ್ಟಿಸಿದೆ. ಇರುವ ನೆಲೆ ಯಾವುದಾದರೇನು ? ಪ್ರಾಚೀನ ಕಾಲದಲ್ಲಿದ್ದಂತೆ ಈಗಲೂ ಕಲಾಭಿವ್ಯಕ್ತಿ ಮಾನವನ ಬದುಕಿನ ಅವಿಭಾಜ್ಯ ಅಂಗ. ಜೀವನ ವಿಧಾನ ವಿಭಿನ್ನ. ಕಥೆಗಳೂ ಅಷ್ಟೇ.

ನಾಗರಿಕತೆಯ ದಾರಿಯಲ್ಲಿ, ಭೌಗೋಳಿಕ ಎಲ್ಲೆ ಕಟ್ಟುಗಳಿರುವ ರಾಷ್ಟ್ರದ ನಿರ್ಮಾಣ ಒಂದು ಘಟ್ಟ. ಭಾಷೆ, ಸಾಂಸ್ಕೃತಿಕ ಏಕರೂಪತೆ ಇಂಥ ರಾಷ್ಟ್ರಗಳು ರೂಪುಗೊಳ್ಳಲು ಆಧಾರ.

ಈ ಜಗತ್ತಿನಲ್ಲಿ ಎಷ್ಟೊಂದು ರಾಷ್ಟ್ರಗಳು ! ಎಷ್ಟೊಂದು ಭಾಷೆಗಳು ! ಕಥೆಗಳಲ್ಲೂ ಎಷ್ಟು ವಿವಿಧತೆ ! ಈ ರಾಶಿಯಿಂದ ವಿಶ್ವಕಥಾಕೋಶದ ಇಪ್ಪತ್ತೈದು ಸಂಪುಟಗಳಿಗಾಗಿ ಕಥೆಗಳನ್ನು ಆರಿಸುವುದು ಸುಲಭ ಎಂದು ಯಾವನೂ ಹೇಳಲಾರ.

ಜಗತ್ತಿನ ನಾನಾ ಭಾಷೆಗಳ–ಪ್ರದೇಶಗಳ ಕಥೆಗಳನ್ನು ಈ ಕೋಶದಲ್ಲಿ ಕಲೆಹಾಕುವ ಯತ್ನ ನಡೆದಿದೆ. ಅಲ್ಲಲ್ಲಿನ ಸಾಹಿತ್ಯದಲ್ಲಿ ಹೆಗ್ಗುರುತುಗಳಾಗಬಹುದಾದ ಕಥೆಗಳು; ಯುದ್ಧ – ಕ್ರಾಂತಿ – ಸ್ವಾತಂತ್ರ್ಯ ಹೋರಾಟ, ನೋವು ದುಃಖ, ನಗೆ ನಲಿವು ಇವುಗಳನ್ನು ಚಿತ್ರಿಸುವಂಥವು ; ಲೋಕದ ಕಥಾ ಸಾಹಿತ್ಯಕ್ಕೇ ತಿರುವು ನೀಡಲು ಸಮರ್ಥವಾದ ಕೃತಿಗಳು. ಪ್ರತಿಯೊಂದು ಸಂಪುಟದಲ್ಲೂ ಸಮಗ್ರ ರಸಾನುಭವ ಸಾಧ್ಯವಾಗುವಂತೆ ಎಚ್ಚರ. ಸಂಪುಟಗಳ ಸರಣಿಯನ್ನು ನಿಶ್ಚಯಿಸುವಾಗಲೂ ವೈವಿಧ್ಯತೆ ಪ್ರಾಶಸ್ತ್ಯ.

ಇಪ್ಪತ್ತೈದು ಸಂಪುಟಗಳ ವಿಶ್ವಕಥಾಕೋಶ ಕನ್ನಡ ಸಾಹಿತ್ಯಕ್ಕೊಂದು ಬೆಲೆಬಾಳುವ ಕೊಡುಗೆಯಾಗಬೇಕೆನ್ನುವುದು ನಮ್ಮ ಬಯಕೆ. ಈ

ಬಯಕೆ ಈಡೇರುತ್ತದೆಂಬ ಭರವಸೆ ನಮಗಿದೆ ಎಂದು ವಿನಮ್ರವಾಗಿ ಹೇಳಬಹುದೆ ?

ಉತ್ತರಾರ್ಧ

ಇನ್ನು, 'ಕಾಡಿನಲ್ಲಿ ಬೆಳದಿಂಗಳು' ಸಂಪುಟವನ್ನು ಕುರಿತು – ಆರಂಭದಲ್ಲೊಂದು ವಿಯೆಟ್ನಾಮೀ ದಂತಕಥೆ. ನಾಲ್ಕು ಸಾವಿರ ವರ್ಷ ಹಳೆಯದು ಎನ್ನುತ್ತಾರೆ. ಒಂದು ರೀತಿಯ ಪುಟ್ಟ 'ಪುರಾಣ' (ಶಿಲಾಯುಗ ಮುಗಿದಿತ್ತು. ಕಬ್ಬಿಣ ತಾನು ಕಲ್ಲಿಗಿಂತ ಹೆಚ್ಚು ಬಲಿಷ್ಠ – ಎಂದಿತ್ತು).

ಒಮ್ಮೆ ಗಿಯೊಂಗ್ ಎಂಬ ಹಳ್ಳಿಯಲ್ಲಿ ಒಂದು ಮಗು ಹುಟ್ಟಿತು. ಗಂಡು. ಎಲ್ಲ ಹಸುಳೆಗಳಂತೆ ಬೆಳೆಯಿತಾದರೂ ವರ್ಷ ಮೂರಾದರೂ ಮಾತು ಬರಲಿಲ್ಲ. ಒಂದು ದಿನ ಡಂಗುರ ಸಾರುವ ದೂತನೊಬ್ಬ ಬಂದ. ಅವನೆಂದ: "ಕೇಳಿರಿ ! ಕೇಳಿರಿ ! ವೈರಿ ದಂಡೆತ್ತಿ ಬಂದಿದ್ದಾನೆ. ಅವನ ವಿರುದ್ಧ ಹೋರಾಡೋದಕ್ಕೆ ಬನ್ನಿ! ರಾಷ್ಟ್ರವನ್ನು ರಕ್ಷಿಸಿ !" ಹುಡುಗ ಜಿಗಿದು ನಿಂತು, ಒಮ್ಮೆಲೆ ಅಂದ: "ನಾನು ಯುದ್ಧಕ್ಕೆ ಹೋಗ್ತೇನೆ." ಹಾಗೆ ಹೇಳಿ ಹೊರಟೇ ಬಿಟ್ಟ. ದಾರಿಯಲ್ಲಿ ಅವನಿಗೆ ಅನ್ನ ನೀಡಿದರು; ಬದನೇಕಾಯಿ, ನೀರು ಕೊಟ್ಟರು. ಗಿಯೊಂಗ್ ಹಳ್ಳಿಯವನು. ಜನರು ಆತನನ್ನು ಗಿಯೊಂಗ್ ಎಂದೇ ಕರೆದರು. ದಾರಿ ಸಾಗುತ್ತ ಹುಡುಗ ಬೆಳೆದ. ಬೆಳೆಯುತ್ತ ಬೇಗನೆ ದೈತ್ಯನಂತಾದ. ಜನ ಸವಾರಿ ಮಾಡಲು ಗಿಯೊಂಗ್‌ಗೆ ಒಂದು ಕಬ್ಬಿಣದ ಕುದುರೆಯನ್ನಿತ್ತರು. ಕಬ್ಬಿಣದ ಕೋಲು ಮಾಡಿಕೊಟ್ಟರು. ಎಲ್ಲ ವೃತ್ತಿಗಳ ಎಲ್ಲ ವಯಸ್ಸಿನ ಜನ ಅವನನ್ನು ಹಿಂಬಾಲಿಸಿದರು. ರೈತರು, ಬೆಸ್ತರು, ಬೇಡರು, ಪಶುಪಾಲಕರು ಕೂಡಾ. ಗಿಯೊಂಗ್ ವೈರಿಗಿದಿರು ಭೀಕರವಾಗಿ ಹೋರಾಡಿದ. ಕಬ್ಬಿಣದ ಕೋಲು ಮುರಿದಾಗ, ಬಿದಿರು ಮೆಳೆಗಳನ್ನೇ ಕಿತ್ತು ಹೋರಾಟ ಮುಂದುವರಿಸಿದ. ವೈರಿಗಳನ್ನು ಹೊರಹಾಕಿ, ದೇಶದಲ್ಲಿ ಶಾಂತಿಯನ್ನು ನೆಲೆಗೊಳಿಸಿದ ಮೇಲೆ, ಗಿಯೊಂಗ್ ಕುದುರೆಯೊಂದಿಗೆ ಆಕಾಶಕ್ಕೆ ನೆಗೆದು, ಎತ್ತರಕ್ಕೆ ಏರಿ, ಅದೃಶ್ಯನಾದ.

ಈ 'ಪುರಾಣ' ಕಥೆಯ ಗಿಯೊಂಗ್ ವಿಯೆಟ್ನಾಮೀ ಜನರ ಪಾಲಿಗೆ ಒಬ್ಬ ವೀರಪುರುಷ; ಪ್ರತಿಭಟನೆಯ ಹಾಗೂ ವಿಜಯದ ಸಂಕೇತ.

ಗಿಯೊಂಗ್‌ನ ದೇಶದ ಆಧುನಿಕ ಸಣ್ಣ ಕಥೆಗಳನ್ನು ತಿಳಿದುಕೊಳ್ಳಲು ಅವನ ದೇಶದ ಭೌಗೋಳಿಕ, ಚಾರಿತ್ರಿಕ, ಸಾಮಾಜಿಕ – ಆರ್ಥಿಕ – ರಾಜಕೀಯ ಹಾಗೂ ಸಾಂಸ್ಕೃತಿಕ ಹಿನ್ನೆಲೆಯ ತುಸು ಪರಿಚಯ ಅವಶ್ಯ.

ವಿಯೆಟ್ನಾಮ್ ಆಗ್ನೇಯ ಏಷ್ಯದ ಹೃದಯ ಸ್ಥಾನದಲ್ಲಿದೆ. ಉತ್ತರದಲ್ಲಿ ಚೀನ. ಪಶ್ಚಿಮದಲ್ಲಿ ಕಾಂಪೂಚಿಯ, ಲಾವೊಸ್, ಪೂರ್ವ ದಕ್ಷಿಣ ಮೇರೆ, ಸಮುದ್ರ. 3,260 ಕಿಲೋಮೀಟರ್ ಉದ್ದದ ಕರಾವಳಿ. ಶಾಂತ ಸಾಗರದ ಮೊಗಸಾಲೆ. 20 ಕಿ. ಮೀ.ಗೊಂದು ನದೀಮುಖ. ಹನಾಯ್

ಉತ್ತರದಲ್ಲಿ; ಹೋ ಚಿ ಮಿನ್ಹ್ ನಗರ ದಕ್ಷಿಣದಲ್ಲಿ, ದಕ್ಷಿಣೋತ್ತರವಾಗಿ ನೇರಗೆರೆ ಎಳೆದರೆ ಅದರ ಉದ್ದ 1650 ಕಿ.ಮೀ. ಬಡನಡು– ಐವತ್ತೇ ಕಿಲೋಮೀಟರ್. ಗರಿಷ್ಠ ಅಗಲ 600 ಕಿ.ಮೀ. ಜನಸಂಖ್ಯೆ 5 ಕೋಟಿ. 60ಕ್ಕೂ ಹೆಚ್ಚು ಜನಾಂಗಗಳು. ಅತಿ ದೊಡ್ಡ ಜನಾಂಗದ ಸದಸ್ಯರು 742,000 ಅತಿ ಪುಟ್ಟ ಜನಾಂಗದಲ್ಲಿರುವುದು 50 ಜನ.

ಮೆಕೊಂಗ್ (ಮಾ ಗಂಗಾ, ತಾಯಿ ಗಂಗಾ) ಟಿಬೆಟ್‌ನಲ್ಲಿ ಹುಟ್ಟಿ ಲಾವೊಸ್ ಕಂಪೂಚಿಯಗಳನ್ನೇ ಹಾದು ವಿಯೆಟ್ನಾಮಿನಲ್ಲಿ ಸಮುದ್ರ ಸೇರುತ್ತದೆ. ಒಟ್ಟು 4220 ಕಿ.ಮೀ. ಉದ್ದದ ನದಿ. ವಿಯೆಟ್ನಾಮ್‌ನಲ್ಲಿ ಇದರ ಹರಿವು 220 ಕಿ.ಮೀ.

ಕೃಷಿ ಪ್ರಧಾನ ದೇಶ. ಕೃಷಿ ಆಧಾರಿತ ಉದ್ಯಮಗಳು. ಸಾವಿರ ಬಗೆಯ ಮೀನುಗಳು. 50 ಬಗೆಯ ಖನಿಜಗಳು. ಔಷಧೀಯ ಸಸ್ಯಗಳು. ಹೇರಳ ಕಲ್ಲಿದ್ದಲು. ಹೆಚ್ಚು ಎತ್ತರವಲ್ಲದ ಪರ್ವತಗಳು. ದಟ್ಟ ಕಾಡುಗಳು. ಹವಳ ಲಭ್ಯ.

ಶಿಲಾಯುಗದಲ್ಲೇ ಇಲ್ಲಿ ಮಾನವನ ಚಟುವಟಿಕೆ ಇದ್ದಿತೆಂಬುದಕ್ಕೆ ಆಧಾರಗಳಿವೆ. ಈ ಫಲವತ್ತ್ರದೇಶದ ದೊರೆತನವನ್ನು ಹಾನ್ ಸಾಮ್ರಾಜ್ಯ (ಚೀನಾ) ಬಯಸಿದ್ದು ಸ್ವಾಭಾವಿಕ. ಕ್ರಿಸ್ತಶಕ 40ರಲ್ಲಿ ವಿಯೆಟ್ನಾಮೀ ಬುಡಕಟ್ಟುಗಳು ಟ್ರಂಗ್ ಸೋದರಿಯರ ನೇತೃತ್ವದಲ್ಲಿ ಒಂದಾಗಿ ಹಾನ್ ಆಕ್ರಮಣಕಾರರ ವಿರುದ್ಧ ಯುಶಸ್ವಿಯಾಗಿ ಹೋರಾಡಿದರು. ರುಚಿಕಂಡವರು ಮತ್ತೆ ಬಂದು 900 ವರ್ಷ ಉಳಿದರು.

ಆಗ ಪ್ರಚಲಿತವಿದ್ದ ಹಾಡಿನ ಎರಡು ಸಾಲು:

ಬುದ್ಧಿವಂತನು ಹೋರಾಡುವನು ಪರಕೀಯರಿಗಿದಿರು
ಒಂದೇ ಹೇಟೆಯ ಮರಿಗಳಿಗೆ ಸಲ್ಲ ಅಂತಃಕಲಹ

ಐಕ್ಯ, ಪ್ರತಿಭಟನೆ. ಒಂದಷ್ಟು ಕಾಲ ಸ್ವಾತಂತ್ರ್ಯದ ಸವಿ. ಒಟ್ಟು 20 ಶತಮಾನ ಚೀನೀ ಸಾಮ್ರಾಜ್ಯಶಾಹಿಯ ಕಾಲ್ತುಳಿತದ ಅನುಭವ.

1858ರಲ್ಲಿ, ಸಮುದ್ರ ಮಾರ್ಗವಾಗಿ ಬಂದ ಫ್ರೆಂಚ್ ವಸಾಹತುದಾರರ ವಶವಾಯಿತು ವಿಯೆಟ್ನಾಮ್. ಅದು ಆಧುನಿಕ ಸಮರ ವಿಧಾನಕ್ಕೆ ದೊರೆತ ವಿಜಯ.

ಈ ಶತಮಾನದಲ್ಲಿ ವಿದ್ಯಾರ್ಜನೆಗಾಗಿ ಪ್ಯಾರಿಸಿಗೆ ತೆರಳಿದ ನ್ಗ್ವಯೆನ್ ಲಿಯ್ ಕ್ವೊಕ್ (ಮುಂದೆ ಹೋ ಚಿ ಮಿನ್ಹ್ ಎಂದು ಪ್ರಸಿದ್ಧ) ಕಮ್ಯೂನಿಸ್ಟನಾಗಿ ಮರಳಿದ. ಜನರಿಗೆ 'ಬುದ್ಧಿ ಬಂದಿತು'. ಒಂದೇ ಹೇಟೆಯ ಮರಿಗಳು ತಮ್ಮೊಳಗೆ ಕಲಹ ಸಲ್ಲದೆಂಬುದನ್ನು ತಿಳಿದಿದ್ದುವು.' ಪರಕೀಯರಿಗಿದಿರಾದ ಭಾವನೆ ಎಷ್ಟು ಉಗ್ರವಾದರೇನು? ಆ ಶಕ್ತಿಯನ್ನು ಪರಿಣಾಮಕಾರಿಗೊಳಿಸಲು ರಾಜಕೀಯ ಸಂಘಟನೆ ಬೇಕು. 1930ರಲ್ಲಿ ಇಂಡೋಚೀನದ ಕಮ್ಯೂನಿಸ್ಟ್ ಪಕ್ಷ (ಈಗಿನ ಹೆಸರು; ವಿಯೆಟ್ನಾಮೀ ಕಾರ್ಮಿಕರ ಪಕ್ಷ) ಸ್ಥಾಪಿತವಾಯಿತು. ಸ್ವಾತಂತ್ರ್ಯ, ಐಕ್ಯ, ಪ್ರಜಾಪ್ರಭುತ್ವ

ಮತ್ತು ಸಮಾಜವಾದ– ಈ ಗುರಿಗಳನ್ನು ವಿಯೆಟ್ನಾಮೀ ಜನ ತಮ್ಮ ಮುಂದಿಟ್ಟುಕೊಂಡರು.

ಲೋಕ ಮಹಾಯುದ್ಧ, ಜಪಾನಿನ ಪ್ರವೇಶ. ಐದು ವರ್ಷ ಅವರಿಂದ ಸುಲಿಗೆ. 1945ರ ಆಗಸ್ಟ್‌ನಲ್ಲಿ ಫ್ರೆಂಚ್ ಸಾಮ್ರಾಜ್ಯವಾದಿಗಳನ್ನೂ ಜಪಾನೀ ಫಾಸಿಸ್ಟರನ್ನೂ ಎರಡು ವಾರಗಳ ಉಗ್ರ ಸಮರದಲ್ಲಿ ಹಣ್ಣು ಮಾಡಿ ವಿಯೆಟ್ನಾಮೀಯರು ಜಯ ಪಡೆದರು. ಸ್ವಾತಂತ್ರ್ಯ ಘೋಷಣೆಯಾದ ಇಪ್ಪತ್ತೆರಡನೆಯ ದಿನವೇ ಫ್ರೆಂಚರು ಉತ್ತರ ವಿಯೆಟ್ನಾಮನ್ನು ಆಕ್ರಮಿಸಿದರು. (ಕ್ಷಾಮ: 20 ಲಕ್ಷ ಜನರ ಸಾವು; ಒಳನುಗ್ಗಿದ ಚಿಯಾಂಗ್ ಕೈ ಷೇಕನ ಎರಡು ಲಕ್ಷ ಸೈನಿಕರಿಂದ ಕೊಳ್ಳೆ.) ಡಿಯೆನ್ ಬಿಯೆನ್ ಫುನಲ್ಲಿ ನಡೆದ ಅತ್ಯುಗ್ರ ಸಮರದಲ್ಲಿ ವಿಯೆಟ್ನಾಮೀಯರಿಗೆ ಮಹಾನ್ ವಿಜಯ ದೊರೆತು ಫ್ರೆಂಚ್ ಸಾಮ್ರಾಜ್ಯವಾದಿಗಳು ಸಂಪೂರ್ಣ ಪರಾಜಿತರಾದರು. 1954ರಲ್ಲಿ ಜಿನೀವಾದಲ್ಲಾದ ಒಪ್ಪಂದದಂತೆ ವಿಯೆಟ್ನಾಮಿನ ಸ್ವಾತಂತ್ರ್ಯವನ್ನು, ಸಾರ್ವಭೌಮತ್ವವನ್ನು ಮತ್ತು ಭೌಗೋಳಿಕ ಸಮಗ್ರತೆಯನ್ನು ಫ್ರಾನ್ಸ್ ಒಪ್ಪಿಕೊಂಡಿತು.

ಪೂರ್ವವಲಯದಲ್ಲಿ ತನ್ನ ಹಿರಿತನವನ್ನು ಸ್ಥಾಪಿಸಲು ಬಯಸಿದ್ದ ಅಮೆರಿಕ ತಡ ಮಾಡಲಿಲ್ಲ. ದಕ್ಷಿಣ ವಿಯೆಟ್ನಾಮನ್ನು ಆಕ್ರಮಿಸಿತು. ಉತ್ತರದಲ್ಲಿ ಸಮಾಜವಾದದ ನಿರ್ಮಾಣ; ದಕ್ಷಿಣದಲ್ಲಿ ವಿಮೋಚನೆಗಾಗಿ ಯುದ್ಧ. ಗಿಯೊಂಗ್ ದೈತ್ಯನ ಕಬ್ಬಿಣದ ಕೋಲು; ಅದು ಮುರಿದಾಗ ಬಿದಿರುಮೆಳೆ. ಎದೆಗುಂದದ ಹೋರಾಟ. 1968ರಲ್ಲಿ ಅಮೆರಿಕದ ಅಗ್ನಿ ವರ್ಷದ ಪರಾಕಾಷ್ಠೆ (ಅಮೆರಿಕದಲ್ಲೇ ವಿಯೆಟ್ನಾಮೀ ನರಮೇಧವನ್ನು ಇದಿರಿಸಿದವರು ಲಕ್ಷಾಂತರ ಮಂದಿ!) ಆಗ ದಕ್ಷಿಣ ವಿಯೆಟ್ನಾಮಿನಲ್ಲಿದ್ದವರು 540,000 ಅಮೆರಿಕದ ಯೋಧರು, ದಕ್ಷಿಣ ಕೊರಿಯ, ಥಾಯ್‌ಲೆಂಡ್, ಆಸ್ಟ್ರೇಲಿಯ, ನ್ಯೂಜಿಲೆಂಡ್‌ಗಳಿಂದ ಬಾಡಿಗೆಗೆ ಪಡೆದ ಭಟರು 755,000; ಜತೆಗೆ ಸಮೀಪದಲ್ಲಿ ಸುಳಿದಾಡುತ್ತಿದ್ದ ಅಮೆರಿಕದ ಏಳನೆಯ ಯುದ್ಧ ನೌಕಾಪಡೆ. ಈ ದುರಂತ ಚಿತ್ರವನ್ನು ಸೂಚಿಸಲು ನೆರವಾಗುವ ಅಂಕೆ ಸಂಖ್ಯೆಗಳು: ದಕ್ಷಿಣ ವಿಯೆಟ್ನಾಮಿನಲ್ಲಿ – ಸತ್ತವರ ಅಂದಾಜು ಸಂಖ್ಯೆ ನಾಲ್ಕು ಲಕ್ಷದ ಮೂವತ್ತು ಸಾವಿರ, ಗಾಯಗೊಂಡವರು, ಇಲ್ಲವಾದವರು ಹದಿನಾಲ್ಕು ಲಕ್ಷದ 35 ಸಾವಿರ, 8 ಲಕ್ಷ ತಬ್ಬಲಿಗಳು, 10 ಲಕ್ಷ ವಿಧವೆಯರು, ಸುಮಾರು 5 ಲಕ್ಷ ಅಂಗವಿಕಲರು, ಮೂವತ್ತು ಲಕ್ಷಕ್ಕೂ ಹೆಚ್ಚು ನಿರುದ್ಯೋಗಿಗಳು, 5 ಲಕ್ಷ ವೇಶ್ಯೆಯರು, 5 ಲಕ್ಷ ಮಾದಕದ್ರವ್ಯ ಸೇವನೆಯ ಮರುಳರು, ಉತ್ತರ ವಿಯೆಟ್ನಾಮಿನಲ್ಲಿ – 6 ದೊಡ್ಡ ನಗರಗಳ ಮೇಲೆ ಬಾಂಬ್ ಮಳೆ, ಮೂರು ಸಂಪೂರ್ಣ ನಾಶ: ಮೂರರಲ್ಲಿ ಎರಡರಷ್ಟು ಹಳ್ಳಿಗಳ ಮೇಲೂ ಬಾಂಬ್ ದಾಳಿ; 6 ರೈಲು ದಾರಿಗಳಿಗೆ, ಎಲ್ಲ ರೈಲು ನಿಲ್ದಾಣಗಳಿಗೆ, ಎಲ್ಲ ಸಮುದ್ರ

ಹಾಗೂ ನದಿ ಹಡಗುಕಟ್ಟೆಗಳಿಗೆ ಹಾನಿ. 2923 ಶಾಲೆಗಳಿಗೆ, 465 ಪಗೋಡ ಹಾಗೂ ದೇವಾಲಯಗಳಿಗೆ, 484 ಚರ್ಚುಗಳಿಗೆ, 808 ಸಾಂಸ್ಕೃತಿಕ ಸ್ಮಾರಕಗಳಿಗೆ, 250 ಆಸ್ಪತ್ರೆಗಳಿಗೆ, 1500 ಅಶಕ್ತಾಲಯ ಮತ್ತು ಪ್ರಸೂತಿ ಗೃಹಗಳಿಗೆ ಧಕ್ಕೆ.

ಅಂತೂ 21 ವರ್ಷ ಅಮಾನುಷ ಕೃತ್ಯಗಳನ್ನು ಎಸಗಿದ ಮೇಲೆ ಅಮೆರಿಕ ವಿಯೆಟ್ನಾಮಿನಿಂದ ಕಾಲ್ದೆಗೆಯಿತು. 25,50,000 ಟನ್ ಬಾಂಬುಗಳು ತನ್ನ ಮೇಲೆ ಸುರಿದರೂ ನಿರ್ನಾಮವಾಗಿರಲಿಲ್ಲ ದುಡಿಮೆಯ ಜೀವಗಳ ಬಡದೇಶ. 1975 ಏಪ್ರಿಲ್ 30ರಂದು ವಿಯೆಟ್ನಾಮೀ ಕ್ರಾಂತಿ ಪೂರ್ಣವಾಯಿತು.

ಹೊಸ ಸಮಾಜದ ನಿರ್ಮಾಣಕ್ಕೆ ದಶಕಗಳ ಸಮರ್ಪಿತ ಪರಿಶ್ರಮ ಬೇಕು. ಆದರೆ, ತಾನೇ ವಿಯೆಟ್ನಾಮಿನ ಪ್ರಭು ಎಂದು ಭಾವಿಸಿದ್ದ ಚೀನಕ್ಕೆ ನೆರೆರಾಷ್ಟ್ರದ ಹೊಸ ಬದುಕು ಸಹ್ಯವಾದೀತೆ? ಮಾವೋನ ಉತ್ತರಾಧಿಕಾರಿಗಳು 'ಒಂದು ಪಾಠ ಕಲಿಸಲೆ'ಂದು ವಿಯೆಟ್ನಾಮನ್ನು ನುಗ್ಗಿದರು. ನೆಪ ಗಡಿ ಸಮಸ್ಯೆ; ಆದರೆ ಜಾಗತಿಕ ಅಭಿಪ್ರಾಯ ತಮಗೆ ಪ್ರತಿಕೂಲವಾದುದನ್ನು ಕಂಡು ವಾಪಸಾದರು. ಬಂದ ದಾರಿಗೆ ಸುಂಕವಿಲ್ಲ – ಸ್ವತಃ ಚೀನವೇ ಕಲಿಯಬೇಕಾಗಿ ಬಂದ ಪಾಠ!

ಇಂಥ ರಾಜಕೀಯ ಹಿನ್ನೆಲೆಯಲ್ಲಿ ವಿಯೆಟ್ನಾಮ್ ಹಾದು ಬಂದಿರುವ ಸಾಹಿತ್ಯಿಕ, ಸಾಂಸ್ಕೃತಿಕ ಸ್ಥಿತ್ಯಂತರಗಳು ಯಾವುವು?

ದೊರೆತಿರುವ ವಿಯೆಟ್ನಾಮೀ ಸಾಹಿತ್ಯ ಕೃತಿಗಳು 10ನೆಯ ಶತಮಾನದ ಈಚೆಗಿನವು. ಯೂರೋಪಿನಲ್ಲಿ ಲ್ಯಾಟಿನ್ ಹೇಗೋ ಹಾಗೆ ದೂರ ಪ್ರಾಚ್ಯ ರಾಷ್ಟ್ರಗಳಲ್ಲೆಲ್ಲ ಹಿಂದೆ ಹಾನ್ ಭಾಷೆ ಪ್ರಮುಖವಾಗಿತ್ತು. ಅದು ಚೀನೀ ಸಾಮ್ರಾಜ್ಯದ ಪಂಡಿತ ಭಾಷೆ ಕೂಡಾ. ವಿಯೆಟ್ನಾಮಿನಲ್ಲಿ ಶತಮಾನಗಳ ಕಾಲ ಹಾನ್ ಭಾಷೆಯ ಜತೆಗೆ ಜನ ಬಳಸುತ್ತಿದ್ದ ನೊಮ್ ಭಾಷೆಯೂ ಬಳಕೆಯಲ್ಲಿತ್ತು. ತಾತ್ತ್ವಿಕ ಚಿಂತನೆ, ಚಾರಿತ್ರಿಕ ಕೃತಿಗಳು. ಪಾಂಡಿತ್ಯಪೂರ್ಣ ಕಾವ್ಯ– ಇವಕ್ಕೆಲ್ಲ ಹಾನ್ ಭಾಷೆ. ಜನಸಮುದಾಯದಿಂದ ಸ್ಫೂರ್ತಿ ಪಡೆದ ಕವನಗಳೂ ಕಥೆಗಳೂ ನೊಮ್ ಭಾಷೆಯಲ್ಲಿ.

ಪ್ರಾಚೀನ ಭಾಷೆಯಲ್ಲಿನ ಶುಷ್ಕ ಪಾಂಡಿತ್ಯವನ್ನು ಕುರಿತ ಮೊದಲ ಟೀಕೆ ಕೇಳಿಬಂದದ್ದು 16ನೇ ಶತಮಾನದಲ್ಲಿ. ನ್ಗ್ವೆನ್ ಡು ಬರೆದ 'ಕೀಯು' ಕಥನ ಕವನ ಎಲ್ಲರ ಬಾಯಲ್ಲೂ ಗುಣುಗುಣಿಸಿತು. 17ನೇ ಶತಮಾನದಲ್ಲಿ ಮೂವರು ಕವಯಿತ್ರಿಯರು ಹೊಸತಿನ ಕಹಳೆಯೂದಿದರು. ಕೊವ ಬ ಕ್ವ ಆತ್ ಎಂಬ ಬಂಡಾಯ ಕವಿಯೊಬ್ಬ ರೈತದಂಗೆಯ ನಾಯಕತ್ವ ವಹಿಸಿದ.

ಸಾಹಿತ್ಯದಲ್ಲಿ ದೇಶಪ್ರೇಮ ಮತ್ತು ರಾಜನಿಷ್ಠೆ ಮರೆಯಾಗಿ, ಆ ಸ್ಥಾನದಲ್ಲಿ ದೇಶಪ್ರೇಮ ಮತ್ತು ಜನತೆಯ ಬಗೆಗೆ ಒಲವು ಬೇರೂರಿದುವು.

ವಸಾಹತುಗಾರರ ಆಕ್ರಮಣದ ವಿರುದ್ಧ ಹೋರಾಟ, ಸಾಮಾಜಿಕ ಪರಿವರ್ತನೆಗಾಗಿ ಪ್ರಯತ್ನ, ಶಾಲೆಗಳು, ಮುದ್ರಣ ವ್ಯವಸ್ಥೆ – ಇವು ಸಾಹಿತ್ಯಿಕ ಸಾಂಸ್ಕೃತಿಕ ನವೋದಯಕ್ಕೆ ಕಾರಣವಾದುವು. ಗದ್ಯ ಬರೆವಣಿಗೆ, ಕಾದಂಬರಿ, ಆಧುನಿಕ ನಾಟಕ, ಪತ್ರಿಕೋದ್ಯಮ – ಇವೆಲ್ಲ ಹೊಸ ಮಜಲುಗಳನ್ನು ಕ್ರಮಿಸಲು ಜನತೆಗೆ ನೆರವಾದುವು.

ಪ್ರಾಚೀನ ಲಿಪಿಯ ಬದಲು, ರಾಷ್ಟ್ರೀಯ ಭಾಷೆಗಾಗಿ ಲ್ಯಾಟಿನನ್ನು ತುಸು ರೂಪಾಂತರಿಸಿ, ಕ್ವೊಕ್ ನ್ಗು ಎಂಬ ಲಿಪಿಯನ್ನು ಸಿದ್ಧಗೊಳಿಸಲಾಯಿತು.

1945ರಿಂದ ನಿಜವಾದ ನವೋದಯ, ಆ ಪ್ರಭೆಯಿಂದ ವಿಯೆಟ್ನಾಮ್ ಸಮಾಜವೂ ರಾಷ್ಟ್ರವೂ ಬೆಳಗಿದುವು...

ಮೇಲಿನ ವಿವರಣೆಯ ಹಿನ್ನೆಲೆಯಲ್ಲಿ ನೀವು ಓದಬೇಕಾದ ಹನ್ನೊಂದು ವಿಯೆಟ್ನಾಮೀ ಕಥೆಗಳು ಈ ಸಂಪುಟದಲ್ಲಿವೆ. ವಿವರಣೆಯ ಗೊಡವೆಗೆ ಹೋಗದೆ ಅವನ್ನೇ ಓದಿದರೂ ರಸಾಸ್ವಾದನೆಗೆ ಕುಂದು ಉಂಟಾಗುವುದಿಲ್ಲ. ವಿಯೆಟ್ನಾಮೀ ಜನತೆಯ ಹಾಗೂ ಅವರ ರಾಷ್ಟ್ರವನ್ನು ಕುರಿತ ಪರಿಚಯದಿಂದ ಆ ರಸಾಸ್ವಾದನೆ ತೀವ್ರವಾಗುತ್ತದೆ. ವಯಸ್ಸಿನ ಅಂತರವನ್ನು ಗಮನಿಸದೆ, ಹೆಣ್ಣು ಗಂಡು ಭೇದವಿಲ್ಲದೆ, ಜನ ಒಂದಾಗಿ ವಸಹತುಗಾರರ ಹಾಗೂ ಸಾಮ್ರಾಜ್ಯವಾದಿಗಳಿಂದ ತಮ್ಮ ರಾಷ್ಟ್ರವನ್ನು ಬಂಧಮುಕ್ತಗೊಳಿಸಿ, ನವ ಸಮಾಜವನ್ನು ನಿರ್ಮಿಸುತ್ತಿರುವುದು ಮಹಾಕಾವ್ಯಕ್ಕೆ ಯೋಗ್ಯವಾದ ವಸ್ತು. ಇಲ್ಲಿರುವ ಹನ್ನೊಂದು ಕಥೆಗಳು ಆ ಕಾವ್ಯದ ಕೆಲ ಪುಟಗಳಷ್ಟೇ ಆಗಬಲ್ಲುವು. ಆದರೆ ಈ ಪುಟಗಳ ಪ್ರತಿ ಸಾಲಿನಲ್ಲೂ ಕಬ್ಬಿಣದ ಕುದುರೆ ಹತ್ತಿ, ವೈರಿಗಳನ್ನು ಸೋಲಿಸಿ, ಆಕಾಶದ ಎತ್ತರಕ್ಕೆ ಏರಿ ಅದೃಶ್ಯನಾದ ವೀರಪುರುಷನ ಪಡಿನೆಳಲನ್ನೇ ಕಾಣುವಿರಿ. 'ಕಾಡಿನಲ್ಲಿ ಬೆಳದಿಂಗಳು', 'ದೂರದ ತಾರೆಗಳು', 'ತಾಯಿಯ ಕರುಳು', 'ಕಿಡಿಗಳು', 'ಸವೆಯದ ದಾರಿಯಲ್ಲಿ', 'ಅಡಿಕೆ ಮರಗಳ ಸುವಾಸನೆ', 'ಕ್ರೀಡಾ ಪ್ರೇಮ', 'ಮಗ', 'ಕ್ಸನು ಮರಗಳ ಕಾಡು', 'ದಂತದ ಹಣಿಗೆ', 'ಡಿಯೆನ್ ಬಿಯೆನ್ ಫೂನ ಗಡಿಯಾರದವನು' – ಈ ಎಲ್ಲ ಕಥೆಗಳೂ ಮಾನವೀಯ ಸಂಬಂಧಗಳಿಗೆ ಹೊಸ ಅರ್ಥ ನೀಡುತ್ತವೆ. ನಿಮ್ಮ ಅಂತಃಕರಣವನ್ನು ನಿರ್ಮಲಗೊಳಿಸುತ್ತವೆ. ಮೆದುಗೊಳಿಸುತ್ತವೆ. ವಿಯೆಟ್ನಾಮನ್ನು ನಮ್ಮ ಅರಿವಿನ ಪರಿಧಿಯೊಳಗೆ ತಂದ ಆ ಕಥೆಗಳ ಕರ್ತೃಗಳಿಗೆ ನಾವು ಋಣಿಗಳಾಗುತ್ತೇವೆ.

ಯುಗಾದಿ, 1980 — **ನಿರಂಜನ**
ಬೆಂಗಳೂರು — ಪ್ರಧಾನ ಸಂಪಾದಕ

○ ಸ್ವೈನ್ ಮಿನ್ಹ್ ಚಾವ್

ಕಾಡಿನಲ್ಲಿ ಬೆಳದಿಂಗಳು

ಹಳೆ ಡಬ್ಬವೊಂದರ ತಳದಲ್ಲಿದ್ದ ಎಣ್ಣೆ ಬತ್ತಿಯ ತುದಿ ಚಟಚಟ ಸದ್ದು ಮಾಡುತ್ತ ಒಮ್ಮೆಲೇ ಭಗ್ಗನೆ ಹತ್ತಿಕೊಂಡು ಉರಿಯಿತು. ಕಾಡು ಮೌನವಾಗಿದೆ. ದೂರದಲ್ಲಿ ಹರಿಯುವ ತೊರೆಯ ಜುಳು ಜುಳು ನಿನಾದ ಅಸ್ಪಷ್ಟವಾಗಿ ಕೇಳಿಸುತ್ತಿದೆ. ರಾತ್ರಿ ಹಕ್ಕಿಗಳ ಜೋಡಿಯೊಂದರ ಮಿಲನ ಸಂಭ್ರಮದ ಕೂಜನ ಆಗೊಮ್ಮೆ ಈಗೊಮ್ಮೆ.

ರಾತ್ರಿ ಸರಿದರೂ ಅವರಾರಿಗೂ ನಿದ್ರೆ ಬರುವ ಸೂಚನೆ ಯಿರಲಿಲ್ಲ. ಬೊಂಬುಗಳಿಂದ ಕಟ್ಟಿದ ಆ ಮುರುಕು ಗುಡಿಸಲು ಪೆಟ್ರೋಲ್ ದಾಸ್ತಾನು ದಳದ ಒಂದು ತಂಗುದಾಣ. ಅದರೊಳಗೆ ಮರೆ ಮಾಡಿದ ಆ ಕಂದೀಲೊಂದು ಉರಿಯುತ್ತಿದೆ. ಅದರ ಹೊಗೆ ಮಿಶ್ರಿತ ಬೆಳಕು ಸುತ್ತಲೂ ಕುಳಿತ ಇಲ್ಲವೆ ಮಲಗಿದವರ ಕಪ್ಪು ಮುಖಗಳನ್ನು ಬೆಳಗಿದೆ. ಮಿಣಗುಟ್ಟುವ ಬೆಳಕಿನ ನಸು ಕಿರಣಗಳು ಪಕ್ಕದಲ್ಲಿದ್ದ ರಸ್ತೆಯ ಮೇಲೂ ಬಿದ್ದಿವೆ. ಬಾಂಬ್ ದಾಳಿಯಿಂದ ಜರ್ಝರಿತವಾದ ಆ ರಸ್ತೆಯಲ್ಲಿ ಕಾಲಿಟ್ಟರೆ ಮಂಡಿಯವರೆಗೆ ಹೂತುಹೋಗುತ್ತದೆ.

ಈ ರಾತ್ರಿ ಸಣ್ಣಗೆ ಮಳೆಯಾಗಿದೆ. ಅಪರೂಪವಾಗಿ ಡ್ರೈವರುಗಳೆಲ್ಲರೂ ಒಟ್ಟಿಗೆ ಸೇರಿದ್ದಾರೆ. ಹರಟೆಗೆ ರಂಗೇರಿದೆ. ಆಗಾಗ ನಗುವಿನ ಅಲೆಗಳೆದ್ದು ಕಾಡಿನ ಮೌನವನ್ನು ಕಲಕುತ್ತವೆ. ಇಡೀ ದಿವಸದ ಓಟದ ಆನಂತರ ಈ ಹರಟೆ ಮನಸ್ಸನ್ನು ಹಗುರಾಗಿಸುತ್ತದೆ. ಈ ಹಿಂದೆ ಎಷ್ಟೋ ರಾತ್ರಿ ಇವರು ಯಾರೂ ನಿದ್ದೆ ಮಾಡಿಲ್ಲ, ಅಷ್ಟೊಂದು ಕೆಲಸ. ಬಿಡುವಾದಾಗ ಗಡದ್ದಾಗಿ ನಿದ್ದೆ ಹೊಡೆದಾರು ಎಂದು ಯಾರಾದರೂ ಭಾವಿಸಬಹುದಿತ್ತು. ಆದರೆ ಹಾಗಿಲ್ಲ. ತಮ್ಮ ಅನುಭವವನ್ನು ಸ್ವಾರಸ್ಯವಾಗಿ ಕತೆಕಟ್ಟಿ ಹೇಳುತ್ತಿದ್ದಾರೆ ಒಬ್ಬೊಬ್ಬರೂ.

"ನಿನ್ನದು ಮುಗಿಯಿತಾ? ಈಗ ನನ್ನ ಸರದಿ."

ಒಬ್ಬನು ತನ್ನ ಕತೆ ಹೇಳಿ ಮುಗಿಸುತ್ತಿದ್ದಂತೆ ಮತ್ತೊಬ್ಬ ಕೇಳುತ್ತಾನೆ. ಹಾಗೆ ಕೇಳುವಾಗ ತಾನು ಬಿತ್ತರಿಸಲಿರುವ ಕತೆಯ ಅಸಂಖ್ಯ ದೃಶ್ಯಗಳು ಅವನ ಮನಃಪಟಲದ ಮೇಲೆ ಹಾದು ಹೋಗುತ್ತವೆ.

"... ಈಗ ನಾನು ನನ್ನ ಕತೆ ಹೇಳ್ತೇನೆ." ಕತ್ತಲು ಕವಿದಿದ್ದ ಮೂಲೆಯಿಂದ ಆ ಧ್ವನಿ ಕೇಳಿಬರುತ್ತದೆ.

* * *

ಮಾರ್ಚಿ ತಿಂಗಳ ಒಂದು ರಾತ್ರಿ. ದಳದ ಕೇಂದ್ರ ಕಾರ್ಯಸ್ಥಾನದಲ್ಲಿ ಸಭೆಯೊಂದು ಆಯೋಜಿತವಾಗಿದ್ದು ನಾನದರಲ್ಲಿ ಹಾಜರಿದ್ದೆ. ಹೀಗಾಗಿ ನನ್ನ ಟ್ರಕ್ ತನ್ನ ಹೊರೆಯನ್ನು ರಿಸರ್ವ್ ಕೆ.3 ರಲ್ಲಿ ಪಡೆದುಕೊಂಡಾಗ ನನ್ನ ಸಹಾಯಕ ಮಾತ್ರ ಅಲ್ಲಿದ್ದ. ರಿಸರ್ವ್‌ನಿಂದ ಹೊರಡುವ ರಸ್ತೆಯಲ್ಲಿ ಅವನು ಟ್ರಕ್‌ನೊಂದಿಗೆ ಬರುವುದೆಂದೂ ನಾನು ನಡುವೆ ಕಾದಿರಬೇಕೆಂದೂ ಮಾತಾಡಿಕೊಂಡಿದ್ದೆವು.

ನನ್ನ ಸಹಾಯಕ ಬಹಳ ತಮಾಷೆಯ ಸ್ವಭಾವದವನು ಎಂದೇ ಹೇಳಬೇಕು. ಇನ್ನೂ ಹೊಸದಾಗಿ ಕೆಲಸಕ್ಕೆ ಬಂದವನು. ಚುರುಕು ಬುದ್ಧಿಯವನಾದರೂ ಸ್ವಲ್ಪ ಕುಚೋದ್ಯಗಾರ. ಈ ಕತೆ ನಡೆದದ್ದು ನಾನು ಅವನಿಗಾಗಿ ಕಾಯುತ್ತಿದ್ದಾಗ. ವರ್ಷಋತುವಿನ ಮಧ್ಯಕಾಲ. ಅಮೆರಿಕನ್ ಪಡೆಗಳು ಉಗ್ರವಾಗಿ ದಾಳಿ ಮಾಡುತ್ತಿದ್ದವು ಆಗ. ಸರಹದ್ದಿಗೆ ಸಾಗುವ ರಸ್ತೆಯನ್ನು ನಿರಾತಂಕವಾಗಿಡಲು ಡ ಅಲುಂಗ್ ಮುಂತಾದ ಹಾಯ್ಗಡುಗಳ ಪ್ರದೇಶದಲ್ಲಿ ನಮ್ಮ ಎಂಜಿನಿಯರಿಂಗ್ ತುಕಡಿಗಳು ಹಗಲಿರುಳೂ ಶ್ರಮಿಸುತ್ತಿದ್ದವು.

ರಾತ್ರಿ ಜಾರುತ್ತಿತ್ತು. ನಾನು ಕೇಂದ್ರ ಕಾರ್ಯಸ್ಥಾನದ ಸಭೆಯಿಂದ ಹೊರಟಾಗ ಸಣ್ಣಗೆ ಮಳೆ ಹೊಯ್ಯುತ್ತಿತ್ತು. ವಂಗ್ ಚೈಗಾಗಿ ನಾನು ಕಾಯಬೇಕಾಗಿದ್ದ ಸ್ಥಳ ಇಳಿಜಾರಿನ ತಳದಲ್ಲಿತ್ತು. ಪ್ಯಾರಾಚೂಟ್ ಬಟ್ಟೆಯ ಹುರಿಯಿಂದ ಹೊಸೆದ ಜೋಲೆಯನ್ನು ಕಂಕುಳಲ್ಲಿಟ್ಟುಕೊಂಡು ಸಿಗರೇಟು ಸೇದುತ್ತ ಚೈನನ್ನು ನಿರೀಕ್ಷಿಸತೊಡಗಿದೆ. ಟ್ರಕ್ ಚಾಲಕರಾದ ನಮ್ಮ ಅನುಭವದಲ್ಲಿ ನಮಗೂ ನಮ್ಮ ವಾಹನಕ್ಕೂ ಬಿಡದ ನಂಟು. ಹೀಗೆ ಸ್ವಲ್ಪ ಹೊತ್ತು ಬಿಡುವು ದೊರೆತಾಗ ಮನಸ್ಸಿಗೆ ಆಹ್ಲಾದವೆನಿಸುತ್ತದೆ. ಅಲ್ಲೇ ಇದ್ದ ಮರಕ್ಕೆ ಒರಗಿಕೊಂಡು ಕಾಲ ಮೇಲೆ ಕಾಲು ಹಾಕಿಕೊಂಡು ಡೊಂಕು ಚಂದ್ರಮನನ್ನು ನಿಟ್ಟಿಸುತ್ತ ಹೊಗೆಯ ಉಂಗುರಗಳನ್ನು ಸೃಷ್ಟಿಸುತ್ತ ಧೂಮಲೀಲೆಯಲ್ಲಿ ಮಗ್ನನಾಗಿದ್ದೆ.

ನನ್ನ ಮನಸ್ಸಿನ ಶಾಂತಿಗೆ ಬಹುಬೇಗ ಭಂಗ ಬಂದಿತು. ರಸ್ತೆಯ ಮೂಲಕ ಟ್ರಕ್‌ಗಳು ಒಂದಾದ ಮೇಲೆ ಒಂದು ವೇಗವಾಗಿ ಹಾದು ಹೋದರೂ ಹಾಳು ಚೈನ ಸುಳಿವೇ ಇರಲಿಲ್ಲ. ರಾತ್ರಿಯ ಕತ್ತಲು ದಟ್ಟವಾದಂತೆ ನನ್ನ ಮನಸ್ಸು ವ್ಯಗ್ರವಾಗತೊಡಗಿತು. ಕಿವಿ ನಿಮಿರಿಸಿ ಎಷ್ಟು ಆಲಿಸಿದರೂ ನನ್ನ ಬಂಡಿಯ ಸದ್ದಿಲ್ಲ. ಯುದ್ಧದ ಈ ದಿನಗಳಲ್ಲಿ ಉಳಿದವರಿಗಿಂತ ನಾಲ್ಕು ಗಜ ಮುಂದಿದ್ದರೆ ಮನಸ್ಸಿಗೆ ಎಷ್ಟೋ ನೆಮ್ಮದಿಯಿರುತ್ತದೆ. ಸಾಲದ್ದಕ್ಕೆ ಇವತ್ತು ಸ್ವಲ್ಪ ಮುಂಚಿತ ವಾಗಿಯೇ ಹೊರಡುವ ಹಂಚಿಕೆ ನನ್ನದಾಗಿತ್ತು. ನಿಗದಿಯಾದ ಸಮಯಕ್ಕೆ ಟ್ರಕ್‌ಅನ್ನು ಅದರ ಗುಪ್ತಸ್ಥಾನಕ್ಕೆ ತಲುಪಿಸಬೇಕಿತ್ತು. ಈ ಸ್ಥಳ ನನ್ನ ಸೋದರಿಯು ಕೆಲಸ ಮಾಡುತ್ತಿದ್ದ ಜಾಗಕ್ಕೆ ಹತ್ತಿರವಾಗಿತ್ತು. ಅವಳನ್ನು ಕಾಣಲು ನಾನು ಅನುಮತಿ ಪಡೆದಿದ್ದೆ. ಅವಳು ತನ್ನ ಪತ್ರಗಳಲ್ಲೆಲ್ಲ ದೂರುತ್ತಿದ್ದಳು – ಮುದ್ದು ಲಮ್, ನಿನ್ನನ್ನು ನೋಡಿ ಮೂರು ವರ್ಷಗಳ ಮೇಲಾಯಿತು !

ರಿಸರ್ವ್‌ನಲ್ಲಿ ಏನಾದರೂ ತೊಂದರೆಯುಂಟಾಗಿ ತಡವಾಯಿತೇನೋ ಎಂದುಕೊಳ್ಳು ವಷ್ಟರಲ್ಲಿ ನನ್ನ ಟ್ರಕ್‌ನ ಪರಿಚಿತ ಹಾರ್ನ್ ಕೇಳಿಸಿತು. ವಂಗ್ ಚೆ ಕಾಣಿಸಿಕೊಂಡ. ನನ್ನ ಕೋಪ ತಿಳಿದೂ ಅಳುಕದೆ ಬಳಿ ಬಂದು ಕೋಟಾ ತುಂಬಿಸಿಕೊಂಡಿದ್ದಕ್ಕಾಗಿ ಬರಕೊಟ್ಟ ಪತ್ರಗಳನ್ನು ನೀಡಿದ. ಮಂಡಕ್ಕಿಯ ಪೊಟ್ಟಣ ಮತ್ತು ಷರಬತ್ತು ತುಂಬಿದ ಜಾಡಿಯನ್ನು

ಟ್ರಕ್‌ನ ಮುಂಭಾಗದ ಬಾನೆಯಲ್ಲಿಟ್ಟ. ಬೆನ್ನು ತಟ್ಟಿ ಶುಭಾಶಯ ಕೋರಿ ಕಣ್ಣು ಮಿಟುಕಿಸಿದ. ಹೊರಕ್ಕೆ ಜಿಗಿದ. ಈ ಸಲ ನಾನೊಬ್ಬನೇ ಪ್ರಯಾಣ ಮಾಡುವವನು. ಇದೇನೂ ಹೊಸದಲ್ಲ. ನನ್ನ ಸಹಾಯಕ ಮರಳಿ ರಿಸರ್ವ್‌ಗೆ ಹೋಗಿ ಬೇರೆ ಕೆಲಸಗಳನ್ನು ನೋಡಿಕೊಳ್ಳುತ್ತಾನೆ... ನಾಲ್ಕು ಹೆಜ್ಜೆ ಹೋದವನು ಹಿಂತಿರುಗಿ ಬಂದು " ಹೊರೆ ಏರಿಸುವಾಗ ನಾನು ನೋಡಿದೆ, ಒಂದು ಟಯರ್ ಕಮ್ಮಿ ಇದೆ. ಅದಕ್ಕೆ ಸ್ಟೋರ್ ಕೀಪರ್‌ನ ಸಹಿ ತಗೊಂಡಿದೀನಿ." ಎಂದ.

"ಸರಿಯಾದ ಕೆಲಸ ಮಾಡಿದಿ," ತೃಪ್ತಿಯಿಂದ ಹೇಳಿದೆ.

"ಇನ್ನೊಂದು ವಿಷಯ... ಅದು ಕಾಗದದ ಮೇಲೆ ಬರ್ದಿಲ್ಲ..."

"ಸರಿ, ಬೇರೇನು ?"

"ಟ್ರಕ್‌ನ ಹಿಂಭಾಗದಲ್ಲಿ ಒಬ್ಬರು ನಿನ್ನ ಜತೆ ಬರ್ತಾರೆ... ಡ ಅಲುಂಗ್ ಸೇತುವೆ ಹತ್ತಿರ ಇಳಿದುಬಿಡ್ತಾರೆ."

ನಾನು ಗರ ಹೊಡೆದವನಂತೆ ನಿಂತೆ. "ವಂಗ್ ! ಏನು ಇದೆಲ್ಲ ? ನಿನಗೆ ಕಾಯಿದೆ ಗೊತ್ತಿದ್ದೂ ಹೀಗ್ಮಾಡಿದೆಯಾ ?"

"ಹಾಗಲ್ಲ... ಯಾಕಪ್ಪಾಂದ್ರೆ..."

"ಅವನು ಆ... ಊ"... ಎಂದ. "ಬಹಳ ಮಹತ್ವದ್ದು" ಎಂದು ಹುಬ್ಬು ಹಾರಿಸಿದ. ನಾನು ಒಪ್ಪಲಿಲ್ಲ. ಬಂದದ್ದು ಹುಡುಗಿಯಾಗಿದ್ದಿರಬೇಕೆಂಬುದರಲ್ಲಿ ನನಗೆ ಸಂದೇಹವಿರಲಿಲ್ಲ. ಆ ದೃಶ್ಯವನ್ನು ನಾನು ಮನಸ್ಸಿನಲ್ಲೇ ಕಲ್ಪಿಸಿಕೊಂಡೆ : ಬಾಗಿಲಿಗೆ ಒತ್ತಾಗಿ ಕೂತು ಮುಖವನ್ನು ಬಿಳಿ ಟೊಪ್ಪಿಗೆಯ ಮರೆಯಲ್ಲಿ ಮುಚ್ಚಿಕೊಂಡು ಕಿಶೋರಿಯೊಬ್ಬಳು ಈ ಭಂಡ ವಂಗ್‌ನ ಮಾತುಗಳನ್ನು ಕೇಳಿಸಿಕೊಳ್ಳುತ್ತಿದ್ದಾಳೆ. ಆ ನರಿಯೋ ವಸ್ತುಸ್ಥಿತಿಯ ಗಾಂಭೀರ್ಯವನ್ನು ದುರ್ಲಕ್ಷಿಸಿ ಸಿಗರೇಟು ಸೇದುತ್ತ ಮುಗುಳ್ನಗುತ್ತಿದ್ದಾನೆ.

ವಂಗ್ ಹೊರಟುಬಿಟ್ಟ. ನನಗೆ ಕಕ್ಕಾಬಿಕ್ಕಿಯಾಯಿತು. ನಾನು ಹೋಗಲಿರುವ ಹಾದಿ ದುರ್ಗಮವಾದುದು. ಅಪಾಯಕಾರಿ. ಆದರೆ ಈ ಇವಳನ್ನು ಹೊರಕ್ಕೆ ಕಳಿಸುವುದೂ ನನ್ನ ಕೈಯಲ್ಲಿ ಹರಿಯದ ಮಾತು. ಅರೆ ಮನಸ್ಸಿನಿಂದ ಹೊರಟೆ. ಗಾಡಿಯನ್ನು ಚಾಲಿಸುವ ಮುನ್ನ ಹಿಂತಿರುಗಿ ಕಟಕಟೆಯ ಮೂಲಕ ನೋಡಿದೆ. ಉಹೂಂ, ಏನೂ ಕಾಣಿಸಲಿಲ್ಲ. ಹೊಸ ರಬ್ಬರಿನ ವಾಸನೆ ಮೂಗಿಗೆ ಬಡಿಯಿತು. ಆ ಚಿಕ್ಕ ಹಕ್ಕಿ ಎಲ್ಲಿ ಗೂಡು ಕಟ್ಟಿತ್ತು ?

"ಯಾರಲ್ಲಿ ?" ನಾನು ಗಡಸು ಧ್ವನಿಯಲ್ಲಿ ಕೇಳಿದೆ.

ಉತ್ತರವಿಲ್ಲ. ಟೈರುಗಳ ಮಧ್ಯೆ ಏನೋ ಸದ್ದು, ಗಂಟಲು ಕಟ್ಟಿ ನಗುವನ್ನು ಅಮರಿಸಿದ ಶಬ್ದ. ನನ್ನ ಮತ್ತು ವಂಗ್‌ನ ನಡುವಿನ ಸಂಭಾಷಣೆಯನ್ನು ಕೇಳಿಸಿಕೊಂಡ ಆನಂತರ ಸ್ವಲ್ಪ ಭಯವಾಗಿದೆ ಎಂದು ತೋರುತ್ತೆ. ಈ ಸಲ ತಾನು ಗೆಲ್ಲಲಾರೆ ಎಂದುಕೊಂಡಿರಬಹುದು. ಯಾರಿರಬಹುದು ಈ ಯುವತಿ.

"ಯಾರು ಅಲ್ಲಿ ?" ಮತ್ತೆ ಕೇಳಿದೆ. ಧ್ವನಿ ಮುಂಚೆಗಿಂತ ಮೆತ್ತಗಿತ್ತು. "... ನಾನು. ನಾನು ಡ ಅಲುಂಗ್ ಸೇತುವೆಯ ಹತ್ತಿರ ಇಳೀಬೇಕು, ದಯವಿಟ್ಟು ನಿಮ್ಮ ಜತೆ ಕರ್ಕೊಂಡು ಹೋಗಿ."

ಶಾಂತಿಯ ಮುದ್ರೆ, ಆತ್ಮವಿಶ್ವಾಸಗಳಿಂದ ಕೂಡಿದ ಮೆಲುದನಿ. ಸರಿ, ನಾನು ಊಹಿಸಿದಂತೆ ಹುಡುಗಿ ಹೌದು ಎಂದುಕೊಂಡೆ.

"ನೋಡಿ, ನಿಮ್ಮನ್ನ ಕೆಳಕ್ಕಿಳಿಸಬೇಕಾಗಿತ್ತು, ಇದು ಮಿಲಿಟರಿ ಟ್ರಕ್ಕು, ಗೊತ್ತಾಯಿತಾ ? ಅಲ್ಲಿ ನಿಮಗೇನು ಕೆಲಸ, ಸೇತುವೆ ಹತ್ತಿರ ?"

"ಸೇತುವೆ – ದೋಣಿಗಳ ಉಸ್ತುವಾರಿ ನೋಡಿಕೋತೀನಿ. ನಿಮ್ಮ ಜೊತೆಯವರು ನನ್ನ ಕಾಗದ ಪತ್ರ ಎಲ್ಲ ನೋಡಿದ್ದಾರೆ, ನಾನು ವಾಪಸ್ ಅಲ್ಲಿಗೆ ಹೋಗಬೇಕು. ನನಗೋಸ್ಕರ ಅಲ್ಲಿ ಕಾದಿರ್ತಾರೆ."

"ಅಥವಾ, ಅದು ಗಂಡನೋ ಪ್ರೇಮಿಯೋ ನಿಮ್ಮನ್ನ ಸಂಧಿಸುವ ಸ್ಥಳವೋ?" ವಾತಾವರಣದ ಬಿಗಿಯನ್ನು ಸಡಿಲಿಸಲು ನಾನು ಚಟಾಕಿ ಹಾರಿಸಿದೆ.

"ಸ್ನೇಹಿತ ಅನ್ನಿ ಬೇಕಾದರೆ."

ಅವಸರದಲ್ಲಿ ಹೊರಡುತ್ತ ಅಂದುಕೊಂಡೆ. ಚೂಟಿಯಾಗಿದ್ದಾಳೆ, ಎದೆಗಾರ್ತಿ ಹುಡುಗಿ. ಆದರೆ ಧ್ವನಿಯಲ್ಲಿ ಹಾಗೆ ಕಂಡುಬರಲಿಲ್ಲ. ಯಾರಿಗೆ ಗೊತ್ತು. ಅವಳಂದದ್ದೇ ನಿಜವಿರಲೂಬಹುದು.

* * *

"ಸದ್ದು !... ಸ್ವಲ್ಪ ತಾಳ್ಮೆಯಿಂದಿರಿ." ಕತೆಗಾರ ಕೂಗಿದ. ಕತೆ ಹೇಳುತ್ತಿದ್ದವರು ಆ ಯುವತಿ ಯಾರು, ಕತೆ ಹೇಗೆ ಮುಕ್ತಾಯಗೊಂಡಿತು ಎಂದು ಕಾತರಗೊಂಡಿದ್ದರು.

ತೊರೆಯ ಜುಳು ಜುಳು ಇನ್ನೂ ಕೇಳುತ್ತಿದೆ. ಜೋಡಿಹಕ್ಕಿಗಳ ಪರಸ್ಪರ ಪುಕ್ಕಲು ಸಂಭಾಷಣೆ ಮುಂದುವರಿದಿದೆ. ಬಿದಿರು ಚಾಪೆಯ ಮೇಲೆ ಕುಳಿತ ಕತೆಗಾರ ಕಂದೀಲಿನ ಹೊಗೆಯಲ್ಲಿ ಕಣ್ಣುಜ್ಜಿಕೊಂಡು ಉಫ್ ಎಂದು ಊದಿ ಅದನ್ನು ನಂದಿಸಿಬಿಟ್ಟ. ಇಡೀ ಬೊಂಬಿನ ಗುಡಿಸಲು ಕತ್ತಲಲ್ಲಿ ಮುಳುಗಿತು.

"ಸದ್ಯಕ್ಕೆ ಆ ಹುಡುಗೀನ ಅಲ್ಲೇ ಆ ಟೈರುಗಳ ಮಧ್ಯವೇ ಬಿಟ್ಟುಬಿಡೋಣ." ಕತೆಯ ಎಳೆಯನ್ನು ಪುನಃ ಎತ್ತಿಕೊಂಡ ಅವನು. "ಡ ಅಉಂಗ್ ಪ್ರದೇಶದಲ್ಲಿ ಸಾರ್ವಜನಿಕ ಇಲಾಖೆಯಲ್ಲಿ ನನ್ನ ಅಕ್ಕ ಒಬ್ಬಳು ಕೆಲಸಕ್ಕಿದಾಳೆ – ಅದನ್ನ ಮೊದಲು ಹೇಳಬೇಕು ನಿಮಗೆ. ಪಶ್ಚಿಮಕ್ಕಿರುವ ಆ ರಸ್ತೆಗಳಲ್ಲಿ ನೀವೆಲ್ಲ ನಿಮ್ಮ ಟ್ರಕ್‌ಗಳಲ್ಲಿ ಸಂಚರಿಸಿದ್ದೀರಿ. ಸೇತುವೆಯ ಬಳಿ ಕಾರ್ಯಸ್ಥಾನದಲ್ಲಿ ಎಷ್ಟೊಂದು ಜೀವಕಳೆ ತುಂಬಿತ್ತು ಅಂತ ನಿಮಗೆಲ್ಲರಿಗೂ ನೆನಪಿರಬಹುದು...

ಅಲ್ಲಿ ಮುಂಚಿನಿಂದಲೂ ಕೆಲಸ ಮಾಡ್ತಿದಾಳೆ ಟಿಂಗ್ – ನನ್ನ ಅಕ್ಕ. ಅವಳ ಹಾಗೇ ಸುಮಾರು ನೂರು ಮಂದಿ ಕಲ್ಲು ಕುಟಿಗರು ಅಲ್ಲಿದ್ದರು. ಅವರಲ್ಲಿ ಒಬ್ಬಳು ಹುಡುಗಿಯ ಹೆಸರು ನ್ಗ್ವಿಟ್ (ಚಂದ್ರ). ಎಷ್ಟು ಮುದ್ದಾದ ಹೆಸರು, ಅಲ್ವ? ತನ್ನ ಶಾಲೆ ಬಿಟ್ಟು ಈ ಕೆಲಸ ಮಾಡೋದಿಕ್ಕೆ ಬಂದಿದ್ದಳು. ಒಳ್ಳೆ ಕೆಲಸವಂತೆ; ನೋಡೋದಕ್ಕೂ ಚೆಲುವೆ : ಒಳ್ಳೆಯ ಗುಣ. ನನ್ನ ಅಕ್ಕನಿಗೆ ಅವಳನ್ನು ಕಂಡರೆ ಪ್ರಾಣ. ಅವಳನ್ನು ತನ್ನ ತಂಗಿಯಂತೆ ನೋಡಿಕೊಳ್ತಿದ್ದಳು. ನನಗೆ ಟಿಂಗ್ ಕಾಗದ ಬರೆದಾಗೆಲ್ಲ ಅವಳ ವಿಷಯ ಬರೀದೆ ಇರ್ತಿರಲಿಲ್ಲ. ಒಂದು ಸಲ ಹೀಗೆ ಬರೆದಳು – "ಎಲ್ಲಾ ದೃಷ್ಟಿಯಿಂದಲೂ ನ್ಗ್ವಿಟ್ ನಿನಗೆ ಒಳ್ಳೆಯ ಜೋಡಿ. ಇಂಥ ಹುಡುಗಿ ನಿನಗೆ ಪದೇ ಪದೇ ಸಿಕ್ಕೋದಿಲ್ಲ..." ಮುಂದಿನ ಪತ್ರದಲ್ಲಿ ವಿಷಯ ಮುಂದುವರಿದಿತ್ತು. "ಲಮ್, ನನ್ನ ಮನಸ್ಸಿನಲ್ಲಿರೋದನ್ನ ಅವಳಿಗೆ ಬಿಚ್ಚಿ ಹೇಳಿಬಿಟ್ಟೆ. ಅವಳು ಮಾತಾಡಲಿಲ್ಲ. ಲಜ್ಜೆಯಿಂದ ಕೆಂಪಾದಳು. ನೀನು ಸೇನೆಯನ್ನು ಸೇರಿಕೊಳ್ಳಲು ಮನೆಬಿಟ್ಟು ಓಡಿಹೋದಿ ಅಂತ ಹೇಳಿದಾಗ, ಅವಳಿಗೆ ಮೆಚ್ಚುಗೆಯಾದಂತೆ ನನಗೆ ತೋರಿತು. ಅವಳನ್ನು ನೋಡಲು ಖಂಡಿತ ಬಾ. ತಡ ಮಾಡದೆ ಬಾ. ನಿನ್ನನ್ನು ನೋಡಿದರೆ ನ್ಗ್ವಿಟ್ ಸಂತೋಷಪಡುತ್ತಾಳೆ. ನೀವಿಬ್ಬರೂ ಪರಸ್ಪರ ನೋಡಿದರೆ ಮುಂದಿನ ವಿಷಯ ಮಾತಾಡಿ ಅಣಿಮಾಡಬಹುದು."

ಆಗ ನಾನು ಮತ್ತೊಬ್ಬ ಟ್ರಕ್ ಡ್ರೈವರ್‌ನ ಸಹಾಯಕನಾಗಿ ಕೆಲಸ ಮಾಡ್ತಿದ್ದೆ. ನಮ್ಮ ಕೆಲಸ ಎಲ್ಲವೂ ಉತ್ತರ ಭಾಗದಲ್ಲಿ. ಪಶ್ಚಿಮಕ್ಕೆ ಬರುವ ಅವಕಾಶ ಸಿಕ್ಕಾಗೆಲ್ಲ ನಾನು ಕಾರ್ಯಸ್ಥಾನಕ್ಕೆ

ಭೇಟಿ ನೀಡಲು ಆತುರಪಡುತ್ತಿದ್ದೆ – ಆದರೆ ಒಮ್ಮೆಯೂ ನನಗೆ ಟಿಂಗ್ ಹಾಗೂ ನ್ಗ್ವೆಟ್ ಇವರನ್ನು ನೋಡುವ ಅವಕಾಶ ಸಿಗಲಿಲ್ಲ. ನಾನು ಟಿಂಗ್‌ಗೆ ಪತ್ರ ಬರೆದಾಗ ಮಾತ್ರ ತಪ್ಪದೆ ನ್ಗ್ವೆಟ್ ಕುರಿತು ನಾಲ್ಕು ಸ್ನೇಹಪರ ಮಾತುಗಳನ್ನು ಸೇರಿಸುತ್ತಿದ್ದೆ. ಅವಳನ್ನು ನೋಡಲು ಬಂದೇ ಬರುತ್ತೇನೆಂದು ಸೂಚಿಸುತ್ತಿದ್ದೆ. ನನ್ನ ಪತ್ರಗಳನ್ನು ನ್ಗ್ವೆಟ್ ಓದಿಯೇ ತೀರುತ್ತಾಳೆಂಬ ನಂಬಿಕೆ ನನಗಿತ್ತು! ಕಾಡಿನಲ್ಲಿ ಬದುಕುವವರು ತಮ್ಮ ಪತ್ರಗಳನ್ನು ಬೇರೆಯವರಿಗೆ ಓದಲು ಕೊಟ್ಟೇ ಕೊಡುತ್ತಾರೆ. ಹಾಗಾಗಿ ನ್ಗ್ವೆಟ್‌ಗೆ ಆಗಲೇ ನನ್ನ ಪರಿಚಯ ಸಾಕಷ್ಟು ಆಗಿದ್ದೀತು – ಆ ಪತ್ರಗಳ ಮುಖೇನ.

ಕೆಲವು ವರ್ಷಗಳೇ ಉರುಳಿದವು. ಟಿಂಗ್ ವಿದ್ಯಾಭ್ಯಾಸಕ್ಕೆಂದು ಹನಾಯ್‌ಗೆ ತೆರಳಿದಳು. ಆಮೇಲೆ ಅಮೆರಿಕನ್ನರ ಆಕ್ರಮಣ ಪ್ರಾರಂಭವಾಯಿತು. ನಾನು ಸೇನೆಗೆ ಪುನಃ ಸೇರಿದೆ. ವಿಶೇಷತಃ ಪಶ್ಚಿಮ ಹಾಗೂ ಮಧ್ಯಭಾಗದ ರಸ್ತೆಗಳು ಅಮೆರಿಕನ್ ವಿಮಾನಗಳ ಗುರಿಯಾದವು. ಮದುವೆ ಕುರಿತು ಆಲೋಚಿಸಲು ನನಗೆ ಬಿಡುವಿರಲಿಲ್ಲ. ನ್ಗ್ವೆಟ್‌ಳನ್ನೂ ಟಿಂಗ್ ಬರೆದ ಪತ್ರಗಳನ್ನೂ ನಾನು ಮರೆತೇಬಿಟ್ಟೆ.

ಹನಾಯ್‌ನಲ್ಲಿ ಎರಡು ವರ್ಷ ಅಧ್ಯಯನ ಪೂರೈಸಿ ಟಿಂಗ್ ಪಶ್ಚಿಮ ಪ್ರದೇಶಕ್ಕೆ ಮರಳಿ ಬಂದಳು. ಮತ್ತೆ ಅವಳ ಪತ್ರಗಳು, ಸೇತುವೆಯ ಮೇಲೆ ನಡೆದ ಹಲ್ಲೆ. ಸೇತುವೆಯ ಕೆಲಸಗಾರರು ರಸ್ತೆಯನ್ನು ರಕ್ಷಿಸಲು ನಡೆಸಿದ ಹೋರಾಟ ಎಲ್ಲವನ್ನೂ ಸವಿಸ್ತಾರವಾಗಿ ತಿಳಿಸುತ್ತಿದ್ದಳು. ಇವೆಲ್ಲ ನನಗೇನು ಹೊಸ ವಿಷಯವಲ್ಲ, ದಂಗುಬಡಿಸಲು. ನನಗೆ ಆಶ್ಚರ್ಯ ಉಂಟುಮಾಡಿದ ಸಂಗತಿಯೆಂದರೆ ನ್ಗ್ವೆಟ್ ನನ್ನನ್ನು ಮರೆಯದೆ ಇನ್ನೂ ನನಗಾಗಿ ಕಾದಿದ್ದಾಳೆನ್ನುವುದು. ಅವಳ ಕೈ ಹಿಡಿಯಲು ಅನೇಕ ತರುಣರು ಮುಂದೆ ಬಂದರಂತೆ. ಅವಳು ನಿರಾಕರಿಸಿ "ನನ್ನ ಮದುವೆ ನಿಶ್ಚಯವಾಗಿದೆ" ಎಂದು ಉತ್ತರಿಸಿದಳಂತೆ. ಹಾಯ್ಗಡು ವೊಂದರಲ್ಲಿ ಅವಳೀಗ ಕೆಲಸಕ್ಕಿದ್ದಳು – ಅಮೆರಿಕನ್ನರು ತೀವ್ರವಾಗಿ ನಿಗಾ ಇಟ್ಟಿದ್ದ ಗುರಿ ಅದು. ನನಗೇಕೋ ಆ ಪತ್ರವನ್ನು ಓದಿದಾಗ ಹೃದಯವನ್ನು ಕಲಕಿದಂತಾಯಿತು. ತುಂಬಾ ಸಂತೋಷವಾಯಿತು. ಒಬ್ಬ ಯುವತಿ ತಾನು ಎಂದೂ ಕಂಡಿರದ, ಶಾಸ್ತ್ರೋಕ್ತವಾಗಿ ತನ್ನೊಂದಿಗೆ ನಿಶ್ಚಿತಾರ್ಥವಾಗಿರದ ಒಬ್ಬ ಯುವಕನನ್ನು ಈ ಎಲ್ಲ ಯುದ್ಧದ ಗೊಂದಲದ ನಡುವೆಯೂ ತನ್ನವನೆಂದು ನಂಬಿ ಆರಾಧಿಸುವ ಸಂಗತಿ ಅಪೂರ್ವವಲ್ಲದೆ ಬೇರೇನು? ಕೃತಜ್ಞತಾಭಾವ ನನ್ನೆದೆಯಲ್ಲಿ ತುಂಬಿಬಂತು. ಅವಳನ್ನು ನಾನು ನೋಡಲೇಬೇಕು. ಟಿಂಗ್‌ಗೆ ಬರೆದು ಒಂದು ದಿನವನ್ನು ನಿಶ್ಚಯಗೊಳಿಸಲು ತಿಳಿಸಿದೆ. ರಜೆಗಾಗಿ ಅರ್ಜಿ ಬರೆದೆ. ಗಡಿ ಪ್ರದೇಶದಲ್ಲಿದ್ದ ಡಿಪೋಗೆ ಟೈರುಗಳನ್ನು ತಲುಪಿಸಿ ಟ್ರಕ್ ಅನ್ನು ಒಂದು ಗಂಧದ ತೋಪಿನಲ್ಲಿ ಬಿಟ್ಟು ಆನಂತರ ಟಿಂಗ್‌ಳ ಮನೆಗೆ ಹೋಗುವುದು. ಅವಳು ನನ್ನನ್ನು ನ್ಗ್ವೆಟ್‌ಳಲ್ಲಿಯೇ ಕರೆದೊಯ್ಯುತ್ತಾಳೆ. ಸೇತುವೆ ಕೆಲಸಗಾರರ ಅತಿಥಿಯಾಗಿ ಒಂದು ಇಡೀ ದಿವಸ ನಾನಲ್ಲಿ ಕಳೆಯುತ್ತೇನೆ ಎಂದು ಯೋಚಿಸಿಕೊಂಡೆ.

* * *

ನನ್ನ ಟ್ರಕ್ ನಿಧಾನವಾಗಿ ಚಲಿಸುತ್ತಿತ್ತು. ಮೌನವೇ ಮೈತಳೆದಂಥ ಕಾಡಿನ ಗರ್ಭದಲ್ಲಿ ರಾತ್ರಿ ಹೇಗಿದ್ದೀತೆಂದು ಊಹಿಸಿಕೊಳ್ಳಿ. ಸ್ಟಿಯರಿಂಗ್ ವ್ಹೀಲಿನ ಮೇಲೆ ಕೈಯಿಟ್ಟು ರಸ್ತೆಯ ದೂರಕ್ಕೆ ನೋಟ ನೆಟ್ಟು ನಾನು ಯೋಚಿಸತೊಡಗಿದೆ. ತುಂಟಾಟ ಮಾಡುವ ಸೇತುವೆ ಕೆಲಸಗಾತಿಯರ ನಡುವೆ ಕಳೆತ ಕ್ಷಣಗಳು ಹೇಗಿರಬಹುದು? ನ್ಗ್ವೆಟ್ ಮಿತವಾಗಿ ಮಾತಾಡಿ

ತಲೆತಗ್ಗಿಸಿ ಕೂಡಬಹುದು. ಅವಳ ಒಡನಾಡಿಗಳು ಕಿಲಕಿಲ ನಗುತ್ತ ಚಟಾಕಿ ಹಾರಿಸುತ್ತ ಸುತ್ತ ಹಾರಾಡಬಹುದು. ಆದರೆ ನಮ್ಮನ್ನು ಕುರಿತು ಅಸಭ್ಯವಾಗಿಯಾಗಲಿ, ಅಸಜ್ಜನಿಕೆಯಿಂದಾಗಲಿ ಯೋಚಿಸಲಾರರು ಅವರು. ಅವರು ಟ್ರಕ್ ಚಾಲಕರೊಂದಿಗೆ ತುಂಬಾ ಸ್ನೇಹದಿಂದ ವರ್ತಿಸುತ್ತಾರೆ. ಗಂಡೆದೆಯ ಯುವತಿಯರು : ಮಾತು ನೇರ, ಆತಿಥ್ಯ ಸ್ನೇಹಪರ.

ಸುಮಾರು ಹತ್ತು ಹನ್ನೆರಡು ಕಿಲೋಮೀಟರು ಸಾಗಿರಬೇಕು. ಫಿರಂಗಿ ಯಂತ್ರಗಳನ್ನು ಎಳೆದೊಯ್ಯುತ್ತಿರುವ 'ಕ್ಯಾಟರ್ ಪಿಲ್ಲರು'ಗಳು* ನನ್ನ ಮುಂದೆ ಕಾಣಿಸಿದವು. ಅವುಗಳನ್ನು ದಾಟಿ ಹೋಗಲು ನಾನು ಪಕ್ಕಕ್ಕೆ ತಿರುಗಬೇಕಾಯಿತು. ಈ ಸಂದರ್ಭದಲ್ಲಿ ನಾನು ಕೆಳಗಿಳಿದು ಟ್ರಕ್‌ನ ತಳಕ್ಕೆ ಹೋಗಿ, ಎಲ್ಲವೂ ಸುಭದ್ರವಾದ ಸ್ಥಿತಿಯಲ್ಲಿದೆಯೋ ಎಂದು ಪರಿಶೀಲಿಸುತ್ತಿದ್ದೆ. ಬ್ಲಾಕ್‌ಔಟ್ ದೀಪದ ಬಲ್ಬ್ ಅನ್ನು ಸ್ವಸ್ಥಾನದಲ್ಲಿ ಪುನಃ ಇಟ್ಟು ಸ್ಕ್ರೂ ಮೊಳೆಯನ್ನು ತಿರುಗಿಸುತ್ತಿದ್ದಾಗ ಕೇಳಿಸಿತು.

"ಎಂಥ ಬಲ್ಬು ಉಪಯೋಗಿಸ್ತೀರಿ ?"

"ಯಾರದು ?"

ನಾನು ಅವಾಕ್ಕಾದೆ. ಅದು ನನ್ನ ಯುವ ಪ್ರಯಾಣಿಕೆ. ಫ್ಲಾಷ್ ದೀಪದ ಬೆಳಕು ರಸ್ತೆಯ ಮೇಲೆ ಬಿದ್ದು ಪ್ರತಿಫಲಿಸಿ ಅವಳ ಮೇಲೆ ಬಿದ್ದಿತ್ತು. ಅವಳು ಟ್ರಕ್‌ನ ಮುಂಭಾಗದಲ್ಲಿ ನಿಂತಿದ್ದಳು. ಬುಡದಲ್ಲಿದ್ದ ನನಗೆ ಕಾಣಿಸಿದ್ದು ಅವಳ ಸುಂದರವಾದ ಪಾದಗಳು. ರಬ್ಬರಿನ ಪಾದರಕ್ಷೆಗಳಲ್ಲಿ ಹುದುಗಿದ್ದ ಪಾದಗಳು ಸುಂದರ ನಸುಗೆಂಪು ವರ್ಣದವು. ಹಿಮ್ಮಡಿಯನ್ನು ತಾಕುತ್ತಿದ್ದ ಕಪ್ಪು ಸಿಲ್ಕಿನ ಇಜಾರ.

'ಅವಳು ಕೆಲಸಗಾತಿಯೇ?' ನಾನೆಂದುಕೊಂಡೆ. 'ಇರಲಾರದು. ಪ್ರಿಯಕರನನ್ನೋ ಪತಿಯನ್ನೋ ನೋಡಹೊರಟ ಪ್ರೇಯಸಿಯೇ ಸರಿ.'

'ನಾನು ಹೊರಬಂದು ಕಣ್ಣುಗಳನ್ನುಜ್ಜಿಕೊಂಡೆ. "ಮುಂದಿನ ಸಲ ನಿಂತಾಗ ಹೀಗೆ ಹೊರಗೆ ಬರಬೇಡಿ. ಏನು ?'

"ಕ್ಷಮಿಸಿ. ಗಾಳಿಯಲ್ಲಿ ಒಂದು ನಿಮಿಷ ನಿಂತುಕೊಳ್ಳೋಣಾಂತ, ರಬ್ಬರ್ ವಾಸನೆ ತಡೀಲಿಕ್ಕಾಗೊಲ್ಲ."

ಗರ್ಜಿಸುತ್ತ ಸಾಗುವ ಕ್ಯಾಟರ್ ಪಿಲ್ಲರುಗಳ ಮರೆಮಾಡಿದ ದೀಪಗಳಿಂದ ಹೊಮ್ಮಿದ ಮಂದವಾದ ಬೆಳಕಿನಲ್ಲಿ ಕಂಡ ಅವಳ ಸೌಂದರ್ಯಕ್ಕೆ, ಮೋಹಕತೆಗೆ ಬೆರಗಾದೆ. ಸರಳತೆಯೇ ಸೌಂದರ್ಯವೆ ? ಅಥವಾ ನವ ಸುಮದಂತಿದ್ದ ಅವಳ ಸುಕುಮಾರತೆಯೇ ಅವಳನ್ನು ಚೆಲುವೆಯನ್ನಾಗಿಸಿದೆಯೋ ? ಅವಳ ನಿಲುವು, ದೈಹಿಕ ಸೊಬಗು, ಧ್ವನಿ, ಅವಳ ಸಣ್ಣ ನಡು – ಇವನ್ನು ಯಾವುದಕ್ಕೆ ಹೋಲಿಸಬಹುದು ? ಬೆಟ್ಟದ ಮೇಲೆ ತೇಲುವ ಮಂಜಿನ ಪರದೆಯಂತೆ ಮಧುರ. ಕಾರ್ಯಸ್ಥಾನದಲ್ಲಿ ಕೆಲಸ ಮಾಡುವ ಹುಡುಗಿಯರಂತೆ ಕುಳ್ಳಗೆ, ಒಣಕಲಾಗಿ ಇಲ್ಲ ಇವಳು. ನೀಲಿ ಬಣ್ಣದ ಮೇಲಂಗಿ ಸೊಂಟವನ್ನು ಬಳಸಿದೆ. ಉದ್ದವಾದ ಹೊರೆಗೂದಲನ್ನು ಎರಡು ಜಡೆಯಾಗಿ ಹೆಣೆದಿದ್ದಾಳೆ. ಭುಜದಲ್ಲಿ ತೂಗುವ ಚೀಲವೊಂದು, ಬಿಳಿಯ ಟೊಪ್ಪಿಗೆಯೊಂದು.

---

* 'ಕ್ಯಾಟರ್ ಪಿಲ್ಲರು'ಗಳು : ಈ ವಾಹನಗಳ ಚಕ್ರಗಳ ಸುತ್ತ ಕೊಂಡಿಗಳುಳ್ಳ, ಕೊನೆಯಿಲ್ಲದ ಉಕ್ಕಿನ ಪಟ್ಟಿಯನ್ನು ಅಳವಡಿಸಿ ಒರಟುನೆಲದ ಮೇಲೆ ಸಾಗಲು ಅನುಕೂಲ ಕಲ್ಪಿಸಿರುತ್ತಾರೆ.

"ಡ ಅಲುಂಗ್ ಕಾರ್ಯಸ್ಥಾನದಲ್ಲಿ ಕೆಲಸ ಮಾಡುತ್ತೀರಾ ನೀವು? ಅಥವಾ ಅಲ್ಲಿ ಯಾರನ್ನಾದರೂ ನೋಡಲು ಬರುತ್ತಿದ್ದೀರಾ?"

"ಇಲ್ಲ ಅಲ್ಲಿ ಕೆಲ್ಸ ಮಾಡೋಳು ನಾನು."

ತಲೆ ತಗ್ಗಿಸಿದಳು.

"ನಿಮ್ಮ ಹೆಸರು?"

"ನ್ಗ್ವೆಟ್."

"ಓ..."

ಬೇರೇನೂ ಮಾತಾಡದೆ ಅವಳನ್ನೊಮ್ಮೆ ತೀಕ್ಷ್ಣವಾಗಿ ದೃಷ್ಟಿಸಿ ಬಾಗಿಲು ತೆಗೆದೆ.

"ಹೌದು, ರಬ್ಬರ್ ವಾಸನೆ ವಿಪರೀತ ಇದೆ ಹಿಂದುಗಡೆ. ಮುಂದುಗಡೆ ಬನ್ನಿ."

ಕ್ಯಾಟರ್ ಪಿಲ್ಲರುಗಳ ಗರ್ಜನೆ ಇಡೀ ರಸ್ತೆಯನ್ನು, ಬೆಟ್ಟವನ್ನು ಮತ್ತು ನನ್ನನ್ನು ಬಲವಾಗಿ ಅಲುಗಿಸಿತು. ನನ್ನ ಹೃದಯ ವೇಗವಾಗಿ ಮಿಡಿಯಿತು.

ನಾಜೂಕಾಗಿ ಹೆಣೆದ ಬಿದಿರಿನ ಬುಟ್ಟಿಯನ್ನು ಮಂಡಿಯ ಮೇಲೆ ಹೊತ್ತುಕೊಂಡು ಬಾಗಿಲಿಗೆ ತಗಲಿಕೊಂಡು ಕೂತಳು ಅವಳು. ನಮ್ಮಿಬ್ಬರ ನಡುವೆ ದೊಡ್ಡ ಖಾಲಿ ಜಾಗ. ನನ್ನ ಕ್ಯಾಬಿನ್‌ನಲ್ಲಿ ಕಾಲಿಟ್ಟ ಮೊದಲ ಹೆಣ್ಣು ಇವಳು.

ನಾನು ಮೇಲುಗಡೆಯ ದೀಪವನ್ನು ಹೊತ್ತಿಸಿದಾಗ ಸುತ್ತಲೂ ತಿರುಗಿ ಕೊಂಚ ಭಯದಿಂದ, ಕೊಂಚ ಕುತೂಹಲದಿಂದ ನನ್ನ ಪುಟ್ಟ ಗೂಡನ್ನು ವೀಕ್ಷಿಸಿದಳು.

"ನಿಮ್ಮ ಗುಂಪಿನಲ್ಲಿ ಬೇಕಾದಷ್ಟು ಜನ ನ್ಗ್ವೆಟ್‌ಗಳು ಇದ್ದಾರು."

"ನಿಮಗೆ ಹ್ಯಾಗೆ ಗೊತ್ತು? ಮೂರು ಜನಕ್ಕೆ ನ್ಗ್ವೆಟ್ ಅಂತ ಹೆಸರಿದೆ – ಅವರಲ್ಲಿ ಒಬ್ಬಳು ಸತ್ತು ಹೋದಳು."

"ಯಾವಾಗ?"

ನನ್ನ ಧ್ವನಿ ನನಗೇ ಅಪರಿಚಿತವೆನಿಸಿತು.

"ಮೂರೋ ನಾಲ್ಕೋ ತಿಂಗಳ ಕೆಳಗೆ, ಸೇತುವೆ ಮೇಲೆ ಬಾಂಬ್ ದಾಳಿ ನಡೆದಾಗ, ತುಂಬಾ ಮೆತ್ತಗಿನ ಸ್ವಭಾವದವಳು. ಆದರೂ ತನ್ನ ಕಡೇ ಘಳಿಗೆಯವರೆಗೆ ದಿಟ್ಟವಾಗಿ ಹೋರಾಡಿದಳು. ಅವಳು ಸತ್ತಾಗ ನಾವು ತುಂಬಾ ಅತ್ತೆವು."

"ಮದುವೆ ಆಗಿತ್ತಾ?"

"ಇಲ್ಲ. ನಿಶ್ಚಯ ಆಗಿತ್ತೂಂತಾರೆ."

ನನ್ನಿಂದ ತಪ್ಪಿಸಿಕೊಳ್ಳಲು ಪ್ರಯತ್ನಿಸಿತು, ನಾನು ಹಿಡಿದಿದ್ದ ತಿರುಗುಚಕ್ರ, ಬಿಗಿಗೊಳಿಸಿ ವೇಗ ತಗ್ಗಿಸಿದೆ, "ಆಮೇಲೆ ಎರಡನೇ ನ್ಗ್ವೆಟ್?"

"ಅವಳಿಗಾಗಲೇ ನಾಲ್ಕು ಮಕ್ಕಳಿವೆ. ನಾವು ಅವಳನ್ನು ತಮಾಷೆಗೆ ಹಳೇ ನ್ಗ್ವೆಟ್ ಅಂತೀವಿ... ಅದೇನು ಇಷ್ಟೊಂದು ಪ್ರಶ್ನೆ ಕೇಳ್ತಿದೀರಲ್ಲ?"

ನಿಟ್ಟುಸಿರು ಬಿಟ್ಟು ಪೆದ್ದು ಪೆದ್ದಾದ ಚಟಾಕಿಯೊಂದನ್ನು ಹಾರಿಸಿದೆ. ಮನಸ್ಸಿನ ಒಳಗೆ ತೋಟಿ ಆರಂಭವಾಗಿತ್ತು. ನಿನಗೆ ಟಿಂಗ್ ಗೊತ್ತೆ ಎಂದು ಕೇಳಲೆ? ಅವಳ ಉತ್ತರದಿಂದ ಸಂದೇಹಗಳೆಲ್ಲ ಪರಿಹಾರವಾದಾವು. ಆದರೆ ನಾನು ತಡೆದುಕೊಂಡೆ. ನನ್ನ ವೃತ್ತಿ ಜೀವನ ದೊಂದಿಗೆ ವೈಯಕ್ತಿಕ ಬದುಕನ್ನು ಬೆರೆಸುವವನಲ್ಲ ನಾನು. ಗೊಂದಲಕ್ಕೀಡಾದೆ. ಯೌವನ ಮತ್ತು ಮಾದಕತೆ ತುಂಬಿದ ಈ ನ್ಗ್ವೆಟ್ ಮತ್ತು ವೀರಸ್ವರ್ಗ ಸೇರಿದ ಆ ನ್ಗ್ವೆಟ್ ಇವರಿಬ್ಬರಲ್ಲಿ

ನನ್ನ ಸ್ಗ್ವೆಟ್ ಯಾರು ? ಯಾರು ಪವಿತ್ರ ಪ್ರೇಮದ ಜ್ಯೋತಿಯನ್ನು ಬೆಳಗಿ ನನಗಾಗಿ ಕಾದವರು ? ಯಾರನ್ನು ಕಾಣಲೆಂದು ನಾನೀಗ ಹೋಗುತ್ತಿರುವುದು ?

ಇಳಿಜಾರೊಂದರಲ್ಲಿ ಇಳಿಯುತ್ತಿತ್ತು ನನ್ನ ಟ್ರಕ್, ಕಾಡಿನ ವೃಕ್ಷರಾಶಿ, ಬೆಟ್ಟದ ತುದಿ, ಬಾಂಬ್ ದಾಳಿಯಿಂದ ಹಳ್ಳಗಳಾದ ಜೊಂಡು ಸಮೂಹ – ಎಲ್ಲ ನಮ್ಮ ಪಕ್ಕದಲ್ಲಿ ಓಡಿಹೋಗುತ್ತಿದ್ದವು. ನಾನು ಬ್ರೇಕ್ ಒತ್ತಿ ವಾಹನವನ್ನು ನಿಲ್ಲಿಸಿದೆ. ಕಿಟಕಿಯನ್ನು ಮುಚ್ಚಿದ್ದ ಗಾಜಿನ ತೆರೆಯ ಮೂಲಕ ನೆತ್ತಿಯ ಮೇಲೆ ನಡುಗುತ್ತ ಪ್ರಜ್ವಲಿಸುತ್ತ ಕೆಳಗೆ ಬೀಳುವ ರಾಕೆಟ್‌ನ ಬಾಲ ಕಂಡಿತು. "ಗೊತ್ತಾಗದೆ ಬೀಳೋ ರಾಕೆಟ್ ಇದು, ವಿಮಾನದ ಸದ್ದೇ ಕೇಳಿಸಲಿಲ್ಲ ನನಗೆ!" ನಾನು ಕೂಗಿಕೊಂಡೆ.

ಸ್ಗ್ವೆಟ್ ಕೂಡ ಹೊರಗೆ ನೋಡುತ್ತಿದ್ದಳು. "ಅರೆ, ಅದು ಚಂದ್ರ," ಎಂದಳು

ಹೌದಲ್ಲವೆ, ಚಂದ್ರ! ನಾನು ಬೆಳದಿಂಗಳಲ್ಲಿ ಟ್ರಕ್ಕನ್ನು ಬಿಡುತ್ತಿದ್ದರೂ ಅದರತ್ತ ನನ್ನ ಗಮನವೇ ಹರಿದಿರಲಿಲ್ಲ.

ಸ್ಗ್ವೆಟ್ ಅದೇ ಪ್ರಶಾಂತ ಮುಖಮುದ್ರೆಯೊಂದಿಗೆ ಹೊರಗೆ ನೋಡತೊಡಗಿದಳು. ನಾನು ಸಿಗರೇಟು ಹೊತ್ತಿಸಿಕೊಂಡು ಮತ್ತೆ ವೇಗದಿಂದ ಹೊರಟೆ. ಸ್ವಲ್ಪ ಕಸಿವಿಸಿಯಾಯಿತು. ಇಷ್ಟು ಅನುಭವವುಳ್ಳ ಟ್ರಕ್ ಚಾಲಕವಾಗಿ ಚಂದಿರನನ್ನು ರಾಕೆಟ್ ಎಂದು ತಪ್ಪಾಗಿ ಭಾವಿಸಿದೆನಲ್ಲ! ಮೋಡಗಳ ನಡುವೆ ಕಾಣುವ ಬಿಳಿಯ ಬೆಂಕಿಯ ಚೂರು ಕಾಡಿನ ಮರಗಳ ದಟ್ಟಣೆಯ ನಡುವೆ ಕಣ್ಣು ಮುಚ್ಚಾಲೆಯಾಡುತ್ತಿದೆ – ಆ ಕಣ್ಣು ಮುಚ್ಚಾಲೆ ಗಾಜಿನ ತೆರೆಯ ಮೇಲೆ ಜಮಾಯಿಸಿದ ಮಂಜಿನ ಪೊರೆಯ ಮೂಲಕ ಗೋಚರಿಸುತ್ತಿದೆ.

ಮಧ್ಯರಾತ್ರಿ, ನೈಋತ್ಯದಿಂದ ಒಂದು ಗಾಳಿ ಬೀಸಿ ಮೋಡಗಳನ್ನು ಬಾನಂಚಿಗೆ ತಳ್ಳುತ್ತದೆ– ದಿಗಂತದಿಂದ ದೂರಕ್ಕೆ. ಬಾಗಿದ ಮರದ ಕೊಂಬೆಗಳು ಟ್ರಕ್‌ನ ಮೇಲ್ಭಾಗಕ್ಕೆ ಬಡಿದು ಟಪಟಪ ಸದ್ದು. ಮೇಲಿನ ಆಗಸ ಅಗಾಧವಾಗಿದೆ, ಶುಭ್ರವಾಗಿದೆ. ಆದರೆ ದೂರದ ವನಾವೃತ ಶೃಂಗಗಳ ಮೇಲಾಗಲೇ ಮಂಜು ದಟ್ಟೈಸುತ್ತಿರುವುದು ಕಾಣುತ್ತದೆ. ನಮ್ಮ ಎಡಕ್ಕೆ ಹರಿಯುತ್ತಿದ್ದ ಹೊಳೆ ಕ್ರಮಕ್ರಮೇಣ ಮರೆಯಾಗಿ ಹೋಗಿದೆ. ತೋಪುಗಳ ಮಧ್ಯೆ, ಬೆಟ್ಟದ ಸಾಲೊಂದು ಬಲಗಡೆಗೆ ಕ್ರಮೇಣ ಪ್ರತ್ಯಕ್ಷವಾಗತೊಡಗಿದೆ – ಬಿಳಿಯ ಸಾಗರದಲ್ಲಿ ಒಂಟಿಯಾಗಿ ಮೇಲೆದ್ದ ಕರಿ ಶಿಖರದಂತೆ. ಅತ್ತ ದಿಗಂತದಲ್ಲಿ ಬೆಳ್ಳಿಯ ತಗಡಿನಂತೆ ಚಂದ್ರನ ಬಿಂಬ ತೂಗಾಡುತ್ತಿತ್ತು. ಆ ತಿಂಗಳ ಬೆಳಕು ಟ್ರಕ್ ಬಾಗಿಲಿನ ಕಿಟಕಿಯ ಬಳಿ ಕುಳಿತಿದ್ದ ಸ್ಗ್ವೆಟ್‌ಳ ಮುಖವನ್ನು ಬೆಳಗಿಸಿತು.

ನನಗೆ ಒಮ್ಮೆಲೇ ಅನಿಸಿತು – ಇವಳೇ ನನ್ನ ಸ್ಗ್ವೆಟ್, ನನ್ನ ಅಕ್ಕ ನನಗಾಗಿ ಆರಿಸಿದ ಸ್ಗ್ವೆಟ್ ಇವಳೇ. ಆಗಾಗ ಅವಳತ್ತ ಕಳ್ಳನೋಟ ಬೀರುತ್ತಿದ್ದೆ. ಅವಳ ಕೂದಲು ಬೆಳದಿಂಗಳಲ್ಲಿ ತೊಯ್ದಿದೆ. ಆಹಾ, ಘಮಘಮಿಸುವ ಅವಳ ಸುಕುಮಾರತೆಯೆ!

ಇದ್ದಕ್ಕಿದ್ದಂತೆ ನನ್ನ ಕಡೆ ತಿರುಗಿದ ಸ್ಗ್ವೆಟ್ ಏನೋ ಪ್ರಶ್ನಿಸಿದಳು. ಅವಳನ್ನು ಕಣ್ತಣಿಯೆ ನೋಡುತ್ತಿದ್ದ ನನಗೆ ಅದು ಕೇಳಿಸಬೇಕಾದರೂ ಹೇಗೆ? ಅವಳನ್ನೇ ನೋಡುತ್ತಿರಲು ಇನ್ನು ಧೈರ್ಯವಾಗದೆ ರಸ್ತೆಯ ಮೇಲೆ ಕಣ್ಣು ಹಾಯಿಸಿದೆ. ಕಲ್ಲು ಮುಳ್ಳಿನ ಈ ಹಾದಿಯೂ ಜ್ಯೋತ್ಸ್ನೆಯಲ್ಲಿ ಮಿಂದಿದೆ.

"ಅಲ್ಲ, ನೀವು...?" ಅವಳು ಕೇಳಿದಳು.

"ಏನು ?"

"ನೀವು ಟ್ರಕ್ ಡ್ರೈವರ್‌ಗಳು ಎಲ್ಲೆಂದರಲ್ಲಿ ಹೋಗಬೇಕು ಅಲ್ವ? ನಿಮಗೆ ಬೇಕಾದಷ್ಟು ಜನ ಗೊತ್ತಿರಬೇಕು ?"

ಅವಳು ಏನು ಹೇಳಬಯಸಿದ್ದಳೋ ನನಗರ್ಥವಾಯಿತು.

"ನಾವು ವಲಸೆ ಹೋಗುವ ಪಕ್ಷಿಗಳ ಹಾಗೆ. ಹಳ್ಳ ದಿಣ್ಣೆ, ತಿಟ್ಟು ತವರು ಯಾವುದರದ್ದೂ ಎಗ್ಗಿಲ್ಲ. ನಮಗೆ ಜೊತೆ ಅಂದರೆ ಈ ರಸ್ತೆ ಮತ್ತು ಮೇಲೆ ಹೊಳೆಯುವ ಚಂದ್ರ."

ಚಂದ್ರ ನನ್ನ ಮಾತುಗಳಲ್ಲಿ ಹೇಗೆ ನುಸುಳಿದನೋ ನನಗೆ ಗೊತ್ತಿಲ್ಲ. ಮರಗಳ ಮಧ್ಯದಲ್ಲಿ ಅವನು ಮರೆಯಾಗಿ ಹೋದ. ಡ ಅಲುಂಗ್ ಸೇತುವೆಯ ಪ್ರದೇಶ ಸಮೀಪಿಸುತ್ತಿತ್ತು. ನಾವು ಮೌನವಾದೆವು. ನಾನು ದೀಪವನ್ನು ಹತ್ತಿಸಿದೆ ಬೆಳಕಿಗಾಗಿ. "ನೋಡಿ, ಹುಷಾರಾಗಿ ಕೇಳಿ. ಇನ್ನು ಮುಂದೆ ವಿಮಾನಗಳು ಆಗಾಗ ಬರ್ತಿರ್ತವೆ."

"ಅದರಿಂದೇನೂ ತೊಂದರೆಯಿಲ್ಲ." ಶಾಂತಳಾಗಿ ಉತ್ತರಿಸಿದವಳು ಹೊರಗಿನ ನೋಟದಿಂದ ಕಣ್ಣು ಕೀಳಲಿಲ್ಲ. "ನನಗೆ ಈ ಪ್ರದೇಶ ಪರಿಚಿತವಾದ್ದೇ."

ಹಾಯ್ಗಡುವನ್ನು ಸೇರುವ ಬಳಸುದಾರಿಯೊಂದನ್ನು ನ್ಗೈಟ್ ತೋರಿಸಿದಳು. ಸುತ್ತುತ್ತ ಅದರಲ್ಲಿ ಹೊರಟೆವು. ಮಣ್ಣಿನ ಮೂಲಕ ತೆವಳುತ್ತ – ಬಾಂಬ್‌ಗಳ ಸ್ಫೋಟದಿಂದುಂಟಾದ ಕಂದಕಗಳನ್ನು ತಪ್ಪಿಸಿಕೊಳ್ಳುತ್ತ –

ಗಾಜಿನ ತೆರೆಗೆ ಕಣ್ಣು ಕೀಲಿಸಿ ನಡೆಸುತ್ತಿದ್ದೆ. ಹಳ್ಳಗಳನ್ನು ಜಾಗರೂಕತೆಯಿಂದ ತಪ್ಪಿಸುತ್ತ ಸಾಗುತ್ತಿದ್ದೆ. ಪುಟ್ಟ ತೊರೆಗಳಷ್ಟೇ ಅವು ಆಳವಾಗಿದ್ದವು. ಮುಂದಿನ ಚಕ್ರಗಳು ಅವುಗಳಲ್ಲಿ ಹೂತುಹೋದಾಗ ನ್ಗೈಟ್ ಹೊರಕ್ಕೆ ಹಾರಿ ನನಗೆ ಸೂಚನೆ ನೀಡುವಳು, ಅದರಿಂದ ಪಾರಾಗಲು. ವೇಗವರ್ಧಕವನ್ನು ಒತ್ತುವೆನು. ಚಕ್ರಗಳು ಗರ್ರನೆ ತಿರುಗಿ ಸಣ್ಣಪುಟ್ಟ ಕಲ್ಲುಗಳೊಂದಿಗೆ ಘರ್ಷಿಸುವುವು. ಸುಟ್ಟ ರಬ್ಬರಿನ ವಾಸನೆ ಹರಡುವುದು.

"ನಾವು ಎಷ್ಟು ಸಲ ಈ ರಸ್ತೆಗಳನ್ನು ತುಂಬಿದರೂ ಉಪಯೋಗ ಇಲ್ಲ." ನ್ಗೈಟ್ ಸಮಜಾಯಿಷಿ ಹೇಳಿದಳು. "ಅವರು ಇಲ್ಲಿ ಮಾತ್ರ ಬಾಂಬ್ ದಾಳಿ ನಿಲ್ಲಿಸೋದಿಲ್ಲ."

ಸುರಿಯುತ್ತಿರುವ ಬೆವರನ್ನು ಒರೆಸಿಕೊಳ್ಳುತ್ತ ನನ್ನ ಟೊಪ್ಪಿಗೆಯನ್ನು ಕೈಯಲ್ಲಿ ಮುದುರಿದೆ. ನ್ಗೈಟ್ ನನ್ನನ್ನು ಅಗಲಿಹೋಗುವ ಕ್ಷಣವನ್ನು ನೆನೆದೆ.

"ಇನ್ನೇನು ನೀವು ಇಳಿಯೋ ಸ್ಥಳ ಬಂತೇನೋ ? ಬಂದಾಗ ಸರಿಯಾಗಿ ಹೇಳಿಬಿಡಿ, ನಿಲ್ಲಿಸೋಕ್ಕೆ ಸರಿಹೋಗುತ್ತೆ."

ಅವಳು ಸೂಚಕಸ್ತಂಭದ ಬಳಿಯೇ ಇಳಿಯಬೇಕಿತ್ತು, ಆದರೆ ಹಾಯ್ಗಡುವಿನ ಇನ್ನೊಂದು ಬದಿಗೆ ಬರಲು ಅವಳು ಸಿದ್ಧಳಾಗಿದ್ದಳು.

"ನೀವು ಕರ್ಕೊಂಡು ಬಂದಿದ್ದೇ ದೊಡ್ಡ ಉಪಕಾರ. ಅಂಥದರಲ್ಲಿ ಇಂಥ ಕಷ್ಟದ ವೇಳೆಯಲ್ಲಿ ನಿಮ್ಮನ್ನು ಬಿಟ್ಟು ಓಡಿಹೋಗೋದೆ ?" ಅವಳು ತಮಾಷೆ ಮಾಡಿದಳು.

ನಾನು ತುಂಬಾ ಗಂಭೀರನಾಗಿ ಉತ್ತರಿಸಿದೆ:

"ನಾವು ಮತ್ತೆ ಭೆಟ್ಟಿಯಾಗ್ತೇವಲ್ಲ. ಅಷ್ಟಕ್ಕೂ ನಾನು ಕಷ್ಟದ ವೇಳೆಯಲ್ಲಿ ಬಿಟ್ಟುಹೋದ್ರಿ ಅಂತ ಅಂದುಕೊಳ್ತಿರಲಿಲ್ಲ."

"ಯಾಕೆ ?"

"ನಿಮ್ಮನ್ನು ನೋಡಿದರೆ ಹಾಗೆ ಅನ್ನಿಸುತ್ತೆ..."

ಹಾಯ್ಗಡುವನ್ನು ತಲುಪಿದೆವು. ಅಷ್ಟು ಅಗಲವೇನೂ ಇರುತ್ತಿರಲಿಲ್ಲ ಸಾಧಾರಣವಾಗಿ.

ಆದರೆ ಕಡೆಯ ಸಲ ಪ್ರವಾಹ ಬಂದಾಗ ನೀರಿನ ಮಟ್ಟ ಒಂದು ಮೀಟರಿನಷ್ಟು ಏರಿದೆ. ನನ್ನ ವಾಹನ ಹಿಂಜರಿದು, ಮುಂಬರಲು ಒಪ್ಪದ ಎಮ್ಮೆಯಂತೆ ಗುಟುರು ಹಾಕಿ ನೀರಿನ ಮಧ್ಯೆ ಮುಷ್ಕರ ಹೂಡಿತು. ನ್ಗ್ವೆಟ್ ಬಾಗಿಲಿಗೆ ತೂಗುಬಿದ್ದು ನನಗೆ ಸೂಚನೆ ನೀಡುತ್ತಿದ್ದವಳು, ಈಗ ನೀರಿಗೆ ಧುಮುಕಿದಳು. ಕೂಗುತ್ತ ದೀಪ ಆರಿಸಿಬಿಡಿ ಎಂದಳು. ಬೆಳಕು ನೀರಿನ ಮೇಲೆ ಪ್ರತಿಫಲನಗೊಂಡು ನೀರಿನ ಮೇಲ್ಮೈ ಬೆಳ್ಳಿತಟ್ಟೆಯಂತೆ ಹೊಳೆಯುತ್ತಿತ್ತು.

"ವಿಮಾನವೆ ?"

"ಗೊತ್ತಿಲ್ಲ, ಏನೇ ಆದರೂ ದೀಪ ಆರಿಸಿಬಿಡಿ. ದೂರಕ್ಕೂ ನೀರಿನ ಮೇಲೆ ಬಿದ್ದ ಬೆಳಕು ಕಾಣಿಸುತ್ತೆ."

ನಾನು ದೀಪ ಆರಿಸಿದೆ. ಕತ್ತಲು ಇಷ್ಟು ಕಪ್ಪೆಂದು ನನಗೆ ಗೊತ್ತಿರಲಿಲ್ಲ. ನೀರಿನ ಳಕ್‌ಳಕ್ ಸದ್ದು ಮಾತ್ರ ಕೇಳಿಸುತ್ತಿತ್ತು. ಹಿಂದೆಯೋ ಮುಂದೆಯೋ ಹೋಗಲು ವ್ಯರ್ಥ ಪ್ರಯತ್ನ ಮಾಡಿದೆ. ಟ್ರಕ್ಕು ಅಲುಗಿತಾದರೂ ಕದಲಲಿಲ್ಲ. ರಾತ್ರಿಯ ಚಳಿಯಲ್ಲೂ ನಾನು ಬೆವತು ಹೋಗಿದ್ದೆ. ಅವಳ ಬಟ್ಟೆಗಳು ಒದ್ದೆಯಾದರೂ ಲೆಕ್ಕಿಸದೆ ಟ್ರಕ್‌ಗೆ ಕಟ್ಟಿದ್ದ ದಪ್ಪನೆಯ ಹಗ್ಗವನ್ನು ಒಯ್ದು ದಡ ಮುಟ್ಟಿ ಮರಕ್ಕೆ ಕಟ್ಟಿದಳು ನ್ಗ್ವೆಟ್. ಕಡೆಗೂ ನಾನು ಟ್ರಕ್ಕನ್ನು ದಡದ ಅಂಚಿಗೆ ಎಳೆಯುವುದರಲ್ಲಿ ಸಫಲವಾದೆ. ಅಷ್ಟರಲ್ಲಿ–

ಇನ್ನೂ ಉಸಿರು ಬಿಡಲಿಕ್ಕಿಲ್ಲ, ವಿಮಾನಗಳ ಮೊರೆತ ಕೇಳಿಸಿತು. ಬೆಟ್ಟದ ಹಿಂಬದಿಯಿಂದ ಒಮ್ಮೆಲೇ ಪ್ರತ್ಯಕ್ಷವಾದವು ವಿಮಾನಗಳು. ನಮ್ಮ ನೆತ್ತಿಯ ನೇರಕ್ಕೆ ಹಾರಿ ಗರ್ಜಿಸುತ್ತಿದ್ದವು. ಭಾರವಾದ ಹಗ್ಗವನ್ನು ಕೆಳಗೆಸೆದು ನಾನು ಟ್ರಕ್‌ನತ್ತ ಓಡಿದೆ. ಇನ್ನೂ ಎರಡು ಹೆಜ್ಜೆ ಇಟ್ಟಿದ್ದೆನೋ. ನ್ಗ್ವೆಟ್ ನನ್ನನ್ನು ತೋಳಿನಿಂದ ಹಿಡಿದೆಳೆದಳು. ಅವಳ ಉಕ್ಕಿನ ಹಿಡಿತ ನನ್ನನ್ನು ಬೆರಗುಗೊಳಿಸಿತು. ನನ್ನನ್ನು ಆಳವಾದ ಹಳ್ಳವೊಂದಕ್ಕೆ ತಳ್ಳಿ ತನ್ನ ಶಾಂತ ಸ್ವರದಲ್ಲಿ ಹೇಳಿದಳು. "ಇದು ಕೋ–ಆರ್ಡಿನೇಟ್ ಬಾಂಬ್ ದಾಳಿ."

ಮಿಂಚಿನಂತೆ ಪ್ರಕಾಶವೊಂದು ಉಂಟಾಗಿ ಮಾಯವಾಯಿತು. ನಾನು ನಡುಗಿದೆ. ಇಡೀ ಭೂಮಿಯೇ ನಡುಗಿತು. ಕೆಲವು ಕ್ಷಣಗಳ ಮೌನ. ಏರೋ ಪ್ಲೇನ್ ಹುಳುವೊಂದು ರೆಕ್ಕೆ ಬಡಿಯುವುದು ಕೇಳಿಸಿತು. ನಂತರ ಮಣ್ಣು, ಮರಳು, ಕಲ್ಲು, ಮರದ ರೆಂಬೆಗಳು – ಇವುಗಳ ಮಳೆ ಸುರಿಯಿತು. ನಾನಿದ್ದುದು ಸುರಕ್ಷಿತ ಸ್ಥಳ – ಎರಡು ಮರದ ದಿಮ್ಮಿಗಳನ್ನು ನೇರವಾಗಿ ಪಕ್ಕ ಪಕ್ಕದಲ್ಲಿ ಹೂತು ನಡುವೆ ಒಬ್ಬರು ನಿಲ್ಲಲು ಅವಕಾಶ ಕಲ್ಪಿಸಲಾಗಿತ್ತು. ನ್ಗ್ವೆಟ್ ಹೊರಗಿದ್ದುಬಿಟ್ಟಳು – ಮರದ ಕಾಂಡವೊಂದಕ್ಕೆ ಆತುಕೊಂಡು ತನ್ನನ್ನು ರಕ್ಷಿಸಿಕೊಂಡಳು. ಮತ್ತೆರಡು ವಿಮಾನಗಳು ಹಾರಿ ಕೆಳಗಿಳಿಯುತ್ತಿದ್ದವು. ನಾನು ನ್ಗ್ವೆಟ್ ರಟ್ಟೆ ಹಿಡಿದು ಸೆಳೆದುಕೊಂಡೆ. ನ್ಗ್ವೆಟ್ ನನ್ನಿಂದ ಬಿಡಿಸಿಕೊಂಡು ಹೋದಳು.

"ನೀವು ನಿಮ್ಮ ಕ್ಷೇಮ ನೋಡಿಕೊಳ್ಳಿ. ನಿಮಗೆ ಅಪಾಯವಾದರೆ ಟ್ರಕ್‌ನಲ್ಲಿ ತುಂಬಿದ ಹೊರೆಯೆಲ್ಲ ನಮ್ಮ ಕೈಬಿಟ್ಟ ಹಾಗೆ!" ನಾನು ಅವಳ ಕೂಗನ್ನು ಲಕ್ಷಿಸದೆ ಅನಾಮತ್ತು ಎತ್ತಿ ದಿಮ್ಮಿಗಳ ನಡುವೆ ಅವಳನ್ನು ಕೂಡಿಸಿ ನನ್ನ ಟ್ರಕ್ ಕಡೆ ಧಾವಿಸಿದೆ. 70 ಮೀ.ಮೀ. ಷೆಲ್‌ಗಳು ತೂರಿಬಂದವು. ಅವು ಬೀಳುವಾಗ ರಾತ್ರಿಯ ಕತ್ತಲಲ್ಲಿ ಕೆಂಪುಗೆರೆಯೊಂದು ಮೂಡಿ ಮರೆಯಾಗುತ್ತದೆ. ಅವುಗಳ ಅನಿಲದ ಶಾಖ ನನ್ನ ಮುಖಕ್ಕೆ ತಟ್ಟಿತು. ಟ್ರಕ್ ಇದ್ದಲ್ಲೇ ಇತ್ತು. ಅದರ ಗಾಲಿಗಳಿಗಾಗಲೇ ಬೆಂಕಿ ತಗುಲಿತ್ತು. ನಾನು ಜ್ವಾಲೆಗಳನ್ನು ನಂದಿಸಿ ಒಳಹೊಕ್ಕು ಯಂತ್ರವನ್ನು ಹೊರಡಿಸಿದೆ.

ಓಡಿ ಬಂದ ಗ್ವೆಟ್ ನನ್ನನ್ನು ಸೇರಿಕೊಂಡಳು. "ಬೇಗ! ಅವರು ಇನ್ನೂ ಈಗಲೇ ಬಾಂಬ್ ಹಾಕೋದನ್ನ ನಿಲ್ಲಿಸೋಲ್ಲ."

"ಹಾಗೇ ತೋರುತ್ತೆ."

ನಮ್ಮ ಬಳಿಯಲ್ಲೇ ಬಾಂಬ್‌ಗಳ ಗುಂಪೊಂದು ಆಸ್ಫೋಟಿಸಿತು. ಗ್ವೆಟ್ ಆಘಾತಕ್ಕೆ ಕೆಳಗೆ ಬಿದ್ದಳು. ಅವಳನ್ನು ಮೇಲೆಕ್ಕೆಳೆದುಕೊಂಡು ಬಾಗಿಲನ್ನು ಭದ್ರಪಡಿಸಿದೆ. ಎಲ್ಲ ದೀಪಗಳನ್ನೂ ನಂದಿಸಿ ಅವಳ ಸೂಚನೆಗಳನ್ನು ಅನುಸರಿಸಿ ಗಾಡಿಯನ್ನು ನಡೆಸತೊಡಗಿದೆ.

ನಮ್ಮ ತಲೆಯ ಮೇಲುಗಡೆಗೇ ವಿಮಾನಗಳ ಮೊರೆತ ಕೇಳಿಸುತ್ತಿತ್ತು. ಭೂಮಿಯ ಸಮೀಪಕ್ಕೇ ವಿಮಾನವನ್ನು ಇಳಿಸಿ ಬಾಂಬ್‌ಗಳನ್ನು ಎಸೆಯುತ್ತಿದ್ದರು. 70 ಮೀ.ಮೀ. ಬಂದೂಕಿನಿಂದ ಗುಂಡು ಹಾರಿಸಿ ಬೆಂಕಿಯ ಮಳೆಗರೆಯುತ್ತಿದ್ದರು. ನಾನು ಲೆಕ್ಕಿಸದೆ ಮುಂದೆ ಸಾಗಿದೆ. ಗ್ವೆಟ್‌ಳ ಶಾಂತವಾದ ಸ್ವರ ಸ್ಪಷ್ಟವಾದ ಸೂಚನೆಗಳನ್ನು ನೀಡುತ್ತಿತ್ತು. "ಎಡಕ್ಕೆ... ಎದುರುಗಡೇನೇ ಬಾಂಬ್ ಕ್ರೇಟರಿದೆ... ಜೋಪಾನ... ಈಗ ಬಲಕ್ಕೆ ತಿರುಗಿ... ಆ ರಸ್ತೆ ಕೆಳಕ್ಕೆ ಹೋಗುತ್ತೆ..."

ತುಂಬಾ ದುರ್ಗಮವಾದ ಸ್ಥಳವನ್ನು ಮುಟ್ಟಿದೆವು. ಕತ್ತಲಿನಲ್ಲಿ ಏನೂ ಕಾಣಿಸದು. ಗ್ವೆಟ್ ಹೊರಗೆ ಜಿಗಿದು ರಸ್ತೆಯಲ್ಲಿ ನಡೆದಳು. ಅವಳ ಬಿಳಿ ಆಕೃತಿಯ ಜಾಡು ಹಿಡಿದು ನಾನು ನಿಧಾನವಾಗಿ ಟ್ರಕ್ ಬಿಟ್ಟೆ.

ಎರಡು ಕಿಲೋಮೀಟರುಗಳ ಪ್ರಯಾಣದ ಬಳಿಕ ಟ್ರಕ್ ಅನ್ನು ಮರಗಳಿಂದ ತುಂಬಿದ ಇಳಿಜಾರೊಂದರ ಪಕ್ಕದಲ್ಲಿ ನಿಲ್ಲಿಸಿದೆ. ದೀಪವನ್ನು ಬೆಳಗಿಸಿದಾಗ ಮೊದಲು ಕಂಡದ್ದು ಗ್ವೆಟ್‌ಳ ಭುಜದ ಮೇಲಿಂದ ಹರಿಯುತ್ತಿದ್ದ ರಕ್ತ. ಅವಳ ನೀಲಿ ನಿಲುವಂಗಿಯ ಒಂದು ತೋಳು ಪೂರ್ತಿ ರಕ್ತದಲ್ಲಿ ತೊಯ್ದಿತ್ತು. ಅವಳು ಮರದ ಕಾಂಡಕ್ಕೊರಗಿದ್ದಾಗ ನಡೆದ ಬಾಂಬ್ ಹಲ್ಲೆಯಲ್ಲಿ ಈ ಪೆಟ್ಟಾಯಿತೇನೋ, ಅಥವಾ ನನ್ನ ಜತೆಗೂಡಲು ಅವಳು ಟ್ರಕ್‌ನ ಕಡೆ ಓಡಿ ಬಂದಾಗಲೋ? ಆ ಕ್ಷಣ ನನ್ನ ಹೃದಯ ತುಂಬಿ ಬಂತು. ಅವಳ ಮೇಲೆ ಪ್ರೇಮ ಉಕ್ಕಿತು. ಕಣ್ಣು ಮೆಚ್ಚುಗೆ ಸೂಚಿಸಿತು.

ಅವಳ ತುಟಿಗಳ ಮೇಲೆ ಮುಗುಳ್ನಗೆಯೊಂದು ಮೂಡಿತು. ತನ್ನ ಗಾಯದ ಕಡೆ ನೋಡಿಕೊಂಡಳು. ಅವಳ ಮುಖ ಸ್ವಲ್ಪ ಹೆಚ್ಚು ಬಿದ್ದಿದ್ದರೂ ಅಪೂರ್ವ ಶೋಭೆಯಿಂದ ಕೂಡಿತ್ತು. ಅಡಿಯಿಂದ ಮುಡಿಯವರೆಗೆ ತೊಯ್ದು ತೊಪ್ಪೆಯಾಗಿದ್ದಳು. ಎಣ್ಣೆ ಕಲೆಯಿದ್ದ ನನ್ನ ಕರವಸ್ತ್ರದಿಂದ ಪಟ್ಟಿ ಕಟ್ಟಿದೆ ಅವಳ ಭುಜಕ್ಕೆ. ಹಾಯ್ಗಡುವಿನ ಮತ್ತೊಂದು ದಡದಲ್ಲಿದ್ದ ಅವಳ ನಿವಾಸಕ್ಕೆ ಕರೆದೊಯ್ಯುತ್ತೇನೆಂದು ಸೂಚಿಸಿದಾಗ ಅವಳು ತಲೆಯಲ್ಲಾಡಿಸಿದಳು.

"ಬೇಡ, ಇಲ್ಲಿವರೆಗೆ ಬಂದ ಮೇಲೆ ಇನ್ನೇನು? ಇದೆಲ್ಲ ನಮ್ಮದೇ ರಾಜ್ಯ! ಆಗಲೇ ಬೆಳಗಾಗ್ತಾ ಬಂತು. ನೀವು ನಿಮ್ಮ ಪ್ರಯಾಣ ಮುಂದುವರಿಸಿ."

ಆನಂತರ ನಗುತ್ತ "ಯೋಚಿಸಬೇಡಿ. ಎಲ್ಲೋ ಒಂದು ಚೂರು ತರಚಿದೆ ಅಷ್ಟೆ. ಇಡೀ ಜಗತ್ತನ್ನೇ ಜೈಸಿಕೊಂಡು ಬರೋಷ್ಟು ಶಕ್ತಿಯಿದೆ – ನಾನೇನೂ ಬಿದ್ಹೋಗೊಲ್ಲ." ಎಂದಳು.

ಕಾಡುಕೋಳಿಗಳ ಕೂಗು ಕೇಳಿಸಿತು.

ಸ್ವಲ್ಪವೂ ಇಷ್ಟವಿಲ್ಲದೆ ಅವಳಿಗೆ ವಿದಾಯ ಹೇಳಿದೆ. ಸುದೀರ್ಘವಾದ ಹಸ್ತಲಾಘವ ನೀಡಿದೆ. ಅವಳ ಕೈ ನೆತ್ತರಿನಲ್ಲಿ ತೊಯ್ದಿತ್ತು. ಅವಳಿಗೆ ಭಾಷೆಯಿತ್ತೆ:

"ನಾಳೆ ವಾಪಸು ಹೋಗೊವಾಗ ಹಾಗೇ ನಿಮ್ಮನ್ನ ನೋಡಿಕೊಂಡು ಹೋಗ್ತೀನಿ."

ಟ್ರಕ್‌ಗೆ ಮರಳಿದವನೇ ವೇಗನಾಗಿ ದೌಡಾಯಿಸಿದೆ. ನನ್ನ ಹೃದಯದಲ್ಲಿ ಆನಂದದ

ಬುಗ್ಗೇಗಳೇಳುತ್ತಿದ್ದವು. ನ್ಗ್ವೆಟ್‌ಳ ದೇಹಸ್ಥಿತಿಯ ಬಗ್ಗೆ ಚಿಂತೆಯೂ ಕಾಡುತ್ತಿತ್ತು. ನೀಲಿಯ ಮೇಲಂಗಿ ಧರಿಸಿದ, ಎಣ್ಣೆ ಕಲೆಯ ಕರವಸ್ತ್ರದಿಂದ ಪಟ್ಟಿ ಕಟ್ಟಿಕೊಂಡ ಚೆಲುವೆಯ ತೆಳ್ಳನೆಯ ಬಳುಕುವ ಶರೀರ ಅವಳು ಕೈಯಲ್ಲಿ ಹಿಡಿದಿದ್ದ ಬುಟ್ಟಿ, ಹೆಗಲ ಮೇಲೆ ಹಾಕಿಕೊಂಡಿದ್ದ ಬಿಳಿಯ ಟೊಪ್ಪಿಗೆ – ಇವೆಲ್ಲ ನನ್ನ ಕಲ್ಪನೆಯಲ್ಲಿ ನುಸುಳಿ ಹೋಗುತ್ತಿದ್ದವು. ಎಲ್ಲಕ್ಕಿಂತಲೂ ಹೆಚ್ಚಾಗಿ ಬೆಳದಿಂಗಳಲ್ಲಿ ಮಿಂದ ಅವಳ ಶೋಭಾಯಮಾನವಾದ ಮುಖಚಂದ್ರದ ಚಿತ್ರ ನನ್ನೆದೆಯಲ್ಲಿ ಅಚ್ಚಳಿಯದೆ ನಿಂತಿತು. ನ್ಗ್ವೆಟ್... ಎಷ್ಟು ಸಮಂಜಸವಾದ ಹೆಸರು !

* * *

"ಆಮೇಲೆ ? ಆಮೇಲೆ ?" ಕತೆ ಕೇಳುತ್ತಿದ್ದವರೆಲ್ಲ ಇನ್ನೂ ಪೂರ್ತಿ ಎಚ್ಚರವಾಗೇ ಇದ್ದರು. "ನೀನು ಸೇತುವೆ ಕೆಲಸದ ಹುಡುಗಿಯರ ಗುಂಪನ್ನ ನೋಡ್ಲಿಕ್ಕೆ ಹೋದಿ ತಾನೆ ?"

ಹೊಸದಿನ ಉದಿಸಿ ಎರಡೋ ಮೂರೋ ತಾಸು ಸಂದಿದ್ದೀತು. ಪೊದೆಗಳ ಮಧ್ಯದಿಂದ ಕಾಡುಕೋಳಿಯೊಂದು ಕೂಗುತ್ತಿತ್ತು. ರಾತ್ರಿಯೆಲ್ಲ ಒಂದನ್ನೊಂದು ಕೂಗಿ ಕರೆದ ರಾತ್ರಿಪಕ್ಕಿಗಳ ಜೋಡಿ ಕಡೆಗೂ ಜತೆಗೂಡಿದಂತೆ ಕಂಡಿತು. ಗುಡಿಸಲಿನ ಮೂಲೆಗೆ ಒರಗಿದ್ದ ಕತೆಗಾರ ಮುಂದುವರಿಸಿದ :

ನಾನು ಎಷ್ಟೇ ವೇಗವಾಗಿ ವಾಹನವನ್ನು ನಡೆಸಿದರೂ ಡಿಪೋವನ್ನು ತಲುಪಿ ಹೊರೆಯನ್ನಿಳಿಸಿದಾಗ ಮುಂಬೆಳಕು ಮೂಡಿತ್ತು. ಡಿಪೋ ಬಳಿಯಲ್ಲೇ ಟ್ರಕ್ಕನ್ನು ಅಡಗಿಸಿಟ್ಟೆ. ಅದರ ಮೇಲೆ ಮುಚ್ಚಲು ರೆಂಬೆಗಳು ಬೇಕಾಗಿತ್ತು. ಆಮೇಲೆ ಪೆಟ್ರೋಲು ತುಂಬಿಸಬೇಕು. ಅದಕ್ಕೆ ಪೆಟ್ರೋಲಾದರೆ ಸಾಕೆ ? ಅಡುಗೆ ತಯಾರಿಸಿಕೊಳ್ಳಬೇಕು. ಛಿ, ಎಂಥ ಬೇಜಾರಿನ ಕೆಲಸ ! ರಜಾ ದಿನದ ಕಗ್ಗೊಲೆ !

ಮರುದಿನ ಸಂಜೆ ಸರಹದ್ದಿಗೆ ಮತ್ತೊಂದು ಪ್ರವಾಸವನ್ನು ನನಗೊಪ್ಪಿಸಲಾಯಿತು. ಈ ಸಲ, ಹಾಯ್ಗಡುವಿನ ತುಂಬಾ ಹತ್ತಿರದಲ್ಲೇ ಕೆಲಸಕ್ಕಿದ್ದ ನನ್ನ ಅಕ್ಕನನ್ನು ಕಾಣಲು ನನಗೆ ಸಮಯಾವಕಾಶವಿತ್ತು.

ಈ ಸೇತುವೆ ಕೆಲಸಗಾತಿಯರು ಕಾಡಿನ ಮಧ್ಯೆ ಪುಟ್ಟದಾದ ಅಂದವಾದ ಗುಡಿಸಲುಗಳಲ್ಲಿ ವಾಸವಾಗಿದ್ದರು. ಹುಡುಗಿಯರು ಎಂದ ಮೇಲೆ ಗೊತ್ತಲ್ಲ, ನಮ್ಮ ಹಾಗೆ ಒಡ್ಡರಲ್ಲ. ಎಲ್ಲವನ್ನೂ ಒಪ್ಪ ಓರಣವಾಗಿ ಜೋಡಿಸಿಟ್ಟಿರುತ್ತಾರೆ. ಇದ್ದುದರಲ್ಲೇ ಅಡುಗೆ ಕೋಣೆ, ಊಟದ ಮನೆ, ವಿಹಾರ ಕೇಂದ್ರ, ಇತ್ಯಾದಿ.

ನನಗೆ ತುಂಬಾ ಆತ್ಮೀಯವಾದ ಸ್ವಾಗತ ದೊರೆಯಿತು. ಎಲ್ಲರೂ ಬಣ್ಣದ ಚಿಟ್ಟೆಗಳಂತೆ ಅತ್ತಿಂದಿತ್ತ ಹಾರುತ್ತ ಸಡಗರದಿಂದ ಮಾತಾಡಿದರು. ಅವರ ತಮಾಷೆಗೆ ಸ್ಪಂದಿಸುವ ಸ್ಥಿತಿಯಲ್ಲಿ ನನ್ನ ಮನಸ್ಸು ಇರಲಿಲ್ಲ. ಟಿಂಗ್‌ಳ ಮುಖ ಏನು ಹೇಳುತ್ತದೆ ಎಂದು ತಿಳಿಯಲು ಪ್ರಯತ್ನಿಸಿದೆ. ಎರಡು ದಿನಗಳ ಹಿಂದೆ ನಾನದೆಷ್ಟು ಬಲವಾಗಿ ನಂಬಿದ್ದೆ, ಬೆಳದಿಂಗಳ ಆ ಚೆಲುವೆಯೇ ನನ್ನ ನ್ಗ್ವೆಟ್ ಎಂದು ! ಈಗ ನನ್ನ ನಂಬಿಕೆ ಸಡಿಲಗೊಂಡು ಮನಸ್ಸು ದುಗುಡದಿಂದ ತುಂಬಿತು. ನಾಲ್ಕು ತಿಂಗಳ ಹಿಂದೆ ಬಾಂಬ್ ದಾಳಿಯಲ್ಲಿ ಬಲಿಯಾದವಳೇ ನನ್ನ ನ್ಗ್ವೆಟ್ ಆದಲ್ಲಿ ?

ನನ್ನನ್ನು ಒಳಗೆ ಕರೆದೊಯ್ಯುವಾಗ ಟಿಂಗ್ ನನ್ನನ್ನು ಬೈದಳು. "ಮೊನ್ನೆ ಯಾಕೋ ಬರಲಿಲ್ಲ ನೀನು ? ನ್ಗ್ವೆಟ್ ಪಾಪ ಇಡೀ ದಿವಸ ಕಾದಿದ್ದಳು. ಅವಳಿಗೆ ಒಂದೇ ದಿವಸ ರಜ ಇದ್ದದ್ದು. ಅದೇ ದಿವಸವೇ ಸಂಜೆ ಹೆಡ್‌ಕ್ವಾರ್ಟರ್ಸ್‌ಗೆ ಓಡಿದಳು."

"ಅಲ್ಲೇನು ಕೆಲಸ ?" ಭಾರವಾಗಿದ್ದ ನನ್ನ ಮನಸ್ಸು ಈಗ ಹಗುರವಾಯಿತು.

"ಇನ್ನೂ ಹೊಸದಾಗಿ ಕೆಲಸಕ್ಕೆ ಸೇರಿರೋರಿಗೆ ಪಾಠ ಹೇಳಿಕೊಡ್ತಾಳೆ."

ನಾವು ಹೀಗೆ ಮಾತಾಡುತ್ತಿದ್ದಾಗಲೇ ಎತ್ತರದ ದೃಢಕಾಯದ ಹೆಂಗಸೊಬ್ಬಳು ಒಳಬಂದಳು. ನಲವತ್ತರ ವಯಸ್ಸು. ಎದೆಗೆ ಬಿದಿರಿನ ಎರಡು ದೊಡ್ಡ ಬುಟ್ಟಿಗಳನ್ನು ಅವಚಿಕೊಂಡು ಹಿಡಿದಿದ್ದಳು. "ಯಾರು, ಲಮ್ ಏನು ? ಟಿಂಗ್, ನಿನ್ನ ತಮ್ಮ ದೂರದಿಂದ ಬಂದರೆ ನನಗೆ ಅವನನ್ನು ಪರಿಚಯ ಮಾಡಿಕೊಡೋದಿಲ್ವೆ ?" ಎಂದು ಖಾರವಾಗಿ ಅಂದವಳೇ ನನ್ನನ್ನು ಅವಳು ತನ್ನ ಬಲಿಷ್ಠ ಕೈಗಳಲ್ಲಿ ಹಿಡಿದುಕೊಂಡಳು. "ಎಷ್ಟು ಚೆಲುವ ನಿನ್ನ ತಮ್ಮ, ಟಿಂಗ್ ! ಏನಯ್ಯ ಹುಡುಗ, ಟ್ರಕ್ ಡ್ರೈವರ್ ಆಗಿದ್ದೀಯೋ ? ನೀನು ಎಂಥ ಕೆಲಸ ಮಾಡಿದ್ದೀಯೆ ಗೊತ್ತೋ ?"

ಟಿಂಗ್ ನಗುವನ್ನು ತಡೆ ಹಿಡಿದಳು, ನನಗೆ ಮುಜುಗರವೆನಿಸತೊಡಗಿತು. ಆಮೇಲೆ ಗೊತ್ತಾಯಿತು, ಇವಳೇ 'ಹಳೆ' ಸ್ಗ್ವಿಟ್ ಎಂದು. ಆಕೆ ಅಲ್ಲಿ ಕ್ಯಾಂಟೀನಿನ ಉಸ್ತುವಾರಿ ನೋಡಿಕೊಳ್ಳುವವಳಂತೆ. ಟಿಂಗ್‌ಗೂ ಆಕೆಗೂ ಹಳೆಯ ದೋಸ್ತಿ.

ಅವರೆಲ್ಲರ ನಗೆಗೆ ಆಹಾರವಾಗಿ ನಾನು ಕರಗಿಹೋದೆ. ಹಳೇ ಸ್ಗ್ವಿಟ್ ನನ್ನನ್ನು ತರಾಟೆಗೆ ತೆಗೆದುಕೊಂಡಳು. ನಾನು ಆ ಪುಟ್ಟ ಮಗುವನ್ನು ಸತಾಯಿಸಿದ್ದೇಕೆ ? ಇಷ್ಟು ದಿವಸ ಕಾಯಿಸಿದ್ದೇಕೆ ? ಉಂಟು ಅಥವಾ ಇಲ್ಲ, ಎರಡರಲ್ಲಿ ಒಂದು ಹೇಳಬೇಕಿತ್ತು.

ಆಮೇಲೆ ಹಳೇ ಸ್ಗ್ವಿಟ್ ನನಗೊಂದು ಕತೆ ಹೇಳಿದಳು – ನನ್ನ ಸ್ಗ್ವಿಟ್ ಎರಡು ದಿವಸದ ಹಿಂದೆ ಮಿಲಿಟರಿ ಟ್ರಕ್ ಒಂದರಲ್ಲಿ ಬರುವಾಗ ಹಾಯ್ಗಡುವಿನ ಬಳಿ ಬಾಂಬ್ ದಾಳಿಗೆ ಗುರಿಯಾದಳಂತೆ. ಅದೃಷ್ಟವಶದಿಂದ ಪ್ರಾಣ ಉಳಿಯಿತಂತೆ. ತೋಳಿನ ಮೇಲೆ ಸ್ವಲ್ಪ ಗಾಯವಾಗಿದೆಯಂತೆ.

"ಅರೆ, ನೀನು ಅವಳನ್ನು ನೋಡಿಯೂ ಇಲ್ಲ," ಎಂದವಳು ಗೋಡೆಯ ಮೇಲೆ ತೂಗಿದ್ದ ಹಳೆಯ ಚಿತ್ರವೊಂದರ ಬಳಿ ನನ್ನನ್ನು ಎಳೆದೊಯ್ದಳು. ಕೆಲಸಗಾತಿಯರೆಲ್ಲರೂ ಸಮೂಹದಲ್ಲಿ ತೆಗೆಸಿಕೊಂಡ ಛಾಯಾಚಿತ್ರ. ಅವಳು ನನಗೆ ಬೆಟ್ಟು ಮಾಡಿ ತೋರಿಸುವ ಮುನ್ನವೇ ನಾನು ಗುರುತಿಸಿದೆ. ಕೆಲವು ವರ್ಷಗಳೇ ಆಗಿರಬೇಕು ಚಿತ್ರ ತೆಗೆದು. ಎಷ್ಟು ಚಿಕ್ಕವಳಂತೆ ತೋರುತ್ತಾಳೆ ಇದರಲ್ಲಿ! ಹೆಗಲಿನ ಮೇಲೆ ಕೊರೆಯುವ ಯಂತ್ರ. ಅಚ್ಚಗಪ್ಪು ಬಣ್ಣದ ಕಣ್ಣುಗಳು. ದೂರಕ್ಕೆ ನೋಟ. ನಿಷ್ಕಪಟ ಕಳೆ, ಇವರೆಲ್ಲ ಕೆಲಸಕ್ಕೆ ಸೇರಿದ ಹೊಸತರಲ್ಲಿ ಡ ಅಲುಂಗ್ ಸೇತುವೆ ಜೀವಂತಿಕೆ, ಉತ್ಸಾಹ, ಚೈತನ್ಯಗಳ ಆಗರವಾಗಿದ್ದಿರಬಹುದು ಎಂದುಕೊಂಡೆ. ಹಾಯ್ಗಡುವಿನ ಎಡ ದಂಡೆಗೆ ಮುಖ ಮಾಡಿರುವ ಹಸಿರುಗಲ್ಲಿನ ಒಂದು ಬಂಡೆಯ ತುದಿಯಲ್ಲಿ ನಿಂತಿದ್ದಾಳೆ, ಸ್ಗ್ವಿಟ್. ಒಟ್ಟು ನೂರು ಮಂದಿಯಾದರೂ ಕೆಲಸಗಾತಿಯರಿದ್ದಾರು. ಸೊಂಟಕ್ಕೆ ಒಂದೇ ಒಂದು ಸುರಕ್ಷತಾ ಪಟ್ಟಿಯನ್ನು ಕಟ್ಟಿಕೊಂಡು ಕಡಿದಾದ ಬೆಟ್ಟವನ್ನೇರಿ ಹಸಿರುಗಲ್ಲಿನ ಸುಂದರ ತುಂಡುಗಳನ್ನು ಆಯುವುದರಲ್ಲಿ ಮಗ್ನರು. ಎರಡು ವರ್ಷಗಳ ತರುವಾಯ ಸೇತುವೆಯ ಕೆಲಸ ಮುಗಿದಿತ್ತು. ಪಚ್ಚೆಯ ವರ್ಣದ ಸೇತುವೆ ಕನಸಿನಷ್ಟೇ ಮೋಹಕವಾಗಿತ್ತು. ಅದಾದ ಕೆಲವು ತಿಂಗಳುಗಳಿಗೇ ಬಾಂಬ್ ದಾಳಿಗೆ ಗುರಿಯಾಗಿ ಅದು ನಾಶವಾಯಿತು.

ಆ ಸಾಯಂಕಾಲ ಹಾಯ್ಗಡುವಿನ ಬಳಿ ನನ್ನನ್ನು ಬೀಳ್ಕೊಡಲೆಂದು ಟಿಂಗ್ ಮತ್ತು ಹಳೇ ಸ್ಗ್ವಿಟ್ ಇಬ್ಬರೂ ಬಂದರು. ತನ್ನ ಅಗಲವಾದ ಹಸ್ತಗಳನ್ನು ಬೀಸುತ್ತ ಸ್ಗ್ವಿಟ್ ಅಂದಳು. "ಅವಳ ಕೈ ಹಿಡಿಯೋಕ್ಕೆ ಹುಡುಗರು ತುದಿಗಾಲಿನ ಮೇಲೆ ನಿಂತಿದಾರೆ. ಆದರೆ ಅವಳು ನಿನಗೋಸ್ಕರವೇ ಕಾದುಕೊಂಡು ಕೂತಿದಾಳೆ. ನೀನೆಲ್ಲಿಯಾದರೂ ಮಾಯವಾಗಿ ಹೋಗಬೇಡ,

ಪುಣ್ಯಾತ್ಮ. ನಿನ್ನನ್ನು ಕಟ್ಟಿ ಹಾಕೋದಕ್ಕೆ ಕಂಕಣದ ದಾರ ಇಲ್ಲ ನನ್ನ ಹತ್ತಿರ. ಬೇಕಾದರೆ ಹಂದಿಗೆ ಕಟ್ಟೋ ಹಗ್ಗ ಇದೆ!" ಅದಕ್ಕೆ ಉತ್ತರವಾಗಿ ನಾನು ಅವಳ ಕೊಳಕು ಬುಟ್ಟಿಗೆ ಪತ್ರವೊಂದನ್ನು ತುರುಕಿದೆ. ಮಧ್ಯಾಹ್ನ ಬರೆದದ್ದು. ನನ್ನ ಪ್ರಥಮ ಪ್ರೇಮಪತ್ರ.

ಕಾಡಿನ ಅಂಚನ್ನು ತಲುಪಿದಾಗ, ಕೂಡಲೇ ನಾನು ಟ್ರಕ್ ಅಡಗಿಸಿದ್ದ ಸ್ಥಳಕ್ಕೆ ಹೋಗಲಿಲ್ಲ. ನದಿಯ ತೀರದಲ್ಲಿ ಸೇತುವೆಯವರೆಗೂ ಸುಮ್ಮನೇ ಸುತ್ತಿ ಬಂದೆ. ಪಶ್ಚಿಮದ ನದಿ, ತೀರದಲ್ಲೆಲ್ಲ ಜೊಂಡು ಬೆಳೆದಿದೆ, ಬಾಂಬ್ ಕ್ರೇಟರುಗಳೂ ಹೇರಳವಾಗಿವೆ. ನೀರಿನಲ್ಲಿ ವನಾವೃತ ಪರ್ವತಶ್ರೇಣಿಯ ಬಿಂಬ ಕಾಣುತ್ತದೆ. ಕೊಡಲಿ ಪೆಟ್ಟಿನಿಂದ ಕಟ್ಟಿಗೆಯನ್ನು ಎರಡು ತುಂಡು ಮಾಡಿದಂತೆ ಸೇತುವೆ ಎರಡು ಹೋಳಾಗಿ ಬಿದ್ದಿದೆ. ಮೂರು ಕಮಾನುಗಳು ಧ್ವಂಸವಾಗಿವೆ. ಹಸುರು ಬಣ್ಣದ ಕಲ್ಲು; ನೀರಿನಲ್ಲಿ ಬಿದ್ದರೂ ಕಾಣುತ್ತದೆ. ಕಲ್ಲಿನ ಎರಡು ರಾಶಿಗಳು ಮುಗಿಲನ್ನು ನೋಡುತ್ತ ನಿಂತಿವೆ. ದಡದಲ್ಲಿ ನಿಂತು ಸಂಪೂರ್ಣ ನಾಶವಾದ ಆ ಸೇತುವನ್ನು ಕಂಡಾಗ ಆಲೋಚನಾಪರನಾದೆ. ಎಷ್ಟೊಂದು ಸಾವು – ನೋವುಗಳನ್ನು ನ್ಗ್ವೆಟ್ ಕಂಡಿದ್ದಾಳೆ. ಅವಳು ಶ್ರಮಪಟ್ಟು ಕಟ್ಟಿದ ಸೇತುವೆಯೂ ನುಚ್ಚುನೂರಾಗಿದೆ. ಆದರೂ ಅವಳ ನಂಬಿಕೆಯ ಅಡಿಗಲ್ಲು, ಅಲುಗಿಸಲು ಸಾಧ್ಯವಾಗದಷ್ಟು ಭದ್ರವಾಗಿದೆ. ಬಾಂಬ್ ದಾಳಿಯಿಂದಲೂ ಶಕ್ಯವಾಗಲಿಲ್ಲ, ನನ್ನ ಹೆಸರನ್ನು ಅವಳ ಮನೋಭಿತ್ತಿಯಿಂದ ಅಳಿಸಿಹಾಕಲು, ಅವಳ ಪ್ರೇಮ, ವಿಶ್ವಾಸ ತುಂಬಾ ದೊಡ್ಡದು.

... ಕತೆಗಾರ ಒಮ್ಮೆಲೇ ಮೌನವಾದ, ತನ್ನ ಹೃದಯದ ದನಿಯನ್ನು ತಾನೇ ಕೇಳಲೋ ಎಂಬಂತೆ, ಕೇಳುತ್ತಿದ್ದ ಶ್ರೋತೃವೃಂದವೂ ತುಟಿ ಪಿಟಕ್ಕೆನ್ನಲಿಲ್ಲ, 'ಮುಂದೇನಾಯಿತು'? ಎಂದೂ ಬಾಯ್ಬಿಟ್ಟು ಕೇಳಲಿಲ್ಲ.

ರಾತ್ರಿ ಕೊನೆಗೊಳ್ಳುತ್ತಿತ್ತು. ಜೋಡಿ ಹಕ್ಕಿಗಳು ಕೊನೆಗೂ ಒಂದನ್ನೊಂದು ಕೂಡಿಕೊಂಡವು. ಈಗ ನಿಶ್ಶಬ್ದವಾಗಿವೆ.

ದಿಗಂತವು ತಿಳಿಯಾಗತೊಡಗಿತು. ಮರಗಳ ರೆಂಬೆಯ ಗೋಜಲಿನಿಂದ ಬಿಡಿಸಿಕೊಂಡು ಚಂದ್ರ ಹೊರಬಂದ. ಗುಡಿಸಲಿನ ಮೇಲೆ, ಅಸ್ತವ್ಯಸ್ತವಾದ ರಸ್ತೆಯ ಮೇಲೆ ಧಾರಾಳವಾಗಿ ಬೆಳ್ಳನೆಯ ಬೆಳದಿಂಗಳು ಬಿದ್ದಿತ್ತು. ಮರದ ಎಲೆಗಳು ಬೆಳ್ಳಿಯ ಹಾಳೆಗಳಂತೆ ಕೋರೈಸಿದವು.

ನಿಂಬೆಯ ಹೋಳಿನಂತಿದ್ದ ಚಂದ್ರನನ್ನು ಕಣ್ಣೆತ್ತಿ ನೋಡಿದ ಕತೆಗಾರ ಉಳಿದವರ ಮಧ್ಯೆ ಬಂದು ಮೈಚಾಚಿದ, "ಇನ್ನು ಮಲಗೋಣಪ್ಪ, ನಾಳೆ ಎದ್ದು ಕೆಲಸಕ್ಕೆ ಓಡುವುದು ಇದ್ದೇ ಇದೆಯಲ್ಲ."

ಲೀ ಮಿಂಗ್ ಖ್ಯುಯೆ

ದೂರದ ತಾರೆಗಳು

ನಾವಿಲ್ಲಿ ಮೂವರು ಮಂದಿ ಇದ್ದೇವೆ – ಮೂವರು ಯುವತಿಯರು; ಬೆಟ್ಟದ ಬುಡದಲ್ಲಿರುವ ಗುಹೆಯಲ್ಲಿ ನಮ್ಮ ವಾಸ. ಈ ಗುಹೆಯ ಹೊಸ್ತಿಲಿಗೆ ಅಂಟಿಕೊಂಡೇ ರಸ್ತೆಯೊಂದು ಹಾಯುತ್ತದೆ. ಹಾವಿನಂತೆ ಬೆಟ್ಟವನ್ನು ಬಳಸಿ ಕಡೆಗೆ ಎಲ್ಲೋ ಮಾಯವಾಗುತ್ತದೆ. ಅಸ್ತವ್ಯಸ್ತವಾದ ರಸ್ತೆ – ಬಾಂಬ್ ದಾಳಿಯಿಂದ ನಜ್ಜು ಗುಜ್ಜಾಗಿದೆ. ಕೆಂಪು ಮಣ್ಣು, ಸೀಮೆಸುಣ್ಣದ ಬಣ್ಣದ ಡಾಂಬರು ಇದರ ಮೈಯನ್ನು ಮುಚ್ಚಿದೆ. ಹಸಿರಿನ ಛಾಯೆಯೂ ನೋಡಲಿಕ್ಕೆ ಸಿಕ್ಕುವುದಿಲ್ಲ. ಬೆತ್ತಲೆಯಾದ ಮರಗಳ ಕಾಂಡಗಳು – ಅವುಗಳಲ್ಲೂ ಸುಟ್ಟ ಕಲೆಗಳು – ಅಲ್ಲಲ್ಲಿ ಅಡ್ಡಾದಿಡ್ಡಿ ಬಿದ್ದಿವೆ. ಅವುಗಳ ಬೇರುಗಳು ಹೊರಬಂದು ಕಿತ್ತು ಬಂದ ಕರುಳಿನಂತೆ ಭಾಸವಾಗುತ್ತವೆ. ದೊಡ್ಡ ದೊಡ್ಡ ಬಂಡೆಗಲ್ಲುಗಳು, ಹಳೆಯ ಪೀಪಾಯಿಗಳು. ಟ್ರಕ್ ಭಾಗಗಳು, ಎಲ್ಲವೂ ತುಕ್ಕು ಹಿಡಿದು ನೆಲದಲ್ಲಿ ಅರ್ಧಂಬರ್ಧ ಗೋರಿ ಕಂಡಿವೆ.

ನಮ್ಮ ಕೆಲಸ? ಇಲ್ಲಿ ಇರುವುದು. ಬಾಂಬ್ ಬಿದ್ದಾಗ ಹೊಟ್ಟೆಯ ಮೇಲೆ ತೆವಳುತ್ತ ಬೆಟ್ಟವನ್ನು ಏರಿ ದಾಳಿಯಿಂದ ಉಂಟಾದ ಕಂದಕಗಳನ್ನು ಎಣಿಸುವುದು. ಸಿಡಿಯದ ಬಾಂಬ್‌ಗಳನ್ನು ಪತ್ತೆ ಹಚ್ಚುವುದು, ಅವನ್ನು ಸ್ಫೋಟಿಸುವುದು. ನಮ್ಮನ್ನು 'ರಸ್ತೆ ಸ್ವಯಂಸೇವಕ ದಳದವರು' ಎಂದು ಕರೆಯುತ್ತಾರೆ. ಕೇಳಿದ ತಕ್ಷಣ ಗೌರವ ಹುಟ್ಟುತ್ತೆ ಅಲ್ಲವೆ ? ನಮ್ಮ ಕೆಲಸವೇನೂ ಅಷ್ಟು ಸುಲಭವಲ್ಲ. ಬಾಂಬ್ ದಾಳಿ ನಡೆದಾಗ ಎಷ್ಟೋ ಸಲ ನಾವು ನೆಲದಲ್ಲಿ ಹೂತುಹೋಗುತ್ತೇವೆ. ಆಮೇಲೆ ಗುಡ್ಡವನ್ನು ಇಳಿಯುವಾಗ ನಮ್ಮನ್ನು ನೋಡಬೇಕು – ಮುಖದ ಕಣಕಣವೂ ಮಣ್ಣಿನಲ್ಲಿ ತೊಯ್ದು ಹೋಗಿ ಎರಡು ಕಣ್ಣುಗಳು ಮಾತ್ರ ಪಿಳಿಪಿಳಿ ಮಿನುಗುತ್ತವೆ. ನಕ್ಕಾಗ ಬಿಳಿ ಹಲ್ಲುಗಳ ಸಾಲು ಕಪ್ಪು ಹಿನ್ನೆಲೆಯಲ್ಲಿ ಢಾಳಾಗಿ ಕಾಣುತ್ತದೆ. ಆಗ ಒಬ್ಬರನ್ನೊಬ್ಬರು 'ಕರಿ ದೆವ್ವ' ಅಂತ ಹಾಸ್ಯ ಮಾಡುತ್ತೇವೆ.

ನಮ್ಮನ್ನು ನಿಜವಾದ ಪ್ರೀತಿಯಿಂದ ನೋಡಿಕೊಳ್ಳುತ್ತಿದ್ದಾರೆ. ಆಹಾರದ ದಾಸ್ತಾನು ತಲುಪಿದಾಗ "ನಮ್ಮ ರಸ್ತೆ ಸ್ವಯಂಸೇವಕರಿಗೆ" ಎಂದು ಅತ್ಯುತ್ತಮವಾದದ್ದನ್ನು ಎತ್ತಿಡುತ್ತಾರೆ.

"ಪಾಪ ಆ ಗುಡ್ಡದ ಹತ್ತಿರ ಒಂಟಿಯಾಗಿರ್ತಾರೆ!"

ಅಲ್ಲವೆ ಮತ್ತೆ? ನಮ್ಮ ತಂಡದವರು ಇತ್ತ ಹಾಯುವುದು ಮುಸ್ಸಂಜೆಯ ಹೊತ್ತಿನಲ್ಲಿ ಮಾತ್ರ. ಒಮ್ಮೊಮ್ಮೆ ನಡುರಾತ್ರಿಯೂ ಆಗಬಹುದು. ನಾವು ಮಾತ್ರ ಹಗಲಿಡೀ ಗುಡ್ಡದ ಮೇಲೆಲ್ಲ ಅಡ್ಡಾಡುತ್ತೇವೆ. ತಮಾಷೆಯ ಮಾತಲ್ಲ. ಸಾವಿನೊಂದಿಗೆ ಎಂಥ ಸರಸ? ಸಾವು ಸದಾ ಹೊಂಚು ಹಾಕುತ್ತಿರುತ್ತದೆ – ಬಾಂಬ್ ಷೆಲ್‌ಗಳ ಗರ್ಭದಲ್ಲಿ. ನೋಡಿ, ನನ್ನ ಕಾಲಿನಲ್ಲಿ ಉಂಟಾದ ದೊಡ್ಡ ಗಾಯ ಇನ್ನೂ ಪೂರ್ಣ ಮಾಸಿಲ್ಲ. ಆಸ್ಪತ್ರೆಗೆ ಹೋಗುವ ಪ್ರಶ್ನೆಯೇ ಇಲ್ಲ. ಹತ್ತಿರ ಆಸ್ಪತ್ರೆ ಇದ್ದರಲ್ಲವೆ? ಆದರೆ ಪ್ರತಿಯೊಂದಕ್ಕೂ ಒಳ್ಳೆಯ ಮುಖವೊಂದು ಇದೆಯಷ್ಟೆ? ನೀವೇ ಹೇಳಿ, ಹೊಗೆಯಾಡುವ ಭೂಮಿ, ನಡುಗುವ ಗಾಳಿ, ಹತ್ತಿರದಲ್ಲೇ ಗರ್ಜಿಸುತ್ತ ಬಾನಿನಲ್ಲಿ ಲಯವಾಗಿ ಹೋಗುವ ವಿಮಾನಗಳು – ಇವೆಲ್ಲ ಬೇರೆಲ್ಲಿ ನೋಡಲು ಸಿಕ್ಕಬೇಕು? ನರಗಳೇನು ಉಕ್ಕಿನವೆ ಆಯಾಸವಾಗದಿರಲು? ಆಗುತ್ತದೆ. ಎದೆ ಹುಚ್ಚು ಹುಚ್ಚಾಗಿ ಹಾರುತ್ತದೆ, ಕಾಲಿನ ಮಂಡಿಗಳಲ್ಲಿ ನಡುಕ ಬರುತ್ತದೆ. ಯಾವ ಕ್ಷಣದಲ್ಲಿ ಎಲ್ಲಿ ಹುದುಗಿದ್ದ ಬಾಂಬ್ ಹಿಡಿಯುತ್ತದೋ? ಯಾವಾಗ ಆದರೇನು? ಒಮ್ಮೆ ಅದು ಸಿಡಿಯಲೇಬೇಕು. ಕಡೆಗೆ ಕೆಲಸವೆಲ್ಲ ಮುಗಿದಾಗ ಸುತ್ತಲೂ ಒಂದು ನೋಟ ಹಾಯಿಸಿ, ನಿಡಿದಾದ ಉಸಿರು ಬಿಟ್ಟು ಮತ್ತೆ ತೆವಳುತ್ತ ಗುಹೆಯೊಳಕ್ಕೆ ಸೇರಿಕೊಳ್ಳುತ್ತೇವೆ. ಹೊರಗೆ ಮೂವತ್ತು ಡಿಗ್ರಿ ಸೆಲ್ಸಿಯಸ್ ತಾಪಮಾನ. ಒಳಗಡೆ ಬೇರೆಯೇ ಆದ ಇನ್ನೊಂದು ಲೋಕ. ಚಳಿಗೆ ನಡುಗುವಂತಾಗುತ್ತದೆ. ತಲೆಯೆತ್ತಿ ಕಿತ್ತಲಿಯಿಂದ ನೀರನ್ನು ಗಟಗಟ ಕುಡಿಯುತ್ತೇವೆ. ಸಿಹಿಯಾದ ಚಿಲುಮೆಯ ನೀರು. ಒದ್ದೆಯಾದ ನೆಲದ ಮೇಲೆ ಅಡ್ಡಾಗಿ ಕಣ್ಮುಚ್ಚುತ್ತೇವೆ. ಟ್ರಾನ್ಸಿಸ್ಟರ್ ರೇಡಿಯೋ ಇಂಪಾದ ಸಂಗೀತ ಹಾಡುತ್ತದೆ. ನಮ್ಮ ಗಮನ ಒಮ್ಮೊಮ್ಮೆ ಅದರ ಕಡೆ ಹೋಗುತ್ತದೆ. ಉಳಿದ ಹೊತ್ತೆಲ್ಲ ಕನಸು ಕಾಣುತ್ತ ಮಲಗಿರುತ್ತೇವೆ.

ಭಾರೀ ಕದನವೊಂದು ಆರಂಭವಾಗಲಿದೆಯಂತೆ. ರಾತ್ರಿಯಿಡೀ ಅಡೆತಡೆ ಇಲ್ಲದೆ ವಾಹನಗಳು ಸಾಲುಸಾಲಾಗಿ ಹರಿದುಹೋಗುತ್ತವೆ. ಹಿಂದೆಲ್ಲ ರಾತ್ರಿ ನಿದ್ದೆ ಬರುತ್ತಿತ್ತು. ಈಗಿಲ್ಲ. ಹೊರಬಂದು ಮಣ್ಣು ಗೋರುತ್ತ ಹಾಯುವ ಟ್ರಕ್ ಚಾಲಕರೊಂದಿಗೆ ಚಟಾಕಿ ಹಾರಿಸಿ ನಗುತ್ತೇವೆ. ನಾವು ಎಂದರೆ ಮೂವರೂ ಅಲ್ಲ. ಒಬ್ಬಳು ಒಳಗೇ ಉಳಿಯಬೇಕು – ಟೆಲಿಫೋನ್ ಬಳಿ. ಮಧ್ಯಾಹ್ನ, ಅಪರೂಪದ ಶಾಂತಿ. ನಾನು ಗವಿಯ ಬಂಡೆಗಲ್ಲೊಂದಕ್ಕೆ ಒರಗಿಕೊಂಡು ಕೂರುತ್ತೇನೆ. ಮೆಲ್ಲನೆ ಹಾಡೊಂದನ್ನು ಗುಣುಗುಣಿಸುತ್ತೇನೆ. ಹಾಡುವುದು ನನಗಿಷ್ಟ. ಯಾವುದೋ ರಾಗ ಕುರುಕುತ್ತ ನಾನೇ ಪದ ಜೋಡಿಸುತ್ತೇನೆ.

ನಾನು ಹನಾಯ್‌ಯವಳು. ಅಂಥ ಕುರೂಪಿಯಲ್ಲ. ಮೃದುವಾದ ದಟ್ಟ ಕೂದಲು; ನೀಳವಾದ ಕತ್ತು, ಕಣ್ಣುಗಳು... ಟ್ರಕ್ ಚಾಲಕರು ಅಂತಾರೆ: "ಎಷ್ಟು ದೂರದ ನೋಟ!" ದೂರದ ನೋಟವೆ? ಎಷ್ಟು ದೂರ – ಎಲ್ಲಿಯವರೆಗೆ? ನಿಜ ಹೇಳಬೇಕು ಅಂದರೆ ನನ್ನ ಕಣ್ಣುಗಳನ್ನು ಕನ್ನಡಿಯಲ್ಲಿ ನೋಡಿಕೊಳ್ಳುವುದೇ ನನಗೊಂದು ಮೋಜು. ಬಾದಾಮಿಯ ಆಕಾರ, ಕಪ್ಪು ಪಾಪೆಗಳು, ಬಿಸಿಲಿನಲ್ಲಿ ಸಂಕುಚಿತಗೊಂಡಂತೆ ಕೊಂಚ ಕಿರಿದಾದ ರೆಪ್ಪೆಗಳು.

ಈ ಟ್ರಕ್ ಚಾಲಕರು, ತಂಡದ ಇತರ ಕೆಲಸಗಾರರು, ಇವರೆಲ್ಲ ಮೂರನೆಯವರ ಮೂಲಕವೋ ಉದ್ದುದ್ದ ಪತ್ರಗಳ ಮುಖೇನವೋ ನನ್ನ ಬಗ್ಗೆ ತಿಳಿದುಕೊಳ್ಳಲು ಬಯಸುತ್ತಾರೆ. ಯಾಕೋ? ಅಲ್ಲ, ನಾವೇನು ಊರುಮಾರು ದೂರದಲ್ಲಿದ್ದೇವಾ? ದಿನಾಲೂ ಈ ಕಡೆಯೇ ಹಾದು ಬರಬೇಕು ಅವರು, ಮುಖಕ್ಕೆ ಮುಖ ಕೊಟ್ಟು ಮಾತಾಡಬಹುದು. ನಿಜ; ನಾನು

ಹಾಗೆ ಮುಂಬರಿದು ಹೋಗುವ ಸ್ವಭಾವದವಳಲ್ಲ. ನನ್ನ ಸಂಗಡಿಗರಿಬ್ಬರೂ ಸಾತ್ವಿಕ ಡ್ರೈವರ್ ಒಬ್ಬನೊಂದಿಗೆ ಹರಟೆ ಕೊಚ್ಚುವಾಗ ನಾನು ಮೌನವಾಗಿರುತ್ತೇನೆ. ನನ್ನ ತೋಳುಗಳನ್ನು ಕತ್ತರಿ ಮಾಡಿ ದೂರ ಎಲ್ಲೋ ನೋಡುತ್ತ ತುಟಿಕಚ್ಚಿ ಸುಮ್ಮನಿರುತ್ತೇನೆ. ಇದೆಲ್ಲ ನಟನೆ ಮಾನದಾಳದ ಗುಟ್ಟು ನನಗೇ ಗೊತ್ತು – ಸಮವಸ್ತ್ರದಲ್ಲಿ ಠಾಕುಠೀಕಾಗಿ ಓಡಾಡುವ ಇವರು, ನಕ್ಷತ್ರವುಳ್ಳ ಟೋಪಿಯನ್ನು ಧರಿಸುವ ಈ ಯುವಕರು ಎಲ್ಲರಿಗಿಂತ ಚೆಲುವರು, ಧೀರರು, ಬುದ್ಧಿವಂತರು, ಒಳ್ಳೆಯವರು ಎಂದುಕೊಳ್ಳುತ್ತೇನೆ.

ಇದನ್ನು ನಾನು ಯಾರಿಗೂ ಬಾಯ್ಬಿಟ್ಟು ಹೇಳಿಲ್ಲ. ಆದರೂ ಆ ಯುವಕರೆಲ್ಲ ನನ್ನೊಂದಿಗೆ ಗೌರವಪೂರ್ವಕವಾಗಿ, ಹೃದಯಪೂರ್ವಕವಾಗಿ ಮಾತಾಡುತ್ತಾರೆ.

"ಅದೇನು ವಿಶೇಷ ಅಲ್ಲ ಬಿಡು" ಅಂತ ನನ್ನ ಇಬ್ಬರೂ ಒಡನಾಡಿಗಳು ಹೇಳುತ್ತಾರೆ; "ನೀನು ಸೊಗಸಾಗಿ ಹಾಡ್ತೀಯ, ಒಳ್ಳೇ ರೂಪವತಿ. ಅಷ್ಟೇ ಯಾಕೆ, ನೀನು ಬಾಂಬ್ ನಾಶ ಮಾಡೋದ್ರಲ್ಲಿ ದೈತ್ಯಳು," ಎನ್ನುತ್ತಾರೆ. ಅವರು ಹೇಳುವುದೆಲ್ಲ ಪೂರ್ತಿ ನಿಜವಲ್ಲ, ಬಿಡಿ.

ಹೊರಗಡೆ ಗಾಢ ಮೌನ, ಹತ್ತು ತಾಸುಗಳಿಂದ ಒಂದೇ ಒಂದು ವಿಮಾನದ ಸದ್ದೂ ಕೇಳಿಲ್ಲ, ದಕ್ಷಿಣದಲ್ಲೆಲ್ಲೋ ದಾಳಿ ನಡೆದಿದೆ. ಆ ದಿಕ್ಕಿನಿಂದ ಗರ್ಜನೆ ಕೇಳುತ್ತದೆ ಆಗಾಗ. ಇದೇನು ಒಳ್ಳೆಯದರ ಸೂಚನೆ ಅಲ್ಲ, ಈ ಮೌನ, ಸೂರ್ಯನ ಬೆಳಕು ಕೋರೈಸುತ್ತದೆ. ಗಾಳಿಯ ತೇವ ಕಮ್ಮಿಯಾಗುತ್ತಿದೆ. ಆದರೆ ಗವಿಯಲ್ಲಿ ಕೊರೆಯುವ ಚಳಿ.

ನೊ ದಿಂಬಿನ ಚೀಲದ ಮೇಲೆ ಕಸೂತಿ ಹಾಕುತ್ತಾಳೆ. ಇಲ್ಲಿ ನಮ್ಮೆಲ್ಲರಿಗೂ ಒಂದೊಂದು ಹವ್ಯಾಸ. ಥಅ ಒಂದು ಪುಟ್ಟ ಪುಸ್ತಕದಲ್ಲಿ ತಾನು ಕೇಳಿದ ಗೀತೆಗಳನ್ನೆಲ್ಲ ಬರೆದಿಟ್ಟು ಕೊಳ್ಳುತ್ತಾಳೆ. ಅವರಿಬ್ಬರೂ ಹರಟೆ ಹೊಡೆದಾಗ ನಾನು ಕಿವುಡಿಯಾಗಿ ಕೂರುತ್ತೇನೆ. ಆದರೆ ಈ ಮಾತುಗಳು ನನ್ನನ್ನು ತಟ್ಟಿ ಎಬ್ಬಿಸುತ್ತವೆ. "ಇದು ಮುಗಿಯೋದಾದರೂ ಯಾವಾಗ ?" ಹಾಗಂದದ್ದು ನೊ.

"ಏನು?" ಥಅ ಪ್ರಶ್ನಿಸುತ್ತಾಳೆ, ತಲೆಯೆತ್ತದೆ. ಆದರೆ ಧ್ವನಿಯಲ್ಲಿ ಆಶ್ಚರ್ಯವಿದೆ.

ನೊ ಆಕಳಿಸುತ್ತಾಳೆ. ಉತ್ತರಿಸುವುದಿಲ್ಲ. ಅದರ ಅರ್ಥವೇನು ಎಂದು ನನಗೆ ಗೊತ್ತು. ಯುದ್ಧವೆಲ್ಲ ಮುಗಿದ ಮೇಲೆ ಜಲ – ವಿದ್ಯುಚ್ಛಕ್ತಿ ಕೇಂದ್ರವೊಂದರಲ್ಲಿ ನೊ ಕೆಲಸಕ್ಕಾಗಿ ಬರೆದುಕೊಳ್ಳುತ್ತಾಳೆ. ಅಲ್ಲಿ ಬೆಸುಗೆ ಹಾಕುವ ಕೆಲಸ. ಕಾರ್ಖಾನೆಯ ವಾಲಿಬಾಲ್ ತಂಡಕ್ಕೆ ಸದಸ್ಯೆಯಾಗುತ್ತಾಳೆ. ಯಾರಿಗೆ ಗೊತ್ತು, ರಾಷ್ಟ್ರೀಯ ಮಟ್ಟದ ಆಟಗಾತಿಯಾದರೂ ಆಗಬಹುದು.

ಥಅಗೆ ವೈದ್ಯಕೀಯದಲ್ಲಿ ಆಸಕ್ತಿ. ಅವಳ ಗಂಡ ಒಬ್ಬ ಕ್ಯಾಪ್ಟನ್ ಆಗಿರಬೇಕಂತೆ. ಸದಾ ಕೆಲಸಕ್ಕಾಗಿ ಮನೆಯಿಂದ ಹೊರಗಿದ್ದು ಆಗಾಗ ಮಾತ್ರ ಮನೆಗೆ ಬರುತ್ತಾನೆ. ಆ ಕಿವಿಯಿಂದ ಈ ಕಿವಿಯವರೆಗೆ ಸೊಗಸಾದ ಕಪ್ಪು ಗಡ್ಡ ಬೆಳೆಸಿರುತ್ತಾನೆ. ಸದಾ ಇವಳ ಕಾಲಡಿಯಲ್ಲಿರುವ ದಾಸ ಅವಳಿಗೆ ಬೇಡವಂತೆ. ಹಾಗಿದ್ದರೆ ಪ್ರೇಮದ ಸವಿಯೆಲ್ಲ ಬತ್ತಿ ಹೋಗುತ್ತದೆಯಂತೆ. ನನಗೂ ಭವಿಷ್ಯದ ಬಗ್ಗೆ ಮಾತಾಡಲು ಇಷ್ಟ. ದೊಡ್ಡ ಯೋಜನೆಗಳು. ಏನಾಗಬೇಕು ನಾನು ? ವಾಸ್ತುಶಿಲ್ಪಿ ? ಸೊಗಸಾದ ಕಲ್ಪನೆ. ಮಕ್ಕಳ ಚಲನಚಿತ್ರದಲ್ಲಿ ಹಿನ್ನೆಲೆ ಧ್ವನಿ ನೀಡುವ ಕೆಲಸವೋ ? ಗಣಿ ಕೆಲಸದಲ್ಲಿ ಕ್ರೇನ್‌ನ ನಿರ್ವಾಹಕಿಯಾದರೆ ? ಸಂತೋಷ ನಾವು ಪಡಕೊಂಡಲ್ಲಿದೆ. ನನ್ನ ಉತ್ಸಾಹ, ಪ್ರತಿಭೆಯನ್ನು ಎಲ್ಲಾದರೂ ಹೊರಸೂಸಬಲ್ಲೆ. ಇಲ್ಲಿ, ಬೆಟ್ಟದ ಮೇಲೆ ಮಾಡುತ್ತಿಲ್ಲವೆ ? ಈ ಬೆಟ್ಟ ನಮ್ಮೆಲ್ಲರೆದೆಯ ಕನಸುಗಳ ತೂಗುದೊಟ್ಟಿಲು.

ಅದೆಲ್ಲ ಆಮೇಲೆ – ಯುದ್ಧ ಮುಗಿದಾಗ; ನಾವು ರಕ್ಷಿಸುತ್ತಿರುವ ಈ ರಸ್ತೆಗೆ ನಯವಾದ

ಡಾಂಬರು ಬಂದಾಗ, ಹೈ ಟೆನ್ಷನ್ ತಂತಿಗಳು ಕಾಡಿನ ಮೂಲೆಗಳಲ್ಲಿ ಹಬ್ಬಿದಾಗ, ಮರದ ದಿಮ್ಮಿಗಳನ್ನುರುಳಿಸುವ ಕಾರ್ಯ ಹಗಲು ರಾತ್ರಿ ನಡೆದಾಗ.

ಪುಟ್ಟ ದಿಂಬಿನ ಬಿಳಿ ಮೇಲುಹೊದಿಕೆಯ ಮೇಲೆ ನೊ ಹೂಗಳನ್ನು ಬಿಡಿಸುತ್ತಾಳೆ. ದಟ್ಟವಾದ ಬಣ್ಣಗಳನ್ನು ತುಂಬಿಸುತ್ತಾಳೆ. ಕಸೂತಿಯ ಎಳೆಗಳು ತೀರಾ ದಪ್ಪ. ಹಾಗೇಂತ ನಾನು ಹೇಳಿದರೆ ಅವಳು ಒಪ್ಪುವುದಿಲ್ಲ. ನಮ್ಮಿಬ್ಬರ ಟೀಕೆ ಅತಿಯಾಯಿತೆಂದರೆ ಅವಳು ದಾರವನ್ನು ಹಲ್ಲಿನಿಂದ ಕಡಿದು ಕೈಗೆ ಸುತ್ತಿಕೊಳ್ಳುತ್ತ ಅನ್ನುತ್ತಾಳೆ :

"ನಿಮ್ಮಂಥ ಮಂದ ದೃಷ್ಟಿಯ ಜನರಿಗೆ ಎದ್ದು ಕಾಣಲೀಂತ ಹಾಗೆ ಮಾಡಿದೀನಿ ಅಷ್ಟೆ!"

ಏನೇ ಆಗಲಿ, ಆ ಹುಡುಗಿಯಲ್ಲಿ ನಾವೀನ್ಯವಿದೆ. ಮುದ್ದು ಮುಖ. ಸದಾ ಹಸನ್ಮುಖಿ. ಅಷ್ಟೇ ಮೊಂಡು. ಅಪರೂಪದ ವ್ಯಕ್ತಿ, ಅಲ್ಲವಾ? ಇಲ್ಲಿಗೆ ಬಂದಾಗಿನಿಂದ ಇವಳ ಜತೆ ಇದೀನಿ. ಬಂದ ಹೊಸತರಲ್ಲಿ ಇದೆಲ್ಲ ವಿಚಿತ್ರ ಅನ್ನಿಸ್ತಿತ್ತು. ಮಣ್ಣು ಹೊರಬೇಕಾದಾಗ ಆಶ್ಚರ್ಯದಿಂದ ಕೇಳಿದ್ದೆ.

"ಏನು ? ಸ್ವಯಂಸೇವಕರು ಮಾಡೋ ಕೆಲ್ಸ ಇದೇ ಏನು ? ಮಣ್ಣು ಹೊರೋದು ?"

ಸ್ವಯಂಸೇವಕರು ಭುಜದ ಮೇಲೆ ಕೋವಿಯನ್ನು ಹೊತ್ತು ಶಿಸ್ತಾಗಿ ನಡೆದು ಹೋಗುತ್ತಾರೆ; ಕಾಡಿನಲ್ಲೆಲ್ಲ ಅವರ ಕಾಲಿನ ಲಯಬದ್ಧವಾದ ತುಡಿತದ ಸದ್ದು ಮೊಳಗುತ್ತವೆ; ಆಗಾಗ ಚುಟುಕಾಗಿ ಪರಸ್ಪರ ಸಂಭಾಷಣೆ ಮಾಡಿಕೊಳ್ಳುತ್ತ ಸಾಗುತ್ತಾರೆ – ಎಂದೆಲ್ಲ ಕಲ್ಪಿಸಿಕೊಂಡಿದ್ದ ನನಗೆ ಪಿಚ್ ಅನ್ನಿಸಿತು.

ಆದರೂ ಮಣ್ಣು ಹೊರುವುದಕ್ಕೆ ನಾನು ಹೋದೆ ಅನ್ನಿ; ಆನಂತರ ಅದೊಂದು ಅಭ್ಯಾಸವಾಯಿತು.

ಒಮ್ಮೊಮ್ಮೆ ಊಟದ ವೇಳೆಯಲ್ಲಿ ತುಂಬಾ ಕಷ್ಟವಾಗುತ್ತಿತ್ತು – ಬರೀ ಅನ್ನ, ಮೇಲೋಗರವೇನೂ ಇಲ್ಲದೆ ಅದನ್ನು ತಿನ್ನುವುದಾದರೂ ಹೇಗೆ? ಗಂಡಸರೆಲ್ಲ ನಮ್ಮನ್ನು ಕನಿಕರದಿಂದ ಕಾಣುತ್ತಿದ್ದರು. ಮೊದಲ ಸಲ ಬಾಂಬ್ ದಾಳಿಯಾದಾಗ ನಮ್ಮಲ್ಲಿ ಕೆಲವರು ಮೂರ್ಛೆ ಹೋಗಿದ್ದೆವು.

ಈಗ ಅದೆಲ್ಲ ರೂಢಿಯಾಗಿದೆ.

ನೊ ಇಲ್ಲಿಗೆ ಬಂದ ಬಳಿಕ ಬಂದವಳು ನಾನು. ಶಿಬಿರದ ಹಿಂದೆ ಮರದ ದಿಮ್ಮಿಯೊಂದಕ್ಕೆ ಒರಗಿ ಕೂತಿದ್ದೆ ಅವತ್ತು. ಮನಸ್ಸೆಲ್ಲ ಖಾಲಿಯಾಗಿತ್ತು. ಆಗ ನೊ ಬಂದಳು. ನದಿಯಲ್ಲಿ ಮಿಂದಿದ್ದಳೆಂದು ತೋರುತ್ತದೆ, ಕೂದಲಿನಿಂದ ನೀರು ತೊಟ್ಟಿಕ್ಕುತ್ತಿತ್ತು. ಹಣೆಯ ಮೇಲೆ ಹರಿದು ಮೂಗಿನ ತುದಿಯಿಂದ ಹನಿಹನಿ ಒಸರುತ್ತಿತ್ತು. ಓ, ಇಲ್ಲಿ ನೀರಿಗೇನೂ ಬರವಿಲ್ಲ ಅಂತ ಕಾಣುತ್ತೆ; ಈಜಾಟಕ್ಕೂ ಅವಕಾಶ ಇರಬಹುದು. ನನ್ನನ್ನು ನೋಡಿ ನೊ ಹತ್ತಿರ ಬಂದಳು. ಒದ್ದೆಯಾದ ಟವೆಲನ್ನು ಹಿಂಡುತ್ತ ನನ್ನನ್ನು ಅಡಿಯಿಂದ ಮುಡಿಯವರೆಗೆ ನೋಡಿದಳು. ನನ್ನ ಕ್ಯಾನ್‌ವಾಸ್ ಷೂಗಳಿಗೆ ಅಂಟಿದ್ದ ಮಣ್ಣನ್ನು ನಾನು ದಿಮ್ಮಿಗೆ ಒರಸುತ್ತಿದ್ದೆ. ಅವಳು ಕೇಳಿದಳು :

"ಯಾವ ಯೂನಿಟ್‌ನಿಂದ ಬಂದಿದ್ದೀಯ ? ನಿನ್ನ ಹೆಸರೇನು ? ಯಾವ ಊರು ?"

ಷೂ ಒರೆಸುವುದನ್ನು ನಿಲ್ಲಿಸಿದೆ. ಜಾಗೃತಳಾದೆ. ಶಾಲೆಯಲ್ಲಿ ಮಿಲಿಟರಿ ಶಿಕ್ಷಣ ಪಡೆದಾಗ ಕುಸ್ತಿ ವಿದ್ಯೆಯನ್ನೂ ಕಲಿತಿದ್ದೆ. ಸೊಂಟದ ಮೇಲೆ ಕೈ ಊರಿ ಸ್ವರಕ್ಷಣಾ ಭಂಗಿಯಲ್ಲಿ ನಿಂತೆ, 'ನಾನು ಇವಳನ್ನು ಹೊಡೆದು ಉರುಳಿಸಬೇಕೆ? ಅವಳೂ ಹೋರಾಟಕ್ಕಿಳಿದರೆ? ಎಂಥ

ಪೆಟ್ಟುಕೊಡ್ತೀನಿ ಅಂದ್ರೆ... ಕೈಮೇಲೆ ಒಂದು ನಿರ್ದಿಷ್ಟ ಜಾಗವನ್ನು ಅದುಮಿ ಹಿಡೀಬೇಕು. ತುಂಬಾ ಕಮ್ಮಿ ಒತ್ತಡ ಸಾಕು.'

ಆದರೆ ಅವಳಾಗಲೇ ಹೊರಟುಬಿಟ್ಟಿದ್ದಳು. ಜೇಬಿನಲ್ಲಿ ಕೈ ತೂರಿಸಿ ಒಳಗೆ ಹೋಗುತ್ತ ನನ್ನನ್ನೂ ಕಣ್ಸನ್ನೆಯಿಂದಲೇ ಕರೆದಳು. ಅವಳ ಹಿಂದೆ ಹೋಗದೆ ನನಗೆ ನಿರ್ವಾಹವಿಲ್ಲ.

ಆ ಬಳಿಕ ಒಬ್ಬರ ಮೇಲೆ ಒಬ್ಬರು ನಿಗಾ ಇಟ್ಟಿದ್ದೆವು. ನಿಧಾನವಾಗಿ ಪರಸ್ಪರ ಅರ್ಥ ಮಾಡಿಕೊಂಡೆವು. ಯಾವಾಗ ಗೆಳತಿಯರಾದೆವೋ ಗೊತ್ತಿಲ್ಲ. ನಮ್ಮಿಬ್ಬರಿಗೂ ಹದಿನಾರು ವರ್ಷ ವಯಸ್ಸು. ಆದರೂ ಹೊಸಬಳೊಂದಿಗೆ ಮುಖಾಮುಖಿಯಾದಾಗ ಹಳಬಳೊಬ್ಬಳು ಕೊಂಚ ಜಂಭದಿಂದ ವರ್ತಿಸಿದರೆ ಅದರಲ್ಲೇನೂ ವಿಶೇಷವಿಲ್ಲ. ನನಗೆ ಅವಳನ್ನು ಕಂಡು ಪ್ರೀತಿ ಮೊಳೆಯಿತು. ಕೌತುಕಕಾರಿ ವ್ಯಕ್ತಿತ್ವ. ಯುವಕರಿಗೆ ಗೊತ್ತು – ಅವಳಿಗೆ ತೀರಾ ಸನಿಹ ವಾಗುವುದು ಒಳ್ಳೆಯದಲ್ಲ ಎಂದು. ಆದರೂ ಯಾರಾದರೂ ಛೇಡಿಸಿದರೆ ಅವಳು ಬೇಡ ಎನ್ನುವುದಿಲ್ಲ.

ನನ್ನ ಹಾಗೇ ಅವಳಿಗೂ ಸ್ವಚ್ಛಂದ ಜೀವನ ಇಷ್ಟ. ನಾವು ಆಗಾಗ ಮಾತಾಡಿ ಕೊಳ್ಳುತ್ತೇವೆ: "ಪ್ರೇಮಿಸುವುದೇನೋ ಒಪ್ಪಿಗೆ. ಆದರೆ ಮದುವೆ? ಬೇಡಪ್ಪ! ಒಳ್ಳೆ ಫಜೀತಿ! ಮಕ್ಕಳ ಬಟ್ಟೆಗಳು, ಹಾಸಿಗೆ–ಹೊದಿಕೆ, ಸೊಳ್ಳೆ ಪರದೆ, ಅಡುಗೆ, ಮನೆ ಕೆಲಸ... ಇನ್ನೂ ಏನೇನು? ಆಮೇಲೆ ಸುತ್ತಾಡಿ ಬರೋದಕ್ಕೆ ವೇಳೆಯಿರೋಲ್ಲ. ಅದೇ ಒಬ್ಬ ಗೆಳೆಯ ನಾದರೋ? ನಮ್ಮನ್ನು ಸಿನಿಮಾಗೆ ಕರೆದೊಯ್ಯುತ್ತಾನೆ. ನಾವು ಕೋಪದಿಂದ ವರ್ತಿಸಿದಾಗ ರಮಿಸುತ್ತಾನೆ. ನಮಗೆ ಎಷ್ಟು ಬೇಕೋ ಅಷ್ಟು ಓದಿಕೊಳ್ಳಬಹುದು."

ನೊ ಳಿಗೆ ಗೆಳೆಯ ಇದ್ದಾನೆ ಒಬ್ಬ. ಯಂತ್ರಶಿಲ್ಪಿ. ಪದೇಪದೇ ಪತ್ರ ಬರೆಯುತ್ತಿರುತ್ತಾನೆ. "ಏನೇ ಆದರೂ ಹನಾಯ್‌ನಲ್ಲಿ ಬಿಡುವಿನ ವೇಳೆಗೆ ಬರವಿಲ್ಲ..." ಎಂದು ಕಾರಣ ಕೊಡುತ್ತಾನೆ. ನೊ ಎರಡು ವರ್ಷದ ಪುಟ್ಟ ಮಗುವಾಗಿದ್ದಾಗ ತೆಗೆದ ಛಾಯಾಚಿತ್ರವೊಂದು ಅವನ ಬಳಿಯಿದೆ; ಪುಟಾಣಿ ಹುಡುಗಿಯೊಬ್ಬಳು ಪ್ಯಾಂಟ್ ಧರಿಸಿಕೊಂಡಿದ್ದಾಳೆ. ಕಪ್ಪು ಮೇಲುವಸ್ತ್ರ. ಬಟ್ಟೆಯ ಟೊಪ್ಪಿಗೆ – ಅದಕ್ಕೆ ಅಗಲವಾದ ಅಂಚು. ತೂಗುಪಟ್ಟಿಗಳು. ಕೈಯಲ್ಲಿ ಯಾವುದೋ ಕಾಡುಹೂಗಳ ಗೊಂಚಲು. ಹಿಂಬದಿಯಲ್ಲಿ ನೂರುವರ್ಷ ವಯಸ್ಸಾದ ಮುದಿಮರ. ಅವನ ಬರವಣಿಗೆಯ ತುಣುಕೊಂದನ್ನು ನಾನು ಪದೇ ಪದೇ ಓದಿದ್ದೇನೆ – "ನಾನು ಚೆನ್ನಾಗಿದ್ದೇನೆ. ನನಗೆ ಫುಟ್‌ಬಾಲ್ ಇಷ್ಟ. ನಾನು ದೃಢಕಾಯನಾಗುತ್ತಿದ್ದೇನೆ! ನೀನು ಎರಡು ವರ್ಷದ ಮಗುವಾದಾಗ ಹೇಗಿದ್ದೆ ಎಂಬುದು ನನಗೆ ಗೊತ್ತು. ಈಗ ಹೇಗಿರುವಿಯೋ ತಿಳಿಯದು. ಫೋಟೋ ನೋಡುತ್ತ ನನಗೆ ನಾನೇ ಅಂದುಕೊಳ್ತೀನಿ: 'ಇದು ನೀನೇ' ಕೈಯಲ್ಲಿ ಹೂ ಇಟ್ಟುಕೊಂಡು ಪುಟ್ಟ ಮಗುವಾಗಿ. ನಿನ್ನನ್ನ ಕರ್‍ಕೊಂಡು ಹೋಗಿ ಚಾಕಲೇಟು ಕೊಡಿಸ್ತೀನಿ. ಎಲ್ಲಿಗೆ ಹೋಗ್ಬೇಕೂಂತ ಕೇಳ್ತೀನಿ. ನೀನು ಎಲ್ಲಿಗೆ ಅಂತ ಹೇಳು. ನಾನು ನಿನ್ನ ಮಾಮ. ಅಲ್ಲಿಗೆ ಕರ್‍ಕೊಂಡು ಹೋಗ್ತೀನಿ..."

ತಮಾಷೆ ಅಲ್ವಾ? ಆದರೆ ನಗಬೇಕು ಅನಿಸುವುದಿಲ್ಲ ನಮಗೆ ಯಾರಿಗೂ. ಉತ್ತರ ದಿಕ್ಕಿನ ಕಡೆ ದಿಟ್ಟಿಸುತ್ತೇವೆ – ಹತಾಶ ಚಹರೆಯನ್ನು ಹೊತ್ತು. ಅಲ್ಲಿದೆ ಹನಾಯ್. ನಾನು ಎಷ್ಟೋ ದಿನಗಳ ಹಿಂದೆ ಬಿಟ್ಟು ಬಂದ ಹನಾಯ್ ಅಲ್ಲಿದೆ. ಅಲ್ಲಿಂದ ದೂರ ಈ ಗುಡ್ಡದಲ್ಲಿ ಬದುಕುವಾಗಲೂ ನಮಗೆ ಹನಾಯ್‌ನ ನೆನಪು ನಿತ್ಯ ಹಸಿರು.

ಒಂದು ಹಳೆ ಮನೆಯಿದೆ ಅಲ್ಲಿ. ಅದಕ್ಕೆ ಮಹಡಿಕೋಣೆಯಿದೆ. ಉದ್ದಕ್ಕೂ ಮರಗಳಿರುವ

ಓಣಿಯೊಂದರ ತುದಿಯಲ್ಲಿದೆ ಆ ಮನೆ. ಅದರಲ್ಲೇ ನಾನು ವಾಸವಾಗಿದ್ದುದು. ರಾತ್ರಿ ಕಿಟಿಕಿಯ ಅಂಚಿನಲ್ಲಿ ಕುಳಿತು ಕಪ್ಪಾದ ಭಾವಣಿಯನ್ನೇ ದಿಟ್ಟಿಸುತ್ತ ನಾನು ಹಾಡುತ್ತಿದ್ದೆ. ಒಂದಾದ ಮೇಲೊಂದು ಹಾಡು, ಅದೂ ಗಟ್ಟಿಯಾಗಿ. ನನ್ನ ನೆರೆಯವನು ಒಬ್ಬ ವೈದ್ಯ. ರಾತ್ರಿ ನಿದ್ರೆ ಬರುತ್ತಿರಲಿಲ್ಲ ಆತನಿಗೆ. ದೀಪ ಹತ್ತಿಸಿ ನನ್ನನ್ನು ಎಚ್ಚರಿಸುತ್ತಿದ್ದ. ತಿಂಗಳಿಗೆ ಇಪ್ಪತ್ತು ಸಲ ಹೀಗಾಗುತ್ತಿತ್ತು. ನಾನು ಅವನು ನಿದ್ದೆ ಹೋಗುವತನಕ ಕಾದಿರುತ್ತಿದ್ದೆ. 'ನಗರದ ರಾತ್ರಿಗಳ ಪ್ರಶಾಂತತೆ, ಅಗಾಧತೆಗಳು ನನಗೆ ಮಾತ್ರ ಗೊತ್ತು. ನನ್ನ ಕಣ್ಮುಂದೆ ತೇಲುವ ಸುಂದರ ಚಿತ್ರಗಳ ಕಲ್ಪನೆಯಾದರೂ ಇದ್ದೀತಾ ಅವನಿಗೆ? ಗೊರಕೆ ಹೊಡೆಯುತ್ತ ಕೆಟ್ಟ ಕನಸು ಕಾಣುವವನಿಗೆ?' ಎಂದುಕೊಳ್ಳುತ್ತಿದ್ದೆ. ಒಂದು ಸಲ ಹಾಡುವ ಉತ್ಸಾಹದ ಫಲವಾಗಿ ಎತ್ತರದ ಕಿಟಿಕಿಯಿಂದ ಕೆಳಗೆ ಬೀಳುವುದರಲ್ಲಿದ್ದೆ. ಸರಳುಗಳನ್ನು ಭದ್ರವಾಗಿ ಅವಚಿಕೊಂಡುಬಿಟ್ಟೆ. ನಡುಗುವ ಕೈಗಳು, ಕೆಳಗೆ ನೋಡಿದರೆ ತಲೆಸುತ್ತಿ ಬಂತು. ಎಷ್ಟು ಎತ್ತರದಲ್ಲಿದ್ದೆ ನಾನು! ಕೆಳಗೊಂದು ನಲ್ಲಿಯಲ್ಲಿ ನೀರು ಸದಾ ಸೋರುತ್ತಿತ್ತು. ಕೆಳಗಿಟ್ಟಿದ್ದ ಪಾತ್ರೆ ತುಂಬಿದಾಗ ನೀರಿನ ಟಪ್ ಟಪ್ ಸದ್ದು. ಅದನ್ನು ಕೇಳಿದಾಗ ನೀರಿನ ಮಟ್ಟ ಮೇಲೇರಿ ನನ್ನ ಕಿಟಿಕಿಯವರೆಗೆ ಬರುತ್ತದೆಯೋ ಅನಿಸುತ್ತಿತ್ತು. ಹೀಗಿದ್ದರೂ ಹಾಡುಗಾರಿಕೆ ಮುಂದುವರಿಯಿತು. ಆದರೆ ಮೆಲುದನಿಯಲ್ಲಿ – ಯಾರಾದರೂ ಎಚ್ಚರಿಸಲು ಬರುತ್ತಾರೋ ಎಂದು ಕಿವಿ ನೆಟ್ಟಗೆ ಮಾಡಿಕೊಂಡು ಕಾದಿದ್ದೆ!

ನನ್ನ ಕೋಣೆಯ ಮೂಲೆಯಲ್ಲಿ – ನನ್ನ ತಾಯಿ ನನಗಾಗಿ ತಯಾರಿಸಿದ್ದು – ಒಂದು ಮೇಜು. ಆ ಪುಟ್ಟ ಮೇಜಿನ ಮೇಲೆಲ್ಲ ಪುಸ್ತಕಗಳು. ನಾನು ಬರೆಯಬೇಕಾದಾಗಲೆಲ್ಲ ಪುಸ್ತಕಗಳನ್ನು ಕಪಾಟಿನಿಂದ ತೆಗೆದು ಅದರ ಮೇಲೆ ಹರಡಿಕೊಳ್ಳುತ್ತಿದ್ದೆ. ಬರೆಯುವುದಕ್ಕೆ ಮುಂಚೆಯೇ ಆ ಚೆಲ್ಲಾಪಿಲ್ಲಿಯನ್ನು ನೋಡಿ ಮೈಪರಚಿಕೊಳ್ಳುವಂತೆ ಆಗುತ್ತಿತ್ತು. ಏನೂ ತೋಚದೆ ಕಣ್ಣಲ್ಲಿ ನೀರೂರುತ್ತಿತ್ತು. ಕೋಪದಿಂದ "ಅಮ್ಮಾ" ಎಂದು ಅರಚುತ್ತಿದ್ದೆ. ಆಕೆ ತನ್ನ ಹೊಲಿಗೆಯಂತ್ರವನ್ನು ಬಿಟ್ಟು ಓಡಿಬರುತ್ತಿದ್ದಳು. ಎಲ್ಲವನ್ನೂ ಒಪ್ಪವಾಗಿ ಜೋಡಿಸಿಕೊಟ್ಟು ಗೊಣಗುತ್ತಿದ್ದಳು. "ನೀನು ಮದುವೆ ಆಗಿ ಅದೇನು ಸಂಸಾರ ಮಾಡ್ತಿಯೋ ನಾ ಬೇರೆ ಕಾಣೆ. ನಿನ್ನ ಗಂಡ ಮೈಮುರಿದು ಹೊಡೆದಾಗಲೇ ನಿನಗೆ ಬುದ್ಧಿ ಬರೋದು!" ಅದಕ್ಕೇ, ನಾನು ನಿರ್ಧಾರಕ್ಕೆ ಬಂದದ್ದು – ನಾನು ಮದುವೆ ಮಾಡಿಕೊಳ್ಳೋದಿಲ್ಲ ಅಂತ.

"ಹಾಗಾದರೆ ಅಣಿಯಾಗೋಣವಾ?"

"ಏನು?"

ತಟಕ್ಕನೆ ಏಳುತ್ತೇನೆ. ಹಾಡುತ್ತ ಕನಸಿನಲ್ಲಿ ಮೈ ಮರೆತಿದ್ದೇನೆ.

ದಿಂಬಿನ ಚೀಲವನ್ನು ಸುತ್ತಿ ಸಿದ್ಧಳಾಗುತ್ತಾಳೇನೊ. ಥಆ ಗುಹೆಯ ಹೊರಗೆ ದಿಟ್ಟಿಸುತ್ತಾಳೆ. ಮೌನದ ಬೆಲೆ ನಮಗೀಗ ಗೊತ್ತಾಗಿದೆ; ಅದೋ ಸ್ಥಳಶೋಧಕ ವಿಮಾನ.

ಬೆಳಗಿನಿಂದ ಅಸಹನೀಯ ಮೌನ. ಈಗ ಶೋಧಕ-ವಿಮಾನದ ಸದ್ದು ಹಿಂಬಾಲಿಸಿ ಬಂದ ಜೆಟ್ ವಿಮಾನಗಳ ಸುಂಯ್‌ಕಾರ. ಎರಡೂ ಸೇರಿ ಕಿವಿ ಕಿವುಡಾಗುವಂತೆ ಮಾಡುತ್ತವೆ. ಮೈಯಲ್ಲಿ ನಡುಕ.

"ಬರ್ತಿದೆ."

ನೊ ತನ್ನ ಶಿರಸ್ತ್ರಾಣವನ್ನು ಧರಿಸಿಕೊಂಡಳು. ತನ್ನ ಜೇಬಿನಿಂದ ಬಿಸ್ಕತ್ತನ್ನು ತೆಗೆದು ನಿಧಾನವಾಗಿ ಕುರುಕುತ್ತಾಳೆ ಥಆ. ಕೆಟ್ಟದ್ದೇನಾದರೂ ಜರುಗಲಿದೆ ಎಂಬ ಸೂಚನೆ ಸಿಕ್ಕಾಗ

ಇವಳ ತಾಳ್ಮೆ ಕಂಡು, ಹೊಡೆಯೋಣ ಅನ್ನಿಸುತ್ತೆ. ಅದೇ ಥಳಿಗೆ ರಕ್ತವೋ ಚೇಳೋ ಜಿಗಣೆಯೋ ಕಾಣಲಿ! ಮೂರ್ಛೆ ಹೋದಾಳು. ಆಕೆ ಕಸೂತಿ ಹಾಕಿದ ಒಳ ಲಂಗ ತೊಡುತ್ತಾಳೆ. ಹುಬ್ಬುಗಳನ್ನು ಕಿತ್ತು ತೆಳುವಾದ ರೇಖೆಯಂತೆ ಮಾಡುತ್ತಾಳೆ. ಆದರೆ, ಕೆಲಸ ಮಾಡುವಾಗಿನ ಅವಳ ಧೈರ್ಯ ದಿಟ್ಟತನ ನಮ್ಮನ್ನು ಮೂಕಗೊಳಿಸುತ್ತವೆ.

ಇದೊಂದು ನಿತ್ಯದ ಚರ್ಯೆ. ವಿಮಾನಗಳ ಮೊರೆತ. ಇಲ್ಲಿಂದ ಮುನ್ನೂರು ಮೀಟರುಗಳ ಅಂತರದಲ್ಲಿ ಬಾಂಬ್ ಸಿಡಿತ. ಒಣ ಹಾಕಿರುವ ನಮ್ಮ ಬಟ್ಟೆಗಳೂ ಅದುರುತ್ತವೆ. ಎಲ್ಲರೂ ಗಡಗಡ ನಡುಗುವುದು ನೋಡಿದರೆ ಉಗ್ರ ಚಳಿಜ್ವರ ಕಾಣಿಸಿಕೊಂಡಿದೆಯೋ ಅನ್ನಿಸುತ್ತೆ. ಗುಹೆಯ ಬಾಗಿಲಿನಲ್ಲಿ ಹೊಗೆ ಸುತ್ತಿಕೊಳ್ಳುತ್ತದೆ. ನೀಲಾಕಾಶ, ಮೋಡಗಳು ಮರೆಯಾಗುತ್ತವೆ.

ನನ್ನ ಕೈಯಿಂದ ಅಳತೆಯ ಕೋಲನ್ನು ಪಡೆದುಕೊಳ್ಳುತ್ತ ಬಿಸ್ಕತ್ತನ್ನು ನುಂಗಿ ಕೈ ಝಾಡಿಸಿ ಹಸನ್ಮುಖಿಯಾಗಿ ಹೇಳುತ್ತಾಳೆ ಥಳಿ :

"ನೀನು ಇಲ್ಲೇ ಇರು ಡಿಂಗ್. ಈ ಸಲ ಜಾಸ್ತಿ ಏನೂ ಬಿದ್ದಿಲ್ಲ. ಇಬ್ಬರು ಸಾಕು."

ನೊಳ ಭುಜದ ಮೇಲೆ ಕೈ ಹಾಕಿ ತನ್ನ ಹೆಗಲಿಗೆ ಗೋರುಸಲಿಕೆಯನ್ನೇರಿಸಿಕೊಂಡು ಹೊರಟುಬಿಡುತ್ತಾಳೆ.

ನನ್ನ ಆಕ್ಷೇಪಣೆಗೆ ರಹದಾರಿಯಿಲ್ಲ, ನಮಗೆ ಆಜ್ಞೆ ವಿಧಿಸುವವಳು ಅವಳೇ. ಇತ್ತ ಕಾಲ ಉರುಳಿದಂತೆ ನನ್ನ ನರಗಳು ಬಿಡಿಯಾಗುತ್ತವೆ. ಭೂತಕಾಲ, ಭವಿಷ್ಯತ್ ಕಾಲ... ಇದಾವುದೂ ಈಗ ಗಣನೆಗೆ ಇಲ್ಲ... ನನ್ನ ಒಡನಾಡಿಗಳು ಬಾರದೇ ಹೋದರೆ ?

ಟೆಲಿಫೋನ್ ಕಮಾಂಡರ್ ಸ್ಥಿತಿಗತಿ ವಿಚಾರಿಸುತ್ತಿದ್ದಾನೆ.

ಅಸಹನೆಯಿಂದ "ಯಾರೂ ವಾಪಸು ಬಂದಿಲ್ಲ" ಎನ್ನುತ್ತೇನೆ.

ಈ ಅಸಹನೆ ಯಾಕೇಂತ ?... ಓ ಮತ್ತೊಮ್ಮೆ ಬಾಂಬ್ ದಾಳಿ. ಹೊಗೆ ಗುಹೆಯೊಳಕ್ಕೆ ಲಗ್ಗೆಯಿಡುತ್ತದೆ. ಕೆಮ್ಮುತ್ತೇನೆ. ನೆತ್ತಿಗೇರುತ್ತದೆ ಮದ್ದಿನ ಘಾಟು. ಈ ಕ್ಷಣ ಇಡೀ ಗುಡ್ಡದ ಮೇಲೆ ಬೇರಾವ ಮನುಷ್ಯ ಪ್ರಾಣಿಗಳೂ ಇಲ್ಲ. ನನ್ನ ಸಂಗಾತಿಗಳು ಮತ್ತು ಬಾಂಬ್‌ಗಳು. ಮತ್ತು ಇಲ್ಲಿ ಕೂತಿರುವ ನಾನು. ಮತ್ತೆಲ್ಲ ನಿರ್ಜೀವ... ಅಷ್ಟರಲ್ಲಿ ಗುಡ್ಡದ ಮತ್ತೊಂದು ಬದಿಗಿರುವ ವಿಮಾನನಾಶಕ ಪಡೆಯಿಂದ ಉತ್ತರ ಬರುತ್ತದೆ. ಇಂಥ ಉತ್ತರ ಬಾರದಿದ್ದರೆ ಏನೋ ಕಳವಳ, ಭಯ. ಒಂದೇ ಒಂದು ಗುಂಡಿನ ಸಪ್ಪಳವಿರಲಿ; ಸಾಕು : ನಮ್ಮ ವಿಶ್ವಾಸ ನೂರ್ಮಡಿಯಾಗುತ್ತದೆ. ಕಾತರದಿಂದ ಗುಹೆಯ ಹೊರಕ್ಕೆ ಬಂದು ನೋಡುತ್ತೇನೆ. ಹೊಗೆ, ಹೊಗೆ, ಹೊಗೆ. ಚಿಂತೆ ಕಾಡುತ್ತದೆ. ಇದ್ದಕ್ಕಿದ್ದಂತೆ ಗುಡ್ಡದಾಚೆಯಿಂದ 12.7 ಮಿ.ಮೀ. ಮೆಷೀನ್‌ಗನ್ನಿನ ಗುಡುಗು ಕೇಳುತ್ತದೆ. ಒಳ್ಳೆಯ ಸೂಚನೆ. ಸ್ಯಾಪರ್ ಕಂಪೆನಿಯಿಂದಿರಬೇಕು. ನಮ್ಮ ಮತ್ತು ವಿಮಾನ ನಾಶಕ ಪಡೆಯ ರಕ್ಷಣೆಗಾಗಿ ಧಾವಿಸುತ್ತಿದೆ. ನಾನು ಸಂತೋಷದಿಂದ ಕೂಗುತ್ತೇನೆ. ನಾವು ಏಕಾಕಿಗಳಲ್ಲ, ಎಷ್ಟೊಂದು ಜನ ಇದ್ದಾರೆ ಈ ಗುಡ್ಡದ ಸುತ್ತಮುತ್ತ! ಈ ವಿಮಾನನಾಶಕ ಪಡೆಯವರು, ಸ್ಯಾಪರ್ ಕಂಪನಿ, ಎಲ್ಲರೂ ನಮ್ಮವರೇ. ನಾವು ಗಾಳಿಯಲ್ಲಿ ಒಮ್ಮೆ ಗುಂಡು ಹಾರಿಸಿದರೆ ಸಾಕು, ಅವರು ಧಾವಿಸಿ ಬರುತ್ತಾರೆ.

ಅರ್ಧ ತಾಸಿನಲ್ಲಿ ಥಳಿ ಮರಳಿ ಬರುತ್ತಾಳೆ. ನನ್ನ ಕಡೆ ನೋಡದೆಯೆ ಸುಸ್ವಾದ – ಆದರೆ ಕೋಪ ತುಂಬಿದ ಧ್ವನಿಯಲ್ಲಿ – ಹೇಳುತ್ತಾಳೆ:

"ಒಂದು ಸಾವಿರ ಕ್ಯೂಬಿಕ್ ಮೀಟರುಗಳು !"

ನೆಲದ ಮೇಲೆ ಕೂತು ಕಿತ್ತಲಿಯಿಂದ ನೀರು ಬಗ್ಗಿಸಿಕೊಂಡು ಕುಡಿಯುತ್ತಾಳೆ. ಬಾಯಿಂದ

ನೀರು ಸೋರಿ ಬಟ್ಟೆಯ ಮೇಲೆ ಬೀಳುತ್ತದೆ.

ಟೆಲಿಫೋನ್ ಮಾಡಿ ವರದಿ ಒಪ್ಪಿಸುತ್ತೇನೆ.

"ಹೌದಾ ? ಸರಿ, ಸಂಗಾತಿಗಳೇ" ಎನ್ನುತ್ತದೆ ಧ್ವನಿ.

ಕಮಾಂಡರ್ ವಿನಯಶೀಲ. ಸಂಭಾಷಣೆಯಲ್ಲಿ "ಉಪಕಾರವಾಯ್ತು" "ಹೌದಾ ?" "ಒಳ್ಳೇದಾಗಲಿ" ಇತ್ಯಾದಿ ಪ್ರಯೋಗಗಳನ್ನು ಬಳಸುತ್ತಾನೆ.

ಸಂಧಿವಾತದ ಲಕ್ಷಣಗಳುಳ್ಳ ತೆಳ್ಳನೆಯ ಆಸಾಮಿ. ಯುವಕ, ಕವನಗಳನ್ನು ಬರೆದು ಭಿತ್ತಿ – ಪತ್ರಿಕೆಗಳಲ್ಲಿ ಅಚ್ಚು ಹಾಕಿಸುತ್ತಾನೆ. ಅವನೂ ಹನಾಯ್‌ನಿಂದಲೇ ಬಂದವನಂತೆ.

ನೊ ನದಿಯಿಂದ ಸ್ನಾನ ಮಾಡಿ ಬರುತ್ತಾಳೆ. ಈ ಭಾಗದ ನದಿಗೆ ಆಗಾಗ ನಿಧಾನವಾಗಿ ಸಿಡಿಯುವ ಬಾಂಬ್‌ಗಳು ಬಂದು ಬೀಳುತ್ತವೆ. ನೊ ಒದ್ದೆ ಬಟ್ಟೆಯಲ್ಲೇ ಕೆಳಗೆ ಕೂತು ಕ್ಯಾಂಡಿ ಬೇಕೆಂದು ಕೇಳುತ್ತಾಳೆ. ನನ್ನ ಜೇಬಿನಲ್ಲಿ ತಡಕಾಡಿದಾಗ ಅಕಸ್ಮಾತ್ ನಿಂಬೆರುಚಿಯ ಪೆಪ್ಪರ್‌ಮಿಂಟುಗಳೆರಡು – ಅಂಟಂಟಾದವು – ಸಿಕ್ಕುತ್ತವೆ.

"ನಿಧಾನವಾಗಿ ಸಿಡಿಯುವ ನಾಲಕ್ಕು ಬಾಂಬುಗಳು. ಹೆಚ್ಚೇನಿಲ್ಲ" ಅವಳೆಂದಳು.

ಹಿಂದಕ್ಕೆ ಒರಗಿ ತಲೆಯ ಹಿಂಭಾಗಕ್ಕೆ ಕೈ ಆನಿಸಿಕೊಂಡು ಕೂಡುತ್ತಾಳೆ. ಅವಳ ಗುಂಡಗಿನ ಕತ್ತು, ಮೇಲಂಗಿಯ ಪುಟ್ಟ ಪುಟ್ಟ ಗುಂಡಿಗಳು; ನನಗನ್ನಿಸುತ್ತೆ ಅವಳನ್ನು ಅಪ್ಪಿಕೊಳ್ಳಲೇ ಎಂದು. ಐಸ್‌ಕ್ರೀಮ್ ಕೆನೆಯಂತೆ ಶುಭ್ರವಾಗಿ ಹೊಳೆಯುತ್ತಾಳೆ.

ನೆರವು ಬೇಕೆ ಎಂದು ಕಂಪೆನಿಯ ಕಮಾಂಡರ್ ದೂರವಾಣಿಯಲ್ಲಿ ಕೇಳುತ್ತಾನೆ. ಇಲ್ಲ, ಬೇಡ. ನಾವು ನಿಭಾಯಿಸಿಕೊಳ್ಳಬಲ್ಲೆವು. "ನಮ್ಮ ಅದೃಷ್ಟ. ಒಳ್ಳೆಯದು, ಸಂಗಾತಿಗಳೇ ಧನ್ಯವಾದಗಳು." (ಶುರುವಾಯಿತು ಇವನ ವಿನಯ ಸಂಭಾಷಣೆ). "ಬೆಳಗ್ಗಿನಿಂದ ಒಂದು ನಿಮಿಷ ಪುರುಸೊತ್ತಿಲ್ಲ. ರಾಕೆಟ್ ಪಡೆಗಾಗಿ ರಸ್ತೆ ಸಿದ್ಧ ಮಾಡ್ತಿದೀವಿ. ನನಗೂ ವಿಶ್ರಾಂತಿ ಇಲ್ಲ. ಇರಲಿ, ನಿಮ್ಮ ಕೈಲಾದಷ್ಟು ಮಾಡಿ ಗೆಳತಿಯರೇ, ಶುಭಾಶಯ."

ಹಾಗಾದರೆ ಈ ರಾತ್ರಿ ನಮ್ಮ ರಸ್ತೆ ಮೇಲೆ ಹೋಗಬೇಕು. ಯಥಾಪ್ರಕಾರ...

ಗುಡ್ಡದ ಮೇಲೆ ಬಿದ್ದ ಬಾಂಬ್ ಸಿಡಿಸುವುದು ನನ್ನ ಪಾಲಿನ ಕಾರ್ಯ. ರಸ್ತೆಯ ಮೇಲಿನ ಎರಡು ಬಾಂಬ್‌ಗಳ ಹೊಣೆಗಾರಿಕೆ ನೊಗೆ. ಹಳೆಯ ಅಡ್ಡಗಟ್ಟು ಒಂದರ ಸಮೀಪ ಬಿದ್ದುದು ಥಆ ಪಾಲಿಗೆ.

ನೀರವವಾದ ಮರಳುಗಾಡು. ಮೈಯಲ್ಲಿ ನಡುಕ ಹುಟ್ಟಲು ಸಾಕು. ಅಲ್ಲೊಂದು ಇಲ್ಲೊಂದು ಟೊಂಗೆಗಳಿಲ್ಲದ ಬೆತ್ತಲೆ ಕಾಂಡಗಳು, ಮಣ್ಣು ಬಿಸಿಯಾಗಿದೆ. ಹೊಗೆಯ ಮೋಡಗಳು ಗಾಳಿಯಲ್ಲಿ, ಇವುಗಳಿಂದ ಕಣ್ಣಿನ ದೃಷ್ಟಿಗೆ ಅಡಚಣೆ. ವಿಮಾನನಾಶಕ ದಳದವರು ನಮ್ಮನ್ನು ಗಮನಿಸು ತ್ತಿದ್ದಾರಾ ? ಖಂಡಿತ, ದೃಷ್ಟಿಪಥದಲ್ಲಿರುವುದನ್ನೆಲ್ಲಾ ಸ್ಪಷ್ಟವಾಗಿ ತೋರಿಸುವ ದೂರದರ್ಶಕ ಗಳಿವೆ ಅವರಲ್ಲಿ. ನಾನು ಬಾಂಬ್ ಅನ್ನು ಸಮೀಪಿಸುತ್ತೇನೆ. ಒಮ್ಮೆ ಅಳುಕುತ್ತೇನೆ. ಮರುಕ್ಷಣ – ಇಲ್ಲ, ನನ್ನ ಬೆನ್ನಿಗೆ ರಕ್ಷೆಯಾಗಿ ವಿಮಾನನಾಶಕ ದಳವಿದೆ ಅನ್ನಿಸಿ – ನೇರವಾಗಿ ತಲೆ ಎತ್ತಿ ಮುಂದುವರಿಯುತ್ತೇನೆ. ನಡು ಬಗ್ಗಿಸಿ ನಡೆಯುವುದು ಅಧೈರ್ಯದ ಲಕ್ಷಣ. ಅವರಿಗೆ ಇಷ್ಟವಿಲ್ಲ.

ಒಣಗಿದ ಪೊದೆಯೊಂದರ ಮೇಲೆ ಬಿದ್ದಿದೆ ಆ ಅಮಂಗಲಕರ ಗೋಲ. ಮಣ್ಣಿನಲ್ಲಿ ಅರ್ಧಂಬರ್ಧ ಹೂತುಹೋಗಿದೆ. ನಿಂಬೆ ಬಣ್ಣದ ಎರಡು ಪಟ್ಟಿಗಳು ಢಾಳಾಗಿ ಕಾಣುತ್ತವೆ. ನನ್ನ ಪುಟ್ಟ ಪಿಕಾಸಿಯಿಂದ ಅದರ ಸುತ್ತ ಅಗೆಯಲು ಪ್ರಾರಂಭಿಸುತ್ತೇನೆ. ಗಟ್ಟಿ ನೆಲ. ಕಲ್ಲು ತುಂಬಿದ ಮಣ್ಣನ್ನು ಆಚೀಚೆ ಎಸೆಯುತ್ತೇನೆ. ಒಮ್ಮೊಮ್ಮೆ ಪಿಕಾಸಿ ಠಣಾರ್ ಎಂದು ಬಾಂಬ್‌ಗೆ

ತಾಕಿ ಕಂಚಿನಂಥ ಶಬ್ದ ಉಂಟುಮಾಡುತ್ತದೆ. ನನ್ನ ಮೈಯಲ್ಲಿ ವಿದ್ಯುತ್ ಸಂಚಾರ, ತಕ್ಷಣ ಎಚ್ಚರಗೊಂಡು – ಅಯ್ಯೋ ನಾನು ಇಷ್ಟು ನಿಧಾನ ಮಾಡಿದರೆ ಹೇಗೆ – ಬೇಗ ಬೇಗ ಕ್ಕೆ ಓಡಿಸುತ್ತೇನೆ. ಬೆಚ್ಚಗಾಗಿದೆ ಬಾಂಬು. ಒಳ್ಳೆಯ ಶಕುನವಲ್ಲ. ಇದರ ಬಿಸಿ ಸೂರ್ಯನ ಶಾಖದಿಂದಲೋ, ಇಲ್ಲ...?

ಥಳ ಸಿಳ್ಳೆ ಊದುತ್ತಾಳೆ. ಆನಂತರ ಇಪ್ಪತ್ತು ನಿಮಿಷಗಳು ತೆವಳುತ್ತವೆ. ಜಾಗರೂಕತೆಯಿಂದ ನಾನು ತಂದಿದ್ದ ಸಿಡಿಮದ್ದುಗಳ ಪೊಟ್ಟಣವನ್ನು ಅಗೆದ ಹೊಂಡದಲ್ಲಿ ಇರಿಸಿ ಕಡ್ಡಿ ಗೀರಿ ರಕ್ಷಣೆಗಾಗಿ ಓಡುತ್ತೇನೆ.

ಇನ್ನೊಮ್ಮೆ ಸಿಳ್ಳೆಯ ಸದ್ದು. ನಾನು ಅಂಗಾತ ಮಲಗಿ ನನ್ನ ಗಡಿಯಾರದ ಟಿಕ್ ಟಿಕ್ ಎಣಿಸುತ್ತೇನೆ. ಸ್ತಬ್ಧತೆ. ನನ್ನ ಗುಂಡಿಗೆಯ ಬಡಿತ ಕೇಳುತ್ತಿದೆ. ಕೈಗಡಿಯಾರದ ಮುಳ್ಳು ಅದೆಷ್ಟು ನಿಧಾನವಾಗಿ ಓಡುತ್ತಿದೆ, ಸಂಖ್ಯೆಗಳನ್ನು ಮುತ್ತಿಡುತ್ತ ಅಲ್ಲಿ ಬೆಂಕಿಯ ತುದಿ ನಿಧಾನವಾಗಿ ಬಾಂಬಿನ ಮುಖವನ್ನು ಮುತ್ತಿಡಲು ಧಾವಿಸುತ್ತಿದೆ.

ದಿನಾಲೂ ಐದು ಬಾಂಬ್ ಸಿಡಿಸಬೇಕು. ಅಬ್ಬಬ್ಬಾ ಎಂದರೆ ಮೂರು, ಅದಕ್ಕಿಂತ ಕಮ್ಮಿಯಿಲ್ಲ. ನಾನು ಸಾವಿನ ಬಗ್ಗೆ ಆಲೋಚಿಸುತ್ತೇನೆ. ಆಲೋಚನೆ ದಿಕ್ಕು ತಪ್ಪುತ್ತದೆ. ಸದ್ಯದ 'ಜ್ವಲಂತ' ಪ್ರಶ್ನೆ: ಬಾಂಬು ಸಿಡಿಯುತ್ತದೆ ತಾನೆ? ಅದು ಸಿಡಿಯಲಿಲ್ಲ, ಮತ್ತೆ ಇದೆಲ್ಲ ಆಚರಣೆಗಳ ಪುನರಾವೃತ್ತಿ, ಅಬ್ಬಾ, ಆ ಕಲ್ಪನೆಯೇ ಭಯಾನಕ. ಬಾಯೆಲ್ಲ ಉಪ್ಪುಪ್ಪು ಎಂದು ಭಾಸವಾಗುತ್ತದೆ. ಬೆವರಿನಲ್ಲಿ ಮೈತೊಯ್ದಿದೆ. ಬೋರಲಾಗಿ ಮಲಗಿದಾಗ ಬಾಯಲ್ಲಿ ಒಂದೆರಡು ಮರಳಿನ ಹರಳುಗಳೂ ಹೋಗಿವೆ.

ಇದ್ದಕ್ಕಿದ್ದಂತೆ ಒಂದು ಗುಡುಗಿನ ಮಹಾಶಬ್ದ ನನ್ನ ಕಿವಿತಮಟೆಯನ್ನು ಅಪ್ಪಳಿಸುತ್ತದೆ. ಉಸಿರು ಬಿಗಿಹಿಡಿಯುತ್ತೇನೆ. ಕಣ್ಣುಗಳಲ್ಲಿ ಉರಿ. ಮತ್ತೆ ಅವುಗಳನ್ನು ತೆರೆಯುವುದು ದುಸ್ಸಾಹಸ. ಮದ್ದಿನ ದುರ್ವಾಸನೆಗೆ ಹೊಟ್ಟೆ ತೊಳಸುತ್ತದೆ. ಇನ್ನೂ ಮೂರು ಆಸ್ಫೋಟನೆಗಳು. ಮೇಲಿಂದ ಕಲ್ಲು, ಮಣ್ಣು, ಧೂಳು ಎಲ್ಲ ಮತ್ತೆ ಧೊಪ್ಪನೆ ನೆಲಕ್ಕೆ ಬೀಳುತ್ತವೆ. ಚೂರುಗಳು ನನ್ನ ತಲೆಯ ಮೇಲೂ ಹಾರುತ್ತವೆ.

ಮೇಲೆದ್ದವಳೇ ಧೂಳನ್ನು ಝಾಡಿಸಿಕೊಂಡು ಅಗಲವಾಗಿ ಕಣ್ತೆರೆಯುತ್ತೇನೆ. ಥಳ ಎಲ್ಲಿ? ಹುಡುಕಲು ಓಡುತ್ತೇನೆ. ಇತ್ತ ಬರಬೇಕು ಅವಳು – ನನ್ನನ್ನು, ನೊಳನ್ನು ಕೂಡಿಕೊಳ್ಳಲು. ಅದೋ, ನೊ ಎದುರಿಗೇ ಬಂದಳು – ಏದುತ್ತ; ಗಾಯದ ಗುರುತು ಬಿಸಿಲಿನಲ್ಲಿ ಹೊಳೆಯುತ್ತಿದೆ, ಹೆಗಲಿನಲ್ಲಿ ತೂಗುವ ಪ್ಯಾರಾಚೂಟ್ ಬಟ್ಟೆಯ ತುಂಡು ರಭಸದ ಗಾಳಿಯೊಂದಿಗೆ ಕುಸ್ತಿಯಾಡುತ್ತಿದೆ.

ಎಡವಿ ಬಿದ್ದುಬಿಟ್ಟಳು ನೊ. ಮೇಲೆಬ್ಬಿಸಿದೆ. ಆದರೆ ನಿತ್ರಾಣಳಂತೆ ಕುಸಿದಳು. ಅಗಲವಾಗಿ ತೆರೆದ ಕಣ್ಣುಗಳಲ್ಲಿ ಮೃತ್ಯುಛಾಯೆ, ಏನಾಗುತ್ತಿದೆ? ನನಗೊಂದೂ ಅರ್ಥವಾಗದು.

"ನೊ, ಎಲ್ಲಿಗೆ ಏಟು ಬಿತ್ತು? ಹೇಳಮ್ಮ, ಪುಟ್ಟ ತಂಗಿ."

ಕಣ್ಣಲ್ಲಿ ನೀರಿಲ್ಲ. ಮಾತುಗಳು ಗಂಟಲಿನಲ್ಲಿ ತಡವರಿಸುತ್ತವೆ. ತೊಡೆಯ ಮೇಲೆ ಅವಳನ್ನು ಮಲಗಿಸಿಕೊಳ್ಳುತ್ತೇನೆ. ಭುಜದಿಂದ ನೆತ್ತರು ಸೋರುತ್ತಿದೆ. ಬಾಯಾರಿದ ಭೂಮಿಯ ಮೇಲೆ ಕೆಂಪು ರಕ್ತದ ಮಡು, ಅವಳ ಕಣ್ಣುಗಳು ಮುಚ್ಚಿಕೊಂಡಿವೆ. ಬಟ್ಟೆಯೆಲ್ಲ ರಕ್ತಗೆಂಪು. ಆಗಿದ್ದಿಷ್ಟೆ: ಬಾಂಬ್ ಗಾಳಿಯಲ್ಲಿ ಹಾರಿ ಅನಂತರ ಸಿಡಿದಿತ್ತು. ಅವಳು ಒರಗಿ ಮಲಗಿಕೊಂಡಿದ್ದ ರಕ್ಷಣೆ ಗೋಡೆ ಅವಳ ಮೇಲೆ ಕುಸಿದಿತ್ತು.

ಅವಳ ಗಾಯವನ್ನು ಕುದಿಸಿದ ಊಟೆಯ ನೀರಿನಲ್ಲಿ ತೊಳೆದೆ. ಆಳವಾದ ಗಾಯವೇನಲ್ಲ. ಮೇಲ್ಮೈ ಪೆಟ್ಟು. ಆದರೆ ಅಷ್ಟು ಹತ್ತಿರ ಬಾಂಬ್ ಸ್ಫೋಟಿಸಿದ್ದರಿಂದ ಅವಳಿಗೆ ಆಘಾತ ಆಗಿದೆ. ಸೂಜಿ ಚುಚ್ಚಿ ಮದ್ದನ್ನು ಒಳಸೇರಿಸುತ್ತೇನೆ ಅವಳ ಕಣ್ಣುಗಳು ಅರೆತೆರೆದಿವೆ. ಸ್ವಲ್ಪ ಆರಾಮವಿರಬೇಕು. ಹೆಚ್ಚು ನೋವಿಲ್ಲವೇನೋ.

ಹೊರಗಡೆ ಥಆ ಶತಪಥ ತಿರುಗುತ್ತಿದ್ದಾಳೆ, ಬೋನಿನಲ್ಲಿರುವ ಹುಲಿಯ ಹಾಗೆ. ಏನು ಮಾಡಬೇಕೋ ತಿಳಿಯದು ಅವಳಿಗೆ. ತನ್ನಿಂದ ಏನು ಸಹಾಯವಾಗಬಹುದು ? ಅವಳಿಗೆ ರಕ್ತ ನೋಡಿದರೆ ದಿಗಿಲು. ನೊಗೆ ಪಟ್ಟಿ ಕಟ್ಟಿ, ನೆತ್ತರಿನಿಂದ ತೊಯ್ದಿದ್ದ ಬಟ್ಟೆ ಬದಲಾಯಿಸಿದ ಮೇಲೆ ಒಳಗೆ ಹೊಕ್ಕು ಅವಳ ಬಳಿ ಕೂಡುತ್ತಾಳೆ.

"ಯೂನಿಟ್ಟಿಗೆ ಫೋನ್ ಆದರೂ ಮಾಡಲಾ ?"

ನೊ ಉತ್ತರಿಸುತ್ತಾಳೆ. "ಛಿ ! ನಾನೇನು ಸತ್ತೋಗೋಲ್ಲ. ಅವರು ರಸ್ತೆ ಕೆಲಸದಲ್ಲಿ ಇರೋವಾಗ ಯಾಕೆ ಇಲ್ಲದ ಕಿರುಕುಳ ಕೊಡೋದು ? ನಂಗೇನೂ ಆಗಿಲ್ಲ. ಅರೆ, ಹುಚ್ಚಮ್ಮ, ನಿನಗೆ ಯಾಕೆ ಇಷ್ಟೊಂದು ತಳಮಳ ?"

ಯಾವಾಗಲೂ ಅಷ್ಟೆ. ನೋವು ತಿನ್ನೋರಿಗಿಂತ ಅವರನ್ನ ನೋಡೋವ್ರಿಗೇ ಅದು ಜಾಸ್ತಿ ಅನ್ನಿಸುತ್ತೆ."

ಬಾಗಿಲ ಕಡೆ ನೋಡಿ ಕಿತ್ತಲಿಯಿಂದ ನೀರು ಬಗ್ಗಿಸಿಕೊಂಡು ಗಟಗಟ ಕುಡಿಯುತ್ತಾಳೆ ಥಆ. ನೊ ತೋಳಿನಿಂದ ಕಣ್ಣುಗಳನ್ನು ಮರೆ ಮಾಡಿಕೊಳ್ಳುತ್ತಾಳೆ. ಈಗ ಕುಡಿಯುವುದು ತಪ್ಪು ಎಂದು ಅವಳಿಗೆ ಗೊತ್ತು. ಅವಳಿಗಾಗಿ ಹಾಲನ್ನು ಸಿದ್ಧಪಡಿಸಲು ಪುಡಿಗಾಗಿ ತಡಕಾಡುತ್ತೇನೆ.

"ತುಂಬಾ ಸಕ್ಕರೆ ಹಾಕಿ ಗಟ್ಟಿಯಾಗಿ ಮಾಡು." ಥಆಳ ಸಲಹೆ...

ಹಾಲು ಕುಡಿದ ನಂತರ ನೊ ನಿದ್ರೆ ಹೋಗುತ್ತಾಳೆ. ಶೋಧಕ ವಿಮಾನವೊಂದು ಬೆಟ್ಟಗಳ ಮೌನವನ್ನು ಸೀಳುತ್ತದೆ.

ಬೆನ್ನಿಗೆ ಒರಗಿ ಕುತ್ತಿಗೆಯ ಮೇಲೆ ಕೈ ಹಾಕಿಕೊಂಡು ಥಆ ನನ್ನ ಕಡೆ ನೋಡದೆ ಹೇಳುತ್ತಾಳೆ :

"ಹಾಡು ಡಿಂಗ್. ನಿನಗೆ ತುಂಬಾ ಇಷ್ಟವಾದ ಪದ ಹಾಡು."

ನನಗೆ ಇಷ್ಟವಾದ ಹಾಡುಗಳು ಬೇಕಾದಷ್ಟಿವೆ. ನಮ್ಮ ಸೈನಿಕರು ಮುಂಚೂಣಿಗೆ ಧಾವಿಸುತ್ತ ಹಾಡುವ ಲಯಬದ್ಧ ಗೀತೆಗಳು: ಜಾನಪದ ಧಾಟಿಯ ಇಂಪಾದ ಹಾಡುಗಳು. ಕೆಂಪು ಸೇನೆಯ "ಕುತೂಷಾ"... ಮಂಡಿಯ ಮೇಲೆ ಗಲ್ಲವನ್ನೂರಿ ಕುಳಿತು ಕನಸು ಕಾಣುವುದು ನನ್ನ ಇಷ್ಟ :

"ನಾನಿಲ್ಲಿ ಬಂದಾಗ ನನ್ನ ಕೂದಲ ಕಪ್ಪು ಮಾಸಿರಲಿಲ್ಲ, ಛಳಿಯಾಗಿರಲಿಲ್ಲ." ...ನೇಪಲ್ಸ್‌ನ ಹಾಡು. ಭಾವ ತುಂಬಿ ತೊನೆದೂಗುತ್ತದೆ. ಮೆಲುದನಿಯಲ್ಲಿ ಹಾಡಿದರೆ ಅದರ ಸೊಗಸೆಲ್ಲ ಬಿಚ್ಚಿಕೊಳ್ಳುತ್ತದೆ.

ಥಆ ನೊಳನ್ನೆ ನೋಡುತ್ತಿದ್ದಾಳೆ. ಅವಳ ಕಾಲರ್ ಸರಿಪಡಿಸುತ್ತಾಳೆ. ಕೂದಲನ್ನು ಸವರುತ್ತಾಳೆ. ಒಮ್ಮೊಮ್ಮೆ ಅತಿಯಾಯಿತು ಇವಳದ್ದು ಎಂದು ಸಿಡಿಮಿಡಿಗೊಳ್ಳುವಂತಾಗುತ್ತದೆ. ಆದರೆ ಅವಳನ್ನು ಕಲಕಿರುವ ಭಾವನೆಗಳೇನು ಎಂದು ಯೋಚಿಸಿದಾಗ ಸುಮ್ಮನಾಗುತ್ತೇನೆ. ಒಬ್ಬರಿಗೆ ಇನ್ನೊಬ್ಬರು ಧೈರ್ಯ ಹೇಳಬೇಕಾದ ಸಂದರ್ಭದಲ್ಲಿ ಅಳುವುದು ತೀರಾ ಅವಮಾನದ ವಿಷಯ.

ಕಣ್ಣುಗಳ ನೋಟವೇ ಮಾತನಾಡುತ್ತದೆ. ಮಾತುಗಳಿಗಿಲ್ಲಿ ಬೆಲೆಯಿಲ್ಲ. ಪರಸ್ಪರ ಒಮ್ಮೆ ದೃಷ್ಟಿ ಅದಲುಬದಲಾದಾಗ ನಮಗೆ ಇನ್ನೊಬ್ಬರ ಅಂತರಾಳವೆಲ್ಲ ಅರ್ಥವಾಗುತ್ತದೆ.

ಥಲ ಒಮ್ಮೆಲೇ ಹಾಡಲು ತೊಡಗುತ್ತಾಳೆ :

"ಇದೋ ಥಂಗ್ ಲಂಗ್! ಇದೋ ಪೂರ್ವದ ಅಪೂರ್ವ ನಗರ ಹನಾಯ್!" ಅಪಸ್ವರ. ಕಂಠವೂ ಶುದ್ಧವಾಗಿಲ್ಲ. ಆದರೂ ಗೀತೆಗಳನ್ನು ಬರೆದಿಟ್ಟುಕೊಳ್ಳುವ ಹುಚ್ಚು ಇವಳಿಗೆ ಹೋಗಿಲ್ಲ. ಮೂರು ನೋಟ್‌ಪುಸ್ತಕಗಳು ಭರ್ತಿಯಾಗಿವೆ ಆಗಲೇ. ನಾನು ಯಾವಾಗಲೋ ಯಾವುದೋ ರಾಗಕ್ಕೆ ಜೋಡಿಸಿದ್ದ ಹುಚ್ಚು ಹುಚ್ಚಾದ ಪದಗುಚ್ಛಗಳನ್ನೂ ತಪ್ಪದೆ ಬರೆದುಕೊಂಡಿದ್ದಾಳೆ!

ಹೊರಗಡೆ ಮೋಡವೊಂದು ಮೇಲೇಳುತ್ತದೆ. ಅದರ ಹಿಂದೆ ಇನ್ನೊಂದು, ಮತ್ತೊಂದು. ಗುಹೆಯ ಮುಂದಿನ ಆಕಾಶದ ಚೂರು ಮರೆಯಾಗಿ ಕತ್ತಲು. ಬಿರುಗಾಳಿ ಇರಬೇಕು. ಸುತ್ತ ಕೊಂಬೆಗಳ ನಡುವೆ ಘೂತ್ಕರಿಸುವ ಗಾಳಿ. ತರಗೆಲೆಗಳು ಮೇಲೆದ್ದು ಆರ್ಭಟಿಸುತ್ತ ನರ್ತಿಸುತ್ತವೆ. ಇದೆಲ್ಲ ಒಂದೇ ಕ್ಷಣದಲ್ಲಿ, ಕಣ್ಮುಚ್ಚಿ ತೆರೆಯುವಷ್ಟರಲ್ಲಿ, ನಡೆದುಹೋಗಿದೆ. ಮಳೆ... ಅಲ್ಲ... ಆಲಿಕಲ್ಲು! ಗುಹೆಯ ಛಾವಣಿಯ ಮೇಲೆ ಟಪಟಪ ಸದ್ದು. ನಾನು ಹೊರಬರುತ್ತೇನೆ. ಹರಿತವಾದ್ದೇನೋ ಗಾಳಿಯಲ್ಲಿ ತುಂಡರಿಸುತ್ತ ಬರುತ್ತಿದೆ. ಕುಳಿರ್ಗಾಳಿ. ನನ್ನ ಕೆನ್ನೆಗಳಿಗೆ ಬಡಿದು ನೋವನ್ನುಂಟುಮಾಡುತ್ತದೆ.

"ಆಲಿಕಲ್ಲು! ಆಲಿಕಲ್ಲು!"

ಒಳಕ್ಕೆ ಧಾವಿಸಿದವಳೇ ನೊಳ ಕೈಯಲ್ಲಿ ಒಂದು ಹಿಡಿ ಆಲಿಕಲ್ಲು ತುಂಬಿ ಓಡುತ್ತೇನೆ. ಸಂತೋಷದಿಂದ ಹುಚ್ಚು ಹಿಡಿದಿಲ್ಲವಷ್ಟೆ ನನಗೆ?

ತಾನು ಪದವಿ ಪರೀಕ್ಷೆಗೆ ಕೂತ ವರ್ಷ ಇಂಥದೇ ಆಲಿಕಲ್ಲು ಮಳೆ. ಚಿಟಿಕೆ ಹಾಕಿದ ಹಾಗೆ ಸದ್ದು ಮಾಡುತ್ತ ಬಿದ್ದ ಆಲಿಕಲ್ಲುಗಳನ್ನು ಆಯಲು ನಾನು ಹೊರಗೆ ಧಾವಿಸಿದ್ದೆ. ಅಕ್ಕಪಕ್ಕದ ಮನೆಗಳ ಬಾಗಿಲು ತಟ್ಟಿ, "ರೀ ಏಳ್ರೀ! ಆಲಿಕಲ್ಲು ಮಳೆ ಬೀಳ್ತಿದೆ" ಎಂದು ಹುಚ್ಚಿಯ ಹಾಗೆ ಕೂಗಿದ್ದೆ. ಥೂ, ಎಂಥ ಸೋಮಾರಿಗಳು. ಇಂಥ ಹೊತ್ತಿನಲ್ಲೂ ಆರಾಮವಾಗಿ ಗೊರಕೆ ಹೊಡೀತಿದ್ದಾರೆ!

ನೆರೆಯ ಡಾಕ್ಟರ್ ಸಾಹೇಬ ಸೋಮಾರಿಯಲ್ಲ ಮಲಗಿರಲು. ಎದ್ದವನೇ "ನೋಡಮ್ಮ, ನಿನ್ನ ಈ ಹುಚ್ಚಾಟ ನಿಲ್ಲಿಸದಿದ್ರೆ ನಾವು ಮುಂದಿನ ಕ್ರಮ ತೆಗೆದುಕೊಳ್ಳುವ ಸುಕಾರ್ಯಕ್ಕೆ ಕೈ ಹಾಕಬೇಕಾಗುತ್ತೆ." ಎನ್ನಬೇಕೆ? ಇನ್ನೊಬ್ಬಾಕೆ ಅಧ್ಯಾಪಕಿ. "ಅಯ್ಯೋ ದೇವರೇ! ರಾತ್ರಿ ಒಂದಷ್ಟು ಸುಖವಾಗಿ ಮಲಗಿರೋಣ ಅಂದ್ರೆ ಅದಕ್ಕೂ ಬಿಡೋಲ್ವೆ..." ಎಂದು ಹಲುಬಿದಳು.

ನಮ್ಮ ಮನೆಯ ಕೆಳಗೆ ಕೋಣೆ ಮಾಡಿಕೊಂಡಿದ್ದ ಡ್ರೈವರ್ ಮಾತ್ರ ಅಂದು ರಾತ್ರಿಯಿಡೀ ನನ್ನೊಂದಿಗೆ ತಮಾಷೆಯಾಗಿ ಕಾಲ ಕಳೆದ. ಆಮೇಲೆ ಅವನು ಸೈನ್ಯ ಸೇರಿಬಿಟ್ಟ. ಈಗಲೂ ನನಗೆ ಪತ್ರ ಬರೆದು ಆ ದಿನದ ಆಲಿಕಲ್ಲು ಮಳೆಯನ್ನು ನೆನಪಿಸಿಕೊಡುತ್ತಾನೆ.

ಸದಾ ಬಾಂಬ್ ದಾಳಿಗೆ ಗುರಿಯಾದ ಈ ಬೆಟ್ಟದ ಮೇಲೆ ಇವತ್ತು ಆಲಿಕಲ್ಲುಗಳು ಬೀಳುತ್ತವೆ. ಬಾಲ್ಯದ ನೆನಪುಗಳು ತೇಲಿ ಬಂದು ನಾನು ಉನ್ಮಾದಿನಿಯಾಗುತ್ತೇನೆ. ನನ್ನನ್ನು ಗದರಿಸಲು ಯಾರೂ ಇಲ್ಲ ಇಲ್ಲಿ. ಥಲ ನೆಲದ ಮೇಲೆ ಬಿದ್ದುದನ್ನೇನೋ ಹೆಕ್ಕುತ್ತಿದ್ದಾಳೆ. ಇನ್ನೇನು, ಆಲಿಕಲ್ಲಿರಬೇಕು! ನೊ ಮೇಲೆದ್ದು ಕುಳಿತು ಕೂಗುತ್ತಾಳೆ.

"ಏ, ನನಗೆ!"

ಬಂದಷ್ಟೇ ಬೇಗ ನಿಂತುಬಿಟ್ಟಿತು ಮಳೆ. ಛೆ, ಅನ್ಯಾಯ! ಏದುಬ್ಬಸ ಪಡುತ್ತಿದ್ದರೂ ನನಗೆ ನಿರಾಸೆ. ಆಲಿಕಲ್ಲೆಂದರೆ ಅಷ್ಟು ಪ್ರೀತಿ ಎಂದಲ್ಲ. ಎಲ್ಲ ಬಿರುಗಾಳಿಗಳೂ ಒಂದಲ್ಲ ಒಮ್ಮೆ ಕೊನೆಗಾಣಲೇಬೇಕು. ಆದರೆ ಇದು ನನ್ನ ಮನಸ್ಸಿನ ಒಳಕೋಣೆಯೊಂದನ್ನು ತೆರೆಯುತ್ತದೆ – ಯಾರದೋ, ಯಾವುದೋ ನೆನಪನ್ನು ಕೆದಕಿ ಹೊರತೆಗೆಯುತ್ತದೆ. ನನ್ನ ತಾಯಿ, ನನ್ನ ಕೋಣೆಯ ಕಿಟಕಿ, ಆ ಕಿಟಕಿಯಿಂದ ಕಾಣುವ ಆಗಸ, ಆಗಸದಲ್ಲಿ ಹೊಳೆಯುವ ನಕ್ಷತ್ರಗಳು,... ಅದೊಂದು ಬೇರೆಯೇ ಆದ ಪ್ರಪಂಚ. ದಾರಿಯ ಬದಿಯಲ್ಲಿದ್ದ ಹೆಮ್ಮರಗಳು, ನಾಟಕ ಮಂದಿರದ ಮೇಲು ಗುಮ್ಮಟ, ಐಸ್‌ಕ್ರೀಮ್ ಮಾರುವವಳು, ಅವಳು ತಳ್ಳಿಕೊಂಡು ಹೋಗುವ ಪುಟಾಣಿ ಗಾಡಿ, ಅವಳ ಹಿಂದೆ ಹಿಂಡು ಮಕ್ಕಳು, ಕಪ್ಪು ರಾಳ ಬಳಿದ ನುಣುಪಾದ ರಸ್ತೆಗಳು, ಮಳೆ ಬಂದ ಮೇಲೆ ನೋಡಬೇಕು ಅವನ್ನ. ಹೊಳೆಯುತ್ತವೆ. ಕಪ್ಪು ನದಿಯೇನೋ ಎಂಬಂತೆ. ದಾರಿಗಳು ಕೂಡುವಲ್ಲಿ ನೆಟ್ಟ ದೀಪಸ್ತಂಭದಿಂದ ತೂಗುವ ದೀವಿಗೆಗಳು. ಗಾಳಿ ಬೀಸಿದಾಗ ಅವು ಅತ್ತಿಂದಿತ್ತ ತೊನೆಯುವ ದೃಶ್ಯ... ಮಂಡಕ್ಕಿಯ ಮೂಟೆಯನ್ನು ತಲೆ ಮೇಲೆ ಹೊತ್ತು ಕೂಗು ಹಾಕುತ್ತ ಬರುವ ಹೆಂಗಸು.

ಎಷ್ಟು ದೂರ ಅವೆಲ್ಲ... ದೂರದ ಹನಾಯ್‌ನಲ್ಲಿ. ಆದರೆ ಈ ಆಲಿಕಲ್ಲು ಮಳೆಯ ಕಾರಣ ಅವೆಲ್ಲ ಕ್ಷಣವೆರಡು ತೀರ ಸನಿಹವಾಗುತ್ತವೆ. ನನ್ನ ಕೈ ಹಿಡಿತದಲ್ಲೇ ಇವೆಯೋ ಎಂಬಂತೆ.

ನಮ್ಮನ್ನು ಜನ ಗೇಲಿ ಮಾಡುತ್ತಿದ್ದರು. ಮೂರು ದಿವಸ ಮನೆ ಬಿಟ್ಟು ಇದ್ದು ಬಿಡಿ, ನೋಡೋಣ ಅಂತ. ಈಗ ಮೂರು ವರ್ಷ ಸಂದಿದೆ, ಮನೆ ಮಾರು ಬಿಟ್ಟು ಈ ಮನೆಯಲ್ಲಿದ್ದೇವೆ. ಡ್ರೈವರ್‌ಗಳಿಗೆ, ಫಿರಂಗಿ ದಳದವರಿಗೆ ನಮ್ಮ ಪೂರ್ವಾಪರ ಎಲ್ಲ ಗೊತ್ತು. ನಮಗೂ ಅಷ್ಟೆ ಅವರಲ್ಲಿ ಯಾರು ಪ್ರೇಮಿಸಿದ್ದಾರೆ, ಯಾರು ಪ್ರೇಯಸಿಯೊಂದಿಗೆ ಮುನಿದಿದ್ದಾರೆ, ಯಾರು ಅಳ್ಳೆದೆಯವರು, ಯಾರು ಧೀರರು – ಎಲ್ಲಾ ಗೊತ್ತು. ನಾವು ರಾತ್ರಿ ರಸ್ತೆ ರಿಪೇರಿಯಲ್ಲಿ ತೊಡಗಿರುವಾಗ ಅವರು ಜೀಪುಗಳಲ್ಲಿ ಹಾದು ಹೋಗುತ್ತ ಹಲ್ಲುಪುಡಿಯನ್ನೋ, ಸುವಾಸನೆಯುಳ್ಳ ಕಾಗದವನ್ನೋ, ಪೆಪ್ಪರ್‌ಮಿಂಟನ್ನೋ ಎಸೆಯುತ್ತಾರೆ. ನಾವು "ಹನಾಯ್‌ನಿಂದ ರಕ್ಷಣಾ ಪಡೆ ಬಂದಿದೆ!" ಎಂದುಕೊಳ್ಳುತ್ತೇವೆ. ಇಂಥ ವಸ್ತುಗಳೆಲ್ಲ ಬಂದರೆ ಹನಾಯ್‌ನಿಂದಲೇ ಬರಬೇಕು.

ನಾವು ಹನಾಯ್‌ನಲ್ಲಿದ್ದಾಗ ಇವಕ್ಕೆ ಬೆಲೆಯಿಲ್ಲ. ಆದರೆ ಈಗ! ಪರಿಮಳ ಬೀರುವ ಕಾಗದದ ಮೇಲೆ ಪತ್ರ ಬರೆದು ನಮ್ಮವರಿಗೆ – ಹನಾಯ್‌ನಿಂದ ನಮಗಿಂತಲೂ ದೂರ ಇರುವವರಿಗೆ – ಕಳುಹಿಸುವುದರಲ್ಲಿ ಎಷ್ಟೊಂದು ಮೋಜಿದೆ!

"ಡಿಂಗ್!" ಥಅ ಅರಚುತ್ತಾಳೆ.

ನಾನು ತಕ್ಷಣ ಬಗ್ಗಿ ನೆಲದ ಮೇಲೆ ಅಡ್ಡಾಗುತ್ತೇನೆ. ಬಾಂಬ್ ಸಿಡಿಯುವ ಮುನ್ನವೇ ಸ್ಫೋಟದ ಸದ್ದು ಕೇಳಿಸುತ್ತದೆಯೋ ಎನಿಸುತ್ತದೆ. ಇಷ್ಟು ಸನಿಹದಲ್ಲಿ ಎಲ್ಲವೂ ಅಸ್ಪಷ್ಟ. ಭೂಮಿ ಥರಥರ ನಡುಗುವುದೊಂದಷ್ಟೆ ತಿಳಿಯುತ್ತದೆ.

ತಲೆಯ ಮೇಲೆ ಸಹಸ್ರಾರು ವಿಮಾನಗಳು ಹಾದುಹೋದಂತೆ. ಥಅ ಒಳಕ್ಕೆ ತೆವಳುತ್ತ "ಥತ್! ಉಸಿರಾಡಲೂ ಬಿಡೋದಿಲ್ಲ" ಎಂದು ಗೊಣಗಿದಳು. ಸಣ್ಣ ನಡು, ಸದೃಢವಾದ ಮೈಕಟ್ಟು; ಹೆಗಲ ಮೇಲೆ ಹರಡಿದ ಜೊಂಪೆ ಕೂದಲು. ತಲೆಗೆ ಕಟ್ಟಿದ ಸ್ಕಾರ್ಫ್ ಮಸುಕು ಮಸುಕಾಗಿ ಕಾಣುತ್ತದೆ. ಬಟ್ಟೆ ನೇತು ಹಾಕಿದ ಹಗ್ಗಕ್ಕೆ ಕೈಯಿಟ್ಟು ನಿಂತಿದ್ದಾಳೆ. ರಂಗಭೂಮಿಯ ಮೇಲೆ ಒಳ್ಳೆಯ ನಟಿಯಾಗಬಲ್ಲಳು ಥಅ – ಆದರೆ ಆ ಗೊಗ್ಗರು ಧ್ವನಿ ಮಾತ್ರ...! ಅದು

ಅವಳಿಗೆ ತಿಳಿಯದ್ದೇನೂ ಅಲ್ಲ.

"ಟೆಲಿಫೋನ್ ಹತ್ತಿರ ತಗೊಂಬಾ."

ನೊ ಕೈಸನ್ನೆ ಮಾಡಿ ಹೇಳುತ್ತಾಳೆ. ಅವಳ ಅಪೇಕ್ಷೆಯನ್ನು ನಾನು ಈಡೇರಿಸುತ್ತೇನೆ. ಕಿತ್ತಲಿಯನ್ನು ಕೈಗೆತ್ತಿಕೊಂಡು ಥಆಳೊಡನೆ ಹೊರಬರುತ್ತೇನೆ. ಓಡಿದ್ದರ ಪರಿಣಾಮವಾಗಿ ತೊಡೆಯ ಮೇಲಿನ ಗಾಯದ ಜಾಗ ನೋಯಲು ಪ್ರಾರಂಭವಾಗಿದೆ. ಕುಂಟಬೇಕಾದೀತೇನೋ ಎನಿಸುತ್ತದೆ. ಥಆ ಎಷ್ಟು ದೃಢ ಚಿತ್ತದವಳು ಎಂದರೆ, ತಾನೊಬ್ಬಳೇ ಬೆಟ್ಟದ ಮೇಲೆ ಹೋಗಲು ಹಿಂಜರಿಯುವುದಿಲ್ಲ. ಆ ಭಯಕ್ಕೆ ನಾನು ಹೇಗೋ ಸಹಿಸಿಕೊಂಡು ಮೇಲೇರುತ್ತೇನೆ.

ಈ ಸಲ ಎಣಿಕೆಗೆ ಕಷ್ಟವಾಗುವಷ್ಟು ಬಾಂಬ್ ಗುಣಿಗಳು. ಕಣ್ಣಿನಲ್ಲೇ ಎಣಿಸುತ್ತ ಗಟ್ಟಿಯಾಗಿ ಹೇಳುತ್ತೇವೆ. ಮೊತ್ತವನ್ನು ಥಆ ರೆಜಿಸ್ಟರಿನಲ್ಲಿ ಬರೆಯುತ್ತಾಳೆ. ಸಿಡಿಯದೆ ಬಿದ್ದ ಬಾಂಬ್‌ಗಳು ಇಲ್ಲ ಈ ಸಲ. ಒಟ್ಟು 2000 ಕ್ಯೂಬಿಕ್ ಮೀಟರಿನಷ್ಟು ಕುಳಿ ತುಂಬಲಿಕ್ಕಿದೆ. ಒಮ್ಮೆಲೇ ಹಿಂದಿನಿಂದ ಯಾರೋ ನೂಕಿದ ಹಾಗಾಗಿ ಕೆಳಗೆ ಬೀಳುತ್ತೇನೆ. ಥಆ ನನ್ನನ್ನು ಅವಚಿಕೊಂಡೇ ನೆಲಕ್ಕೆ ಉರುಳಿದ್ದಾಳೆ. ಮಣ್ಣಿನ ಹೊರೆಯೊಂದು ನಮ್ಮ ಮೇಲೆ ಕವುಚಿಕೊಳ್ಳುತ್ತದೆ. ನಾವು ಅಗೆದಿದ್ದ ಮಣ್ಣು – ಬಿಸಿಯಾದ ಕೆಂಪು ಮಣ್ಣು. ತಲೆಯ ಮೇಲೆ ಭಾರವಾದ್ದೇನೋ ಒತ್ತಿದಂತಾಗುತ್ತದೆ. ಕಾಲನ್ನು ಝಾಡಿಸುತ್ತ ಹೊರಬರಲು ಯತ್ನಿಸುತ್ತೇನೆ. ಸ್ವಲ್ಪ ಉಸಿರಾಡು ವಂತಾಗುತ್ತದೆ. ಮೂಗಿನಲ್ಲೆಲ್ಲ ಮರಳು ಹೊಕ್ಕಿದೆ. ತಲೆಯಲ್ಲಾಡಿಸಿದಾಗ ಮತ್ತಷ್ಟು ಮಣ್ಣಿನ ಮಳೆ. ಸುತ್ತಲೂ ಬರೀ ಕಪ್ಪು. ಸೀಸದಂತೆ ಭಾರವಾದ ಗಾಲಿ. ಗಾಳಿಯಲ್ಲಿ ದಟ್ಟ ಹೊಗೆ.

ಥಆ ಕಾಣಿಸದಾದಾಗ ಹೆಸರು ಹಿಡಿದು ಕೂಗುತ್ತೇನೆ. ಆದರೆ ಬಾಯಿ ತುಂಬಾ ಮಣ್ಣು. ಉಗಿದುಬಿಡುತ್ತೇನೆ. ಕೈಗೆ ಥಆಳ ತಲೆಗೂದಲು ಸಿಕ್ಕಂತಾಗಿ ಹಿಡಿದೆಳೆಯುತ್ತೇನೆ. ಮಣ್ಣನ್ನು ಕೈಗಳಿಂದ ಅಗೆದಗೆದು ಪಕ್ಕಕ್ಕೆ ಚೆಲ್ಲುತ್ತೇನೆ. ಥಆ, ಷಿಫಾನ್ ಗೊಂಬೆಯಂತೆ ಮೆತ್ತಗಿರುವ ಥಆ, ಸಣ್ಣಗೆ ಉಸಿರಾಡುತ್ತ ಇದ್ದಾಳೆ. ನನ್ನ ಕುತ್ತಿಗೆಯನ್ನು ಭದ್ರವಾಗಿ ಹಿಡಿದು ಎದ್ದು ನಿಲ್ಲುತ್ತಾಳೆ.

ಗುಹೆಗೆ ಮರಳಿದಾಗ ನೊ ಕೇಳುತ್ತಾಳೆ.

"ಪುನಃ ?"

ಮಗುವಿನ ಪ್ರಶ್ನೆಯಂತಿದೆ ಅದು.

ವಿಚಿತ್ರವಾಗಿ ಮುಗುಳ್ನಗುತ್ತಾಳೆ ಥಆ. ಅವಳ ತಾಳ್ಮೆ ಅವಳಲ್ಲಿಗೆ ಮರಳಿದೆ.

"ಅಷ್ಟೇನೂ ಇಲ್ಲ. ಕೈಕಾಲು ಏನೂ ಮುರೀಲಿಲ್ಲ ಸದ್ಯ."

ಅಷ್ಟೇನೂ ಇಲ್ಲವಂತೆ! ಅವಳಿಗಾಗಲೇ ಸಣ್ಣದು ಪುಟ್ಟದು ಎಲ್ಲ ಸೇರಿ ಏಳು ಗಾಯ ಗಳಿವೆ. ನೊಗೆ ಐದು. ನನಗೇ ಕಮ್ಮಿ, ನಾಲ್ಕು. ಹಿಂದೊಮ್ಮೆ ಹೊಟ್ಟೆಯ ಮೇಲೆ ಆಳವಾದ ಗಾಯ ಆಗಿತ್ತು. ಮೂರು ತಿಂಗಳು ಆಸ್ಪತ್ರೆಯಲ್ಲಿದ್ದೆ. ಹೀಗೆ ಮಣ್ಣಲ್ಲಿ ಹೂತುಹೋಗುವುದು ಹೊಸದೇನಲ್ಲ, ನಿತ್ಯದ ಅನುಭವ.

ಥಆ ಸಪ್ಪೆಯಾಗಿದ್ದಾಳೆ, ಸುಸ್ತಾಗಿದೆ ಅವಳಿಗೆ. ನೊ ಈಗಾಗಲೇ ಎದ್ದು ಓಡಾಡು ವಂತಾಗಿದ್ದಾಳೆ. ಅವಳೇ ಥಆಗೆ ನೀರುಕೊಟ್ಟು ಕುಡಿಯಲು ಹೇಳಿ, ಕೂದಲಿನಲ್ಲಿದ್ದ ಮಣ್ಣಿನ ಹೆಂಟೆಗಳನ್ನು ಹೆಕ್ಕಲು ನೆರವಾಗುತ್ತಾಳೆ. ಇದ್ದಕ್ಕಿದ್ದಂತೆ ಅವಳ ಬಾಯಿಂದ ಘಟನೆಯ ವಿಶ್ಲೇಷಣೆ ಹೊರಬೀಳುತ್ತದೆ :

" ಆಯಕಟ್ಟಿನ ಈ ಬೆಟ್ಟದ ಮೇಲೆ ನಾವು ಇರೋದರಿಂದ."

ಥಳಆ ಪಕಪಕ ನಗಲು ತೊಡಗುತ್ತಾಳೆ. ನನ್ನ ಕಡೆ ತಿರುಗಿ, "ಬೇಗ ಬರ್ನ್ಕೋ ಡಿಂಗ್! ಮುತ್ತಿನಂಥ ಮಾತುಗಳು..."

ನಾನು ಟೆಲಿಫೋನ್ ಹಿಡಿಯುತ್ತೇನೆ. ಥಳಆ ಬಳಿ ಬಂದವಳೇ ಹೇಳುತ್ತಾಳೆ.

"ಹೇಳೋದೆಲ್ಲ ಹೇಳಿಬಿಟ್ಟು ಆದ ಮೇಲೆ, ಇಲ್ಲಿ ನಮ್ಮ ಸ್ಥಿತಿ ಏನೂ ಚಿಂತಾಜನಕ ಅಲ್ಲ, ಪರವಾಯಿಲ್ಲ ಅಂತ ಹೇಳಿಬಿಡು."

ಟೆಲಿಫೋನ್ ಎತ್ತಿಕೊಂಡವನು ಕಂಪೆನಿಯ ವಿನಯಶೀಲ ಕಮಾಂಡರ್ ಅಲ್ಲ. ಬದಲಿ ಅಧಿಕಾರಿ.

"ಕಮಾಂಡರ್ ಎಲ್ಲಿ?"

"ರಸ್ತೆ ಕೆಲಸ. ರಾಕೆಟ್‌ಗಳು ಬರುತ್ತವಂತೆ. ಮಧ್ಯಾಹ್ನ ಮೀರ್‍ತಾ ಬಂದರೂ ಇನ್ನೂ ಯಾರೂ ನಿನ್ನೆಯ ನಿದ್ದೆ ಮಾಡಿಲ್ಲ.... ನೀವು? ಹೇಗಿದೀರಿ?"

"ಸ್ವಲ್ಪ ಸುಸ್ತೇನೋ ಇದೆ. 2000 ಕ್ಯೂಬಿಕ್ ಮೀಟರಿನಷ್ಟು ಮಣ್ಣು ತುಂಬಲಿಕ್ಕಿದೆ ಅಂತ ಹೇಳಿದ್ನಲ್ಲ. ರಾತ್ರಿವರೆಗೂ ದುಡೀಬೇಕಾಗಬಹುದು. ಆದರೂ ಏನಂತೆ, ಪರವಾಯಿಲ್ಲ. ನಮ್ಮ ಸ್ಥಿತಿ ಏನೂ ಚಿಂತಾಜನಕ ಅಲ್ಲ..."

"ಕೆಲಸ ಬಹಳ ಕಠಿಣವಾದರೆ ಒಂದು ಬೆಂಕಿಯ ಜ್ವಾಲೆ ಹಾರಿಸಿ, ನೆರವಿಗೆ ಕರೆಯಿರಿ, ತಿಳೀತಾ? ನಿಮ್ಮ ಯೋಗಕ್ಷೇಮಕ್ಕೆ ಯೂನಿಟ್ ಮೊದಲ ಪ್ರಾಶಸ್ತ್ಯ ನೀಡ್ತದೆ ಎಂಬುದು ನಿಮಗೆ ಗೊತ್ತಲ್ಲ? ನಿಮ್ಮ ಕರೆ ಬಂದೊಡನೆಯೇ ಕಮ್ಯಾಂಡೋಗಳು ತಕ್ಷಣ ಅಲ್ಲಿಗೆ ಬರ್‍ತಾರೆ."

ಸಂಜೆ ಸಮೀಪಿಸುತ್ತಿದೆ. ನಾನು, ಥಳಆ ಮೂರು ಸಲ ಬೆಟ್ಟದ ಮೇಲೆ ಹೋಗಿದ್ದೇವೆ. ಎಂಟು ಬಾಂಬ್‌ಗಳನ್ನು ನಾಶಪಡಿಸಿದ್ದೇವೆ. ಇನ್ನೂ 3200 ಕ್ಯೂಬಿಕ್ ಮೀಟರುಗಳಷ್ಟು ಮಣ್ಣು ತುಂಬಿಸಬೇಕು. ಥಳಆಳನ್ನು ಗುಹೆಯಲ್ಲೇ ಇರುವಂತೆ ಒಪ್ಪಿಸಲು ನಾನು ಕಟ್ಟುವ ಕತೆಗಳು ಒಂದೇ ಎರಡೇ? ಅವಳೂ ಅಂಥ ಪೆದ್ದು ಹುಡುಗಿಯೇನಲ್ಲ, ನನ್ನ ಕತೆಗಳನ್ನು ನಂಬಲಿಕ್ಕೆ. ನನಗಿಂತ ಮುಂಚೆ ಎದ್ದು ಓಡಿಬಿಡುತ್ತಾಳೆ, ಏದುಸಿರುಬಿಡುತ್ತ, ಹಣೆಯ ನರಗಳು ಉಬ್ಬಿ ಬರುತ್ತವೆ. ಎಲ್ಲಿ ಬಿದ್ದುಬಿಡುತ್ತಾಳೋ ಎಂದು ನಾನು ಭಯಗೊಳ್ಳುತ್ತೇನೆ. ನಾವು ಗುಹೆ ಬಿಟ್ಟು ಹೊರಟಾಗೆಲ್ಲ ನೊ ಗೊಣಗುತ್ತಾಳೆ:

"ಥಳಆ! ಥಳಆ..."

ಮೂರನೆಯ ಸಲ ಹಿಂದಿರುಗಿದಾಗ ಮಾತ್ರ ನಾನು ಅರೆ ಜೀವವಾಗಿದ್ದೇನೆ. ಥಾಳೇ ನನ್ನನ್ನು ನೆಲದ ಮೇಲೆ ನಿಧಾನವಾಗಿ ಮಲಗಿಸುತ್ತಾಳೆ. ನಿಧಾನವಾಗಿ ಕಣ್ತೆರೆಯಲು ಯತ್ನಿಸಿ ಸೋಲುತ್ತೇನೆ.

ನಿದ್ದೆ ಆವರಿಸುತ್ತದೆ. ನನ್ನ ಧ್ವನಿ ನನಗೇ ಕೇಳಿಸದು.

ಅರೆ ನಿದ್ರಾವಸ್ಥೆಯಲ್ಲಿ ಯಾರೋ ಕೆಮ್ಮಿದ ಶಬ್ದ ಕೇಳುತ್ತದೆ. ಓ, ರಸ್ತೆ ಕೆಲಸದವರು ಬಂದಿದ್ದಾರೆ! ತಮ್ಮ ರಾತ್ರಿಯ ಊಟವನ್ನು ಮರೆತು ನಮ್ಮನ್ನು ನೋಡಲು ಬಂದಿದ್ದಾರೆ... ಯುವಕರು ಮಾತಾಡುತ್ತಿದ್ದಾರೆ. ಥಳಆ ಉತ್ತರಿಸುತ್ತಾಳೆ. ಅವರು ನೊಳನ್ನು ರೇಗಿಸುತ್ತಾರೆ. ಅವಳು ಸಿಟ್ಟಾಗುತ್ತಾಳೆ. ಆನಂತರ ನಗುತ್ತಾಳೆ. ಮೆಲುದನಿಯಲ್ಲಿ ಹಾಡುತ್ತಾಳೆ.

ನನ್ನ ಗಲ್ಲದ ಮೇಲೆ ಕೂದಲು ಸವರಿದಂತಾಗಿ ರೋಮಾಂಚನ. ಬಿಸಿಯುಸಿರು ತಾಕುತ್ತದೆ. ತಾಯಿಯ ತೊಡೆಯ ಮೇಲೆ ಮಗುವಾಗಿ ಮಲಗಿದಂತೆ. ನನ್ನನ್ನು ತಟ್ಟುತ್ತ ಅಮ್ಮ ಜೋಗುಳ ಹಾಡಿದಂತೆ.

"ಹನಾಯ್‌ನಿಂದ ಜನ ಬಂದಿದ್ದಾರೆ."

ಕಮಾಂಡರ್‌ನ ಬದಲು ಮಾತನಾಡಿದ ಸಂಪರ್ಕಾಧಿಕಾರಿಯ ಧ್ವನಿ, ನಾನೀಗ ಪೂರ್ತಿ ಎಚ್ಚರಾಗುತ್ತೇನೆ. ಈತನೂ ಹನಾಯ್‌ನವನೇ. ಇವನ ತಂದೆ ವಿದ್ಯುತ್‌ಶಿಲ್ಪಿ, ತಾಯಿ ಬಟ್ಟೆಯ ಮಳಿಗೆಯಲ್ಲಿ ಕೆಲಸ ಮಾಡುತ್ತಾಳೆ. ಓದುತ್ತಿದ್ದಾಗ ಶಾಲೆಗೆ ಚಕ್ಕರ್ ಹಾಕುತ್ತಿದ್ದ. ಪರೀಕ್ಷೆಯಲ್ಲಿ ಬೇಕಾದಷ್ಟು ಕುಂಬಳಕಾಯಿ ಅಂಕಗಳನ್ನು ಪಡೆದಿದ್ದ. ಇಲ್ಲಿಗೆ ಬಂದಾಗ ಒಂದುಸಲ, ಐದು ಬಾಂಬ್‌ಗಳನ್ನು ಒಟ್ಟಿಗೇ ಕಂದಕಕ್ಕೆ ತಳ್ಳಿ ಅವನ್ನು ಸಿಡಿಸಿಬಿಟ್ಟಿದ್ದ. ಹಾಗಾಗಿ ರಸ್ತೆ ನಾಶವಾಗದೆ ಉಳಿಯಿತು. ಸಭ್ಯಸ್ಥ, ವಾಚಾಳಿ.

ಆದರೆ ಸಿಗರೇಟು ಸೇದುವುದಿಲ್ಲ. ನಾವು ಹುಡುಗಿಯರು ಅವನನ್ನು ಛೇಡಿಸುತ್ತೇವೆ. ನಮ್ಮನ್ನೂ ಅವನು ಸಿಗರೇಟಿನಷ್ಟೇ ದ್ವೇಷಿಸುತ್ತಾನೆ!

"ನಿನ್ನ ಮನಸ್ಸಿಗೆ ಬಂದ ಹುಡುಗಿ ಜತೆ ಹೊರಗೆ ಹೋದಾಗ ಅವಳಿಗೆ ಯಾವ ವೇಷಭೂಷಣ ಇರಬೇಕು? ಸಣ್ಣಗೆ ಕತ್ತರಿಸಿದ ಕೂದಲು, ಸಾಧಾರಣವಾದ್ದೊಂದು ಸೂಟು, ಗಂಡಸರ ಷೂ... ಸಾಕಲ್ಲವಾ?"

ಅವನು ತಲೆಕೆರೆದುಕೊಳ್ಳುತ್ತಾನೆ. ನಾಚಿಕೆಯಿಂದ ಕೆಂಪಗಾಗಿ, "ಪ್ರತಿಯೊಂದು ನಿಯಮಕ್ಕೂ ಲೋಕದಲ್ಲಿ ಅಪವಾದವೊಂದು ಇದ್ದೇ ಇರುತ್ತೆ! ಇದುವರೆಗೂ ನನಗೆ ತಿಳಿದ ಮಟ್ಟಿಗೆ ನನ್ನ ಮನಸ್ಸಿಗೆ ಯಾರೂ ಬಂದಿಲ್ಲ," ಎನ್ನುತ್ತಾನೆ.

ಕಣ್ಣು ತೆರೆಯುತ್ತೇನೆ. ಗುಹೆಯಲ್ಲಾಗಲೇ ಕತ್ತಲು ನುಸುಳಿದೆ. ಒಂದು ಪುಟ್ಟ ಮೋಂಬತ್ತಿ ಉರಿಯುತ್ತಿದೆ. ಚಿಕ್ಕಪ್ಪ 'ಹೊ'ನ ದೊಡ್ಡ ಚಿತ್ರವೊಂದನ್ನು ತೂಗುಹಾಕಿದೆ. ಅದಕ್ಕೆ ದಿನಾಗಲೂ ಹೊಸ ಹೂವನ್ನು ಏರಿಸಲಾಗುತ್ತದೆ. ಅರೆ ಬರೆ ಬೆಳಕಿನಲ್ಲಿ ಹೂವಿನ ದಳಗಳು ಸ್ಪಷ್ಟವಾಗಿ ಕಾಣುತ್ತಿಲ್ಲ. ಈಗ ಬಂದವರಲ್ಲಿ ಯಾರಾದರೂ ನೀಡಿದ ಪುಷ್ಪಗುಚ್ಛವಿರಬೇಕು. ಸಂಪರ್ಕಾಧಿಕಾರಿ ನೀರು ಕುದಿಸುತ್ತಿದ್ದಾನೆ. ಅವನ ಬೆನ್ನು ಮಾತ್ರ ಕಾಣಿಸುತ್ತಿದೆ – ನಿಲುವುಗನ್ನಡಿಯಂತೆ ಅಗಲವಾದ ಬೆನ್ನು. ಅವನು ಎದ್ದಾಗ ಅವನ ಸಣ್ಣ ನಡು ಗೋಚರಿಸುತ್ತದೆ. ಟೆನ್ನಿಸ್ ಆಟಗಾರನಂತೆ ಕಾಣುತ್ತಾನೆ. ಸ್ನೇಹಶೀಲ, ಚೈತನ್ಯಪೂರ್ಣ.

ಹೊರಗೆ ಟ್ರಕ್ ಸದ್ದು. ಅತ್ಯಾನಂದದ ಕ್ಷಣವಿದು! ನಾನು ಹೊರಗೆ ಹೋಗಬೇಕು. ಕೈಯನ್ನು ನೆಲಕ್ಕೆ ಊರಿ ಭೂಮಿಗೆ ಕಾಲುಗಳನ್ನು ಒತ್ತುತ್ತೇನೆ – ಎದ್ದು ಕೂಡಲು ಸನ್ನಾಹ. ತೊಡೆಯಲ್ಲಿ ಅಸಾಧ್ಯ ನೋವು. ತಲೆ ಸಿಡಿತ. ಕೀಲುಗಳಲ್ಲಿ ನೋವು. ನನ್ನ ಸಾಹಸ ನೋಡಿ ಆತ ಹಾರಿ ಬಂದು ನಾನು ಬೀಳದಂತೆ ಹಿಡಿಯುತ್ತಾನೆ. "ನಿನಗೆ ಹುಚ್ಚು ಹಿಡಿದಿಲ್ಲ ತಾನೆ? ಸುಸ್ತಾದಾಗ ಮಲಗೋದು ಬಿಟ್ಟು..."

"ನಾನು ಹೊರಗೆ ರಸ್ತೆಗೆ ಹೋಗಬೇಕು."

"ರಸ್ತೆಗೆ!"

ಅವನು ಗಟ್ಟಿಯಾಗಿ ನಗುತ್ತಾನೆ. ನಕ್ಕಾಗ ದಟ್ಟವಾದ ಹುಬ್ಬುಗಳು ಬಳಿ ಸಾರುತ್ತವೆ. ತೆಳುವಾದ ತುಟಿಗಳ ನಡುವೆ ಅಕ್ಕಿಕಾಳಿನಂಥ ದಂತಪಂಕ್ತಿ ಮಿನುಗುತ್ತದೆ.

"ನೀನು ಎಲ್ಲಿಗೂ ಹೋಗಬೇಕಾಗಿಲ್ಲ, ಸುಮ್ಮನೆ ಹೇಳಿದ ಹಾಗೆ ಕೇಳು. ಮಲಕ್ಕೋ."

"ಮಲಕ್ಕೊಳ್ಳೋದು? ನಿನಗೆಲ್ಲೋ ಹುಚ್ಚು!"

ನಾನು ದ್ವಾರದ ಕಡೆ ಕುರುಡಿಯಂತೆ ತಡಕಾಡುತ್ತ ಹೊರಡುತ್ತೇನೆ. ಈ ಸಂಭ್ರಮ ನನಗೊಬ್ಬಳಿಗೆ ಮಾತ್ರವಲ್ಲ. ನೊ ಆಗಲೇ ಮಾಯವಾಗಿಬಿಟ್ಟಿದ್ದಾಳೆ. ಥಆಗಂತೂ ಹುಚ್ಚು

ಹುಮ್ಮಸ್ಸು. ಅವಳ ಕಿಲಕಿಲ ನಗು ಬೆಟ್ಟದ ಮೇಲಿಂದ ಕೇಳುತ್ತಿದೆ ನನಗೆ.

ಸುರಂಗಕಾರರ ಗುಂಪಿನ ಮಧ್ಯೆ ನೊಳ ಧ್ವನಿಯನ್ನು ಗುರುತಿಸಿ ಅತ್ತ ನಡೆಯುತ್ತೇನೆ. ಮಧ್ಯರಾತ್ರಿಯಾಗಿದೆಯೆಂದು ತಿಳಿಸುತ್ತಾಳೆ. ಬೆಂಗಾವಲುಪಡೆ ಬರಲಿದೆಯಂತೆ. ನಾನು ನಿದ್ರೆಯಲ್ಲಿದ್ದಾಗ ಬೆಟ್ಟದ ಮೇಲೆ ಬಾಂಬ್‌ಗಳು ಬಿದ್ದುವಂತೆ. ನಮ್ಮ ಸೈನ್ಯಗಳ ನೆರವಿನಿಂದಾಗಿ ಯಾವ ಅನಾಹುತವೂ ನಡೆದಿರಲಿಲ್ಲ.

ಬೆಟ್ಟದ ಮೇಲಿಂದ ಬುಲ್‌ಡೋಜರುಗಳ ಗರ್ಜನೆ ಕೇಳುತ್ತದೆ. ಗುದ್ದಲಿ, ಸನಿಕೆಗಳ ಸದ್ದು, ಆಗೊಮ್ಮೆ ಈಗೊಮ್ಮೆ ನಗು, ನಡುನಡುವೆ ಆಸ್ಫೋಟನೆಗಳು.

ನಮ್ಮ ನೆತ್ತಿಯ ಮೇಲೆ ಆಕಾಶದಲ್ಲಿ ನಕ್ಷತ್ರಗಳು ಕಣ್ಮಿಟುಕಿಸುತ್ತಿವೆ. ದೂರದ ತಾರೆಗಳು – ಪಚ್ಚೆಯ ನೀರಿನ ಬಿಂದುಗಳಂತೆ ನಿರ್ಮಲ, ಬಾನು ಅನಂತವಾದ ಕಮಾನು. ಅದರಿಂದ ತೂಗುಬಿಟ್ಟ ದೀಪ್ತಿಗಳು ಈ ತಾರೆಗಳು.

ನನಗೆ ಥಟ್ಟನೆ ಕವಿತೆಯೊಂದು ನೆನಪಾಗುತ್ತದೆ. ಗೋಲಂದಾಜು ದಳಕ್ಕೆ ಸೇರಿದವನೊಬ್ಬನು ಬರೆದದ್ದು, ಪಡೆಯೊಂದು ಗುಹೆಯ ಮುಂದೆ ಹಾದು ಹೋದಾಗ ನಮ್ಮ ಕಡೆ ಎಸೆದದ್ದು. ನಮಗೆ ಅರ್ಪಿತವಾದದ್ದು. ಅದರಲ್ಲಿ ನಮ್ಮನ್ನು 'ಬೆಟ್ಟದ ಮೇಲಣ ದೂರದ ತಾರೆ'ಗಳೆಂದು ಸಂಬೋಧಿಸಿದ್ದ. ಮಿನುಗುವ ತಾರೆಗಳು ಎಂದಿರಬೇಕಿತ್ತೇನೋ. 'ದೂರದ' ತಾರೆಗಳೇ ನಾವು? ನಮ್ಮ ನಮ್ಮಲ್ಲೇ ಈ ಕುರಿತು ಚರ್ಚೆ ನಡೆಯಿತು. ಕಡೆಗೆ ನಾವು ಅಂದುಕೊಂಡೆವು, ಆ ಪದ್ಯದ ಸೌಂದರ್ಯವನ್ನು ಹೆಚ್ಚಿಸಲೆಂದೇ ಆತ ಹಾಗೆ ಬರೆದಿದ್ದಿರಬೇಕು. ಆ ಕವಿಯನ್ನು ನೋಡಲೇನೋ ನನಗೆ ಆಸೆ ಇದೆ. ಆದರೆ ಆತ ಈಗಾಗಲೇ ದೂರದವನಾಗಿದ್ದಾನೆ...

ಬೆಂಗಾವಲು ಪಡೆ ಸರಿಯಾಗಿ ಮಧ್ಯರಾತ್ರಿಗೆ ಬರುತ್ತದೆ. ಇಡೀ ರಸ್ತೆ ಜೀವಂತವಾಗುತ್ತದೆ. ಗಲಗಲ ಗಲಾಟೆ. ಐದನೇ ವಾಹನದ ಚಾಲಕ ಪ್ರಶ್ನಿಸುತ್ತಾನೆ. "ಏ ಹನಾಯ್ ಹುಡುಗಿಯರೇ, ಅಮ್ಮ ಇಲ್ಲದೆ ಬೇಜಾರಾಗಿದೆಯಾ?"

ನೊ ಉಸುರುತ್ತಾಳೆ, "ಕ್ವಾಂಗ್ ಟ್ರಂಗ್ ರೆಜಿಮೆಂಟಿನ ಥಂಗ್ ಇರಬೇಕು." ಅವಳ ತೋಳಿಗೆ ಕಟ್ಟಿದ ಬಿಳಿಯ ಬ್ಯಾಂಡೇಜು ಹಾಗೇ ಇದೆ. ಮುಂಚಿನಂತೆಯೇ ಮೌನಿ. ದುಂಡಗಾದ ತನ್ನ ಮುಖದ ಮೇಲಿನ ನೀಳ ಮೂಗನ್ನು ನೇರವಾಗಿಸಿಕೊಂಡು ನನಗೆ ಒರಗುತ್ತಾಳೆ. ಈಗ ಚೇತರಿಸಿಕೊಂಡು ಐಸ್‌ಕ್ರೀಮು ಕೆನೆಯಂತೆ ಕಂಗೊಳಿಸುತ್ತಾಳೆ.

ಅವಳೆಂದಳು "ಆಸ್ಪತ್ರೆಗೆ ಹೋಗೂಂತ ಹೇಳಿದರು. ದಿನಾಗಲೂ ಇಂಜೆಕ್ಷನ್, ಮಾತ್ರೆಗಳು, ಗಂಜಿ... ಜಾಸ್ತಿ ತಿನ್ನಬೇಕು, ಹಾಸಿಗೆ ಮೇಲೆ ಮಲಗಿರಬೇಕು... ಸದ್ಯ! ಈ ಠೀವಿ ಯಾರಿಗೆ ಬೇಕಾಗಿದೆ! ನನ್ನನ್ನು ಆಸ್ಪತ್ರೆಗೆ ಎಳಕೊಂಡು ಹೋಗೇಬಿಡ್ತಿದ್ರು., ನಾನು ಅವರಿಗೆ ಮೋಸ ಮಾಡಿ ಉಳಕೊಂಡೆ. ನೆನಸಿಕೊಂಡ್ರೆ ಈಗಲೂ ಭಯವಾಗುತ್ತೆ... ಛುಯ್!"

ನಾನು ಅವಳನ್ನು ಆಂಬ್ಯುಲೆನ್ಸಿಗೆ ದೂಡಿಬಿಡುವೆನೋ ಎಂಬಂತೆ ನನ್ನ ಕಡೆ ತಿರುಗುತ್ತಾಳೆ. ಬಳಿಕ ಸುರಂಗಕಾರನೊಡನೆ ಮಾತಿನಲ್ಲಿ ತೊಡಗುತ್ತಾಳೆ. ಕಾಡಿನ ಆಚೆ ಅವನು ಕಂಡ ಬೀಳುವ ನಕ್ಷತ್ರದ ಕುರಿತು ಅವರ ಮಾತು.

ಎದೆಯ ಮೇಲೆ ಕೈಗಳನ್ನು ಮಡಿಸಿಕೊಂಡು ಬೇರೆಯಾಗಿ ನಿಲ್ಲುತ್ತೇನೆ. ನಾನು ಯುವಕರನ್ನು ನೋಡುತ್ತಿಲ್ಲ, ಟ್ರಕ್‌ಗಳತ್ತ ದಿಟ್ಟಿಸುತ್ತೇನೆ. ಹಾವಭಾವಗಳು ಎಂದಿನಂತೆ. ಆದರೆ ಬೇರೆ ರೀತಿಯಲ್ಲಿ ವರ್ತಿಸುವುದು ಹೇಗೆ? ಅದೂ ಬೆಟ್ಟದ ಮೇಲಿರುವ ಪ್ರತಿಯೊಬ್ಬ

ಹೋರಾಟಗಾರನ ಬಳಿಗೂ ಓಡಿ ಸಂತೋಷದಿಂದ ಬಿಕ್ಕುತ್ತ ಅಳತೊಡಗುವುದು ಈ ಕ್ಷಣದಲ್ಲಿ ನನ್ನಿಂದ ಸಾಧ್ಯವಿಲ್ಲ – ನಿಜವಾಗಿಯೂ ಸಾಧ್ಯವಿಲ್ಲ. ಆದರೆ ನನ್ನ ಹೃದಯದಲ್ಲಿ ಈ ಕ್ಷಣ ಯೌವನ, ಉತ್ಸಾಹ, ಆನಂದ ಇವೆಲ್ಲ ನೂರು ಮೊಗ್ಗುಗಳ ಒಂದು ಗುಚ್ಛವಾಗಿ ನಸುಬಿರಿದು ಗಾಳಿಗೆ ಮೆಲ್ಲಗೆ ತೂಗಿ ಕಂಪನ್ನು ಸುತ್ತಲೂ ಹರಡುತ್ತದೆ. ಎಲ್ಲರಿಗಾಗಿ ಪ್ರೇಮ ನನ್ನಲ್ಲಿ ತುಂಬಿ ತುಳುಕುತ್ತಿದೆ. ಈ ಪ್ರೇಮಕ್ಕೆ ನಾಲಿಗೆಯಿಲ್ಲ, ಭಾಷೆಯಿಲ್ಲ. ನನ್ನ ಹಾಗೇ ಇಂಥ ಬೆಟ್ಟಗಳಲ್ಲಿ ಬದುಕುವವರಿಗೆ ಮಾತ್ರ ಅರ್ಥವಾದೀತು ಅದೇನೆಂದು.

ಬೆಂಗಾವಲು ಪಡೆ ರಸ್ತೆಯ ಮೇಲೆ ಸಾಲಾಗಿ ಹರಡಿಕೊಳ್ಳುತ್ತದೆ. ಎಲ್ಲಾ ದೀಪಗಳೂ ನಂದಿವೆ, ಮರೆಮಾಚಲು ಕಟ್ಟಿದ ಹಸಿರು ಬಣ್ಣದ ಎಲೆಗಳಿಂದಾಗಿ ಟ್ರಕ್‌ಗಳು ಇನ್ನಷ್ಟು ದಪ್ಪನಾಗಿ ಕಾಣುತ್ತವೆ. ನನ್ನ ಮಟ್ಟಿಗೆ ಈ ಪಡೆಗಳು ಅನಂತ, ಅಸಂಖ್ಯ, ಅಗಣಿತ, ಅಗಾಧ.

"ಇವತ್ತು ರಾತ್ರಿ ಬಂದವರಲ್ಲಿ ಹನಾಯ್‌ನಿಂದಲೇ ಸುಮಾರು ಜನ ಬಂದಿದ್ದಾರೆ", ಎಂದು ನೊ ನನ್ನ ಕಿವಿಯಲ್ಲಿ ಪಿಸುಗುಟ್ಟುತ್ತಾಳೆ. ಅವಳ ಮನೋಸ್ಥಿತಿ ನನ್ನದಕ್ಕಿಂತ ಬೇರೆಯಲ್ಲ. ಪ್ರೇಮ ಅವಳ ಹೃದಯಪಾತ್ರೆಯಿಂದಲೂ ತುಂಬಿ ಹೊರಸೂಸುತ್ತಿದೆ. ಉದಾರ ಪ್ರೇಮ. ಭಾವೋದ್ರೇಕದ, ನಿಸ್ವಾರ್ಥ ಪ್ರೇಮ. ಅದು ಹೋರಾಟಗಾರರೆಲ್ಲರ ಲಕ್ಷಣ. ನಾನು ನೊಳ ಭುಜದ ಸುತ್ತ ನನ್ನ ತೋಳುಗಳನ್ನು ಉಂಗುರ ಮಾಡಿ ತಬ್ಬಿ ಹಿಡಿಯುತ್ತೇನೆ. ಇಬ್ಬರೂ ಮಾತನಾಡುವುದಿಲ್ಲ. ಮೌನ ಬಂಗಾರ. ನನ್ನ ಹಿಡಿತವನ್ನು ಬಲಗೊಳಿಸುತ್ತೇನೆ. ಇದೋ – ಇವಳೂ ನನ್ನಂತೆಯೇ ಹನಾಯ್‌ನ ಮಗಳು. ಕೆಚ್ಚೆದೆಯ ಹೋರಾಟಗಾತಿ. ನನ್ನೊಂದಿಗೆ ನಿಂತಿದ್ದಾಳೆ ಈ ಬೆಟ್ಟದ ತಪ್ಪಲಿನಲ್ಲಿ. ಈ ಬೆಟ್ಟವೇ ಬಾಂಬ್ ತುಣುಕುಗಳಿಂದ ತುಂಬಿಹೋಗಿದೆ. ನಮ್ಮ ಈ ರಸ್ತೆ ಅಂತ್ಯವೇ ಇಲ್ಲ ಎಂಬಂತೆ ಹರಿಯುತ್ತದೆ.

ನಾವು ಪರಸ್ಪರರನ್ನು ಅರಿತಿದ್ದೇವೆ. ಈ ಭಾವೋದ್ವೇಗ, ನಮಗೆ ಅರ್ಥವಾಗುತ್ತದೆ. ಸಂತಸವನ್ನು ನಾವು ಸಂಪೂರ್ಣವಾಗಿ ಅನುಭವಿಸುತ್ತೇವೆ. ❍

○ ವು ಲೆ ಮಾಯ್

ತಾಯಿಯ ಕರುಳು

ಲೈಗೆ ಒಂದು ಕ್ಷಣ ಏನೂ ತೋರಲಿಲ್ಲ. ಸಂಕೋಚದಿಂದ ಅವಳ ಕೆನ್ನೆ ಕೆಂಪಾಯಿತು. ಅದೇ ಆಗ ಅವಳಿಗೆ ಅನುಮತಿ ದೊರೆತಿತ್ತು – ತನ್ನ 'ಮಗ'ನನ್ನು ಕಂಡು ಬರಲು. ಆ ವಿಷಯ ಹೇಗೆ ಗೊತ್ತಾಯಿತೋ ಏನೋ, ಗ್ರಾಮ ರಕ್ಷಣಾದಳದ ಅವಳ ಸಹೋದ್ಯೋಗಿಗಳೆಲ್ಲ ಅವಳ ಸುತ್ತ ಘೇರಾಯಿಸಿದರು. ಮಗುವಿಗಾಗಿ ಉಡುಗೊರೆಗಳ ರಾಶಿಯನ್ನೆ ಪೇರಿಸಿದರು. ರೇಷನ್ನಿನಲ್ಲಿ ಸಿಕ್ಕುತ್ತಿದ್ದ ಘನಗೊಳಿಸಿದ ಹಾಲನ್ನು ಅಮೃತವೆಂದು ಸೇವಿಸುತ್ತಿದ್ದ ಕಾಲ ಅದು. ಮಗುವಿಗಾಗಿ ತನ್ನ ಹಾಲಿನ ರೇಷನನ್ನು ಒಬ್ಬ ತ್ಯಾಗ ಮಾಡಿಬಿಟ್ಟ.

"ನನಗಿಂತ ಮಗೂಗೆ ಹಾಲು ಮುಖ್ಯವಾಗಿ ಬೇಕು. ಅಲ್ವಾ ಲೈ ?"

ಇನ್ನೊಬ್ಬ ಪ್ಯಾರಾಚೂಟ್ ಬಟ್ಟೆಯ ದೊಡ್ಡ ತುಂಡನ್ನು ಕೊಡುತ್ತ ಹೇಳಿದ :

"ಮಗು ಇರೋ ಮನೆ ಛಾವಣಿ ಭದ್ರವಾಗಿರಲೀಂತ. ಈಗ್ಲೇ ಹವಾ ಚೆನ್ನಾಗಿಲ್ಲ, ಮುಂದೆ ಹೇಗೋ ಏನೋ...?"

ಸ್ನೇಹಿತರಿಗೆಲ್ಲ ಏನು ಉತ್ತರಿಸಲೂ ತೋಚದೆ ಅವಳು ಮುಗುಳ್ನಕ್ಕಳು ಮಾತ್ರ. ತನ್ನ ಪೇಚಾಟವನ್ನು ತೋರ್ಪಡಿಸಿಕೊಳ್ಳದಿರಲು ಸರಂಜಾಮುಗಳನ್ನೆಲ್ಲ ತನ್ನ ಚೀಲದಲ್ಲಿ ಜೋಡಿಸಿಕೊಳ್ಳತೊಡಗಿದಳು. ಸರಸರನೆ ಎಲ್ಲ ಕೆಲಸ ಮುಗಿಸಿ ತನ್ನ ಆಟೋಮ್ಯಾಟಿಕ್ ಕೋವಿಯನ್ನು ಸೆಳೆದುಕೊಂಡು ಎಲ್ಲರಿಗೂ ವಿದಾಯ ಹೇಳಿ ಕೈ ಬೀಸಿದಳು. ನಡೆಯಲೆಂದು ಮಾಡಿದ್ದ ಕಂದಕದೊಳಗೆ ಜಿಂಕೆಯಂತೆ ಧುಮುಕಿ ಆ ಹಳ್ಳಿಯ ಕಡೆ ಸಾಗತೊಡಗಿದಳು... 'ಆ ಹಳ್ಳಿ' ಎಂದರೆ ಮತ್ತಾವುದೂ ಅಲ್ಲ, ಅವಳು 'ಮಗ' ನನ್ನು ಬಿಟ್ಟು ಬಂದ ಹಳ್ಳಿ.

ಅವಳ ಕಣ್ಮುಂದೆ ಕಂಡ ಹಳ್ಳಿಗಾಡು ಪ್ರದೇಶ ಹಾಳು ಸುರಿಯುತ್ತಿತ್ತು. ಬಿ–52ಗಳು ಕುರುಡುಕುರುಡಾಗಿ ಎಗ್ಗಿಲ್ಲದೆ ನಡೆಸಿದ ಬಾಂಬ್ ದಾಳಿ; ಅದರ ಫಲ : ಪ್ರಾದೇಶಿಕ ಎಲ್ಲೆಗೆರೆಯ ಉತ್ತರಕ್ಕಿದ್ದ ಭೂಮಿ ಎಲ್ಲವೂ ಒಂದು ದೈತ್ಯಾಕಾರದ ಜರಡಿಯಂತಾಗಿತ್ತು.

ರಸ್ತೆ, ಹಳ್ಳಿಗಳು, ಕಂಗೊಳಿಸುವ ಹಸಿರು ಪೈರು ಎಲ್ಲವೂ ಭಸ್ಮಾಸುರನಿಗೆ ಆಹುತಿ. ಅಲ್ಲಿ ಇಲ್ಲಿ ಬೆಳೆದಿದ್ದ ಗಿಡಗಂಟೆಗಳೂ ನಾಶವಾಗಿದ್ದವು. ಎಲ್ಲಿ ನೋಡಿದರೂ ಬೋಗುಣಿಯಾಕಾರದ ಕುಳಿಗಳು. ಅವುಗಳಲ್ಲಿದ್ದ ಮಣ್ಣು – ಅಲ್ಲ – ಬರಿಯ ಧೂಳು, ಕಡುಗೆಂಪು ಬಣ್ಣದಿಂದ ಕಣ್ಣಿಗೆ ಹೊಡೆದಂತೆ ಕೋರೈಸುತ್ತದೆ. ಈ ಕೆಂಪನ್ನು ನೋಡಿದಾಗ ಲೈಗೆ ನೆನಪು ಬರುವುದು ಗುಲಾಬಿಯಲ್ಲ, ರಕ್ತ. ಅಲ್ಲಲ್ಲಿ ಹೊಗೆಯೇಳುವ ದೃಶ್ಯವೂ ಕಾಣುತ್ತದೆ. ಅದು ಬೇರೇನಲ್ಲ, ಇದೀಗ ನಡೆದ ಸ್ಫೋಟದಿಂದ ಉಂಟಾದ ಕಪ್ಪು ಹೊಗೆ.

ಹುಡುಕಿದರೂ ಒಂದು ಮನುಷ್ಯಾಕೃತಿ ಕಂಡುಬರುವುದಿಲ್ಲ. ಹಳ್ಳಿಯ ಜನರೆಲ್ಲ ಭೂಗತರಾಗಿ ತುಂಬಾ ದಿನಗಳಾದವು. ಯಾರಿಗೂ ಹೊರಬರುವ ಧೈರ್ಯವಿಲ್ಲ. ಮುಂಚಿನಂತೆ ಶತ್ರುವಿನ ವಿಮಾನಗಳನ್ನು ಹೊಡೆದುರುಳಿಸಲು, ಅಥವಾ ಗದ್ದೆ ಕೆಲಸ ಮಾಡಲು ಸಹ ಯಾರೂ ರಕ್ಷಣೆಯಿಂದ ಹೊರಕ್ಕೆ ಬರುವುದಿಲ್ಲ. ಲೈ ಹಿಂದು ಮುಂದು ನೋಡದೆ ಪ್ರಯಾಣಕ್ಕೆ ಹೊರಟವಳೇನೂ ಅಲ್ಲ. ಅವಳಿಗೆ ಗೊತ್ತು, ಹೀಗೆ ಹಾಡಹಗಲಿನಲ್ಲಿ ಹೊರಬರುವುದು ಎಂಥ ಅಪಾಯ ಎಂದು. ಆದರೆ ಹೃದಯದಲ್ಲಿ ಏಳುವ ಮಾತೃ ಭಾವನೆಗಳನ್ನು ಅದುಮಿಡುವುದು ಮತ್ತೂ ಕಷ್ಟದ ಕೆಲಸ. ಎಷ್ಟು ದಿನಗಳಾದವು, ಆ ಮುದ್ದು ಮೊಗವನ್ನು ನೋಡಿ! ತನ್ನ ಜೀವದಾಸೆಯನ್ನೂ ಬಿಟ್ಟು ಅವನನ್ನು ಕಾಪಾಡಿರಲಿಲ್ಲವೆ ಅವಳು? ರಚ್ಚೆ ಹಿಡಿದು ಅಳುತ್ತಿದ್ದವನನ್ನು ಸಮಾಧಾನಪಡಿಸಲು ಎಲ್ಲರೆದುರು ತನ್ನ ಎದೆಗೆ ಅವನ ಬಾಯನ್ನು ಹಚ್ಚಿರಲ್ಲವೇ? ತಾನೊಬ್ಬ ಹದಿನೆಂಟರ ಹರೆಯದ ಹುಡುಗಿ. ತನಗೊಬ್ಬ ಯುವಕ ಸ್ನೇಹಿತನೂ ಇಲ್ಲ ಎಂಬ ಸಂಕೋಚ ಆಗ ಅಡ್ಡ ಬಂದಿರಲಿಲ್ಲ. ಹಾಗಾದರೆ ಅದಕ್ಕಿಂತ ಮಿಗಿಲಾದ ಹಕ್ಕೇನು ಬೇಕು, ಅವನ 'ತಾಯಿ'ಯಾಗಲು? ಅವನನ್ನು ತನ್ನ ಕಂದ ಎಂದು ಕರೆಯಲು? ರಕ್ಷಣಾದಳದಲ್ಲಿದ್ದ ಅವಳ ಸಹೋದ್ಯೋಗಿಗಳೆಲ್ಲ ಅವಳನ್ನು ಆ ಮಗುವಿನ ತಾಯಿಯೆಂದೇ ಕರೆಯುತ್ತಿದ್ದುದು. ಹಾಸ್ಯಕ್ಕೋ, ಕೆಣಕಲೆಂದೋ, ಆ ಮಾತು ಬೇರೆ! ಅವನನ್ನು ಕಂಡು ಬಂದಾಗಲೆಲ್ಲ ಅವಳನ್ನು ಮುತ್ತಿ ನೂರು ಪ್ರಶ್ನೆ ಕೇಳುವರು. ಅವನ ಮುಗ್ಧ ನಗು, ಕೇಕೆ, ಆಟ, ಅಂಬೆಗಾಲು ಇದನ್ನೆಲ್ಲಾ ಬಣ್ಣಿಸಿ ಹೇಳಿದಷ್ಟು ಅವಳ ಉತ್ಸಾಹ ಹೆಚ್ಚಾಗುತ್ತಿತ್ತು. ಒಮ್ಮೆ, "ಮಗು ನನ್ನನ್ನೇ ಹೋಲುತ್ತೆ" ಅಂದಾಗಲಂತೂ ಅವಳ ಸಂಗಾತಿಗಳ ಹಾಸ್ಯಕ್ಕೆ ಒಳ್ಳೇ ವಸ್ತುವೇ ಸಿಕ್ಕಂತಾಯಿತು. "ಅಲ್ಲವೇ ಮತ್ತೆ? ಆ ಮಗುವಿಗೆ ಜನ್ಮಕೊಟ್ಟವಳು ನೀನೆಂದಾದರೆ ಅವನು ನಿನ್ನ ತೋಳುಗಳ ಸಂದಿನಿಂದ ಹೊರಬಂದಿರಬೇಕು! ಏನಾಶ್ಚರ್ಯ?"

ಎಲ್ಲವೂ ಆರಂಭವಾದದ್ದು ಹೀಗೆ: ಅಮೆರಿಕನ್ನರು "ನಿಶ್ಶಸ್ತ್ರೀಕೃತ ಪ್ರದೇಶದ ದಕ್ಷಿಣಭಾಗದ ನಿರ್ಮಲೀಕರಣ" ಎಂದು ವರ್ಣಿಸಿದ್ದರು ಆ ಘಟನೆಯನ್ನು. ಇದನ್ನು ಉತ್ತರ ಪ್ರದೇಶಗಳ ದಾಳಿಗೆ ಮುನ್ನ ಒಂದು ಸಿದ್ಧತಾ ಕಾರ್ಯದಂತೆ ಅವರು ನಿಯೋಜಿಸಿದ್ದರು. ನಸುಕಿನಲ್ಲೇ ಬುಲ್‌ಡೋಜರುಗಳು, ಶಸ್ತ್ರಸಜ್ಜಿತ ಪಡೆಗಳು ಬಂದವು. ಹಳ್ಳಿಯ ಜನರನ್ನು ಮನೆಗಳಿಂದ ಹೊರದಬ್ಬಿ ಅಟ್ಟಿಸಿಕೊಂಡು ಹೋಗಿ ಹಿಡಿದು ಹೆಲಿಕಾಪ್ಟರುಗಳಲ್ಲಿ ತುರುಕಲಾಯಿತು. ಅವರನ್ನು ಬೇರೆಲ್ಲಿಗೋ ಒಯ್ದರು. ಮನೆಗಳು, ಹೊಲಗದ್ದೆಗಳು, ತೋಟಗಳು, ಗುಡಿಸಲುಗಳು, ಎಲ್ಲವನ್ನೂ ಧ್ವಂಸ ಮಾಡಿದರು. ಪ್ರತಿಭಟಿಸಿದವರನ್ನು ಗುಂಡಿಟ್ಟು ಕೊಂದರು.

ಬಹುಮಂದಿ ಹಳ್ಳಿಗರು ಹೇಗೋ ಪಾರಾಗಿ ಉತ್ತರಕ್ಕೆ ಪಲಾಯನ ಹೂಡಿದರು. ಬೆನ್‌ಹಾಯ್ ನದಿಯನ್ನು ತಲುಪಿದಾಗ ದಾಟಲು ಸರ್ವ ಪ್ರಯತ್ನ ಮಾಡಿದರು. ದೋಣಿಗಳಲ್ಲಿ ಕೆಲವರು, ತೆಪ್ಪಗಳಲ್ಲಿ ಕೆಲವರು, ಬರಿಯ ದಿಮ್ಮಿಗಳ ಮೇಲೆ ಒಂದಷ್ಟು ಜನ.

ಏನೂ ಸಿಗದವರು ಈಜಿದರು; ಕಾಲ್ನಡಿಗೆಯ ಮೇಲೆ ದಾಟಲು ಪ್ರಯತ್ನಿಸಿದರು. ಈ ಪಲಾಯನವನ್ನು ತಪ್ಪಿಸಲು ಕೇವಲ ಭೂಪಡೆಯನ್ನು ಮಾತ್ರವಲ್ಲ, ವಾಯುಪಡೆಯನ್ನೂ ಬಳಸಿದ್ದರು, ಅಮೆರಿಕನ್ನರು. ಸಮುದ್ರ ತೀರದಲ್ಲಿ ಹಡಗು ಪಡೆ ಸಿದ್ಧವಾಗಿತ್ತು. ಪ್ರಸಿದ್ಧವಾದ 'ಮೆಕ್ನಮಾರ' ರೇಖೆಯ ಉದ್ದಕ್ಕೂ ತೋಪುಗಾವಲನ್ನು ಅಣಿಗೊಳಿಸಿದ್ದರು. ಇದ್ದಕ್ಕಿದ್ದಂತೆ ಮೆಶೀನ್ ಗನ್ನುಗಳು ಮೊರೆದವು. ಶೆಲ್‌ಗಳು ಸಿಡಿದವು. ಬಾಂಬ್‌ಗಳು ಸ್ಫೋಟಗೊಂಡವು. ಪಾರಾಗಲು ಹವಣಿಸುತ್ತಿದ್ದವರ ಮೇಲೆ ಬೆಂಕಿಯ ಮಳೆ ಸುರಿಯಿತು. ಬಿದ್ದವರು ಎಷ್ಟೋ ಮಂದಿ ಮೇಲೇಳಲಿಲ್ಲ.

ಲೈ ಆಗ ಉತ್ತರದ ದಡದಲ್ಲಿ ಡ್ಯೂಟಿಯ ಮೇಲಿದ್ದಳು. ಕೂಡಲೇ ಅಪಾಯದ ಸೂಚನೆ ನೀಡಿದಳು. ಗಂಟಲು ಕಿತ್ತು ಬರುವಂತೆ ಕೂಗು ಹಾಕಿದಳು.

" – ನಮ್ಮವರನ್ನ ಯಾಂಕಿಗಳು ಕೊಂದ್ಹಾಕ್ತಿದಾರೇ !"

" – ಅವರನ್ನ ಬಿಡಿಸ್ಬೇಕು. ಹೋಗೋಣ !"

ಸಂಕ್ಷಿಪ್ತವಾದ ಆಜ್ಞೆಗಳು ದೊರೆತವು :

"ನಮ್ಮವರನ್ನ ಹಿಂದಕ್ಕೆ ಕರಕೊಳ್ಳಿ! ನಿಮ್ಮ ಸ್ಥಾನಗಳಲ್ಲಿ ಸಿದ್ಧರಾಗಿ! ತಡೆಯಿಲ್ಲದೆ ಗುಂಡಿಕ್ಕಿ !..."

ಸರ್ವ ಪ್ರಯತ್ನವನ್ನೂ ಮಾಡಲಾಯಿತು : ಆಕ್ರಮಣಕ್ಕೆ ಪ್ರತ್ಯುತ್ತರ. ವಿಮಾನ ನಾಶಕಗಳು. ಮೆಶೀನ್ ಗನ್ನುಗಳು, ಶೆಲ್‌ಗಳು ಜವಾಬು ಹೇಳಿದವು. ಮತ್ತೆ ಬೆಂಕಿಯ ಮಳೆ. ಈ ಮಧ್ಯೆ ಸೈನಿಕರು ಓಡಿ ಬಂದಿದ್ದ ನಿರಾಶ್ರಿತರನ್ನು ಎಳೆದೊಯ್ದು ದಡ ಮುಟ್ಟಿಸಬೇಕು.

ಲೈ ನಿರಾಶ್ರಿತರತ್ತ ಧಾವಿಸಿದಳು. ಒಂದು ಮಗುವಿನ ಅಳುದನಿ ಅವಳನ್ನು ತಡೆಯಿತು. ಐದು ತಿಂಗಳ ಮಗುವಿರಬೇಕು, ಹತಭಾಗ್ಯೆ ತಾಯಿಯೊಬ್ಬಳ ಬಳಿ ಆಕ್ರಂದನ ಮಾಡುತ್ತ ಕೈಕಾಲು ಝಾಡಿಸುತ್ತಿತ್ತು. ಅದರ ತಾಯಿಯೋ, ಮೈತುಂಬ ಗಾಯವಾಗಿ ಏಳಲಾರದೆ ಕೆಳಗುರುಳಿದ್ದಳು. ಲೈ ಕೆಳಬಾಗಿ ಕಂದನನ್ನೆತ್ತಿಕೊಂಡಳು. ಹತ್ತಿರದಲ್ಲಿದ್ದ ಒಂದು ರಕ್ಷಣಾ ಸ್ಥಾನದಲ್ಲಿ ಅದನ್ನು ಮಲಗಿಸಿ ಹಿಂದಿರುಗಲು ಓಡಿದಳು. ಆದರೆ ಮಗುವಿನ ಅಳು ನಿಲ್ಲದೆ ಮತ್ತಷ್ಟು ಹೆಚ್ಚಿತು. ಲೈ ಮರಳಿ ಬಂದು ಮಗುವನ್ನು ಒಂದು ಬಟ್ಟೆಯಲ್ಲಿ ಸುತ್ತಿ ಅದನ್ನು ತನ್ನ ಬೆನ್ನಿಗೆ ಕಟ್ಟಿಕೊಂಡಳು – ನೋಡುವವರ ಕಣ್ಣಿಗೆ ಬೀಳದಂತೆ. ಈಗ ಮತ್ತೆ ಹೋರಾಟಕ್ಕೆ ಸನ್ನದ್ಧಳಾದಳು.

ಎರಡು ಗಂಟೆಗಳ ಕಾಲ ಸತತ ಯುದ್ಧ ನಡೆಯಿತು. ಅಷ್ಟೂ ಕಾಲ ಅವಳು ಮಗುವನ್ನು ಹೊತ್ತುಕೊಂಡೇ ಇದ್ದಳು. ಮಗು ತುಂಬಾ ಹೊತ್ತಿನ ತನಕ ಅತ್ತು ಕಡೆಗೆ ಸುಸ್ತಾಗಿ ಮಲಗಿತು. ರಾಕೆಟ್ಟಿನ ತುಂಡೊಂದು ಅವಳ ಭುಜಕ್ಕೆ ತಗುಲಿದಾಗ ರಕ್ತ ಒಸರಿತು. ಮಗುವಿನ ಮೇಲೆಲ್ಲ ಕೆಂಪುಬಣ್ಣದ ನೆತ್ತರು ಹರಡಿತು. ಅದೃಷ್ಟ, ಮಗುವಿಗೆ ಏನೂ ಆಗಲಿಲ್ಲ! ವಲವಲಗುಟ್ಟುವ ಪುಟ್ಟ ಕೂಸಿನ ಮೃದು ಶರೀರದ ಬಿಸುಪು ಅವಳನ್ನು ತಾಕಿದಾಗ ಅವಳಿಗೆ ಅವ್ಯಕ್ತ ಸುಖವುಂಟಾಯಿತು. ತನ್ನ ಜೀವನದಲ್ಲಿ ಮೊದಲಸಲ ಅವಳಿಗೆ ತಾಯ್ತನದ ಆನಂದ ಏನೆಂದು ಅರ್ಥವಾಯಿತು. ತನ್ನ ಮಗುವನ್ನು ಸದಾ ಕಾಪಾಡುವ ತಾಯಿಯಂತೆ ಅವಳ ಹೃದಯದಲ್ಲಿ ಮಮತೆಯ ಸುಳಿಗಳೆದ್ದವು.

ಎಲ್ಲವೂ ಮುಗಿದ ಮೇಲೆ ಮಗುವನ್ನು ತನ್ನ ಬೆನ್ನಿನಿಂದ ಬೇರ್ಪಡಿಸಿ, ಸುತ್ತಿದ್ದ ಬಟ್ಟೆಯನ್ನು ಬಿಚ್ಚಿ ಅವನನ್ನು ಮೃದುವಾಗಿ ಎತ್ತಿಕೊಂಡು ಶಸ್ತ್ರಪೆಟ್ಟಿಗೆಯ ಮೇಲೆ ಮಲಗಿಸಿದಳು. ತಟಕ್ಕನೆ

ಎಚ್ಚರವಾದ ಮಗು ಮತ್ತೆ ಅಳತೊಡಗಿತು, ಘಾಸಿಗೊಂಡ ಪ್ರಾಣಿಯಂತೆ. ಲೈಗೆ ಭಯವಾಯಿತು. ಗಡಬಡಿಸಿ ಪುನಃ ಎತ್ತಿಕೊಂಡು ಎದೆಗವಚಿಕೊಂಡು ಮೆಲ್ಲನೆ ತೂಗಿದಳು.

"ಅಳಬೇಡ ನನ್ನ ಕಂದ, ಅಳಬೇಡ ಮುದ್ದು."

ಅವಳ ಸಂಗಾತಿಗಳ ಮುಖಗಳ ಮೇಲೆ ನಗು ಕಾಣಿಸಿತು.

ಧೂಳು, ಮದ್ದುಗಳಿಂದ ಕೊಳಕಾಗಿದ್ದ ಮುಖಗಳಲ್ಲೂ ಮುಗುಳ್ನಗು ದೊಡ್ಡದಾಗಿ ಮೂಡಿತು.

"ಅವಳ ಮಗು ಅಂತೆ." ಒಬ್ಬ ಅಂದ.

"ದತ್ತು ತಗೊಂಡ್ಬಿಡು."

ಇನ್ನೊಬ್ಬನ ಸಲಹೆ.

ಒಮ್ಮೆಲೇ ಅವರಿಗೆ ಹೊಳೆಯಿತು, ಮಗುವಿನ ಹೊಟ್ಟೆಗೆ ಬೆಳಗಿನಿಂದ ಏನೂ ಬಿದ್ದಿಲ್ಲ ಎಂದು. ಒಂದು ದೊಡ್ಡ ಗಲಾಟೆಯೇ ನಡೆಯಿತು ಎನ್ನಬೇಕು. ಎಲ್ಲರೂ ಹಾಲಿಗಾಗಿ ತಡಕಾಡುವವರೇ.

"ಎದೆಹಾಲು ಕೊಡೋ ತಾಯಂದಿರೆಲ್ಲರನ್ನೂ ಕಳಿಸಿದ್ವಿ. ಛೆ, ಎಂಥಾ ಕೆಲ್ಸ ಆಯ್ತಲ್ಲ!"

"ಲೈ, ನೀನೇ ಅದರ ತಾಯಿ! ಅದನ್ನ ಸಮಾಧಾನ ಮಾಡೋದು ನಿನ್ನ ಕೆಲ್ಸಾನಪ್ಪ."

– ತುಂಟ ಸಲಹೆ.

ಯುವಕನೊಬ್ಬ ತುಟಿಗಳ ಮೂಲಕ ಚೀಪುವ ಸದ್ದು ಮಾಡಿದ. ಲೈಳ ಮುಖದಲ್ಲಿ ಓಕುಳಿ. ಅವಳ ಕೆನ್ನೆಗಳು ಬಿಸಿಯಾದವು. ಆದರೆ ಬೇರೇನೂ ಮಾಡುವಂತಿರಲಿಲ್ಲ. ಗೋಡೆಯ ಕಡೆ ತಿರುಗಿ ರವಿಕೆಯ ಗುಂಡಿ ಬಿಚ್ಚಿ ಮಗುವಿನ ಬಾಯಿಗೆ ತನ್ನ ಎದೆಯನ್ನು ನೀಡಿದಳು. ಮಗು ಆತುರದಿಂದ ಅವಳ ಎದೆಗವಚಿಕೊಂಡು ತನ್ಮಯತೆಯಿಂದ ಚೀಪಿತು. ಆದರೆ ಹಾಲು ಸಿಗದೆ ಮತ್ತೆ ಹೋ ಎಂದು ಅಳತೊಡಗಿತು.

ಒಬ್ಬರ ಮುಖ ಇನ್ನೊಬ್ಬರು ನೋಡಿದರು. ಏನು ಮಾಡೋದಪ್ಪ? ಅಡುಗೆ ಮಾಡೋ ಶಿಬಿರದ ಮೇಲೆ ದಾಳಿಯಾಗಿದ್ದರಿಂದ ಪಾತ್ರೆ ಪಡಗಗಳೆಲ್ಲ ನಾಶವಾಗಿದ್ದವು. ಅಷ್ಟರಲ್ಲಿ ಅವರ ಪೈಕಿಯವಳೇ ಒಬ್ಬಳು, ಲೈನ ಸಂಗಾತಿ, ಪಕ್ಕದ ಶಿಬಿರದಿಂದ ಬೋಗುಣಿಯೊಂದರಲ್ಲಿ ಹಾಲು ತಂದಳು.

ಹೊಟ್ಟೆ ತುಂಬಿದ ಮೇಲೆ ತನ್ನ 'ತಾಯಿ'ಯ ಎದೆಗೆ ಒರಗಿಕೊಂಡು ಮಗು ನಿದ್ರೆ ಹೋಯಿತು. – ತೃಪ್ತಿಯಿಂದ; ಭಯ, ಆತಂಕ ಯಾವುದೂ ಇಲ್ಲದೆ. ಎಲ್ಲರೂ ಅದನ್ನು ಸಹಾನುಭೂತಿಯಿಂದ ದಿಟ್ಟಿಸಿದರು. ಸ್ತಬ್ಧತೆ ಆವರಿಸಿತು. ಗಾಳಿಯಲ್ಲಿ ಹಾಲು, ಬೆವರುಗಳ ಮಿಶ್ರ ಪರಿಮಳವೊಂದು ತೇಲಿತು.

ದಳದ ಕಮಾಂಡರ್ ಶಿಬಿರದ ಬಾಗಿಲಿಗೆ ಬಂದು ನಿಂತು ನುಡಿದ:

"ಇದೇನು ಇಲ್ಲಿ ಕಲೆತಿದ್ದೀರಿ ಎಲ್ಲ? ನಿಮಗೆ ಗೊತ್ತಿಲ್ವ, ಬಾಂಬ್ ದಾಳಿ ನಡೀತಿದೆ ನಮ್ಮ ಮೇಲೆ!"

ಅವನ ಧ್ವನಿಯಲ್ಲಿ ಆಶ್ಚರ್ಯ ತುಂಬಿತ್ತು.

ಲೈಳ ತೋಳುಗಳಲ್ಲಿದ್ದ ಮಗು ಕಣ್ಣಿಗೆ ಬಿದ್ದಾಗ ಆತ ಗಂಟಲು ಸರಿಪಡಿಸಿಕೊಂಡು ಒಳಬಂದ. ಮರಗಟ್ಟಿದ್ದ ತನ್ನ ಕೈಗಳನ್ನು ಮೇಲಂಗಿಗೆ ಉಜ್ಜಿಕೊಳ್ಳುತ್ತ ಬಳಿ ಬಂದು ಮಗುವಿನ ಮೃದುವಾದ ಕೈಗಳನ್ನು ಮುಟ್ಟಿದ. ಪುಟಾಣಿ ಕೈಗೆ ತನ್ನ ಒರಟಾದ ಗಡ್ಡವನ್ನು ಸವರಿದ.

ಲೈ ಅವನ ನೋಟವನ್ನು ಎದುರಿಸಲಾರದಾದಳು. ಗುಹೆಯಂತೆ ಆಳವಾದ ಕಣ್ಣುಗಳು.

ಅವುಗಳ ಸುತ್ತ ಕಪ್ಪು ವೃತ್ತಗಳು. ಆ ರೆಪ್ಪೆಗಳು ಒಂದಾಗಿ ಎಷ್ಟು ದಿನಗಳಾದುವೋ? ಅವಳಿಗೆ ತಿಳಿದಿತ್ತು, ಆತನ ಅದೇ ವಯಸ್ಸಿನ ಮಗು ಕೆಲವು ದಿನಗಳ ಕೆಳಗೆ ಸತ್ತು ಹೋಗಿತ್ತೆಂದು. ತನ್ನ ತಾಯಿಯೊಂದಿಗೆ ಅದು ಸುಖವಾಗಿ ಆಡಿಕೊಂಡಿದ್ದ ಗುಡಿಸಲು ಈಗ ಬೂದಿಯಾಗಿ ಕರಗಿಹೋಗಿದೆ. ಇದಾದ ಎಷ್ಟೋ ದಿನಗಳವರೆಗೂ ಆತ ಅಲ್ಲಿಗೆ ಹೋಗಿಬರುತ್ತಿದ್ದ – ತನ್ನ 'ಮನೆ' ಇದ್ದ ತಾಣಕ್ಕೆ ಹಿಂದೆ ತಾನು ಹೊಲದಿಂದ ಹಿಂದಿರುಗಿ ಬಂದು ಕೂರುತ್ತಿದ್ದ. ಸ್ಥಳದಲ್ಲಿ ಕೂರುತ್ತಿದ್ದ ನದಿಯ ಮೇಲಣ ತಂಗಾಳಿ ತಂಪಾಗಿ ಬೀಸುತ್ತ ಜೋಗುಳ ಹಾಡುತ್ತಿದ್ದ ದಿನಗಳ ನೆನಪು ಮಾಡಿಕೊಳ್ಳುತ್ತ ಗಂಟೆಗಟ್ಟಲೆ ಸಿಗರೇಟು ಸೇದುತ್ತಿದ್ದ.

"ಒಳ್ಳೆ ದುಂಡುದುಂಡಾಗಿದೆ." ಕ್ಷಣವೊಂದರ ಮೌನದ ನಂತರ ಆತ ನುಡಿದ. "ಇವನನ್ನ ತಕ್ಷಣ ಸುರಕ್ಷಿತವಾದ ಸ್ಥಾನಕ್ಕೆ ಕರಕೊಂಡು ಹೋಗ್ಬೇಕು. ವೈರಿಗಳು ಸತತವಾಗಿ ಬಾಂಬ್ ದಾಳಿ ಮಾಡ್ತಿದಾರೆ. ಹಿಯೆನ್ ನಿನ್ನ ಜತೆ ಬರ್ತಾಳೆ ಲೈ. ಹೋಗು; ನೀನು ಮಗೂನ ಚೆನ್ನಾಗಿ ನೋಡಿಕೋಬೇಕು."

ಲೈ ಮತ್ತು ಹಿಯೆನ್ ಅಂದೇ ರಾತ್ರಿ ಹೊರಟುಬಿಟ್ಟರು. ವಿಂಗ್‌ಲಿಂಗ್ ಗ್ರಾಮದಲ್ಲಿ ಗುರುತು ಪರಿಚಯವಿಲ್ಲದ ಕುಟುಂಬವೊಂದರ ವಶದಲ್ಲಿ ಮಗುವನ್ನು ಬಿಟ್ಟರು. ಬಾಂಬ್ ದಾಳಿ ನಡೆಯುತ್ತಿದ್ದರೂ ಕೂಡ ತಳವೂರಿದ ಕುಟುಂಬಗಳಲ್ಲಿ ಅದು ಒಂದು. ಅದು ಹೆಸರಿಗೆ ಕುಟುಂಬ, ಅಷ್ಟೆ. ಇದ್ದವರಲ್ಲಿ ಒಬ್ಬರಿಗೆ ಇನ್ನೊಬ್ಬರ ಪರಿಚಯವಿಲ್ಲ. ರಕ್ತ ಹಂಚಿಕೊಂಡು ಹುಟ್ಟದಿದ್ದರೂ ಯುದ್ಧದ ಸಮಯದಲ್ಲಿ ಒಂದಾದವರು, ಕೆಲಸ ಹಂಚಿಕೊಳ್ಳುತ್ತಾರೆ. ತಿನ್ನುವ ರೊಟ್ಟಿಯನ್ನು ಹಂಚಿಕೊಂಡು ತಿನ್ನುತ್ತಾರೆ.

ಇಬ್ಬರೂ ಗೆಳತಿಯರು ಒಳಹೊಕ್ಕಾಗ ಕಂಡದ್ದು ಒಲೆಯ ಮುಂದೆ ಕೂತಿದ್ದ ಒಬ್ಬ ಮುದುಕಿ. ವಿಮಾನನಾಶಕ ಶೆಲ್‌ಗಳಿಂದಲೇ ಹೂಡಿದ ಮೂರು ಕಾಲಿನ ಒಲೆಯ ಮೇಲೆ ಹಂದಿಗಳಿಗಾಗಿ ಏನನ್ನೋ ಬೇಯಿಸುತ್ತಿದ್ದಳು ಆಕೆ. ಅವಳೆಂದಳು :

"ಈ ಮಗೂನ ಕಟ್ಟಿಕೊಂಡು ಎಲ್ಲಿಗೆ ಹೋಗಬೇಕೂಂತಿದೀರಿ ? ಅಯ್ಯೋ ದೇವರೆ ! ನೀವು ಬೆನ್ ಹಾಯ್ ನದಿ ತೀರದಿಂದ ಬಂದೋರಲ್ಲ ತಾನೆ ?"

"ಹೌದು ಅಜ್ಜಿ ಅಲ್ಲಿಂದಲೇ ಬಂದಿದ್ದೀವಿ" ಎಂದು ಲೈ ಚುಟುಕಾಗಿ ಉತ್ತರಿಸಿದಳು.

ಮಗು ತನ್ನದಲ್ಲ ಎಂಬುದು ಎಲ್ಲರಿಗೂ ತಿಳಿಯುವುದು ಅವಳಿಗೆ ಬೇಡ. ಆದರೆ ಹಿಯೆನ್ ಬಾಯಿಬಿಟ್ಟಳು. "ನಿಮ್ಮ ಹತ್ತಿರ ಈ ಮಗೂನ ಬಿಟ್ಟು ಹೋಗೋಣಾಂತ. ದಕ್ಷಿಣ ತೀರದಿಂದ ಇಲ್ಲಿಗೆ ಕರ್ಕೊಂಬಂದಿದೀವಿ ಇದನ್ನ. ಇದರ ತಾಯಿ ನದಿ ದಡದಲ್ಲೇ ಸತ್ತು ಹೋದ್ಲು."

"ಏನಂದ್ರಿ!"

ಮುದುಕಿ ಕೂಗಿದಳು ಎಂದೇ ಅನ್ನಬೇಕು. ಆತುರಾತುರವಾಗಿ ಒಂದು ಹಳೆಯ, ಕೊಂಚ ಸುಟ್ಟು ಹೋದ ಚಾಪೆಯನ್ನು ಹಾಸುಗೆಯ ಮೇಲೆ ಹಾಸಿದಳು. ನಂತರ ಪಕ್ಕಕ್ಕೆ ತಿರುಗಿ ಪುಸ್ತಕಗಳ ಬೀರುವಿನಲ್ಲಿ ಯಾವುದೋ ಗ್ರಂಥಕ್ಕಾಗಿ ತಡಕಾಡುತ್ತಿದ್ದ ಯುವಕನಿಗೆ ಹೇಳಿದಳು.

"ಸಾ, ಎಲ್ಲಿ, ನಮಗೊಂದಿಷ್ಟು ಬೆಳಕು ಬಿಡು. ಅಲ್ಲ, ನೀನು ಕಾವಲಿರಬೇಕಾದೋನು ಇಷ್ಟು ಬೇಗ ಯಾಕೆ ಬಂದಿ ? ನಿನ್ನ ಪಾಲಿನ ರೇಷನ್ ಅಕ್ಕಿಯನ್ನ ಆ ಮೂಲೇಲಿರೋ ಅಲಮಾರಿನಲ್ಲಿಟ್ಟಿದೀನಿ ತಗೋ."

ಆ ದೀಪ ಬೇರೇನಲ್ಲ, ಬಾಂಬ್ ಒಂದರ ಅವಶೇಷ. ಅದರ ಬೆಳಕಿನಲ್ಲಿ ಆ ವೃದ್ಧೆ ಮಗುವನ್ನು ಕೈಯಲ್ಲಿ ಎತ್ತಿಕೊಂಡಳು. ಯಾರದೋ ದೊಡ್ಡವರ ದೊಗಲಂಬಗಲೆ ಉಡುಪಿನಲ್ಲಿ

ಸುತ್ತಿದ್ದ ಮಗು ಪುಟ್ಟ ಕೈಗಳನ್ನು ಚಾಚಿ ಅಜ್ಜಿಯ ಬೆಳ್ಳನೆಯ ಕೂದಲುಗಳನ್ನು ಗಟ್ಟಿಯಾಗಿ ಹಿಡಿದುಬಿಟ್ಟಿತು.

"ನನ್ನ ಜತೆ ಇರ್ತೀಯಾ ಬಂಗಾರ ?" ಅಜ್ಜಿ ಕೇಳಿದಳು.

"ಇವನ ಬಟ್ಟೆ ಬರೆ ಎಲ್ಲಾ ಎಲ್ಲಿ ? ಅದ್ಯಾಕೆ ಮೈತುಂಬ ಬಟ್ಟೆ ಹಾಕಿಕೊಂಡು ಕರ್‍ಕೊಂಡು ಬರಬಾರದೆ ?"

"ಅವನ ಬಟ್ಟೆ ಎಲ್ಲಾ ಹರಿದು ಚಿಂದಿ ಆಗಿತ್ತೂಂತ ಕಿತ್ತು ಎಸೆದುಬಿಟ್ಟೆ," ಎಂದು ಲೈ ಉತ್ತರಿಸಿದಳು.

ಅಜ್ಜಿ ಮೂಲೆಗಳಲ್ಲೆಲ್ಲಾ ತಡಕಾಡಿದಳು. "ಮಿ॥ ಖ, ಮಿ॥ ಖ..." ಎಂದು ಕೂಗು ಹಾಕಿದಳು.

ಮಿ॥ ಖ ಪ್ರತ್ಯಕ್ಷನಾದ. ಸೊಂಟದ ಮೇಲೆ ಬರಿಮೈ. ಕೈಯಲ್ಲಿ ದೊಡ್ಡ ಕತ್ತಿಯೊಂದು.

"ಮುಂಚೆ ಇಲ್ಲಿದ್ದ ಮಕ್ಕಳ ಬಟ್ಟೆ ಇದೆಯಾ ನೋಡಪ್ಪ. ಇದ್ರೆ ತಂದುಕೊಡು, ಈ ಮಗು ನೋಡು, ದಿಕ್ಕಿಲ್ಲದ ತಬ್ಬಲಿ. ನದಿಯಾಚೆ ದಕ್ಷಿಣದ ಕಡೆಯಿಂದ ಇಲ್ಲಿಗೆ ಬಂದಿದೆ."

ಮೌನವಾಗಿ ಎಲ್ಲವನ್ನೂ ಕೇಳಿಸಿಕೊಂಡ ಆತ, ಕಣ್ಣನ್ನು ಕಿರಿದುಗೊಳಿಸಿ ಮಗುವಿನ ಕಡೆ ಒಂದು ಕ್ಷಣ ನಿಟ್ಟಿಸಿದ. ಮಾತಾಡದೆ ಒಳನಡೆದ. ಎಮ್ಮೆಯೊಂದು ಬಾಯಾಡಿಸುತ್ತ ಅಂಬಾ ಎಂದದ್ದು ಅವರಿಗೆ ಕೇಳಿಸಿತು. ಇದ್ದಕ್ಕಿದ್ದಂತೆ ಬಾಗಿಲಸಂದಿನಿಂದ ದೊಡ್ಡ ಬೆಳಕೊಂದು ಒಳನುಗ್ಗಿ ಬಂತು. ಗುಡುಗಿನಂಥ ಸದ್ದು ಕೇಳಿಸಿತು. ಜೆಟ್ ವಿಮಾನವೊಂದು ಆಕಾಶಮಾರ್ಗದಲ್ಲಿ ಕರ್ಕಶ ಸದ್ದು ಮಾಡುತ್ತಾ ಹಾರಿಹೋಯಿತು. ಅಜ್ಜಿ ತಕ್ಷಣ ಮಗುವನ್ನು ತನ್ನ ಸೆರಗಿನಲ್ಲಿ ಅಡಗಿಸಿಕೊಂಡು ನೆಲಮಾಳಿಗೆಯೊಳಕ್ಕೆ ತೂರಿಕೊಂಡಳು. ಭೂಮಿ ಅದುರಿತು. ಸಮೀಪದಲ್ಲೇ ಎಲ್ಲೋ ಸ್ಫೋಟನೆಯೊಂದರ ಸದ್ದು ಕೇಳಿಸಿತು.

ಲೈ ಎದ್ದು ನಿಂತಳು.

"ನಾವು ಹೋಗಬೇಕು. ನಮ್ಮ ಸಂಗಾತಿಗಳು ನಮಗೋಸ್ಕರ ಕಾಯ್ತಿರ್ತಾರೆ."

ಆನಂತರ ನಿಧಾನವಾಗಿ ಸೇರಿಸಿದಳು: "ಮಗು ಖರ್ಚಿಗೆ ಅಂತ ಒಂದಿಷ್ಟು ಹಣ..."

ಕೊಂಚ ಅಸಮಾಧಾನದಿಂದ ಅಜ್ಜಿ ಉತ್ತರಿಸಿದಳು: "ನಿನ್ನ ಹಣ ನಿನ್ನ ಹತ್ತಿರವೇ ಇರಲಿ ಮಗಳೇ. ನನ್ನ ಮೊಮ್ಮಗು ಇದು. ಇವನಿಗೆ ಅನ್ನ ಹಾಕೋಕ್ಕೆ ನಾನು ಬೇರೆಯೋರ ಮುಖ ನೋಡ್ಲಾ ?"

ಆ ಮಗು ತನ್ನ ಹೊಸ ಕುಟುಂಬವನ್ನು ಸೇರಿಕೊಂಡದ್ದು ಹೀಗೆ. ಬಂದ ಕೆಲಸಮಯದಲ್ಲೇ ಅದು ಎಲ್ಲರ ಅರಗಿಳಿಯಾಯಿತು. ಅವನಿಗಾಗಿ ರಾಟೆಗಳನ್ನು ಬಳಸಿ ಒಂದು ಯಂತ್ರಸಾಧನವನ್ನೇ ನಿರ್ಮಿಸಲಾಯಿತು. – ವಿಮಾನ ದಾಳಿಯ ಸೂಚನೆ ಸಿಕ್ಕ ತಕ್ಷಣ ಅವನನ್ನು ನೆಲಮಾಳಿಗೆಗೆ ತೊಟ್ಟಿಲಿನ ಸಮೇತ ಕೆಳಕ್ಕೆ ಇಳಿಬಿಡಲು. ಅವನ ಬಟ್ಟೆ ಬರೆಗಳಿಗಾಗಿ ಪುಟ್ಟ ಪೆಟ್ಟಿಗೆ ತಯಾರಾಯಿತು. ಅವನ ಆಹಾರವನ್ನು ಜೋಪಾನ ಮಾಡಲು ಒಂದು ಅಲಮಾರು. ಮೂಕ ಮುನಿಯಂತಿದ್ದ ಮುದುಕ ಮಿ॥ ಖನಲ್ಲಿ ಕೂಡ ಲವಲವಿಕೆ ಬಂತು. ಆತ ಒಬ್ಬ ವಿಚಿತ್ರ ವ್ಯಕ್ತಿ. ಸಂಭಾಷಣೆಯಲ್ಲಿ ಪಾಲ್ಗೊಳ್ಳುವುದಿಲ್ಲ. ಬಾಂಬ್ ದಾಳಿ ನಡೆಯುತ್ತಿದ್ದಾಗ ಅತಿ ಅಪಾಯದ ಪ್ರದೇಶದಲ್ಲಿ ಮುಂದುವರಿದು ಹೋಗುತ್ತಾನೆ ಬೇಕಾದರೆ. ತನಗಾಗಿ ಕಟ್ಟಿಕೊಂಡ ಗೂಡಿನಲ್ಲಿ ತನ್ನ ಎಮ್ಮೆಯ ಜತೆ ಮಲಗುತ್ತಾನೆ. ಆ ಎಮ್ಮೆಯೋ, ಅವನಷ್ಟೆ ವಿಚಿತ್ರ ಪ್ರಾಣಿ. ಸಾಲದೆಂಬಂತೆ ಅದರ ಕೊಂಬುಗಳಲ್ಲಿ ಒಂದು ರಾಕೆಟ್‌ನ ತುಂಡು ತಗಲಿ ಮುರಿದುಹೋಗಿದೆ.

ಇಂಥ ಮಿ॥ ಖ ಈಗ ಮನೆಗೆ ಬರುವಾಗ ಬರಿಗೈಯಲ್ಲಿ ಬರುವುದೇ ಇಲ್ಲ. ಮಗುವಿಗಾಗಿ ಒಂದು ಚಿಟ್ಟೆ ಹುಳುವನ್ನೋ, ಕಾಡು ಹೂವನ್ನೋ, ಬಾಂಬ್ ಶೆಲ್‌ನ ಅವಶೇಷವನ್ನೋ ಏನನ್ನಾದರೂ ತಂದೇ ತರುತ್ತಾನೆ. ಮಗುವನ್ನು ಕಂಡಾಗಲೆಲ್ಲ ಮುಗುಳ್ನಗುತ್ತಾನೆ. ಮಗು ನಕ್ಕು ಕೈ ಬೀಸಿದರೆ ಅವನಿಗೆಷ್ಟು ಖುಷಿಯೋ! ತನ್ನ 'ಮಗ'ನನ್ನು ನೋಡಲು ಲೈ ತಿಂಗಳಿಗೆ ಒಮ್ಮೆಯೋ ಎರಡು ಸಲವೋ ತಪ್ಪದೆ ಬರುವಳು. ಹೊಸ ಬದುಕಿಗೆ ಅವನು ಹೊಂದಿಕೊಳ್ಳುತ್ತಿರುವುದನ್ನು ಕಂಡು ಅವಳಿಗೆ ಸಂತೋಷ. ಅವನಿಗೆ ನಾಲ್ಕಾರು ಹೆಸರುಗಳು. ಒಬ್ಬರು ಬಕ್ (ಉತ್ತರ) ಎನ್ನುತ್ತಾರೆ. ಇನ್ನೊಬ್ಬರು ನಾಮ್ (ದಕ್ಷಿಣ) ಎನ್ನುತ್ತಾರೆ. ಆದರೆ ಸ್ವತಃ ಲೈಗೆ ಹಾಗೂ ಅವಳ ಯುವ ಸಂಗಾತಿಗಳಿಗೆ ಇಷ್ಟವಾದ ಹೆಸರು : ಚಿಯನ್ ಥಂಗ್. ಅದರ ಅರ್ಥ ವಿಜಯ ಎಂದು.

ಹಳ್ಳಿಯ ಇನ್ನೊಂದು ಮೂಲೆಯಲ್ಲಿದ್ದ ಕುರುಬನ ಮಗಳೊಬ್ಬಳು ಮಗುವನ್ನು ತುಂಬಾ ಹಚ್ಚಿಕೊಂಡುಬಿಟ್ಟಳು – ದಿನಾಗಲೂ ಅವನೊಂದಿಗೆ ಬಗೆಬಗೆಯ ಆಟ ಆಡುತ್ತಾಳೆ. ಯುದ್ಧದ ಆಟ ಆಡುವಾಗ ಅವಳು ಕಮಾಂಡರ್. "ಚಿಯನ್ ಥಂಗ್, ಮುಂಚೂಣಿಗೆ !" ಎಂದು ದರ್ಪದ ದನಿಯಲ್ಲಿ ಹೇಳುತ್ತಾಳೆ. ಏನೂ ಅರ್ಥವಾಗದ ಮಗು ಮಿಕಿಮಿಕಿ ನೋಡಿ ಮುಖ ಕಿವಿಚಿ ಕೇಕೆ ಹಾಕಿದಾಗ ಎಲ್ಲರೂ ಬಿದ್ದು ಬಿದ್ದು ನಗುತ್ತಾರೆ.

ಹಳ್ಳಿಯ ಇತರ ಹುಡುಗ ಹುಡುಗಿಯರೂ ದಿನದ ಕೆಲಸ ಮುಗಿದ ಮೇಲೆ ಮಗುವನ್ನು ಕಾಣಲು ಅಲ್ಲಿಗೆ ಬರುತ್ತಿದ್ದರು. ತೊಟ್ಟಿಲಿನ ಸುತ್ತ ಮುತ್ತ ನಿಲ್ಲುತ್ತಿದ್ದರು. ಅಜ್ಜಿ ಬೆದರಿಸಿ ಓಡಿಸುತ್ತಿದ್ದಳು :

"ನಡೀರಿ ಇಲ್ಲಿಂದ ! ಮೊದಲೇ ಮಗೂಗೆ ಗಾಳಿ ಸಾಲದು ಈ ಗುಡಿಸಲಿನಲ್ಲಿ. ಅಪಾಯದ ವೇಳೆಯಲ್ಲಿ ಹೀಗೆ ಗುಂಪಾಗಿ ನಿಲ್ಲೋದು ತಪ್ಪೂಂತ ಗೊತ್ತಿಲ್ವ ?"

ಯಾರು ಕೇಳಬೇಕು ? ಪ್ರತಿರಾತ್ರಿ ಅವರೆಲ್ಲ ಬಂದೇ ಬರುತ್ತಿದ್ದರು. ಮನೆಯ ತುಂಬ ನಗೆ, ಕೇಕೆ, ಗದ್ದಲ. ಜಿಲ್ಲಾ ಸಮಿತಿಯ ಕಡೆಯಿಂದ ವೃದ್ಧೆಗೆ ಎಷ್ಟೋ ಸಲ ಸೂಚನೆ ಬಂದಿತ್ತು – ಪಕ್ಕದ ಪ್ರದೇಶಕ್ಕೆ ಮಗುವನ್ನು ಕಳುಹಿಸಬೇಕೆಂದು. ಅವಳು ಅದನ್ನು ಕಿವಿಯ ಮೇಲೆ ಹಾಕಿಕೊಳ್ಳಲಿಲ್ಲ. ಅವಳೆನ್ನುತ್ತಿದ್ದಳು:

"ನಾನು ಗಟ್ಟಿಯಾಗಿದ್ದೇನೆ. ನನ್ನ ಮೊಮ್ಮಗ ಗುಂಡುಕಲ್ಲಿನ ಹಾಗಿದಾನೆ. ಅಮೆರಿಕನ್ನರು ಏನು ಮಾಡೋಕ್ಕೆ ಸಾಧ್ಯ ನಮ್ಮಿಬ್ಬರಿಗೆ ?"

ಜಿಲ್ಲೆಯ ಪೌರ ಸಮಿತಿಯ ಅಧ್ಯಕ್ಷಿಣಿಗೆ ಮಧ್ಯಸ್ತಿಕೆ ವಹಿಸಲಾಯಿತು. ಅಜ್ಜಿಯ ಮನಸ್ಸನ್ನು ಪರಿವರ್ತಿಸಲು. ಆಕೆ ಅಜ್ಜಿಯ ಮೊಮ್ಮಗಳು. ಆದರೇನು ಅಜ್ಜಿಯ ನಿರ್ಧಾರ ಬದಲಾಗಲಿಲ್ಲ. ಅಧ್ಯಕ್ಷಿಣಿಗೆ ಮಾತನಾಡುವ ಅವಕಾಶವೇ ಸಿಗಲಿಲ್ಲ. "ನನ್ನ ಶಕ್ತಿ ಉಡುಗಿಹೋಯಿತು, ಮಗುವನ್ನ ನೋಡಿಕೊಳ್ಳಲಾರೆ ಅಂದ್ಕೊಂಡೆಯಾ ? ನೀನಿನ್ನು ಸಣ್ಣ ಹುಡುಗಿ ಆಗಿದ್ದಾಗ ನಾನು ಸೇನೆಯಲ್ಲಿದ್ದೆ, ಗೊತ್ತಾ ? ಬೇಕಾದರೆ ನಿನ್ನ ಮಾವನ ಬಗ್ಗೆಯೋ ಅಣ್ಣನ ಬಗ್ಗೆಯೋ ಆತಂಕ ಪಟ್ಟುಕೋ. ಅವರಾದರೆ ತೋಪಿನ ದಳದವರು, ಜೀವದ ಆಸೆ ಬಿಟ್ಟು ದುಡಿಯೋವ್ರು..."

ನಿರಾಕರಣೆಗೆ ಅಜ್ಜಿ ಯಾವ ಕಾರಣಗಳನ್ನೂ ನೀಡಲಿಲ್ಲ. ಆದರೆ ಆ ಕಾರಣಗಳು ಘನವಾದವು ಎಂಬುದಂತೂ ಸತ್ಯ. ಅವಳು ಒಂದು ಕ್ಷಣ ಕಣ್ಣಿಂದ ಮರೆಯಾದರೆ ಸಾಕು, ಪುಟ್ಟ ಚಿಯನ್ ಥಂಗ್ ಅಳಲು ಪ್ರಾರಂಭಿಸುತ್ತಿದ್ದ. ಅವಳು ಕೆಮ್ಮಿದರೆ ಮುಗುಳ್ನಗುತ್ತಿದ್ದ. ಅಂಥ ಮಗುವನ್ನು ಬಿಟ್ಟು ಹೇಗಿದ್ದಾಳು ? ಅಲ್ಲದೆ ಪಕ್ಕದ ಪ್ರಾಂತವನ್ನು ತಲಪಲು ಎರಡು

ದಿನಗಳ ಕಾಲ್ನಡಿಗೆಯ ಪ್ರಯಾಣ ಮಾಡಬೇಕು – ಬಾಂಬ್‌ಗಳು, ಶೆಲ್‌ಗಳ ನಡುವೆ. ಅವಳು ಹೊರಟುಬಿಟ್ಟರೆ ಇಲ್ಲಿ ಬ್ರಿಗೇಡ್‌ಗಾಗಿ ಅಡುಗೆ ಮಾಡಲು ಯಾರಿದ್ದಾರೆ ? ಹಂದಿಗಳ ಆರೈಕೆ ಯಾರು ಮಾಡುವವರು ? ಕುಟುಂಬದ ಕಡೆಯ ಮಗುವಾದ ಸಾ ಕೂಡಾ ಯುದ್ಧದಲ್ಲಿ ಸಕ್ರಿಯವಾಗಿ ಪಾಲ್ಗೊಳ್ಳುತ್ತಿದ್ದಾನೆ; ಮೂರು ವರ್ಷಗಳಾದುವು, ಅವನು ತನ್ನ ತಂದೆ – ತಂಗಿಯರನ್ನು ಕಂಡುಬರಲು ಹೋಗೇ ಇಲ್ಲ. ಇನ್ನು ಪಾಪದ ಖ ಆತನಿಗೆ ತನಗಿಂತ ತನ್ನ ಎಮ್ಮೆಯ ಹೊಟ್ಟೆಯ ಚಿಂತೆಯೇ ಹೆಚ್ಚು. ಇವರಲ್ಲದೆ ತಂಗಳನ್ನವನ್ನೇ ಪರಮಾನ್ನ ವೆಂದುಕೊಂಡು ತಿನ್ನುವ ಬಡಪಾಯಿ ಸೈನಿಕರು !... ಇವರನ್ನೆಲ್ಲ ತೊರೆದು ದೂರ ಹೊರಟುಹೋಗುವುದೆ ? ಇಲ್ಲ, ಅದು ಸಾಧ್ಯವೇ ಇಲ್ಲ.

* * *

ಕಣಿವೆ ಕಂದರಗಳ ನಡುವೆ ನಡೆದುಬರುತ್ತಿದ್ದ ಲೈಗೆ ತನ್ನ 'ಮಗ'ನದೇ ಯೋಚನೆ. ಇನ್ನು ಕೆಲವೇ ಗಂಟೆಗಳಲ್ಲಿ ಅವನನ್ನು ಕೈತುಂಬ ಎತ್ತಿಕೊಂಡು ಎದೆಗವಚಿಕೊಂಡು ಬೆನ್ನು ತಟ್ಟುತ್ತಾಳೆ. ಅವನು ಅವಳ ಕುತ್ತಿಗೆಯನ್ನು ಬಳಸಿ ಕೆನ್ನೆಗೆ ಮುತ್ತಿಟ್ಟು ಮುಖವೆಲ್ಲ ಎಂಜಲು ಮಾಡುತ್ತಾನೆ. ನಡೆದುಬಂದ ಆಯಾಸವೆಲ್ಲ ಒಂದೇ ಕ್ಷಣದಲ್ಲಿ ಮಾಯ. ಆ ರಾತ್ರಿ ಅವಳು ಗುಡಿಸಲಿನ ತಪಾಸಣೆ ನಡೆಸಬೇಕು – ಸತತವಾದ ಬಾಂಬ್ ದಾಳಿಯನ್ನು ತಾಳುವ ಶಕ್ತಿ ಆ ಮರದ ದಿಮ್ಮಿಗಳಿಗೆ ಇದೆಯೋ ಇಲ್ಲವೋ ?

ಹೀಗೇ ಬಗೆಬಗೆಯ ಆಲೋಚನೆ ಮಾಡುತ್ತ ಲೈ ಇಡೀ ಮಧ್ಯಾಹ್ನ ನಡೆದಳು. ಬೆನ್‌ಹಾಯ್ ನದಿಯಿಂದ ಪುಟ್ಟ ಚಿಯೆನ್‌ನ ಹಳ್ಳಿಗೆ ಎಷ್ಟೋ ಕಿಲೋಮೀಟರುಗಳ ಹಾದಿ. ಸುರಂಗ ಮಾರ್ಗಗಳ ಮೂಲಕ ಹಾದು ಬರಬೇಕು – ಕೆಲವು ಸುರಂಗಗಳು ಹಠಾತ್ತನೆ ಬಾಂಬ್ – ಕಂದಕಗಳಲ್ಲಿ ಕೊನೆಗೊಳ್ಳುವುವು. ಆಗ ಮತ್ತೆ ಹಿಂದಿರುಗಿ ಹೊಸ ಸುರಂಗಮಾರ್ಗ ವೊಂದನ್ನು ಹುಡುಕಬೇಕು. ಈ ಸುತ್ತು ಬಳಸಿನ ಹಾದಿ ಕೊನೆಗೊಂಡು ಲೈ ಚಿಯನ್‌ನ ಮನೆ ತಲುಪಿದಾಗ ಸಂಜೆ ಕವಿದಿತ್ತು.

"ಚಿಯನ್ !... ಚಿಯನ್ ಥಂಗ್ !" ಎಂದು ಆನಂದದಿಂದ ಅವಳು ಕೂಗು ಹಾಕಿದಳು.

ಉತ್ತರವಿಲ್ಲ. ಒಲೆಯ ಹತ್ತಿರ ಕೂತಿದ್ದ ಅಜ್ಜಿ ಬಾಯಿಬಿಡಲಿಲ್ಲ. ಪುಟ್ಟ ಸಾ ಗೋಡೆಗೊರಗಿ ನಿಂತಿದ್ದವನು ಲೈಳನ್ನು ತಲೆಯೆತ್ತಿ ನೋಡಿದ. ಮರುಕ್ಷಣ ತನ್ನ ಆಟೋಮ್ಯಾಟಿಕ್ ಕೋವಿಗೆ ಗುಂಡುಗಳನ್ನು ಎಣಿಸಿ ಹಾಕತೊಡಗಿದ. ಖ ಬಾಗಿಲಿಗೆ ಬೆನ್ನು ಮಾಡಿ ಹಗ್ಗ ಹೊಸೆಯುತ್ತಿದ್ದ. ಅವನು ಬಂದ ಹೊಸಬಳನ್ನು ಗಮನಿಸಲೇ ಇಲ್ಲ.

ಲೈಗೆ ಆಘಾತವಾಯಿತು. ತಣ್ಣನೆಯ ಬೆವರು ಬೆನ್ನಿನಲ್ಲಿ ಹರಿಯಿತು. ಮಗುವಿಗೆ ಆಗಬಾರದ್ದು ಏನಾದರೂ ಆಯಿತೆ ? "ಅಮ್ಮ ನನ್ಮಗು ಎಲ್ಲಿ ?" ನಡುಗುವ ಸ್ವರದಲ್ಲಿ ಅವಳು ಕೇಳಿದಳು. ಸೆರಗಿನ ತುದಿಯಿಂದ ಕಣ್ಣನ್ನು ಒತ್ತಿಕೊಳ್ಳುತ್ತ ಅಜ್ಜಿ ಅಂದಳು : "ಅವನೆ ? ಅವನ ತಾಯಿ ಇದೇ ಈಗ ಬಂದು ಅವನನ್ನು ಕರಕೊಂಡು ಹೊರಟುಹೋದಳು."

"ಏನಂದ್ರಿ ?" ಲೈ ಕೂಗಿದಳು.

ಅವಳ ತಲೆ ತಿರುಗಿದಂತಾಯಿತು. ಕೈಯಲ್ಲಿದ್ದ ಆಟೋಮ್ಯಾಟಿಕ್ ಅನ್ನು ಕ್ಯಾಂಪಿನ ಮಂಚದ ಮೇಲೆ ಒಗೆದಳು. "ಅವನು... ಅವನ ತಾಯಿ ಬದುಕಿದಾಳೈ ?"

ಅಜ್ಜಿ ತಲೆಯಾಡಿಸಿ ಹೌದು ಎಂದಳು. ಅವಳ ಮುಖದಲ್ಲಿ ಮುಗುಳುನಗೆಯೊಂದು ಅರಳಿತು. ನೀರು ತುಂಬಿದ ಕಣ್ಣಿನಂಚಿನಿಂದ ಅವಳು ನಕ್ಕಳು.

ಆಟೋಮ್ಯಾಟಿಕ್‌ಗೆ ಮದ್ದು ತುಂಬಿದ್ದಾಗಿತ್ತು. ಸಾ ಹೇಳಿದ, ತನ್ನ ನಿಧಾನದ ಧಾಟಿಯಲ್ಲಿ. "ಆ ಮಗುವಿನ ತಾಯಿ ನದಿ ದಾಟುವಾಗ ಗುಂಡು ತಗಲಿ ಕೆಳಗೆ ಬಿದ್ದಳು. ಮೂರ್ಛೆ ಹೋದಳು. ಆದರೆ ಸಂರಕ್ಷಣಾ ಪಡೆಯವರು ಅದನ್ನು ನೋಡಿ ಅವಳನ್ನ ಉಳಿಸಿದರು. ಈಗ ವಿಮಾನನಾಶಕ ವಿಭಾಗ ಒಂದರಲ್ಲಿ ಅಡುಗೆ ಕೆಲಸ ಮಾಡಿಕೊಂಡಿದಾಳೆ. ಅವರು ಇಲ್ಲಿ ಬಿಟ್ಟುಹೋಗಿದ್ದ ಹಂದಿಗಳನ್ನ ತಗೊಂಡು ಹೋಗೋದಕ್ಕೆ ಆಕೆ ಬಂದಿದ್ದಳು. ಮಗೂ ಗುರ್ತು ಹಿಡಿದಳು. ಮಗೂನೂ ತಾಯಿನ ಹಚ್ಚಿಕೊಂಡು ಬಿಡ್ತು. ಆಮೇಲೆ ನಮ್ಮ ಕಡೆ ತಿರುಗಿ ನೋಡಿದ್ದರೆ ಅವನ ಹೆಸರು ಚಿಯನ್ ಥಂಗ್ ಸರಿ!"

ಲೈಳ ಗಂಟಲು ಬಿಗಿಯಾಯಿತು. ಅವಳ ಕನಸುಗಳೆಲ್ಲ ಬಾಂಬ್ ಸಿಡಿತದಿಂದಲೋ ಎಂಬಂತೆ ಪುಡಿಪುಡಿಯಾದವು. ಮಗುವನ್ನು ಸಾಕಿ ದೊಡ್ಡದನ್ನಾಗಿ ಮಾಡುವ ಅವಳ ಹಂಬಲ ಕಮರಿಹೋಯಿತು.

ಮಗುವಿನ ತಾಯಿ ಬದುಕಿ ಉಳಿಯುವುದು, ಅವಳು ಇಲ್ಲಿಗೆ ಬಂದು ಮಗುವನ್ನು ಪತ್ತೆ ಹಚ್ಚುವುದು, ಇವೆಲ್ಲ ಹುತಾತ್ಮರ ಬೀಡಾದ ಈ ವಿಂಗ್‌ಲಿಂಗ್‌ನಲ್ಲಿ ಸಾಧ್ಯವೆ? ಏನಾದರೂ ಲೈಗೆ ಆ ಮುದ್ದು ಮುಖವನ್ನು ಮರೆಯಲಾಗದು. ಪುಟ್ಟ ಕೈಗಳು, ಉಬ್ಬಿದ ಗಲ್ಲ, ನಕ್ಕಾಗ ಮೂಡುತ್ತಿದ್ದ ಗುಳಿಗಳು, ಹೊಳಪು ಸೂಸುವ ಕಣ್ಣುಗಳು, ಅಪರೂಪದ ಕೆಂಬಣ್ಣದ ತಲೆಗೂದಲು... ಕೆಂಪು ತುಟಿಗಳು. ಅವು ನಸುಬಿರಿದು ಅವನು ನಕ್ಕಾಗ ಹರಡುವ ಸಂತಸದ ಲಹರಿ, ಅವನು ತೊದಲುತ್ತ 'ಅ...ಮ್ಮ...' ಎನ್ನುತ್ತಿದ್ದ ರೀತಿ...

ಒಂದು ನಿಮಿಷ ಮೌನವಾಗಿದ್ದು ನಂತರ ಚೇತರಿಸಿಕೊಂಡು ಲೈ ಕೇಳಿದಳು :

"ಯಾವ ವಿಭಾಗದಲ್ಲಿ ಕೆಲ್ಸಕ್ಕಿದಾಳೆ ಆಕೆ?"

"ಥು ಅನ್‌ನ ವಿಭಾಗದಲ್ಲಿ."

ಲೈ ತುಟಿ ಕಚ್ಚಿಕೊಂಡಳು. "ಗಡ್ಡದ ಥು ಅನ್‌ನ ವಿಭಾಗವೆ? ಆಕೆಗೆ ಒಂದಿಷ್ಟು ದಿನವಾದರೂ ಮಗುವನ್ನು ಇಲ್ಲಿ ಬಿಟ್ಟಿರೋಕೆ ಹೇಳ್ಬಾರದಿತ್ತೆ? ನನಗೆ ಆ ವಿಭಾಗದ ಪರಿಚಯ ಇದೆ. ಸದಾ ತಿರುಗ್ತಾ ಇರೋ ವಿಭಾಗ. ಯುದ್ಧ ತೀರಾ ಬಿರುಸಾಗಿ ಸಾಗುವ ಕಡೆ ಮಾತ್ರ ಅದು ತಂಗೋದು."

ಅಜ್ಜಿ ಒಲೆಯ ಬಳಿಗೆ ಊದುಗೊಳವೆಯೊಂದಿಗೆ ಹೋದಳು :

"ನಾನು ಸಾರಿಸಾರಿ ಹೇಳಿದೆ. ಸಾ ಕೂಡಾ ಅಂದ. ನೀನು ಬರೋವರೆಗಾದರೂ ಕಾಯಬೇಕು ಅಂತ. ಆದರೆ ಆಕೆ ಅತ್ತೂ ಕರೆದು ರಂಪ ಮಾಡಿದಳು. ಬೇಡಿಕೊಂಡಳು: ಮಾರನೆ ದಿನ ಆಕೆ ವಿಭಾಗವನ್ನು ಬಿಟ್ಟು ಹನಾಯ್‌ಗೆ ಹೋಗುವವಳಿದ್ದಳು. ಅಲ್ಲಿ ದಾದಿಯ ಕೆಲಸಕ್ಕೆ ಶಿಕ್ಷಣ ಪಡೆಯೋದಕ್ಕೆ. ಮಗುವನ್ನೂ ಕರ್ಕೊಂಡು ಹೋಗ್ತೀನಿ ಅಂದ್ಳು. ಇಂಥ ಪರಿಸ್ಥಿತಿಯಲ್ಲಿ ನಾವು ಏನು ಮಾಡೋಹಾಗಿದೆ? ಏನೋ ಹೋಗಲಿ, ಸದ್ಯ ಮಗು – ತಾಯಿ ಒಂದಾದರಲ್ಲ ಅಂತ ಸಂತೋಷಪಟ್ಟೆವು, ಅಷ್ಟೆ."

ತಾನು ತಯಾರಿಸುತ್ತಿದ್ದ ಹಗ್ಗವನ್ನು ಕೆಳಗೆ ಹಾಕಿ ಖ ಹೊರಹೋದ. ಸಾ ತನ್ನ ಆಟೋಮ್ಯಾಟಿಕ್ ಅನ್ನು ಗೋಡೆಗೆ ಒರಗಿಸಿ ತಾನೂ ಒರಗಿದ. ವಿಲಕ್ಷಣ ಬೆಳಕೊಂದು ಒಳಗೆ ತೂರಿಬಂದಂತೆ ಭಾಸವಾಯಿತು. ಎಲ್ಲಾ ಕಡೆ ಮನೆ ಭಣಭಣ ಎನ್ನಿಸಿತು. ಅಸಹನೀಯ ಮೌನ. ದಿಮ್ಮಿಯ ಮೇಲೆ ಕೂತಿದ್ದ ಹುಳುವೊಂದು ಮರವನ್ನು ಕೊರೆಯುತ್ತಿದ್ದ ಸದ್ದು ಕೇಳಿತು. ಮಣ್ಣಿನ ಶೀತಲ ಪರಿಮಳ ಗಾಳಿಯಲ್ಲಿ ತೇಲಿತು.

ಲೈ ತನ್ನ ಮೂಟೆಯನ್ನೂ ಆಟೋಮ್ಯಾಟಿಕ್ ಅನ್ನೂ ಎತ್ತಿಕೊಂಡು ಎದ್ದಳು. ಕಡೆಯ ಸಲ ಮಗುವನ್ನು ನೋಡಬೇಕು. ಕಡೆಯ ಸಲ ಅವನ ಹಾಲು ಗಲ್ಲಕ್ಕೆ ಮುತ್ತಿಟ್ಟು ಅವನಿಗಾಗಿ ತಂದಿದ್ದ ತಿಂಡಿಯನ್ನೂ ಉಡುಗೊರೆಯನ್ನೂ ಕೊಡಬೇಕು. ತಾನು ಅಸೂಯೆಪಡುತ್ತಿದ್ದ ತಾಯಿ ಜತೆ ಒಂದೆರಡು ಮಾತು ಆಡಬೇಕು. "ಆಗಾಗ ಪತ್ರ ಬರೆದು, ತನ್ನ 'ಮಗ'ನ ಸಮಾಚಾರ ತಿಳಿಸು" ಅಂತ ಹೇಳಬೇಕು.

ಅಜ್ಜಿ ಒಳಹೋಗಿ ಮಾಗಿದ ಒಂದು ಚಿಪ್ಪು ಬಾಳೆಹಣ್ಣುಗಳನ್ನು ತಂದಿತ್ತಳು.

"ಮಗೂಗೆ, ನಿನ್ನ ಜತೆ ಸಾ ಬರ್ತ್ತಾನೆ. ಅವನಿಗೆ ಥು ಅನ್‌ಗಿಂತಲು ಚೆನ್ನಾಗಿ ಗೊತ್ತಿದೆ ದಾರಿ."

ಎದ್ದು ತನ್ನ ಟೊಪ್ಪಿಗೆಯನ್ನೂ ಆಟೋಮ್ಯಾಟಿಕ್ ಅನ್ನೂ ಕೈಗೆತ್ತಿಕೊಂಡು ಲೈಗಾಗಿ ಕಾಯುತ್ತ ನಿಂತ.

ಲೈಗೆ ಹೊಸ ಆಲೋಚನೆಯೊಂದು ಹೊಳೆಯಿತು. "ಅಮ್ಮ, ಅವಳು ವಿಂಗ್‌ಲಿಂಗ್‌ಗೆ ಯಾವತ್ತು ಬಂದಳೂಂತ ಕೇಳಿದಿರಾ ?"

ಆಶ್ಚರ್ಯ ಪಟ್ಟವಳಂತೆ ಅಜ್ಜಿ ಕೇಳಿದಳು :

"ಏನೆ ?"

"ಅವಳು ಮಗುವಿನ ಜತೆ ದೋಣಿಯಿಂದ ಇಳಿದದ್ದು ಎಲ್ಲಿ ಅಂತ ಕೇಳಿದಿರಾ ?"

"ಅರೆ, ಅದು ನಿನ್ನ ಹಳ್ಳಿ ಪಕ್ಕದಲ್ಲೇ ಅಲ್ಲವಾ ?"

"ಸರಿ, ಯಾವತ್ತು ?"

ಅಜ್ಜಿ ಹುಡುಗನ ಕಡೆ ತಿರುಗಿದಳು.

"ಹೇಳು ಸಾ"

"ಏಳನೇ ತಾರೀಖು. ಮೇ. ಅಮೆರಿಕನ್ನರು ಹಿಮ್ಮೆಟ್ಟಿ ನದಿಯ ನೀರಿಗೆ ವಿಷ ಬೆರೆಸಿದರಲ್ಲ... ನಮ್ಮ ಭಾರೀ ಫಿರಂಗಿಗಳು ಕಾನ್‌ಟಿಯನ್, ಡಾಕ್ ಮಿಯುಗಳ ಮೇಲೆ ಗುಂಡು ಹಾರಿಸಲು ಪ್ರಾರಂಭಿಸಿದುವಲ್ಲ – ಆ ದಿನ."

ಲೈ ಉದ್ಗರಿಸಿದಳು :

"ಅಯ್ಯೋ ದೇವರೆ ! ಆಕೆ ತಪ್ಪು ಮಾಡಿದಾಳೆ. ಅದು ಅವಳ ಮಗು ಅಲ್ಲ."

"ಯಾಕೆ ?" ಸ್ತಂಭೀಭೂತಳಾದ ಅಜ್ಜಿ ಕೇಳಿದಳು. ಖ ಮತ್ತು ಸಾ ಲೈಳನ್ನು ಅಚ್ಚರಿಯಿಂದ ದಿಟ್ಟಿಸಿದರು.

"ಆಕೆ ತಪ್ಪು ಮಾಡಿದಾಳೆ. ನಾನು ಚಿಯನ್ ಥಂಗ್‌ನನ್ನ ಉಳಿಸಿ ಹೊತ್ಕೊಂಡು ಬಂದದ್ದು ಮೇ ಐದನೇ ತಾರೀಖು. ಅಮೆರಿಕನ್ನರು ದಾಳಿ ಶುರು ಮಾಡಿದ ದಿವಸ. ಈಕೆ ನದಿ ದಾಟಿದ್ದೇ ಎರಡು ದಿನಗಳಾದಮೇಲೆ."

ಖನ ಕಣ್ಣುಗಳು ಅಗಲವಾದವು.

"ನೀನು ಈಗ ಹೇಳಿದ್ದು ನಿಜವೆ ?" ಸಣ್ಣ ದನಿಯಲ್ಲಿ ಕೇಳಿದ ಖ.

ಲೈ ಉತ್ತರಿಸಿದಳು.

"ನಿಜ."

ತನ್ನ ಮೂಲೆಗೆ ಜಿಗಿದ ಖ ಆಟೋಮ್ಯಾಟಿಕ್‌ಅನ್ನು ಸೆಳೆದುಕೊಂಡ. ಅಜ್ಜಿಗೆ ಕೂಗಿ ಹೇಳಿದ :

"ಈಗ ಹೋಗಿ ಮಗೂನ ವಾಪಸು ಕರ್ಕೊಂಡು ಬರೋನು ನಾನು! ಸಾ, ನೀನು ನನ್ನ ಜತೆ ಬಾ."

"ತಡೀರಿ!"

ಅಜ್ಜಿ ಲೈಳ ತೋಳನ್ನು ಹಿಡಿದು ನಿಲ್ಲಿಸಿದಳು.

"ಯಾರೂ ಎಲ್ಲಿಗೂ ಹೋಗ್ಬೇಡಿ," ಎಂದಳು. ಅವಳ ಧ್ವನಿ ಹರಿತವಾಗಿತ್ತು.

ಎಲ್ಲರೂ ಪರಸ್ಪರ ಮುಖ ನೋಡಿಕೊಂಡರು.

ಅಜ್ಜಿ ನುಡಿದಳು: "ಬೇಡ, ಅವಳನ್ನ ಎರಡನೇ ಸಲ ದುಃಖಕ್ಕೆ ಈಡು ಮಾಡೋದಕ್ಕೆ ನಮಗೆ ಯಾರಿಗೂ ಹಕ್ಕಿಲ್ಲ. ಆ ಮಗೂನ ಅವಳಿಗೆ ಬಿಟ್ಟುಬಿಡಿ. ನನ್ನನ್ನ ಅರ್ಥ ಮಾಡಿಕೊಳ್ಳಿ..."

ಆಕೆಯ ಕಂಠ ಬಿಗಿದು ಬಂತು. ಹೊರಗಡೆ ಸ್ಫೋಟಗಳು ಕೇಳಿಬಂದವು. ಯಾರೂ ತುಟಿ ಬಿಚ್ಚಲಿಲ್ಲ.

ಲೈ ತನ್ನ ಆಟೋಮ್ಯಾಟಿಕ್ ಅನ್ನು ಮತ್ತೆ ಮಂಚದ ಮೇಲೆಸೆದು ಮುಖಕ್ಕೆ ಕೈ ಹಚ್ಚಿ ಬಿಕ್ಕತೊಡಗಿದಳು.

ಖ ತನ್ನ ಬಂದೂಕನ್ನು ಸ್ವಸ್ಥಾನಕ್ಕೆ ಸೇರಿಸಿ ತನ್ನ ಹಗ್ಗ ಹೊಸೆಯುವ ಕಾರ್ಯಕ್ಕೆ ಮರಳಿದ. ಅಜ್ಜಿ ತರಕಾರಿ ಹೆಚ್ಚುವ ಕೆಲಸದಲ್ಲಿ ಮಗ್ನಳಾದಳು. ಸಾ, ತನ್ನ ಹೆಗಲಿಗೆ ಬಂದೂಕನ್ನು ಏರಿಸಿ ನಿಧಾನವಾಗಿ ಮೆಟ್ಟಲಿಳಿದು ಕೆಳಗೆ ಬಂದ. ರಾಕೆಟ್‌ನ ಜ್ವಾಲೆಗಳ ಮಂದವಾದ ಬೆಳಕಿನಲ್ಲಿ ಕರಗಿಹೋದ. ❍

○ ಕ್ಸು ಅನ್ ಕಂಗ್

ಕಿಡಿಗಳು

ಇಂಥ ಸೋಲು ಅನುಭವಿಸಬೇಕಾಗಿ ಬರಬಹುದೆಂಬ ಕಲ್ಪನೆ ಟ್ರಮ್‌ಗೆ ಇರಲಿಲ್ಲ. ಅವಳ ಪ್ರಯತ್ನ ನಗೆಗೀಡಾಗಿತ್ತು. ಬಿಳಿಯ ಗಂಧದ ಮರಗಳ ಸಾಲಿನ ನಡುವೆ ದುಗುಡ ತುಂಬಿದ ಮನಸ್ಸು ಹೊತ್ತು ನಡೆದು ಹೋಗುತ್ತಿದ್ದಳು ಅವಳು. ರಾತ್ರಿಯ ಸ್ವಚ್ಛ ಆಕಾಶ ಮೇಲೆ. ಅದರ ತುಂಬಾ ಕಣ್ಮಿಟುಕಿಸುವ ನಕ್ಷತ್ರಗಳು. ಹಿತವಾಗಿ ಬೀಸುತ್ತಿದ್ದ ತಂಗಾಳಿ ಕುದಿಯುತ್ತಿದ್ದ ಅವಳ ಮನಸ್ಸನ್ನು ತಣಿಸಲು ಆ ತಂಗಾಳಿಗೂ ಸಾಧ್ಯವಿರಲಿಲ್ಲ.

ಇದೆಲ್ಲ ಶುರುವಾದದ್ದು ಆ ದಿವಸ ಮಧ್ಯಾಹ್ನ. ಮುಗುಳುನಗುತ್ತ ಅವಳನ್ನು ಎದುರುಗೊಂಡ ಥಇ ನಾಟಕೀಯವಾಗಿ ಕೇಳಿದ :

"ನಿರ್ದೇಶಕಿಯವರೇ, ನಿಮ್ಮ ಗಾಯಕರ ತಂಡ ಇವತ್ತು ರಾತ್ರಿ ಎಲ್ಲಿ ಕಾರ್ಯಕ್ರಮ ಹಾಕಿಕೊಂಡಿದೆ ಹೇಳ್ತೀರಾ ?"

"ಯುವ ಮಂಡಲಿಯ ಕಾರ್ಯಸದನದಲ್ಲಿ. ನೀವು ಬರ್ತೀರಾ ? ಬರಬೇಕು. ಮೈಗೆ, ಮನಸ್ಸಿಗೆ ಆಗಾಗ ವಿಶ್ರಾಂತಿ ಅನ್ನೋದು ಬೇಡ್ವೆ ?"

ಅವಳ ಧ್ವನಿಯಲ್ಲಿ ನಿಜವಾದ ವಿಶ್ವಾಸವಿತ್ತು. ಯುವಕ ಎಂಜಿನಿಯರ್ ಥಇಯನ್ನು ಕಂಡು ತುಂಬಾ ದಿವಸವಾಗಿತ್ತು. ಸಂಗೀತದ ಕಾರ್ಯಕ್ರಮಗಳಿಗೂ ಬರುವುದನ್ನು ಅವನು ನಿಲ್ಲಿಸಿದ್ದ. ಸದಾ ತಾನು ಕೆಲಸ ಮಾಡುತ್ತಿದ್ದ ಬೃಹತ್ ಉಕ್ಕಿನ ಕುಲುಮೆಯಲ್ಲಿ ಕಾರ್ಯಮಗ್ನನಾಗಿ ಕುಳಿತಿರುತ್ತಿದ್ದ. ಅದಿಲ್ಲದಿದ್ದರೆ ದಪ್ಪ ದಪ್ಪ ಪುಸ್ತಕಗಳ ಮಧ್ಯೆ ಮುಳುಗಿಹೋಗುತ್ತಿದ್ದ. ಕುಲುಮೆಯಲ್ಲಿ ಏನೋ ತಾಂತ್ರಿಕ ಅಡಚಣೆ ಉಂಟಾಗಿತ್ತು.

ಥಇ ನುಡಿದ :

"ನಾನು ಬರ್ತಿದೀನಿ ಇವತ್ತು ರಾತ್ರಿ. ಒಂದು ನಿರ್ದಿಷ್ಟ ಹಾಡು ಕೇಳೋಕಾದ್ರೂ ಬರ್ತೀನಿ. ಅಥವಾ ಹೀಗಿಟ್ಟುಕೋ – ಒಬ್ಬ ನಿರ್ದಿಷ್ಟ ವ್ಯಕ್ತಿ ಆ ಹಾಡು ಹೇಳುವುದನ್ನು ಕೇಳೋಕೆ ಬರ್ತೀನಿ."

"ಯಾರಪ್ಪ ಆ ವ್ಯಕ್ತಿ ?"

"ನೀವು."

"ನಿಜವಾಗಿಯೂ ?"

"ಖಂಡಿತ. ನೀವು 'ಲಮ್ ನದಿಯ ಮೇಲೆ...' ಹಾಡೋದನ್ನು

ಕೇಳಿ ವರ್ಷದ ಮೇಲಾಯಿತು. ಇವತ್ತು ರಾತ್ರಿ ಅದನ್ನ ಹಾಡಬೇಕು. ಏನು ?"

ಹಿಂದೆ ಟ್ರಮ್ ಈ ಹಾಡನ್ನು ವಿಯೆನ್‌ಗಾಗಿ ಎಷ್ಟೋ ಸಲ ಹಾಡಿದ್ದಾಳೆ. ವಿಯೆನ್, ಥಇಯ ಹಳೆಯ ಮಿತ್ರ. ಅವನಿಗೆ ಈ ಹಾಡಿನ ಮೇಲೆ ವಿಶೇಷ ಮಮತೆ. ಅವನ ಪ್ರಾಂತದ ಅಂಬಿಗರು ಹಾಡುವ ಹಾಡದು. ಅದನ್ನು ಕೇಳಿದಾಗಲೆಲ್ಲ ಅವನ ಮನಸ್ಸು ಗರಿಗೆದರುತ್ತಿತ್ತು. ಹಳೆಯ ನೆನಪುಗಳ ಮಳೆ ಬಿಲ್ಲೊಂದು ಮನಸ್ಸಿನ ಪಟಲದ ಮೇಲೆ ಮೂಡಿ ಎದೆ ತುಂಬಿ ಬರುತ್ತಿತ್ತು. ಟ್ರಮ್ ಆ ಹಾಡನ್ನು ಹಾಡಿದರೆ ಆಕೆ ಅದೇ ಪ್ರಾಂತದವಳೇನೋ, ಲಮ್ ನದಿಯ ಮೇಲೆ ತನ್ನ ಸ್ವಂತ ದೋಣಿಯಲ್ಲಿ ಅತ್ತಿಂದಿತ್ತ ಚಲಿಸುತ್ತಾ ಜೀವ ಸವೆಸಿದವಳೇನೋ ಎಂದು ಅನುಮಾನ ಬರಬೇಕು; ಅಂಥ ಭಾವಪೂರ್ಣತೆ. ಇಷ್ಟು ಮಾತ್ರ ನಿಜ : ಅವಳು ವಿಯೆನ್‌ನನ್ನು ಮನಸಾರೆ ಪ್ರೀತಿಸುತ್ತಿದ್ದಳು.

ಆದರೆ ಒಂದು ವರ್ಷದ ಹಿಂದೆ ಅಮೆರಿಕದ ಪಡೆಗಳು ಅವಳ ಪ್ರೇಮವನ್ನು ಹೊಸಕಿ ಹಾಕಿದ್ದವು. ಉಕ್ಕಿನ ಕುಲುಮೆಯ ನೌಕರರಿಗಾಗಿ ಸಂಜೆಯ ಶಾಲೆಯಲ್ಲಿ ಪಾಠ ಹೇಳುತ್ತಿದ್ದ ವಿಯೆನ್, ನೌಕರರ ಮನೆಗಳ ಮೇಲೆ ನಡೆದ ಮೊದಲ ಬಾಂಬ್ ದಾಳಿಗೆ ಆಹುತಿಯಾಗಿದ್ದ.

ಇದಾದ ಅನಂತರವೂ ಟ್ರಮ್ ತನ್ನ ಚಟುವಟಿಕೆಗಳಿಂದ ಮುಕ್ತಳಾಗಲಿಲ್ಲ. ಯುವ ಮಂಡಲಿಯ ಸಮಸ್ಯೆ, ಯುವ ಸಂಘದ ಮುಂದಾಳು, ರಕ್ಷಣಾದಳದ ಮುಖ್ಯಸ್ಥೆ, ಯುವ ಸಂಘದವರು "ನಿರ್ದೇಶಕಿ" ಎಂದು ಅವಳನ್ನು ಚುಡಾಯಿಸುತ್ತಿದ್ದರು. ಅವಳು ಸಾಂಸ್ಕೃತಿಕ ಕಾರ್ಯಕ್ರಮಗಳನ್ನು ರೂಪಿಸುತ್ತಿದ್ದಳು. ಆದರೆ ಕಾರ್ಯಕ್ರಮದ ಮುಂಚೆ ವೇದಿಕೆಯ ಮೇಲೆ ಬಂದು ಒಂದೆರಡು ಮಾತನ್ನಾಡಿ ಮರೆಯಾದಳೆಂದರೆ ಮತ್ತೆ ರಂಗದ ಮೇಲೆ ಬರುತ್ತಿರಲಿಲ್ಲ. ಅವಳು ನದಿಯ ಹಾಡನ್ನು ಹಾಡುವುದನ್ನು ಅಮೇಲೆ ಜನ ಕೇಳಿರಲಿಲ್ಲ. ಅವಳೇಕೆ ಮೌನ ತಾಳಿದ್ದಳೋ ಯಾರಿಗೂ ಗೊತ್ತಿಲ್ಲ.

ಹೀಗಿದ್ದರೂ ಈ ಮಧ್ಯಾಹ್ನ ಥಇ ಕೇಳಿದಾಗ ಅವಳು ಹಿಂದು ಮುಂದು ನೋಡದೆ ಉತ್ತರಿಸಿದಳು. ಅವನ ಕಣ್ಣುಗಳನ್ನು ನೇರವಾಗಿ ನೋಡುತ್ತ ಪೂರ್ಣ ಭರವಸೆಯಿಂದ ಹೇಳಿಬಿಟ್ಟಳು. "ನಾನು ಹಾಡುತ್ತೇನೆ."

ಆ ಸಂಜೆ ಸಂಘದ ಸದನಕ್ಕೆ ಉತ್ಸಾಹದಿಂದಲೇ ಹೋದಳು. ಚಪ್ಪಾಳೆ ತಟ್ಟುತ್ತ ಸ್ವಾಗತಿಸಿದ ಪ್ರೇಕ್ಷಕ ಸಮೂಹವನ್ನು ನೋಡಿದಾಗಲೇ ಅವಳಿಗೆ ಸುತ್ತಣ ಅರಿವು ಮೂಡಿದ್ದು. ಒಂದೆರಡು ಕ್ಷಣ ಸುಮ್ಮನೆ ನಿಂತಳು. ಹೃದಯದ ಬಡಿತ ಕೇಳಿಸುತ್ತಿತ್ತು ಅವಳಿಗೆ. ಬಳಿಕ ಹಾಡಲು ತೊಡಗಿದಳು. ತನ್ನ ಧ್ವನಿಯೋ ಅಲ್ಲವೋ ಎಂಬ ಅನುಮಾನ ಬಂತು ಅವಳಿಗೆ. "ಕ್ಷಮಿಸಿ" ಎಂದು ಮತ್ತೆ ಆರಂಭಿಸಿದಳು. ಮತ್ತೆ ಅದೇ ಅಪರಿಚಿತ ಸ್ವರ. ಅವಳ ಕಣ್ಣು ಮಂಜಾಯಿತು. ತುಟಿ ಕಚ್ಚಿಕೊಂಡು ತನ್ನನ್ನು ತಾನೇ ಹತೋಟಿಗೆ ತಂದುಕೊಳ್ಳಲು ಯತ್ನಿಸಿದಳು. ಮೌನವಾಗಿದ್ದ ತುಂಬಿದ ಸಭೆ ಮತ್ತಷ್ಟು ದೊಡ್ಡದೆನ್ನಿಸಿತು, ಮುಂದುವರಿಯುವುದು ಅಸಾಧ್ಯ. ಇನ್ನೊಮ್ಮೆ ಪ್ರಯತ್ನಿಸಿದರೆ ಅವಳು ತಾಳಲಾರದೆ ಬಿಕ್ಕಿ ಬಿಕ್ಕಿ ಅತ್ತುಬಿಡುತ್ತಾಳೆ, ಅಷ್ಟೆ. ಆ ಕ್ಷಣ ಅವಳ ಕಣ್ಣು ಥಇಯದನ್ನು ಸಂಧಿಸಿತು. ಅವನ ಕಣ್ಣಿನಲ್ಲಿ ಏನೋ ಹೊಳಪಿತ್ತು. ಪ್ರೋತ್ಸಾಹದ ಸೂಚನೆಯಿತ್ತು. ಮೌನ ಸಂದೇಶ. ಅದರೆ ಅವಳಿಗೋ – ನಿಲ್ಲಲೂ ತ್ರಾಣವಿರಲಿಲ್ಲ.

"ದಯವಿಟ್ಟು ಕ್ಷಮಿಸಿ", ಎಂದು ಗೊಗ್ಗರ ಧ್ವನಿಯಲ್ಲಿ ಹೇಳಿ ಅವಳು ವೇದಿಕೆ ಬಿಟ್ಟು ಓಡಿಹೋದಳು.

ಅದೃಢ ಹೆಜ್ಜೆಗಳನ್ನಿಡುತ್ತ, ಕಹಿಯಾದ ನೆನಪನ್ನು ದೂರವಿಡಲು ಹೆಣಗುತ್ತ ಅವಳು

ನಡೆಯುತ್ತಿದ್ದಳು. ಕಾಲಕೆಳಗೆ ಭೂಮಿ ಕುಸಿಯುತ್ತಿದೆಯೋ ಎನಿಸುತ್ತಿತ್ತು ಹೆಜ್ಜೆಹೆಜ್ಜೆಗೂ. ಶುಭ್ರವಾದ ಆಕಾಶ, ಮಿನುಗುವ ತಾರೆಗಳು. ಆಹ್ಲಾದಕರ ತಂಗಾಳಿ, ಬಿಳಿ ಗಂಧದ ಮರದ ಸಾಲು... ಇವೆಲ್ಲ ಮನಸ್ಸಿನ ಮೂಲೆಯಲ್ಲಿದ್ದ ವಿಯೆನ್‌ನ ನೆನಪನ್ನು ಕದಡಿ ರಾಡಿ ಮಾಡುತ್ತಿದ್ದವು.

ನೆರಳೊಂದು ಕಾಣಿಸಿತು. ಥಇ ಇರಬೇಕು. ಹೌದು, ಅವನೇ, ಅವಳ ಬರವಿಗಾಗಿ ಕಾಯುತ್ತ ನಿಂತಿದ್ದವನು ಕಂಡಕೂಡಲೇ ಅವಳ ಕಡೆ ನಡೆದುಬಂದ.

"ಟ್ರಮ್, ನನ್ನನ್ನು ಕ್ಷಮಿಸಿಬಿಡಿ."

ಅವಳು ಸಣ್ಣ ದನಿಯಲ್ಲಿ ಕೇಳಿದಳು :

"ಕ್ಷಮೆ ? ನಿಮ್ಮದೇನು ತಪ್ಪಿದೆ ಥಇ ?"

ಇಬ್ಬರೂ ಒಟ್ಟಿಗೆ ಹೆಜ್ಜೆ ಹಾಕಿದರು. ಥಇ ಮೌನವಾಗಿ ಅವಳಿಗಿಂತ ಮುಂದೆ ಗಜದಷ್ಟು ಅಂತರದಲ್ಲಿ ನಡೆಯುತ್ತಿದ್ದ. ಇದ್ದಕ್ಕಿದ್ದಂತೆ ಅವನು ಮಾತಾಡತೊಡಗಿದ. ಎಡೆಬಿಡದೆ, ತನ್ನ ಮನಸ್ಸಿನಲ್ಲಿ ಇಷ್ಟು ಹೊತ್ತು ಹುದುಗಿಸಿಕೊಂಡದ್ದನ್ನು ತೋಡಿಕೊಳ್ಳುವ ತವಕದಿಂದ ಮಾತಾಡಿದ:

"ನಾನು ನಿಮ್ಮನ್ನು ನೋಡೋದಕ್ಕೆ ಸಹ ಬರಲಿಲ್ಲ... ಎರಡು ಸಮಾಧಾನದ ಮಾತು ಹೇಳೋಕ್ಕೆ ಅಂತಲೂ ಬರಲಿಲ್ಲ ಟ್ರಮ್, ನಿಮ್ಮ ದುಃಖ ಹಂಚಿಕೊಳ್ಳುವಷ್ಟು ತ್ರಾಣ ನನಗಿರಲಿಲ್ಲ. ನಾನು ವಿಯೆನ್ ಅನ್ನು ಎಷ್ಟು ಪ್ರೀತಿಸುತ್ತಿದ್ದೆ ಅಂತ ನಿಮಗೆ ಗೊತ್ತು. ಅವನು ಹೋದ ಮೇಲೆ ಜೀವನ ಬಿಕೋ ಅನ್ನಿಸ್ತಾ ಇದೆ. ನಾನು ಒಂದು ಸಲ ಹೊಸದನ್ನೇನೋ ಕಂಡುಹಿಡಿದಾಗ, ಬೆನ್ನು ತಟ್ಟಿ, "ನಿನ್ನ ತಲೆಯಲ್ಲಿ ಕಿಡಿಗಳು ಹಾರುತ್ತವೆ" ಅಂತ ತಮಾಷೆ ಮಾಡಿದ್ದ. ಅವನಿಗೆ ಗೊತ್ತಿರಲಿಲ್ಲ, ನನ್ನ ತಲೆಯಲ್ಲಿ ಹಾರಿದ ಕಿಡಿಗಳನ್ನು ಹೊತ್ತಿಸಿದವನೇ ಅವನು ಅಂತ. ನನಗೆ ತುಂಬಾ ದುಃಖವಾಗಿದೆ ಟ್ರಮ್... ನಿಮ್ಮ ದುಃಖದಲ್ಲಿ ಭಾಗಿಯಾಗಲು ನನಗೆ ಸಾಧ್ಯವಾಗಲಿಲ್ಲ. ನನ್ನನ್ನು ಕ್ಷಮಿಸಿ" ಅವಳು ಉತ್ತರಿಸಿದಳು :

"ನನಗೆ ನಾನೇ ಸಮಾಧಾನ ಹೇಳಿಕೊಂಡು ಅತ್ತೆ. ನನಗೆ ಗೊತ್ತಿರಲಿಲ್ಲ..."

ವಾಕ್ಯವನ್ನು ಪೂರ್ಣಗೊಳಿಸುವ ಧೈರ್ಯ ಅವಳಿಗಿರಲಿಲ್ಲ. ಅವಳಿಗೆ ಗೊತ್ತಿರಲಿಲ್ಲ, ವಿಯೆನ್‌ನ ಸಾವಿನಿಂದ ಅವಳಷ್ಟೇ ದುಃಖತಪ್ತನಾದ ವ್ಯಕ್ತಿ ಇನ್ನೊಬ್ಬನಿದ್ದಾನೆ ಎಂದು. ಅವಳ ಹೃದಯದ ಭಾರ ಸ್ವಲ್ಪ ಕಮ್ಮಿಯಾಯಿತು.

ಕೆಲವು ನಿಮಿಷ ಮೌನವಾಗಿದ್ದ ಥಇ ಮತ್ತೆ ಮುಂದುವರಿಸಿದ. ಬೀಸುತ್ತಿದ್ದ ಕುಳಿರ್ಗಾಳಿಯಲ್ಲಿ ಅವನ ಸ್ವರ ಕುಗ್ಗಿದಂತೆ ಭಾಸವಾಗುತ್ತಿತ್ತು, "ನನ್ನ ಮುಂದೆ ಈಗ ದೊಡ್ಡದೊಂದು ಸಮಸ್ಯೆ ಬಂದು ಕೂತಿದೆ. ವಿಯೆನ್ ಬದುಕಿದ್ದಾಗ ಇಂಥ ಅಡ್ಡಿಗಳು ಬರೋ ಪ್ರಮೇಯವೇ ಇರ್ತಿರಲಿಲ್ಲ. ಬೇರೆ ಜೊತೆಗಾರರಿದ್ದರೂ ಅವನಿದ್ದ ಹಾಗೆ ಆಗೋಲ್ಲ ಟ್ರಮ್. ಮುಚ್ಚುಮರೆ ಇಲ್ಲದೆ ನನ್ನ ಆಲೋಚನೆ ಎಲ್ಲವನ್ನೂ ಮನಸ್ಸು ಬಿಚ್ಚಿ ಹೇಳ್ತಾ ಇದ್ದದ್ದು ಅವನಿಗೆ ಮಾತ್ರ. ಪರಸ್ಪರ ನಾವು ಅರ್ಥ ಮಾಡಿಕೊಂಡಿದ್ದೆವು – ನನಗೆ ಅವನು ಅವನಿಗೆ ನಾನು ಅನ್ನೋ ಹಾಗಿದ್ದೆವು."

"ಈಗ ಬಂದಿರೋ ಕಷ್ಟ ಏನೂಂತ ಕೇಳಬಹುದಾ ?"

"ದೊಡ್ಡ ತಾಂತ್ರಿಕ ಅಡಚಣೆ. ಕುಲುಮೆಯ ಒಳಮೈಯ ಮೇಲೆ ಏನೋ ದೊಡ್ಡದಾಗಿ ಬೆಳಕೊಂಡು ಗಚ್ಚುಕಟ್ಟಿದೆ."

"ಏನು ?" ಅರ್ಥವಾಗದೆ ಟ್ರಮ್ ಕೇಳಿದಳು.

ಥಇಯೊಳಗಿನ ವಿಜ್ಞಾನಿ ಜಾಗೃತನಾದ.

"ನಿಮಗೆ ಗೊತ್ತಿಲ್ವ? ನಾವು ಕುಲುಮೆಯ ಬಾಯಿಗೆ ಸುರಿಯುವ ಕಲ್ಲಿದ್ದಲು. ಅದಿರು

ಎರಡೂ ನಿಧಾನವಾಗಿ ಕೆಳಕ್ಕಿಳಿಯುತ್ತೆ. ಯಾವುದೋ ಒಂದು ನಿರ್ದಿಷ್ಟವಾದ ಕಡೆ ಅದಿರು ಕರಗುತ್ತೆ. ತಾಪ ಹೆಚ್ಚಾದ ಹಾಗೆ ಅದು ಆಮ್ಲಜನಕದ ಜತೆ ಬೆರೆಯುತ್ತೆ... ಆದರೆ ಅದಿರಿನಲ್ಲಿ ಬೆರಕೆ ಇತ್ತು ಅಂತಿಟ್ಟುಕೊಳ್ಳಿ – ಇಡೀ ಅದಿರು ಒಂದೇ ಸಲ ಕರಗಿಹೋಗುತ್ತೆ. ಅದರಲ್ಲಿ ಒಂದಷ್ಟು ಕುಲುಮೆಯ ಒಳಮೈಗೆ ಅಂಟಿಕೊಂಡುಬಿಡುತ್ತೆ. ನಾವು ಮೇಲಿಂದ ಸುರಿದ ಅದಿರು ಈಗ ಸಲೀಸಾಗಿ ಕೆಳಕ್ಕಿಳಿಯೋ ಹಾಗಿಲ್ಲ, ಮಧ್ಯದಲ್ಲಿ ತಡೆ ಬರುತ್ತೆ ಎರಡನೇ ಸಲ ಸುರಿದ ಅದಿರಿನಲ್ಲೂ ಕಲಬೆರಕೆ ಮಾಡಿತ್ತೂಂದ್ರೆ ಒಳಗೆ ಅಂಟಿಕೊಂಡ ಉಂಡೆಗೆ ಇದೂ ಸೇರಿ ಅದು ಬೆಳೆಯುತ್ತೆ. ಅಷ್ಟೇ ಅಲ್ಲ, ಗಾಳಿಗೆ ಅಡ್ಡಿ ಆಗುತ್ತೆ. ತಾಪ ಹೆಚ್ಚೋದಕ್ಕೂ ಅಡಚಣೆ : ಮೇಲಿಂದ ಸುರಿಯುವ ಮಿಶ್ರಣಕ್ಕೂ ತಡೆ ಆಗುತ್ತೆ. ತಾಪ ಕಡಿಮೆ ಆಯಿತೂಂದ್ರೆ ಬೀಡು ಕಬ್ಬಿಣದ ತಯಾರಿಕೆಗೆ ಪೆಟ್ಟು. ಒಂದು ತಿಂಗಳ ಸುಮಾರಿನಿಂದ ಹುಡುಕಿದ್ದಕ್ಕೆ ಹೀಗಾಗಿದೇಂತ ಗೊತ್ತಾಯಿತು. ಒಂದೊಂದು ಘಟ್ಟದಲ್ಲೂ ತಾಪ ಅಳೆದು, ಒಂದೊಂದು ಸಣ್ಣ ಪುಟ್ಟ ಸೂಚನೆಗೂ ಕಾತರದಿಂದ ಕಾದು ಕಡೆಗೆ ತೊಂದರೆ ಏನೂಂತ ಕಂಡು ಹಿಡಿದೆವು. ಕುಲುಮೆಯ ಯಾವ ಭಾಗದಲ್ಲಿ ಈ ಬೆಳವಣಿಗೆ ಇದೆ ಅನ್ನೋದನ್ನೂ ಕಂಡು ಹಿಡಿದೆವು. ಅಲ್ಲಿ ರಂಧ್ರ ಕೊರೆದು ಅದರ ಗಾತ್ರ ಕಂಡುಹಿಡಿಯಬೇಕಾಯಿತು. ಅದಾಗಲೇ ಕುಲುಮೆಯ ಆ ಭಾಗದ ವ್ಯಾಸದ ಮೂರನೇ ಒಂದರಷ್ಟು ಬೆಳೆದುಬಿಟ್ಟಿತ್ತು."

"ಈಗ ಏನು ಮಾಡಬೇಕೂಂತಿದ್ದೀರಿ ?"

"ಅದನ್ನು ಹೇಗಾದರೂ ಮಾಡಿ ನಾಶ ಮಾಡಬೇಕು. ಆದರೆ ಹೇಗೆ ಅನ್ನೋದೇ ಸಮಸ್ಯೆ. ಹನ್ನೆರಡು ಜನ ಹನ್ನೆರಡು ತರಹ ಸಲಹೆ ಕೊಟ್ಟರು. ಅದೆಲ್ಲವನ್ನೂ ಕೈಬಿಟ್ಟು ಈಗ ಒಂದು ನಿರ್ಧಾರಕ್ಕೆ ಬಂದಿದೀವಿ. ಆ ಸ್ಥಳದಲ್ಲಿ ಐದಾರು ರಂಧ್ರಗಳನ್ನು ಕೊರೆದು ಸಿಡಿಮದ್ದು ತುಂಬಿಸಿ..."

ಟ್ರಿಮ್ ಅಚ್ಚರಿಯಿಂದ ಉದ್ಗರಿಸಿದಳು :

" ಕುಲುಮೆಯ ಒಳಗೇ ಅದನ್ನು ಸಿಡಿಸೋದೆ !"

"ಹೌದು, ಅದು ಅಪಾಯದ ಕೆಲಸ ಅನ್ನೋದು ನಿಜ. ಕುಲುಮೆಯ ಒಳಗೆ ಆಸ್ಫೋಟ ವಾದರೆ ಅದರ ಗೋಡೆಗಳೆಲ್ಲ ಮುಂಚೆಗಿಂತ ದುರ್ಬಲವಾಗುತ್ತವೆ. ಕುಲುಮೆಯ ಆಯುಸ್ಸು ಕಮ್ಮಿಯಾಗುತ್ತದೆ. ಕುಲುಮೆ ನಮ್ಮ ಪಾಲಿಗೆ ಒಂದು ಜೀವಂತ ಮನುಷ್ಯ ಇದ್ದ ಹಾಗೆ ಟ್ರಿಮ್ ! ನೂರಾನೆಯ ಬಲದ ಒಬ್ಬ ಸ್ನೇಹಿತ ಇದ್ದ ಹಾಗೆ. ಸಿಡಿತದ ಕಲ್ಪನೆಯೆ ನನ್ನನ್ನು ನಡುಗಿಸುತ್ತದೆ. ನನ್ನ ತಲೆ ತಿನ್ನುತ್ತಿರೋದು ಅದೇ ಪ್ರಶ್ನೆ. ಸಿಡಿತಕ್ಕಿಂತ ಕಡಿಮೆ ಕ್ರೂರವಾದ ವಿಧಾನ ಯಾವುದೂ ಇಲ್ವೆ ಅಂತ."

"ಯಾವುದಾದರೂ ಉಪಾಯ ಹೊಳೀತಾ ?"

"ಹೂಂ, ಅಲ್ಲಿ ಬೆಳಕೊಂಡಿರೋ ಉಂಡೆಯನ್ನು ಕರಗಿಸೋಕೆ ಸಾಧ್ಯ ಅಂತ ನನಗನ್ನುತ್ತೆ. ಅತ್ಯುತ್ತಮವಾದ ಕಲ್ಲಿದ್ದಲು. ಅದಿರಿನ ಅಂಶ ತೀರಾ ಕಡಿಮೆ ಇರೋ ಮಿಶ್ರಣವನ್ನು ಬಳಸಬೇಕು. ಕುಲುಮೆಯ ಆ ಭಾಗವನ್ನು ತುಂಬಾ ಹೆಚ್ಚಿನ ತಾಪಮಾನಕ್ಕೆ ಏರಿಸಬೇಕು. ಆಗ ಉಂಡೆ ನಿಧಾನವಾಗಿ ಕ್ರಮೇಣ ಕರಗಿಹೋದೀತು. ಒಂದು ತಿಂಗಳಾದರೂ ಕಾಲ ಬೇಕು. ತುಂಬಾ ಪರಿಶ್ರಮ ಬೇಕು. ಇದು ಸಾಧ್ಯ ಅಂತ ಪ್ರಯೋಗ ಮಾಡಿ ತೋರಿಸಬೇಕಾಗಿರೋದೇ ಬಾಕಿ. ಇವತ್ತು ಮಧ್ಯಾಹ್ನ ಈ ವಿಷಯ ಹೊಳೀತು. ಖುಷಿ ಆಯಿತು. ಆಗ ವಿಯೆನ್ ನೆನಪಿಗೆ ಬಂದ. ಅದಕ್ಕೆ ನಿಮ್ಮನ್ನ ಹುಡುಕಿಕೊಂಡು ಬಂದೆ. ಇವತ್ತು ರಾತ್ರಿ ಸಂಘದಲ್ಲಿ ಕಾರ್ಯಕ್ರಮ ಇದೆ ಅಂತ ಗೊತ್ತಿತ್ತು."

ಅವರು ಕವಲುದಾರಿಯೊಂದನ್ನು ಸಮೀಪಿಸಿದ್ದರು. ಥಇ ನಿಂತ, "ಈಗ ಕುಲುಮೆಯ ಕಡೆ ಹೋಗ್ತೀಯಾ?" ಟ್ರಮ್ ಕೇಳಿದಳು. "ಹೂಂ ಇವತ್ತೆಲ್ಲ ಇದರದ್ದೇ ಗುಂಗು. ನಾಳೆ ಕೆಲಸಗಾರರಿಗೆ ವಿಷಯ ತಿಳಿಸ್ತೀನಿ." ಟ್ರಮ್ ಆತಂಕದಿಂದ ನುಡಿದಳು.

"ಅನೇಕ ದಿವ್ಸಗಳಿಂದ ನೀವು ಅಲ್ಲೆ ರಾತ್ರಿಯೆಲ್ಲಾ ಕೆಲ್ಸ ಮಾಡ್ತಿದ್ದೀರಾ?"

"ಹೂಂ, ಏನೂ ಆಗದೇ ಇರೋದು ಹೆಚ್ಚು. ಒಂದೊಂದು ಸಲ ನಾನು ಸಿಡಿದು ಎರಡು ಹೋಳಾಗಿ ಹೋಗ್ತಿನೇನೋ ಅನ್ನುತ್ತೆ... ಇಲ್ಲ, ನನ್ನ ನರಗಳು ಕಬ್ಬಿಣದಲ್ಲಿ ಎರಕ ಹೊಯ್ದಂಥವು"

ಬೀಳ್ಕೊಡುವಾಗ ಅವನು ಅನುಮಾನಿಸಿದ. ಹೇಳದೆ ಇದ್ದದ್ದು ಎದೆಯಲ್ಲಿ ಒತ್ತಿದ ಹಾಗೆ ಆಯಿತು. ಟ್ರಮ್‌ಗೆ ಸೂಕ್ಷ್ಮ ತಿಳಿಯಿತು. ಕಡೆಗೆ ಅವನೇ ಪ್ರಾರಂಭಿಸಿದ, ಭಾವಪೂರ್ಣ ಧ್ವನಿಯಲ್ಲಿ.

"ನಿಮಗೆ ಇನ್ನೊಂದು ವಿಷಯ ಹೇಳಬೇಕು, ಟ್ರಮ್. ಧೈರ್ಯವಾಗಿರಿ. ಹಾಡೋದನ್ನ ಬಿಡಬೇಡಿ. ವಿಯೆನ್ ಇಲ್ಲದೆ ಇರಬಹುದು. ಆದರೆ ನೀವು ಹಾಡೋದನ್ನ ಕೈಬಿಟ್ಟರೆ ಅವನ ಆತ್ಮಕ್ಕೆ ಸಂತೋಷವಾಗುತ್ತಾ? ನೀವೇ ಹೇಳಿ?"

ಹೀಗೆಂದು ತಿರುಗಿದವನೇ ಸರಸರ ಕುಲುಮೆಯ ದಿಕ್ಕು ಹಿಡಿದು ಹೊರಟುಹೋದ.

* * *

ಅವತ್ತೆಲ್ಲ ಟ್ರಮ್‌ಗೆ ನಿದ್ದೆಯಿಲ್ಲ. ಆಲೋಚನೆಗಳೆಲ್ಲ ಕಡೆಗೆ ಥಇಯಲ್ಲೇ ಐಕ್ಯವಾಗುತ್ತಿದ್ದವು. ಈಗ ಅವಳಿಗೆ ಹೊಳೆಯಿತು, ತನಗೆ ಹಾಡಲು ಹೇಳಿದ್ದರ ಒಳಗುಟ್ಟು. ಅದು ಅವನಿಗೆ ಚೈತನ್ಯದಾಯಿ. ಆದರೆ ಅವಳಿಗೆ ಹಾಡಲು ಸಾಧ್ಯವಾಗಿರಲಿಲ್ಲ. ತನ್ನ ಮೇಲೆ ತಾನೇ ಸಿಟ್ಟು ಮಾಡಿಕೊಂಡಳು.

ಥಇ... ಏನೆಲ್ಲ ತುಂಬಿತ್ತು ಅವನ ಮಸ್ತಿಷ್ಕದೊಳಗೆ! ಒಬ್ಬ ಉತ್ಸಾಹೀ ಎಂಜಿನಿಯರ್, ಕಾರ್ಖ್ಯಾಗಾರವನ್ನು ಪವಿತ್ರಸ್ಥಾನ ಎಂದು ತಿಳಿದವನು. ಗತಿಸಿದ ಸ್ನೇಹಿತನಿಗಾಗಿ ಎಷ್ಟೊಂದು ಪ್ರೀತಿ ಮಡುಗಟ್ಟಿದೆ ಅವನ ಎದೆಯಲ್ಲಿ! ಇವನ ತಲೆಯಲ್ಲಿ 'ಕಿಡಿ'ಯೊಂದು ಈಗ ಮಿಂಚಿದೆ. ಅದು ಕವಿದಿರುವ ಕತ್ತಲನ್ನು ಕಳೆಯುವ ಹಣತೆಯಾಗಿ ಬೆಳಗಬಹುದು. ಥಇಯ ಮನಸ್ಸಿನ ಕ್ರಿಯಾಶೀಲತೆಗೆ ಅವನ ಹೃದಯ ಅರಳಿರಬೇಕಾದ್ದು ಅಗತ್ಯ. ಆಗ ಮಾತ್ರ 'ಕಿಡಿ' ಬೆಳಗೀತು. ತಾನು ಅವನ ಹೃದಯವನ್ನು ಅರಳಿಸಲು ಹಾಡಲೂ ಅಸಮರ್ಥಳಾದೆ. 'ಕಿಡಿ' ಅವಳ ದೌರ್ಬಲ್ಯವನ್ನು ಬೆಳಕಿಗೆ ತಂದಿತ್ತು, ಅಷ್ಟೆ!

ವಿಯೆನ್‌ನ ನೆನಪು ಅವಳನ್ನು ಆವರಿಸಿತು. ಇದೀಗ ನಡೆದು ಬಂದ ದಾರಿಯಲ್ಲಿ ಹಿಂದೊಮ್ಮೆ ಅವನೊಂದಿಗೆ ಬರುತ್ತಿದ್ದಾಗ ಅವನು ನುಡಿದಿದ್ದ.

"ಟ್ರಮ್, ನಿನಗೆ ಗೊತ್ತಾ, ಥಇ ನನ್ನ ಪರಮ ಆಪ್ತಮಿತ್ರ. ನಾವು ಚಿಕ್ಕವರಿದ್ದಾಗಿನಿಂದ ಒಟ್ಟಿಗೆ ಬೆಳೆದವರು. ಮರಳು, ಇಟ್ಟಿಗೆ, ಕಬ್ಬಿಣದ ಚೂರು ಎಲ್ಲ ಸೇರಿಸಿ ಆಟದ ಕುಲುಮೆ ಕಟ್ಟಿ ಆಟ ಆಡ್ತಿದ್ದೆವು. ಒಬ್ಬ ಎಂಜಿನಿಯರ್ ಆದಾಗ ಇನ್ನೊಬ್ಬ ಕೆಲಸಗಾರ. ಮೊದಲ ಸಲ ಪ್ರತಿಭಟನಾತ್ಮಕ ಯುದ್ಧ ನಡೀತಲ್ಲ, ಆಗ ನಮ್ಮ ಅಪ್ಪ ಹಿತ್ತಾಳೆ ವಸ್ತುಗಳ ಕೆಲಸಗಾರ. ಅವನ ಅಪ್ಪ ಎರಕ ಹೊಯ್ಯೋ ಕೆಲಸ ಮಾಡ್ತಿದ್ದ. ಇಬ್ಬರೂ ಕಾಡಿನಲ್ಲಿ ಒಂದು ಕುಲುಮೆ ಕಟ್ಟಿಕೊಂಡು ಕೆಲಸ ಮಾಡ್ತಿದ್ದರು: ಸೇನೆಗೋಸ್ಕರ ಶಸ್ತ್ರ ತಯಾರು ಮಾಡೋ ಕೆಲಸ. ಕಾಡಿನ ಎತ್ತರದ ಮರಗಳ ತುದಿವರೆಗೆ ಅವರ ಕುಲುಮೆಯ ಎತ್ತರ. ನಾವು ಈಗ ಕೆಲಸ ಮಾಡೋ ದೈತ್ಯ ಕುಲುಮೆಗೆ ಹೋಲಿಸಿದರೆ ಅದು ಗಿಡ್ಡ ಅಂತಿಟ್ಟುಕೋ! ಅವರಿಗೆ ಊಟ ತಗೊಂಡು ಹೋಗೋದೇ ನಮ್ಮ ಕೆಲಸ. ಕರಗಿದ ಕಬ್ಬಿಣ ಹೊರಕ್ಕೆ ಬರೋದನ್ನ ನೋಡೋದೆ

ನಮಗೊಂದು ಖುಷಿ. ಕಣ್ಣುಕೋರೈಸಿದರೂ ಏನಂತೆ, ಅದನ್ನೇ ನೋಡ್ತಾ ನಿಂತ್ಕೋತಿದ್ವಿ. ಥಇ ಅಲ್ಲಿಯ ಕೆಲಸಗಾರರ ಜೊತೆ ಸ್ನೇಹ ಬೆಳೆಸಿದ. ಆಮೇಲೆ ನಮಗೆ ಬಣ್ಣದ ಕನ್ನಡಕ ಕೊಡೋಕ್ಕೆ ಶುರು ಮಾಡಿದರು, ಸುರಿಯುವ ಕಬ್ಬಿಣವನ್ನು ನೋಡೋದಕ್ಕೆ. ಕುಲುಮೆಯ ಒಳಗೂ ನೋಡಬಹುದಿತ್ತು. ಅದಿರು, ಕಲ್ಲಿದ್ದಲಿನ ಕಣಗಳು ತಕತಕ ಕುಣಿಯುತ್ತಿದ್ದವು. ಕಬ್ಬಿಣ ಹನಿಹನಿಯಾಗಿ ಬೀಳ್ತಿತ್ತು. ಹನಿಗಳೆಲ್ಲ ಸೇರಿ ಒಂದು ಕುದೀತಿರೋ ಸಮುದ್ರವೇ ಉದ್ಭವ ಆಗೋದು... ಎಲ್ಲ ಎಷ್ಟು ಸೊಗಸಾಗಿರ್ತಿತ್ತು ಅಂದ್ರೆ, ನಮಗೆ ಬೆವರು ಕಿತ್ತು ಬರೋ ಅಷ್ಟು ಧಗೆ ಉಂಟಾದರೂ ನಾವು ಅಲ್ಲಾಡ್ತಿರ್ಲಿಲ್ಲ. ಆಗಿನಿಂದ ನಮಗೆ ಕುಲುಮೆ ಕೆಲಸದ್ದೇ ಒಂದು ಗೀಳು ಅಂಟಿಕೊಂಡಿತು. ಯಾರಾದರೂ ಮುಂದೆ ಏನ್ಮಾಡಬೇಕು ಅಂತಿದ್ದೀರ ಅಂತ ಕೇಳಿದರೆ ತಕ್ಷಣ ಹೇಳ್ತಿದ್ವಿ "ಲೋಹಗಾರಿಕೆ ಎಂಜಿನಿಯರ್ ವೃತ್ತಿ" ಅಂತ. ನಮ್ಮ ಕನಸು ನಿಜವಾಯಿತು. ಇಬ್ಬರೂ ತಾಂತ್ರಿಕ ಶಾಲೆಗೆ ಲೋಹಗಾರಿಕೆ ವಿಭಾಗಕ್ಕೆ ಸೇರಿಕೊಂಡೆವು.

ಎಂಜಿನಿಯರ್ ಆಗೋಕ್ಕೆ ಮುಂಚೆ ಕೆಲಸ ಕಲಿಯೋಕ್ಕೆ ಒಂದಷ್ಟು ದಿನ ಕುಲುಮೆಯಲ್ಲಿ ದುಡೀಬೇಕಾಗಿತ್ತು. ನಮ್ಮಪ್ಪ ಯಾವಾಗಲೂ ಹೇಳ್ತಿದ್ದ :

'ಪದವಿ ತಗೊಂಡುಬಿಟ್ರೆ ಅಂತ ಕೆಲಸದವರನ್ನು ಹೀನಾಯವಾಗಿ ಕಾಣೋದು ಬೇಡ. ಅವರು ಕೆಲಸ ಮಾಡೋದ್ರಿಂದ್ಲೇ ನಿಮ್ಮ ತಲೇಲಿರೋ ಆಲೋಚನೆ ಕಾರ್ಯಗತವಾಗೋದು ಸಹ. ಎಲ್ಲವನ್ನೂ ಕಲೀಬೇಕು ನೀವು – ಎರಕ ಹೊಯ್ಯೋದು, ಬೆಸುಗೆ ಹಾಕೋದು, ಕಬ್ಬಿಣದ ಕೆಲಸ, ಕಬ್ಬಿಣದ ತುಂಡನ್ನ ಬೆಂಕಿಯಲ್ಲಿ ಕೆಂಪಗೆ ಕಾಯಿಸೋದು,... ಯಾಕೆ, ಸುತ್ತಿಗೆ ಬಳಸೋದರಿಂದ ಮೊದಲುಗೊಂಡು ಎಲ್ಲ ಗೊತ್ತಿರ್ಬೇಕು.'

ಕುಲುಮೆ ಕೆಲಸಕ್ಕೆ ನಮ್ಮನ್ನ ಹಾಕಿದ ಕೂಡಲೆ ನಾವು ಉತ್ಸಾಹದಿಂದ ಅಲ್ಲಿಗೆ ಹೋದೆವು. ಲೋಹ ಸುರಿಯುವ ಕೊಳಾಯಿ ತಿರುಗಿಸೋದು, ಕರಗಿದ ಲೋಹವನ್ನ ಕೊಂಡೊಯ್ಯುವುದು, ಕಬ್ಬಿಣ ಕಾಯಿಸೋದು, ಸುತ್ತಿಗೆ ಬಳಸೋದು... ಎಲ್ಲವನ್ನೂ ಕೆಲಸದವರ ಜತೆಗೂಡಿ ಮಾಡಿದೆವು. ಥಇಗೆ ಸುತ್ತಿಗೆ ಬಳಸೋದು ಬರ್ತಿರಲಿಲ್ಲ. ಒಂದು ತಿಂಗಳ ಕಾಲ ಕಷ್ಟಪಟ್ಟರೂ ಪ್ರಯೋಜನ ಆಗಲಿಲ್ಲ. ಅದರಲ್ಲೂ ಅಡ್ಡಡ್ಡವಾಗಿ ಪೆಟ್ಟು ಹಾಕುವಾಗಲಂತೂ ಅವನ ಪಾಡು ಬೇಡ. ಒಂದು ಸಲ ಅವನ ಸುತ್ತಿಗೆಯ ಪೆಟ್ಟಿಗೆ ಒಬ್ಬ ಕೆಲಸಗಾರನ ತಲೆ ಬುರುಡೆ ಚೂರು ಚೂರಾಗೋದರಲ್ಲಿತ್ತು. ಆದರೆ ಥಇ ಪ್ರಯತ್ನ ಬಿಡಲಿಲ್ಲ. ಬಿಡುವಿನ ವೇಳೆಯಲ್ಲಿ ಸುತ್ತಿಗೆ ತಗೊಂಡು ಬಂದು ಮರಗಳಿಗೆ ಒಂದೇ ಸಮನೆ ಪೆಟ್ಟು ಕೊಡ್ತಿದ್ದ. ಇನ್ನೇನು ಮರವನ್ನೆಲ್ಲ ಧ್ವಂಸ ಮಾಡಿಬಿಡ್ತಾನೆ ಅನ್ನೋ ಹಾಗೆ. ಕಡೆಗೆ ಅವನೊಬ್ಬ ಸೊಗಸಾದ ಕೆಲಸಗಾರ ಆದ. ನನ್ನ ತಂದೆ ಸಹಾಯ ಮಾಡಿದರು. ಯಾವಾಗಲೂ ಕೆಲಸದವರ ಜೊತೆ ಒಡನಾಟ. ಸಂಶೋಧನೆ ಎರಡೂ ಸೇರಿ ಥಇ ಒಬ್ಬ ದೊಡ್ಡ ಎಂಜಿನಿಯರ್ ಆದ. ಅವನ ಸ್ಫೂರ್ತಿ, ಚೈತನ್ಯಕ್ಕೆ ಇದೇ ಕಾರಣ."

ವಿಯೆನ್ ತನ್ನ ಮಿತ್ರನ ಬಗ್ಗೆ ಸ್ವಲ್ಪ ಭಾವಾವೇಶದಿಂದ ಮಾತಾಡಿದ್ದ. ಮಿತ್ರನ ಬಗ್ಗೆ ಅವನಲ್ಲಿ ಅಭಿಮಾನವಿತ್ತು. ಸೋದರ-ಭಾವ ಇತ್ತು. ಅವನ ಮಾತುಗಳೆಲ್ಲ ವಿಯೆನ್ ತನ್ನ ಕಿವಿಯಲ್ಲಿ ಪಿಸುನುಡಿಯುತ್ತಿರುವ ಹಾಗೆ ಈಗ ಟ್ರಮ್‌ಗೆ ಸ್ಪಷ್ಟವಾಗಿ ಕೇಳಿಸಿದುವು. ನಿಟ್ಟುಸಿರುಬಿಟ್ಟಳು.

ಒಮ್ಮೆಲೇ ಅವಳ ಮುಖ ರಂಗೇರಿತು. ಅವಳಲ್ಲಿ ಉತ್ಸಾಹ ಚಿಮ್ಮಿತು. ಥಇಗಾಗಿ ಕುಲುಮೆಯಲ್ಲೇ ತಾನೇಕೆ ಹಾಡಬಾರದು ? ಆ ಹಾಡು : ಲಮ್ ನದಿಯ ಮೇಲೆ. ವಿಯೆನ್‌ನ ಹುಟ್ಟೂರಿನ ದೋಣಿಗರು ಹಾಡುವ ಧಾಟಿಯಲ್ಲಿ...

ಯುವ ಸಮಿತಿಗೆ ಅವಳೇಕೆ ಒಂದು ಸಲಹೆ ನೀಡಬಾರದು ? ಅವರೊಂದು ಗಾಯಕರ ತಂಡವನ್ನು ಹುರಿಗೊಳಿಸಬೇಕು. ಈ ತಂಡ ದೇಶದ ನಾನಾ ಕಡೆಗೆ ಸಂಚರಿಸಬೇಕು. ಯಂತ್ರಗಳಂತೆ ದುಡಿದು ಬೆಂಡಾಗಿರುವ ಕೆಲಸಗಾರರಿಗಾಗಿ ಕುಲುಮೆಯ ಆವರಣಗಳಲ್ಲೇ ಕಾರ್ಯಕ್ರಮ ನೀಡಬೇಕು. ಬಾಂಬ್ ದಾಳಿಯಿಂದ ಉಂಟಾದ ಕಂದಕವನ್ನು ತುಂಬುತ್ತಿದ್ದ ಕಡೆ, ರೈಲ್ವೆ ಕಂಬಿಯನ್ನು ದುರಸ್ತಿಗೊಳಿಸುತ್ತಿದ್ದ ಕಡೆ, ಉಕ್ಕಿನ ಕಾರ್ಖಾನೆಯ ಸಮೀಪ, ಕಲ್ಲಿದ್ದಲು ಗಣಿಯ ಬಳಿ... ಅವಳಿಗಾಗಲೇ ತಾನು ಲೋಹದ ಕುಲುಮೆಯಲ್ಲಿ ಒಂದು ರಾತ್ರಿ ಹಾಡುತ್ತಿರುವ ಕಲ್ಪನೆಯೂ ಮೂಡಿಬಂತು. ಯುವ ಸಮಿತಿಯ ಕಾರ್ಯಕ್ರಮಗಳು ಎಲ್ಲೋ ಮೂಲೆಯಲ್ಲಿದ್ದ ಕಾರ್ಯಸದನದಲ್ಲಿ ನಡೆದರೆ ಥಇಯಂಥ ಕೆಲಸಗಾರರು ಅವಳ ಹಾಡುಗಳನ್ನು ಕೇಳುವುದು ಯಾವಾಗ ?

ಬೇಗನೆ ಅವಳ ಸಲಹೆಯನ್ನು ಒಪ್ಪಿಕೊಳ್ಳಲಾಯಿತು. ಯುವ ಪ್ರಚಾರಕರ ಅಂಥ "ತುರ್ತು" ಗಾಯಕ ತಂಡವೊಂದಕ್ಕೆ ಅವಳನ್ನೇ ಉಪನಾಯಕಿಯನ್ನಾಗಿ ನೇಮಿಸಲಾಯ್ತು. ಜನರಿಗೆ ಮತ್ತೆ ಅವಳ ಶುದ್ಧವಾದ ಕಂಠವನ್ನು ಕೇಳುವ ಭಾಗ್ಯ ಲಭಿಸಿತು. ಅವಳು ಹೃದಯ ತುಂಬಿ ಹಾಡಿದಳು. ಎಲ್ಲೆಂದರಲ್ಲಿ – ಬಾಂಬ್ ದಾಳಿಯ ನಂತರ ಕಾರ್ಯಮಗ್ನರಾದ ಮಣ್ಣಿನ ಕೆಲಸಗಾರರೆದುರು, ಬಾಂಬ್ ದಾಳಿಯಿಂದ ತಪ್ಪಿಸಿಕೊಂಡು ಸುರಕ್ಷಿತವಾಗಿ ತಲುಪಿದ ರೈಲಿನ ಪ್ರಯಾಣಿಕರಿಗಾಗಿ ನಿಲ್ದಾಣದ ಮುಂದೆ ಹಾಡಿದಳು. ಹೊಗೆ ಕೊಳವೆಯನ್ನು ದುರಸ್ತಿ ಗೊಳಿಸುತ್ತಿರುವ ಕೆಲಸಗಾರರಿಗಾಗಿ ಎತ್ತರದಲ್ಲಿ ನಿಂತು, ಹಾಡಿದಳು.

ಥಇ ದುಡಿಯುತ್ತಿದ್ದ ಕುಲುಮೆಯ ಕೆಲಸಗಾರರಿಗಾಗಿ ಅವಳಿನ್ನೂ ಹಾಡಿರಲಿಲ್ಲ. ಅವರು ಬಿಗುವಿನ ವಾತಾವರಣದಲ್ಲಿ ಕೆಲಸ ಮಾಡುತ್ತಿದ್ದರು.

ಥಇಯ ಯೋಜನೆಗೆ ಒಪ್ಪಿಗೆ ದೊರೆತಿತ್ತು. ಅವನಿಗೆ ಪುರುಸೊತ್ತೇ ಇಲ್ಲ. ಕುಲುಮೆಗೆ ಸುರಿಯುವ ಅದಿರಿನ ಮಿಶ್ರಣವನ್ನು ಕೂಲಂಕಷವಾಗಿ ಪರೀಕ್ಷೆ ಮಾಡುವನು; ಪ್ರತಿಯೊಂದು ನಿಮಿಷವೂ ತಾಪಮಾನವನ್ನು ಅಳೆದು ನೋಡುವನು; ಒಂದೊಂದು ಪುಟ್ಟ ಕೆಲಸವನ್ನೂ ಅತಿ ಜಾಗರೂಕತೆಯಿಂದ ಕೈಗೊಳ್ಳುವನು.

ಆತ ಟ್ರಮ್‌ಗೆ ಹೇಳಿದ :

"ನಮಗೆ ಉಸಿರಾಡೋದಕ್ಕೂ ಪುರುಸೊತ್ತಿಲ್ಲ, ಇನ್ನೊಂದಷ್ಟು ದಿವಸ ತಾಳು. ಕುಲುಮೆಯ ಒಳಗೆ ಬೆಳೆದಿರೋ ಬಂಡೆ ನಿಧಾನವಾಗಿ ಕರಗುತ್ತಾ ಇದೆ. ತಿರುಗಿ ಮೊದಲಿನ ಸ್ಥಿತಿಗೆ ಬರ್ತಾ ಇದೀವಿ. ಅಷ್ಟರಲ್ಲಿ ಅಮೆರಿಕನ್ನರು ಬಂದು ಇನ್ನಷ್ಟು ತಾಪತ್ರಯ ಮಾಡಿಯಾರು ಅಂತ ಕೊಂಚ ಅವಸರದಿಂದ ಕೆಲ್ಸ ಮಾಡ್ತಿದೀವಿ. ಒಂದಷ್ಟು ಬಿಡುವು ಸಿಗಲಿ, ಆಗ ಕುಲುಮೆ ಒಳಗಡೇನೇ ಭಾರೀ ಕಾರ್ಯಕ್ರಮಕ್ಕೆ ಏರ್ಪಾಡು ಮಾಡೋಣಂತೆ, ಆಗದಾ ?"

ಅವನು ಅವಳನ್ನು ಏಕವಚನದಲ್ಲಿ ಸಂಬೋಧಿಸಲು ಪ್ರಾರಂಭಿಸಿದ್ದು ಯಾವಾಗ ? ರಾತ್ರಿ ಆಕಾಶದ ತುಣುಕೊಂದನ್ನು ಕುಲುಮೆ ಕೆಂಪಗೆ ಬೆಳಗಿಸಿದಾಗ ಅವಳ ಎದೆ ತುಡಿಯುತ್ತದೆ. ಥಇ ಮತ್ತು ಅವನ ಒಡನಾಡಿಗಳಿಗಾಗಿ ಆಕೆ ನೀಡಲಿರುವ ಕಾರ್ಯಕ್ರಮದ ಸಂಜೆ ಬೇಗನೆ ಬರಲಿದೆ.

ಆದರೆ ಅಮೆರಿಕನ್ನರು ಬಂದೇ ಬಂದರು. ಬಾಂಬ್ ದಾಳಿಗಳು ಕುಲುಮೆಗೆ ಹೆಚ್ಚು ಹೆಚ್ಚು ಸಮೀಪವಾದವು. ಆ ಬೆಳಿಗ್ಗೆ ಥಇ ಟ್ರಮ್‌ಗೆ ತಿಳಿಸಿದ.

"ಕಾರ್ಯಕ್ರಮ ಇವತ್ತು ರಾತ್ರಿ ಇರುತ್ತೆ ಟ್ರಮ್."

ಆದರೆ ಮಧ್ಯಾಹ್ನದ ವೇಳೆಗೇ ಅಮೆರಿಕದ ಯುದ್ಧ ವಿಮಾನಗಳು ನೇರವಾಗಿ ಕುಲುಮೆಯ ಮೇಲೆ ಹಾರಾಡಿದವು. ಟ್ರಮ್ ಅವಾಕ್ಕಾದಳು. ತಡಮಾಡದೆ ತನ್ನ ಪ್ರಥಮ ಚಿಕಿತ್ಸೆಯ ಡಬ್ಬಿಯನ್ನು ಕೈಗೆತ್ತಿಕೊಂಡು ಅತ್ತ ಓಡಿದಳು. ಅಲ್ಲಿ ಕೆಲಸವಿನ್ನೂ ಜಾರಿಯಲ್ಲಿತ್ತು. ಕುಲುಮೆಯ ಸುತ್ತ ಕಟ್ಟಿದ ರಕ್ಷಣಾಗೃಹಗಳಲ್ಲಿ, ಕಂದಕಗಳಲ್ಲಿ ಕೆಲಸಗಾರರು ಸೇರಿದ್ದರು. ಕೆಂಪನೆಯ ಕುಲುಮೆಯ ಹಿನ್ನೆಲೆಯಲ್ಲಿ ಟ್ರಮ್‌ಗೆ ಕೆಲವು ಛಾಯೆಗಳು ಮಾತ್ರ ಕಂಡವು. ಹೊಗೆಕೊಳವೆ ಶಾಂತವಾಗಿ ಗುಡುಗುಡಿಸುತ್ತಿತ್ತು. ನಿಯಂತ್ರಣ ಕೋಣೆಯಿಂದ ಕುಲುಮೆಗೆ ಥಇ ಬಂದು ಹೋಗಿ ಮಾಡುತ್ತಿದ್ದ. ಒಮ್ಮೆಲೇ ಕೆಲಸಗಾರರ ನೆರಳುಗಳೆಲ್ಲ ಲೋಹ ಸುರಿಯುವ ರಂಧ್ರದ ಬಳಿ ಒಂದಾದವು. ಸುತ್ತಿಗೆಯ ಪೆಟ್ಟುಗಳು ಲಯಬದ್ಧವಾಗಿ ಕೇಳಿಸಿದವು. ಥಇ ಒಂದು ಸುತ್ತಿಗೆಯನ್ನೆತ್ತಿ ದೃಢವಾದ, ಅಷ್ಟೇ ನಯವೂ ಆದ ಪೆಟ್ಟು ಕೊಟ್ಟ. ಟ್ರಮ್ ಉತ್ಸಾಹದಿಂದ ಕೂಗಿದಳು.

"ಈಗ ಲೋಹ ಸುರಿಯುತ್ತೆ!"

ಅವಳ ಕೂಗು ವಿಮಾನಗಳ ಕರ್ಕಶರವದಲ್ಲಿ ಕೇಳಿಸದೇ ಹೋಯಿತು. ಎತ್ತರದಿಂದ ವಿಮಾನವೊಂದು ನೇರವಾಗಿ ಕೆಳಗಿಳಿದು ಕುಲುಮೆಯ ಮೇಲೆ ದಾಳಿ ಮಾಡಿತು, ಟ್ರಮ್‌ಳ ಎದೆ ಹಾರಿತು. ಬಿಟ್ಟಗಣ್ಣಿನಿಂದ ಅವಳು ನೋಡಿದಳು, ಧೂಳಿನ ಮೋಡವೊಂದು ಮೇಲೇಳುವುದನ್ನು, ಆಗಲೇ ಸ್ಫೋಟನೆಯ ಸದ್ದು ಅವಳ ಕಿವಿ ಕಿವುಡಾಗುವಂತೆ ಕೇಳಿಬಂತು. ಅದರ ಹಿಂದೆಯೇ ಗುಡುಗಿನಂಥ ಮತ್ತೊಂದು ಸದ್ದು – ವರ್ಷಗಟ್ಟಲೆಯ ಧೂಳು ಮೇಲಿಂದ ಸುರಿಯಿತು. ನೆಲದ ಧೂಳಿನೊಂದಿಗೆ ಸೇರಿ ದೊಡ್ಡದಾದ ಕಪ್ಪು ಮೋಡವನ್ನು ಸೃಷ್ಟಿಸಿತು. ಕೆಲಸಗಾರರೆಲ್ಲ ಆ ಮೋಡದಲ್ಲಿ ಕರಗಿಹೋದರು.

ಭಯದಿಂದ ಮರಗಟ್ಟಿದ ಟ್ರಮ್ ಯೋಚಿಸಿದಳು. ವಾರಗಟ್ಟಲೆ ಶ್ರಮಪಟ್ಟಿದ್ದು ವ್ಯರ್ಥ ವಾಯಿತು. ಅಯ್ಯೋ ಥಇ! ವಿಮಾನದ ಸಿಳ್ಳೆ, ವಿಮಾನನಾಶಕಗಳ ಮೊರೆತ, ಸಮೀಪದ ಗುಡ್ಡಗಳಲ್ಲಿ ಮೆಶೀನ್‌ಗನ್ನುಗಳ ಗುಡುಗು, ರಕ್ಷಣಾಗೃಹಗಳ ಛಾವಣಿಯಿಂದ ಒಂದೇ ಸಮನೆ ಬೀಳುತ್ತಿದ್ದ ಇಟ್ಟಿಗೆ, ಕಲ್ಲು, ಕಬ್ಬಿಣದ ಚೂರು, ಮರಳು–ಧೂಳುಗಳ ಸುರಿದಾಟ. ಇವೆಲ್ಲ ಅವಳಿಗೆ ದೂರದಲ್ಲೆಲ್ಲೋ ನಡೆದ ಹಾಗೆ ಭಾಸವಾಯಿತು. ಅವಳಿಗೆ ತೋಚಿದ್ದಿಷ್ಟೆ – ಥಇ ಮತ್ತು ಕೆಲಸಗಾರರಿಗೆ ಏನು ಅಪಾಯವಾಯಿತೋ!

ವಾತಾವರಣ ತಿಳಿಯಾದಂತೆ ಆ ಧೂಳಿನ ಮೋಡದಲ್ಲಿ ಮಾನವ ಆಕೃತಿ ಎಲ್ಲಾದರೂ ಕಾಣುತ್ತಿದೆಯೋ ಎಂದು ನೋಡಲು ಟ್ರಮ್ ಯತ್ನಿಸಿದಳು. ಆ ಕ್ಷಣ ಮತ್ತೊಂದು ಸ್ಫೋಟ. ಇಡೀ ಕುಲುಮೆ ವಿಲಕ್ಷಣ ಬೆಳಕಿನಲ್ಲಿ ಮಿನುಗಿತು. ಥಇ ಮತ್ತು ಸಂಗಡಿಗರು ಸ್ಪಷ್ಟವಾಗಿ ಕಂಡರು. ಲೋಹದ ಕೊಳಾಯಿಯ ಬಳಿ ಇನ್ನೂ ಸುತ್ತಿಗೆಯ ಪೆಟ್ಟುಗಳನ್ನು ಕೊಡುತ್ತ ಅವರು ಕಾರ್ಯಮಗ್ನರಾಗಿದ್ದರು! ಧೂಳಿನ ಪರದೆ ಮತ್ತೆ ಅವರನ್ನು ಕಬಳಿಸಿತು. ಟ್ರಮ್ ಯೋಚಿಸಿದಳು: ಆ ದಿಕ್ಕೆಟ್ಟ ಪರಿಸ್ಥಿತಿಯಲ್ಲೂ ಅದು ಹೇಗೆ ಸರಿಯಾಗಿ ಪೆಟ್ಟು ಕೊಡಲು ಸಾಧ್ಯ?

ಕುಲುಮೆಯ ಸುತ್ತಲಿದ್ದ ಧೂಳು ಒಮ್ಮೆಲೆ ಜಾಜ್ವಲ್ಯಮಾನವಾಗಿ ಬೆಳಗಿತು. ಭರ್ರೋ ಎಂಬ ಸದ್ದು ಕೇಳಿಸಿತು. ಬೆಂಕಿಯ ಜ್ವಾಲೆಗಳು ಕಾಣಿಸಿದವು. ಟ್ರಮ್ ಸಂತೋಷದಿಂದ ಕೇಕೆ ಹಾಕಿದಳು.

"ಲೋಹ! ಲೋಹ!"

ರಕ್ಷಣಾಗೃಹದಿಂದ ಹೊರಗೋಡುತ್ತ ತನ್ನ ಸಂಗಾತಿಗಳನ್ನು ಕರೆದಳು:

"ಬನ್ನಿ ಹೋಗುವ!"

ತನ್ನ ಚೀಲವನ್ನು ಸರಿಪಡಿಸಿಕೊಂಡು ಬಾಣದ ಹಾಗೆ ಆ ಧೂಳು ಹೊಗೆಗಳನ್ನು ಸೀಳುತ್ತ ಕೆಲಸಗಾರರ ಬಳಿಗೆ ಆಕೆ ಓಡಿದಳು. ನೆಲಮಾಳಿಗೆಯಲ್ಲಿದ್ದ ಕಲ್ಲಿದ್ದಲಿನ ಗೂಡೆಗಳಿಂದ, ಗೋಡೆಗಳಲ್ಲಿ ಕೊರೆದ ರಕ್ಷಣಾ ಸ್ಥಾನಗಳಿಂದ ಕೆಲಸಗಾರರು ಎದ್ದು ಬಂದರು. ಕುಲುಮೆಯ ಸುತ್ತ ತೀವ್ರ ಶಾಂತಿ. ವಿದ್ಯುತ್ ಸಂಪರ್ಕ ಕಡಿದುಹೋಗಿತ್ತು, ಯಂತ್ರಗಳ ಕೆಲಸ ನಿಂತಿತ್ತು, ಸುತ್ತಿಯ ಪೆಟ್ಟುಗಳೂ ನಿಂತಿದ್ದವು. ಎಲ್ಲ ಸ್ಥಗಿತಗೊಂಡಿತ್ತು. ಆದರೆ ಕರಗಿದ ಲೋಹ ಯಾವ ಅಡೆ ತಡೆಯಿಲ್ಲದೆ ಸುರಿಯುತ್ತಿತ್ತು!

ಕಣ್ಮುಚ್ಚಿಕೊಂಡು ನೆಲದ ಮೇಲೆ ಮಲಗಿದ್ದ ಥಇ. ಸುತ್ತಲೂ ಮೇಲಿಂದ ಬಿದ್ದ ಪ್ಲಾಸ್ಟರ್ ಚೂರುಗಳು, ಕಲ್ಲು, ಮಣ್ಣು, ಧೂಳು. ಮೂರ್ಛೆ ಹೋಗಿದ್ದ. ಬೆವರು, ಧೂಳುಗಳಿಂದ ಕಪ್ಪಾಗಿದ್ದ ಅವನ ಮುಖವನ್ನು ಟ್ರಮ್ ನಯವಾಗಿ ಒರಸಿದಳು. ಅವನ ಕೊಳಕಾಗಿದ್ದ ಅಂಗಿಯನ್ನು ಬಿಚ್ಚಿದಳು. ತೋಳಿನ ಮೇಲೆ ಆಳವಾದ ಗಾಯವಾಗಿತ್ತು. ಮೇಲಿಂದ ಬಿದ್ದ ಭಾರವಾದ ಕಲ್ಲಿನಿಂದ ಇರಬೇಕು. ಪ್ರಥಮ ಚಿಕಿತ್ಸೆಯ ಡಬ್ಬ ಹೊರತೆಗೆದು ಕೈಗೆ ಸ್ವಲ್ಪ ಮದ್ಯವನ್ನು ಸುರಿದುಕೊಂಡು ಥಇನ ತೋಳಿಗೆ ತಿಕ್ಕತೊಡಗಿದಳು. ನೋವಿನಿಂದ ಅವನು ಮುಖ ಕಿವಿಚಿದಾಗ ಅವಳ ಎದೆ ಬಡಿದುಕೊಂಡಿತು. ಏಣಿಯ ಮೇಲುಗಡೆಯಿಂದ ಯಾರೋ ಗಟ್ಟಿಯಾಗಿ ಕೂಗಿದರು "ಏನಿಲ್ಲ, ಒಂದೆರಡು ಕಡೆ ತರಚಿಹೋಗಿದೆ ಅಷ್ಟೆ."

ಶೀಘ್ರ ತಪಾಸಣೆ ನಡೆಸಿ ಕೆಲಸಗಾರರು ಸುದ್ದಿಯನ್ನು ದೃಢಪಡಿಸಿಕೊಂಡರು : ಕುಲುಮೆಗೆ ಯಾವ ಆಘಾತವೂ ಆಗಿಲ್ಲ, ಆದರೆ ತನಗೆ ಉಂಟಾಗಿದ್ದ ಭಾವೋತ್ಕರ್ಷದಲ್ಲಿ ಟ್ರಮ್‌ಗೆ ಏನೂ ಕೇಳಿಸಲಿಲ್ಲ – ಥಇ ಮೆಲ್ಲನೆ ಕಣ್ಣು ತೆರೆಯುತ್ತಿದ್ದ. ಒಳ್ಳೆಯ ಸುದ್ದಿ ಅವನನ್ನು ಮರುಚೇತನಗೊಳಿಸಿತೆ? ಕುಲುಮೆಯ ಬಳಿ ಹದಿನೈದು ಮೀಟರುಗಳ ಅಂತರದಲ್ಲಿ ಬಾಂಬ್ ಬಿದ್ದಿತ್ತು. ಒಂದೆರಡು ಕಡೆ ಕೊಳವೆಗಳು ತಿರುಚಿಕೊಂಡಿದ್ದವು ಅಷ್ಟೆ. ಲೋಹದ ನಿರಂತರ ಸುರಿಯುವಿಕೆಯೇ ಸಾಕಲ್ಲವೆ ಸಾಕ್ಷಿ? ಇಡೀ ತಿಂಗಳು ಇಂಥ ಧಾರಾಕಾರ ಲೋಹ ಪಾತವನ್ನು ಅವರು ಕಂಡಿರಲಿಲ್ಲ. ಆನಂದದ ಮುಗುಳ್ನಗೆಯೊಂದು ಥಇಯ ಕಪ್ಪಾದ ಮುಖವನ್ನು ಬೆಳಗಿತು. ಆಯಾಸವಿಲ್ಲದ ಅವನ ಧ್ವನಿ ಕೇಳಿಬಂತು.

"ನೀನು ಇಲ್ಲೇ ಇದ್ದೀಯಾ ಟ್ರಮ್?"

... ಎಷ್ಟೊಂದು ಸಂತಸವಿತ್ತು ಆ ಸ್ವರದಲ್ಲಿ!

ಕೈಗಳ ಮೇಲೆ ಭಾರ ಊರಿ ಅವನು ಮೇಲೆದ್ದ. ಟ್ರಮ್ ತಟ್ಟನೆ ಮುಖ ತಿರುಗಿಸಿ ಕೊಂಡಳು... ತನ್ನ ಕಂಬನಿ ಅವನಿಗೆ ಕಾಣಬಾರದಲ್ಲ! ❍

○ ಕ್ಸು ಅನ್ ಟ್ರೆಂಗ್

ಸವೆಯದ ದಾರಿಯಲ್ಲಿ

ನಮ್ಮಿಬ್ಬರಲ್ಲಿ ಯಾರ ಬಳಿಯೂ ಕೈಗಡಿಯಾರವಿಲ್ಲ. ಆದರೆ ರಸ್ತೆಯ ಮೇಲೆ ಅಡ್ಡಾದ ದಟ್ಟವಾದ ನೆರಳುಗಳ ಅಂಚಿನಲ್ಲಿ ಹೆಪ್ಪುಗೂಡಿದ ಇಬ್ಬನಿಯ ಬಿಂದುಗಳನ್ನು ಕಂಡಾಗ ಅಂದು ಕೊಳ್ಳುತ್ತೇವೆ – "ಓ, ನಡುರಾತ್ರಿ ಮೀರಿದೆ."

ಡ್ರೈವರ್ ನನ್ನತ್ತ ತಿರುಗಿನೋಡಿ ಕೇಳುತ್ತಾನೆ :

"ನನ್ನ ಸಿಗರೇಟ್ ಹತ್ತಿಸುತ್ತೀಯಾ ?"

ನಾನು ಧಾವಂತದಿಂದ ಆ ಕೆಲಸವನ್ನೂ ಮಾಡುತ್ತೇನೆ. ನನ್ನಿಂದ ಅವನಿಗೆ ಎಳ್ಳಷ್ಟು ಉಪಕಾರವಾದರೆ ಅಷ್ಟೇ ಸಾಕು. ಇಷ್ಟು ಹೊತ್ತಿನ ಪ್ರಯಾಣದಲ್ಲಿ ಇದೇ ಮೊದಲ ಸಲ ಅವನು ಬಾಯಿಬಿಟ್ಟದ್ದು.

ನಾವು ಹೊರಟಿರುವುದು ನಾಲ್ಕನೇ ವಲಯದತ್ತ.* ಅವನೊಂದಿಗೆ ಮಾತನಾಡಲು ನಾನು ಪಟ್ಟ ಪ್ರಯತ್ನಗಳೆಲ್ಲ ವ್ಯರ್ಥನಾಗಿವೆ. ಬಾಯಿಬಿಟ್ಟರೆ ಮುತ್ತು ಸುರಿದೀತೋ ಎಂಬಂತೆ ಒಂದೋ ಎರಡೋ ಪದಗಳಲ್ಲಿ ಉತ್ತರಿಸುತ್ತಾನೆ. ನನ್ನತ್ತ ಲಕ್ಷ್ಯವೇ ಇಲ್ಲ ಅವನಿಗೆ. ನಮ್ಮ ಮುಂದಿನ ರಸ್ತೆಯ ಮೇಲೆ ಅವನ ಗಮನ ಕೇಂದ್ರೀಕೃತವಾಗಿದೆ. ಒಮ್ಮೊಮ್ಮೆ ತನ್ನಷ್ಟಕ್ಕೆ ತಾನೇ ಮುಗುಳ್ನಗುತ್ತಾನೆ, ಮತ್ತೊಮ್ಮೆ ಮುಖ ಸಿಂಡರಿಸುತ್ತಾನೆ.

ಜ್‌ಅಯ್ – ಅವನ ಹೆಸರದು – ಸಂಸಾರವಂದಿಗ. ಮದುವೆಯಾಗಿ ಒಂದು ಮಗುವಿದೆ. ಇಷ್ಟನ್ನ ಅವನಿಂದ ಹೊರಡಿಸುವಷ್ಟರಲ್ಲಿ ನಾನು ಸುಸ್ತಾದೆ. ದಕ್ಷನಾದ ಡ್ರೈವರ್, ಆದರೆ ಸ್ವಂತಿಕೆ ಕಡಿಮೆ. ಮಕಮಲ್‌ನಂತೆ ಮೃದುವಾದ ಅವನ ಮೇಲಂಗಿ ಅಲ್ಲಲ್ಲಿ ಮಾಸಿದೆ. ಆದರೆ ಅದನ್ನು ಚೊಕ್ಕಟವಾಗಿಟ್ಟು ಕೊಂಡಿದ್ದಾನೆ. ತಿರುಗುಚಕ್ರವನ್ನು ಎಡಬಿಡದೆ ಹಿಡಿದಿರುತ್ತಾನೆ.

ರಸ್ತೆಯಲ್ಲಿ ಗುಂಡಿಯೊಂದು ಗೋಚರಿಸಿದಾಗ, ಕಡಿದಾದ ಏರುತಗ್ಗುಗಳು ಎದುರಾದಾಗ ಮತ್ತಷ್ಟು ಜಾಗರೂಕತೆಯಿಂದ ಟ್ರಕ್ಕನ್ನು ನಿಭಾಯಿಸುತ್ತಾನೆ; ವೇಗ ತಗ್ಗಿಸುತ್ತಾನೆ. ಎಂಟು ಸಿಲಿಂಡರ್‌ಗಳ ಭಾರೀ ವಾಹನದ ರಕ್ಷಣಾಕವಚದ ಮೇಲೆ

---

* ಅಮೆರಿಕದ ವಿಮಾನಪಡೆಯಿಂದ ಸತತ ದಾಳಿಗೆ ಒಳಗಾದ ಪ್ರದೇಶ.

ಒಂದು ಗೀರೂ ಸಹ ಇಲ್ಲ – 75,000 ಕಿಲೋಮೀಟರುಗಳ ಪ್ರಯಾಣದ ಬಳಿಕವೂ! ಟ್ರಕ್ ನಿಂತ ಕಡೆಗಳಲ್ಲೆಲ್ಲ ಮೆತ್ತಗಿನ ಎಣ್ಣೆಬಟ್ಟೆಯೊಂದರಿಂದ ರಕ್ಷಣೆಯ ಮೇಲ್ಭಾಗವನ್ನು ತಿಕ್ಕಿ ಒರೆಸುತ್ತಾನೆ.

ನಮ್ಮ ಟ್ರಕ್ ಒಂಟಿಯಾಗಿ ಓಡುತ್ತಿದೆ. ನಮ್ಮ ಮುಂದಿನ ಟ್ರಕ್‌ಗೂ ನಮಗೂ ಸದಾ ಸಾಕಷ್ಟು ಅಂತರವಿರುವಂತೆ ಎಚ್ಚರ ವಹಿಸುತ್ತಾನೆ ಜ್‌ಅಯ್. ಹಿಂಬದಿಯಿಂದ ವಾಹನವೊಂದು ಬೆಳಕು ಬೀರಿದಾಗ ವೇಗ ತಗ್ಗಿಸಿ ಪಕ್ಕಕ್ಕೆ ಸರಿದು ಅದಕ್ಕೆ ಮುಂದೆ ಹೋಗಲು ಅನುವು ಮಾಡಿಕೊಡುತ್ತಾನೆ. ಅವುಗಳಲ್ಲಿ ಸ್ಫೋಟಕ ವಸ್ತುಗಳಿವೆ ಎಂದು ತೋರುತ್ತದೆ, ಅದಕ್ಕೇ.

ಥೂ, ಇಂಥ ಅತಿ ಜಾಗರೂಕತೆ ಕಂಡಾಗ ಒಮ್ಮೊಮ್ಮೆ ಸಿಡಿಮಿಡಿಗೊಳ್ಳುವಂತಾಗುತ್ತದೆ. ಒಂದು ಪುಟಾಣಿ ಮೊಲೊಟೋವಾ ನಮ್ಮನ್ನು ಹಿಂದೆ ಹಾಕಿ ಮುನ್ನುಗ್ಗಿತೆಂದರೆ! ಅದರ ಡ್ರೈವರ್ ವ್ಯಂಗ್ಯವಾಗಿ ನಕ್ಕಂತೆ ಕಂಡಿತು ನನಗೆ.

ಅವನ ಸಿಗರೇಟಿಗೆ ಬೆಂಕಿ ತಗುಲಿಸಿ ಕೇಳಿದೆ:

"ಕಾಮ್ರೇಡ್ ಜ್‌ಅಯ್! ನನ್ನ ಹತ್ತಿರ ಘಮಘಮ ಎನ್ನುವ ಚಹಾ ಇದೆ, ಕುಡೀತೀಯಾ?"

ಮೆಲುನಕ್ಕು ಅವನೆಂದ:

"ಇರಲಿ, ಬೇಡ ಸದ್ಯಕ್ಕೆ. ಕೊನೆಕೊನೆಗೆ ಬೇಕಾಗುತ್ತೆ."

ನನ್ನ ಕಡೆಗೇ ಸ್ವಲ್ಪ ಹೊತ್ತು ನಿಟ್ಟಿಸಿ ನನ್ನನ್ನು ಎಬ್ಬಿಸಲೋ ಎಂಬಂತೆ ಗಟ್ಟಿಯಾಗಿ ಕೇಳಿದ:

"ನಿದ್ದೇನಾ?"

"ನಿನ್ನ ಜತೆ ಎದ್ದಿರೋದೇ ವಾಸಿ."

ಜ್‌ಅಯ್ ವೇಗನಿಯಂತ್ರಕವನ್ನು ಒತ್ತುತ್ತಾನೆ. ರಸ್ತೆ ಬದಿಯ ಅಂಚುಗಲ್ಲುಗಳು ಮತ್ತಷ್ಟು ಕಪ್ಪಾಗಿ ಕಾಣುತ್ತವೆ, ಮುಸುಕಿರುವ ಮಂಜಿನಲ್ಲಿ. ಕೊರೆಯುವ ಗಾಳಿ ಮುಖಕ್ಕೆ ಬಡಿದಾಗ ಮರಗಟ್ಟಿದ ಅನುಭವ.

ಜ್‌ಅಯ್ ಇದ್ದಕ್ಕಿದ್ದಂತೆ ಹೇಳುತ್ತಾನೆ:

"ಜೊತೆಗಾರರು ಇರೋದು ನನಗೇನೂ ಅಷ್ಟು ಇಷ್ಟ ಇಲ್ಲ."

ಕೊಂಚ ಅಸಭ್ಯವೆನಿಸುವ ಈ ನಿಷ್ಠುರತೆ ನನಗೆ ಹೊಸದು.

"ಏನು? ಬಾಂಬ್ ದಾಳಿಯಿಂದ ಇಂಥ ರಸ್ತೆ ಮೇಲೆ ಹೋಗೋವಾಗ್ಲೂ?"

"ಅದ್ಸರಿ, ಆದ್ರೆ ಒಂದೊಂದು ಸಲ ಏನಾಗುತ್ತೇಂತೀಯ! ನನ್ನ ಜತೆ ಬಂದವರು ಆರಾಮವಾಗಿ ನಿದ್ದೆ ಹೋಗಿ ನನ್ನ ಭುಜಕ್ಕೆ ಒರಗಿಬಿಡ್ತಾರೆ."

"ಮೋಟಾರಿನ ಸದ್ದು ಕೇಳುತ್ತ ಕೇಳುತ್ತ ಜೊಂಪು ಹತ್ತಿಬಿಡುತ್ತೆ... ಆದರೆ ಅದು ಕೆಟ್ಟ ಅಭ್ಯಾಸ."

"ಅಯ್ಯೋ, ಹಾಗಾದರೆ ಎಷ್ಟೋ ಮೇಲು. ಟ್ರಕ್ಕು ಕಷ್ಟಕರ ವಲಯಕ್ಕೆ ಬಂದಾಗ ಬೇಕೂಂತ ನಿದ್ದೆ ಹೋಗೋವ್ರನ್ನ ಕಂಡ್ರೆ ಮಾತ್ರ ನನಗಾಗದು."

"ಹಾಗೆ ಮಾಡ್ತಾರೇನು?" ಅಚ್ಚರಿಗೊಂಡು ಕೇಳುತ್ತೇನೆ.

"ಸುಳ್ಳು ಹೇಳ್ತೀನಾ ನಾನು? ಅಂಥ ವಲಯ ದಾಟಿದ ಮೇಲೇನೇ ಕಣ್ಣು ಬಿಡೋದು ಅವರು."

ಈಗರ್ಥವಾಯಿತು, ಅವನು ಕೊಂಚ ಸಮಯದ ಹಿಂದೆ ನನ್ನನ್ನು ದಿಟ್ಟಿಸಿದ್ದು ಯಾಕೆ ಅಂತ.

ಹೀಗೆ ನಮ್ಮಿಬ್ಬರ ನಾಲಿಗೆಗಳು ಸ್ವಲ್ಪ ಸಡಿಲುಗೊಂಡ ಮೇಲೆ ನಾವು ಮಿತ್ರರು. ಅವನು ಎರಡು ವರ್ಷಗಳಿಂದ ಲೈಸೆನ್ಸ್ ಉಳ್ಳ ಡ್ರೈವರ್ ಆಗಿದ್ದಾನೆ. ಸೇನೆ ಸೇರಿದವನು. ಸೈನ್ಯವನ್ನು

ಚದುರಿಸಿಬಿಟ್ಟಾಗ, ಒಂದು ಇಂಧನ ಸಾಗಾಟದ ಘಟಕವನ್ನು ಸೇರಿದ. ಡ್ರೈವರ್ ಒಬ್ಬನ ಅಡಿಯಾಳಾಗಿ ಕೆಲಸ. ಆ ಡ್ರೈವರ್ ತುಂಬಾ ಕಾಳಜಿ ವಹಿಸುವ ಆಸಾಮಿ; ಇವನನ್ನು ಸುರಕ್ಷಿತ ಭಾಗಗಳಲ್ಲಿ ಮಾತ್ರ ಟ್ರಕ್ ಓಡಿಸಲು ಬಿಡುತ್ತಿದ್ದ. ಅಂಥವನಿಗೆ ಒಮ್ಮೆ ಸುರಿಯುವ ಮಳೆಯಲ್ಲಿ ಅವಘಡ ಸಂಭವಿಸಿತು. ಸೈನ್ಯನಾಶಕ ಬಾಂಬಿನ ಚೂರೊಂದು ಅವನ ಪುಪ್ಪುಸವನ್ನು ಕತ್ತರಿಸುತ್ತ ಒಳಹೊಕ್ಕಿತ್ತು. ಯಮಯಾತನೆ. ತಕ್ಷಣ ಆ ಪಾಳುಬಿದ್ದ ಪ್ರದೇಶವನ್ನು ತೊರೆದು ಅವನನ್ನು ಚಿಕಿತ್ಸೆಗಾಗಿ ಆಸ್ಪತ್ರೆಗೆ ದಾಖಲು ಮಾಡಬೇಕಾಗಿ ಬಂತು.

ಜ್‌ಅಯ್ ಅವನನ್ನು ಟ್ರಕ್ಕಿನಲ್ಲಿ ಮಲಗಿಸಿ, ತಾನು ಚಕ್ರಧಾರಿಯಾಗಿ ಕುಳಿತ. ದುರ್ಗಮವಾದ ದಾರಿ; ಬಾಂಬ್ ದಾಳಿಯಿಂದ ಜರ್ಝರಿತವಾದದ್ದು. ನರಳುತ್ತಲೇ ನಿರ್ದೇಶನಗಳನ್ನು ನೀಡಿದ, ಮಲಗಿದ್ದ ಸಂಗಾತಿ. ಜ್‌ಅಯ್‌ಗೆ ಅದೆಲ್ಲಿಂದ ಆತ್ಮವಿಶ್ವಾಸ ಬಂದಿತ್ತೋ, ಟ್ರಕ್ ನಡೆಸಿದ. ಅವನು ಒಂದು ತಪ್ಪು ಮಾಡಿದ್ದರೆ ಸಾಕಿತ್ತು, ಅವರಿಬ್ಬರನ್ನೂ ಕಂದಕಕ್ಕೆ ತಳ್ಳಲು. ಎರಡು ಹಗಲು, ಎರಡು ರಾತ್ರಿಗಳು ಕಳೆದಾಗ ಕಾಡುಪ್ರದೇಶ ಕೊನೆಗಂಡಿತು. 150 ಕಿಲೋ ಮೀಟರುಗಳು ಪ್ರಯಾಣ! ಜ್‌ಅಯ್ ರೋಗಿಯನ್ನು ವೈದ್ಯರ ವಶಕ್ಕೆ ಒಪ್ಪಿಸಿ ತಲಪಿಸ ಬೇಕಾಗಿದ್ದ ಇಂಧನವನ್ನೂ ಮುಟ್ಟಿಸಿದ. ಈ ಅಗ್ನಿಪರೀಕ್ಷೆಯ ಅನಂತರ ಯಾವ ತಕರಾರೂ ಇಲ್ಲದೆ ಲೈಸೆನ್ಸ್ ಸಿಕ್ಕಿತು.

ಆಗಿನಿಂದ ಅವನ ಟ್ರಕ್ ಸತತವಾಗಿ ವಿಂಗ್‌ನಿಂದ ಹನಾಯ್‌ಗೆ, ಹನಾಯ್‌ನಿಂದ ಮರಳಿ ವಿಂಗ್‌ಗೆ ಚಲಿಸುತ್ತಿದೆ. ಇದೇ ದಾರಿಯಲ್ಲೇ ಅವನ ಅದೃಷ್ಟದೇವತೆ ಅವನನ್ನು ಒಡಗೂಡಿದ್ದು.

"ಅದೊಂದು ಆಕಸ್ಮಿಕ. ರಾಷ್ಟ್ರೀಯ ಹೆದ್ದಾರಿಗಳಲ್ಲಿ ಮೊದಲನೆಯದಿದೆಯಲ್ಲ, ಅದು ಸುಮಾರು ಆರು-ಏಳು ಕಿಲೋಮೀಟರುಗಳ ಉದ್ದಕ್ಕೂ ಉಗ್ರವಾದ ಬಾಂಬ್ ದಾಳಿಯ ಕಾರಣದಿಂದಾಗಿ ಅಲ್ಲಲ್ಲಿ ಅಸ್ತವ್ಯಸ್ತವಾಗಿತ್ತು. ಎರಡೋ ಮೂರೋ ದೋಣಿಗಳು ಮಾತ್ರ ಒಂದು ರಾತ್ರಿಯಲ್ಲಿ ನದಿಯನ್ನು ದಾಟಬಹುದಿತ್ತು. ಹೇಗಾದರೂ ಸರಿ, ಮುಂಜೂಣಿಗೆ ಪೆಟ್ರೋಲನ್ನ ತಲಪಿಸಲೇಬೇಕಾಗಿತ್ತು. ನಮ್ಮ ಘಟಕಕ್ಕೆ ಆಜ್ಞೆ ಬಂತು, ಹನಾಯ್‌ನಿಂದ ಪೆಟ್ರೋಲು ತಗೊಂಡು ಹೋಗೋದಕ್ಕೆ."

ಜ್‌ಅಯ್ ಕತೆ ಮುಂದುವರಿಸಿದ:

ಹೋಗುವಾಗ ಯಾವ ತೊಂದರೆಯೂ ಇರಲಿಲ್ಲ. ಆದರೆ ವಾಪಸು ಬರುವಾಗ ಟ್ರಂಗ್ ಎಂಬ ಪ್ರದೇಶದಲ್ಲಿ ಸೇತುವೆಯ ಮಧ್ಯೆ ಬಾಂಬ್ ದಾಳಿಗೆ ನಾವು ಸಿಲುಕಿದೆವು. ನನಗೂ ಮುಂಚೆ ಮೂರು ಟ್ರಕ್‌ಗಳು ಹಾದುಹೋಗಿದ್ದವು. ನಾನು ನನ್ನ ಟ್ರಕ್‌ನೊಡನೆ ದಾರಿಯ ಮಧ್ಯೆ ಸಿಕ್ಕಿಬಿದ್ದೆ, ಟ್ರಕ್‌ಗೆ ತಗಲಿದ ಬಾಂಬ್ ಸ್ಫೋಟದಿಂದಾಗಿ ಅದರ ಶಾಕ್ ಅಬ್ಸಾರ್ಬರ್ ಮುರಿದಿತ್ತು. ನನಗಿಂತ ಮುಂಚೆ ಹೋದ ಟ್ರಕ್ ಚಾಲಕರು ಕಾಲ್ನಡಿಗೆಯ ಮೇಲೆ ಮರಳಿ ಬಂದು ನೆರವು ನೀಡಲು ಮುಂದಾದರು. ಶಾಕ್ ಅಬ್ಸಾರ್ಬರನ್ನು ಬದಲಿಸುವುದು ದುಸ್ಸಾಧ್ಯ: ಅದಕ್ಕೋಸ್ಕರ ಜಾಕ್ ಹಾಕಿ ಟ್ರಕ್ಕನ್ನು ಮೇಲೆತ್ತಬೇಕಿತ್ತು. ಆದರೆ ಆ ಕಗ್ಗತ್ತಲಿನಲ್ಲಿ ಏನೂ ಕಾಣುತ್ತಿರಲಿಲ್ಲ. ಬೆಂಕಿ ಹಚ್ಚಿ ಬೆಳಕು ಮಾಡುವುದಂತೂ ಮೂರ್ಖತನದ ಮಾತು. ಹದ್ದಿನಂತೆ ಕಾದಿರುವ ಶತ್ರುವಿಗೆ ದಾರಿ ತೋರಿಸಿಕೊಟ್ಟು ಸಾವನ್ನು ಆಹ್ವಾನಿಸಿದಂತೆ. ನಾನು ಉಳಿದವರನ್ನು ಒತ್ತಾಯಪಡಿಸಿ ಅಂತೂ ಅವರನ್ನು ಹಿಂದೆ ಕಳುಹಿಸಿದೆ.

ಸೇತುವೆಯ ಬಳಿಯಲ್ಲಿದ್ದ ಗ್ರಾಮದ ಮನೆ ಮನೆಗೂ ಹೋಗಿ ಬಕೀಟುಗಳನ್ನೂ ಜಾಡಿ ಗಳನ್ನೂ ಎರವಲು ಪಡೆಯುವುದರಲ್ಲಿ ರಾತ್ರಿ ಸಂದಿತು. ಟ್ರಕ್ಕಿನಲ್ಲಿದ್ದ ಪೆಟ್ರೋಲನ್ನು ಅವುಗಳಿಗೆ

ವರ್ಗಾವಣೆ ಮಾಡುವುದು ನನ್ನ ಉದ್ದೇಶ. ಈ ಮೂಲಕ ಅದರ ಭಾರ ಸ್ವಲ್ಪವಾದರೂ ಕಡಿಮೆಯಾಗಿ ಅದನ್ನು ಮೇಲೆತ್ತಲು ಸ್ವಲ್ಪ ಸಲೀಸಾಗಬಹುದೆಂಬುದು ನನ್ನ ಆಸೆಯಾಗಿತ್ತು. ಆದರೆ ಈ ಕೆಲಸ ನನ್ನಿಂದ ಸಾಧ್ಯವಾದೀತು ಎಂಬ ಬಗ್ಗೆ ನನಗೆ ಧೈರ್ಯವಿರಲಿಲ್ಲ.

ಒಂದು ಮನೆಯಲ್ಲಿ ಮನೆಯಾತ – ಮುದುಕ – ಮತ್ತು ಅವನ ಮಗಳು ನನ್ನನ್ನು ಚೆನ್ನಾಗಿ ನೋಡಿಕೊಂಡರು. ಸೇತುವೆಯ ಬಳಿಗೆ ಬರಲು ಅವರಿಗೆ ಧೈರ್ಯವಾಗದಿದ್ದರೂ ಪೆಟ್ರೋಲನ್ನು ಹೆಚ್ಚು ಸುರಕ್ಷಿತ ಸ್ಥಳಕ್ಕೆ ಸಾಗಿಸಲು ಅವರು ಸಹಾಯ ಮಾಡಿದರು.

ಮುಂಬೆಳಕು ಹರಿದಾಗ ಶತ್ರುವಿಮಾನಗಳು ಮತ್ತೆ ಬಂದವು. ಆದರೆ ಅದೃಷ್ಟವಶಾತ್ ಸೇತುವೆಗಾಗಲೀ ಟ್ರಕ್ಕಿಗಾಗಲೀ ಬಾಂಬ್ ತಗಲಲಿಲ್ಲ. ನಾನು ಟ್ರಕ್ ರಿಪೇರಿಗೆ ಕುಳಿತಾಗ ಆ ವಯಸ್ಕ ಬೇಡವೆಂದು ಸಲಹೆ ಮಾಡಿದ. ಅವನ ಮಗಳಂತೂ ಕಾಡಿ ಬೇಡಿದಳು. ದಿನಕ್ಕೆ ಎರಡು ಮೂರು ಸಲವಾದರೂ ವಿಮಾನಗಳು ಬರುತ್ತವೆ. ದೃಷ್ಟಿಗೆ ಬಿದ್ದ ಪ್ರತಿಯೊಂದು ಮಾನವಾಕೃತಿಯನ್ನೂ ಸುಟ್ಟುಹಾಕುತ್ತವೆ ಎಂದು ಅವಳು ತಿಳಿಸಿದಳು. ಸುತ್ತಲೂ ಬಟ್ಟಬಯಲು, ವಿಮಾನಗಳು ಬಂದರೆ ಎಲ್ಲೂ ರಕ್ಷಣೆಗೆ ತಾವಿಲ್ಲ. ರಸ್ತೆಯ ಆಚೆಕಡೆ (ಸುಗ್ಗಿ ಮುಗಿದದ್ದರಿಂದ) ಪೈರನ್ನೂ ಪೂರ್ತಿ ಕತ್ತರಿಸಿಹಾಕಿದ್ದರು.

ಹಾಗೆಂದು, ನನ್ನ ಟ್ರಕ್ಕನ್ನು ಬಾಂಬ್ ದಾಳಿಗೆ ಒಡ್ಡಿ ನಾನು ಹಾಯಾಗಿರುವುದೆ? ನಿಮ್ಮ ಮುದ್ದಿನ ನಾಯಿಮರಿಯೋ ಬೆಕ್ಕಿನಮರಿಯೋ ಮನೆಗೆ ಮರಳದಿದ್ದರೆ ಹೇಗೆ ತಹತಹಪಡುತ್ತೀರಿ! ನನ್ನ ವಾಹನವೆಂದರೆ ಸಾಕುನಾಯಿಗಿಂತ ಹೆಚ್ಚು ನನಗೆ. ಏನಾದರೂ ಹೆಚ್ಚು ಕಡಿಮೆಯಾಯಿತೆಂದರೆ ಎಲ್ಲೂ ಇಲ್ಲದ ಆತಂಕ.

ಮುದುಕನಿಂದ ಒಂದಷ್ಟು ಒಣಹುಲ್ಲನ್ನು ಕೇಳಿ ಪಡೆದು ನಾನು ಸೇತುವೆಯ ಕಡೆಗೆ ನಡೆದೆ. ಇನ್ನೂ ಪೂರ್ತಿ ಬೆಳಕಾಗುವ ಮುನ್ನವೇ ಹಾಯ್ಗಡುವೊಂದರ ಬಳಿ ದಾಳಿ ನಡೆದಿತ್ತು. ನಾನು ಟ್ರಕ್ಕನ್ನು ಹುಲ್ಲಿನಿಂದ ಮುಚ್ಚಿಬಿಟ್ಟು, ರಸ್ತೆ ಬದಿಯ ಒಂದು ಹುಲ್ಲಿನ ಬಣವೆಯ ಹಾಗೆ ಅದು ಕಾಣುವಂತೆ ಮಾಡಿಬಿಟ್ಟೆ. ಬಳಿಕ ಒಂದು ಗುಂಡಿ ತೋಡಿ ಅದರಲ್ಲಿ ಅವಿತಿಟ್ಟುಕೊಳ್ಳುವ ಸನ್ನಾಹದಲ್ಲಿದ್ದೆ.

ಆ ಮುದುಕಜ್ಜ ನನ್ನ ಬಗ್ಗೆ ನಿಜವಾಗಿಯೂ ತುಂಬಾ ಚಿಂತಿತನಾಗಿದ್ದ. ನನಗಾಗಿ ಒಂದು ಪಾತ್ರೆಯಲ್ಲಿ ಚಹಾ ತಂದ. ತೋಡಲು ನನಗೆ ಸಹಾಯ ಮಾಡಿದ, ನಾನು ಎಷ್ಟು ಬೇಡವೆಂದರೂ ಕೇಳದೆ ಅಲ್ಲೇ ಉಳಿದ.

"ನಿನ್ನಂಥ ಯುವಕನಿಗೆ ಸಾವಿನ ಅಂಜಿಕೆಯಿಲ್ಲ, ನಾನು ಮುದುಕ, ಯಾಕೆ ಅಂಜಬೇಕು?" ಎಂದ.

ಆತನ ಸಹಾಯ ಇಲ್ಲದಿದ್ದರೆ ನಾನು ಕೆಲಸ ಮುಗಿಸುತ್ತಿದ್ದಿಲ್ಲ.

ಆ ಹುಡುಗಿಯ ಮಾತು ಕಡೆಗೂ ನಿಜವಾಯಿತು. ಹತ್ತು ಗಂಟೆಯ ಸುಮಾರಿಗೆ ಎರಡು ಎಫ್ 105 ವಿಮಾನಗಳು ನಮ್ಮ ಮೇಲೆ ಒಂದೆರಡು ಸಲ ಹಾರಾಟ ನಡೆಸಿದವು. ಮೂರನೆ ಸಲ ನಮ್ಮ ಮೇಲೆ ದಾಳಿ ನಡೆಸಿದವು. ರಾಕೆಟ್! ನಾನು ಮಿಂಚಿನ ವೇಗದಲ್ಲಿ ನೆಲದ ಮೇಲೆ ಮಲಗಿದೆ. ಅದೃಷ್ಟ ನನ್ನೊಡನೆ ಇತ್ತು, ನನ್ನ ಹಿಂಬದಿಯಿಂದ ಮೆಶೀನ್‌ಗನ್ನೊಂದು ಧಡಧಡನೆ ಮರುದಾಳಿ ಮಾಡಿತು. ವೈಮಾನಿಕರಿಗೆ ತಮ್ಮ ರಾಕೆಟ್‌ಗಳಿಗೆ ಟೆಲಿಸಂದೇಶ ನೀಡಲು ಸಾಧ್ಯವಾಗಲಿಲ್ಲ. ರಾಕೆಟ್‌ಗಳು ಬತ್ತದ ಗದ್ದೆಯೊಂದರಲ್ಲಿ ಹೂತುಹೋದವು. ನಮ್ಮ ಮೇಲೆ ನೀರಿನ ಹಾಗೂ ಮಣ್ಣಿನ ಮಳೆ ಸುರಿಯಿತು.

ವಿಮಾನಗಳು ಮರಳಿದವು. ಪರಿಚಿತವಾದ ದನಿಯೊಂದು ಕೇಳಿಸಿತು. ಮೆಶೀನ್‌ಗನ್ನಿದ್ದ ಸ್ಥಳದಿಂದ ಆ ಧ್ವನಿ ಬರುತ್ತಿತ್ತು. ನಾನು ಕಣ್ಣುಜ್ಜಿಕೊಳ್ಳುತ್ತಾ ನೋಡಿದೆ. ಆತನ ಮಗಳು ಮತ್ತಷ್ಟು ಮಂದಿ ಮಹಿಳಾ ಸೇನಾ ಸದಸ್ಯೆಯರೊಡನೆ ಕಾಣಿಸಿದಳು. ನನಗೆ ಸಂತೋಷದಲ್ಲಿ ಕಣ್ಣೀರು ಬಂತು. ಭಯ ಆವಿಯಾಯಿತು.

ಮಧ್ಯಾಹ್ನದ ವೇಳೆಗೆ ಶಾಕ್ ಅಬ್ಸಾರ್ಬರ್‌ಗಳನ್ನು ಬದಲಾಯಿಸುವ ನನ್ನ ಕೆಲಸ ಪೂರೈಸಿತು. ನದಿಯ ಇನ್ನೊಂದು ದಡಕ್ಕೆ ಟ್ರಕ್ಕನ್ನು ಸಾಗಿಸಿದ ತರುವಾಯ ನಾನು ನನ್ನ ಆತಿಥೇಯನ ಗೃಹಕ್ಕೆ ಮರಳಿದೆ. ಸ್ವಲ್ಪ ವಿಶ್ರಾಂತಿಯ ಬಳಿಕ ಸೂರ್ಯ ಮುಳುಗಿದ ಮೇಲೆ ಮರಳುವ ಆಸೆಯಿಂದಿದ್ದೆ.

ಆಗಿನಿಂದ ಆ ದಾರಿಯ ಮೂಲಕ ಹಾದಾಗಲೆಲ್ಲ ಅವರ ಮನೆ ನನಗೆ ತಂಗುದಾಣ ವಾಯಿತು. ಕಷ್ಟವಿದ್ದರೂ ಸರಿ, ಅವರ ಮನೆಗೆ ಹೋಗದೆ ಇರುತ್ತಿರಲಿಲ್ಲ.

ಆ ಹುಡುಗಿಗೆ ಕತೆಗಳ ಹುಚ್ಚು. ನನ್ನ ಪ್ರವಾಸಗಳನ್ನು ಕುರಿತು ಚುಚ್ಚಿ ಚುಚ್ಚಿ ಕೇಳುತ್ತಾಳೆ. ಕಾಂಗ್‌ಹಿಲ್‌ನಲ್ಲಿ ರಂಜಕದ ಸ್ಫೋಟಕಗಳಿಂದ ಉಂಟಾದ ಅಗ್ನಿವೃತ್ತದಿಂದ ನಾವು ಪಾರಾದ್ದನ್ನು ಅವಳಿಗೆ ಹೇಳುತ್ತೇನೆ. ವಿಮಾನಗಳ ಕಣ್ಣಿಗೆ ಮಣ್ಣೆರಚಲು ನಾವು ಹೂಡುತ್ತಿದ್ದ ಉಪಾಯ ಗಳನ್ನು ವರ್ಣಿಸುತ್ತೇನೆ. ಕಣ್ಣುಗಳನ್ನು ಬಟ್ಟಲು ಮಾಡಿ ಆಕೆ ಕಿವಿಗೊಡುತ್ತಾಳೆ.

ಒಂದು ದಿನ ಅವಳು ತಟಕ್ಕನೆ ಕೇಳಿಬಿಟ್ಟಳು.

"ನೀವು ಯಾಕೆ ಒಂದು ಸಂಸಾರ ಹೂಡಿಲ್ಲ? ನೀವು ಅಷ್ಟೇನೂ ಚಿಕ್ಕ ವಯಸ್ಸಿನವರಲ್ಲ."

ನಾನು ನಿಜ ಹೇಳಿದೆ.

"ನನಗೊಬ್ಬ ತಮ್ಮ ಇದ್ದಾನೆ, ಹತ್ತನೆ ತರಗತಿ ಓದುತ್ತಿದ್ದಾನೆ. ಅವನ ಓದು ಬರಹಕ್ಕೆ ನಾನೇ ದುಡಿದು ಸಂಪಾದಿಸಬೇಕು. ತುಂಬಾ ಚಿಕ್ಕವರಾಗಿದ್ದಾಗಲೇ ನಾವು ಅನಾಥರಾದೆವು.

ಅವಳ ಕಣ್ಣಾಲಿಗಳು ತುಂಬಿಬಂದವು.

"ನಾವು ಹೆಂಗಸರು ಎಂದರೆ ಗಂಡನ ಸಂಸಾರಕ್ಕೆ ಹೊರೆ ಮಾತ್ರ ಅಂದ್ಕೊಂಡಿದೀರೇನು?"

ನಾನು ವಿವರವಾಗಿ ಹೇಳಬೇಕಾಯಿತು, ನನ್ನ ಮಾತಿನ ಅರ್ಥ ಏನೆಂಬುದನ್ನು.

ಆನಂತರ ಅದೇಕೋ ಅವಳೊಡನೆ ಸಂಭಾಷಣೆ ದುಸ್ಸಾಧ್ಯವಾಯಿತು. ಏನೋ ಮುಜುಗರ. ಮುಂಚಿನಂತೆ ನನ್ನ ನಿಜವಾದ ಧ್ವನಿಯಲ್ಲಿ ಮಾತನಾಡುವುದು ಕಷ್ಟವಾಯಿತು. ನನಗೆ ನೆನಪಿದೆ. ನಾನು ಹದಿನೆಂಟರ ಹೊಸ್ತಿಲಲ್ಲಿದ್ದಾಗ ನನ್ನ ಚಿಕ್ಕಪ್ಪ ನನ್ನ ಮದುವೆಯ ಸನ್ನಾಹ ನಡೆಸಿದ್ದ. ಆ ಮಾತು ಮುರಿದು ಬಿದ್ದಿತ್ತು. ಆಗಲೂ ಇಂಥ ನಿಗೂಢ ಭಾವನೆಗಳು ಕಾಡಿರಲಿಲ್ಲ.

ನಿಜ ಹೇಳಲಾ? ಈ ಹುಡುಗಿಯನ್ನು ಅವಳು ನನ್ನ ಪ್ರಾಣ ಉಳಿಸಿದ ದಿನದಿಂದಲೇ ನಾನು ಪ್ರೇಮಿಸುತ್ತಿದ್ದೆ. ಆದರೆ ನಮ್ಮ ವಯಸ್ಸುಗಳಲ್ಲಿನ ದೊಡ್ಡ ವ್ಯತ್ಯಾಸ ನನ್ನನ್ನು ಹಿಮ್ಮೆಟ್ಟುವಂತೆ ಮಾಡಿತ್ತು. ನಾನು ಮೂವತ್ನಾಲ್ಕರ ವಯಸ್ಕ. ಅವಳಿನ್ನೂ ಇಪ್ಪತ್ತರ ಗಡಿ ದಾಟದವಳು. ಇನ್ನೊಂದು ಭಯವೂ ನನ್ನಲ್ಲಿತ್ತು. ಅವಳಿಗೆ ನನ್ನಲ್ಲಿದ್ದುದು ಬರೀ ಅನುಕಂಪ ಮಾತ್ರವೇನೋ! ಅನುಕಂಪವನ್ನೇ ಪ್ರೀತಿ ಎನ್ನಲಾಗುವುದಿಲ್ಲ. ಹಾಗೆ ಅಪಾರ್ಥ ಮಾಡಿಕೊಂಡು ನಿರಾಶರಾದ ತರುಣರು ಎಷ್ಟು ಮಂದಿ ಇಲ್ಲ?

ಹಾಗೆಂದು ಅವಳ ಮನೆಗೆ ಹೋಗುವುದನ್ನೇನೂ ನಿಲ್ಲಿಸಲಿಲ್ಲ. ಅವಳನ್ನು ನೋಡುವುದೇ ಒಂದು ಹರ್ಷದಾಯಕ ಅನುಭವ. ನನಗಾಗಿ ಅವಳು ವಹಿಸುತ್ತಿದ್ದ ಕಾಳಜಿ ಸ್ಪಷ್ಟವಾಗಿತ್ತು. ನನ್ನ ಬಟ್ಟೆ ಒಗೆದು ಕೊಡುತ್ತಿದ್ದಳು; ನನ್ನ ಪ್ರಯಾಣಕ್ಕೊಂದು ಬುತ್ತಿ ಸಿದ್ಧಪಡಿಸುತ್ತಿದ್ದಳು. ನನ್ನ

ತಮ್ಮ ಶಾಲೆಯಲ್ಲಿ ಹೇಗೆ ಎಂದು ಕೇಳಿದಳು. ನನ್ನೊಡನೆ ಅವಳು ಸಹ ತನ್ನ ಸಹಜವಾದ ಧ್ವನಿಯಲ್ಲಿ ಮಾತನಾಡುತ್ತಿಲ್ಲ ಎಂದು ಅದೇಕೋ ನನಗೆ ಅನಿಸತೊಡಗಿತು.

ಒಮ್ಮೆ ನನ್ನೊಡನೆ ಟ್ರಕ್‌ನವರೆಗೂ ಬೀಳ್ಕೊಡಲು ಬಂದಳು. ವಸಂತ ಕಾಲದ ಸಂಜೆ. ಮಂಜು ಬೀಳುತ್ತಿತ್ತು. ಅರೆ ಕತ್ತಲು. ನನ್ನ ಧೈರ್ಯ ಹೆಚ್ಚಿತು. ನಿನ್ನನ್ನು ಪ್ರೇಮಿಸುತ್ತೇನೆ ಎಂದು ಉಸುರಿದೆ. ಟ್ರಕ್ಕು ನಡುಬೀದಿಯಲ್ಲಿ ನಿಂತಿತ್ತು. ಅದರ ಬಾಗಿಲು ಪೂರ್ಣ ತೆರೆದೇ ಇತ್ತು. ನನ್ನ ಪ್ರಯತ್ನ ವಿಫಲವಾದಲ್ಲಿ ಟ್ರಕ್ಕಿನೊಳಕ್ಕೆ ಹಾರಿ ಹೊರಟುಬಿಡುವುದು ಎಂಬುದು ನನ್ನ ಹಂಚಿಕೆ. ಆಮೇಲೆ ಅವಳಿಗೆ ಮುಖ ಕೂಡ ತೋರಿಸಬಾರದು.

ಅವಳು ಉತ್ತರಿಸಲಿಲ್ಲ. ಹತ್ತಿರದ ಮರವೊಂದಕ್ಕೆ ಒರಗಿ ನಿಂತಿದ್ದಳು. ಅಳುಕುತ್ತ ಮರದ ತೊಗಟೆಯನ್ನು ಕೀಳಲಾರಂಭಿಸಿದಳು. ನಾನು ನಡುಗುತ್ತ ಬಳಿ ಸಾರಿದೆ. ಒಮ್ಮೆಲೇ ಅವಳು ಬಿಕ್ಕಿಬಿಕ್ಕಿ ಅಳತೊಡಗಿದಳು.

ಗೋಜಲಿನಲ್ಲಿ ಸಿಲುಕಿದೆ ನಾನು. ಏನೂ ತೋರದೆ "ಅಳಬೇಡ, ಬೇರೆಯವರಿಗೆ ಕೇಳಿಸಿದರೆ..." ಎಂದು ಬಡಬಡಿಸಿದೆ.

ಕಡೆಗೂ ಅವಳು ಕಂಬನಿಗಳನ್ನು ತಡೆಹಿಡಿದು ಬಿಕ್ಕುವುದನ್ನು ನಿಲ್ಲಿಸಿದಳು. ನಿಧಾನವಾಗಿ ಕಣ್ಣೆತ್ತಿ ನನ್ನ ಕಣ್ಣುಗಳೊಳಕ್ಕೆ ದೃಷ್ಟಿಸಿದಳು.

"ನೀನು ಮತ್ತೆ ಯಾವಾಗ ಬರ್ತೀ?"

"ಗೊತ್ತಿಲ್ಲ, ಆದರೆ ಬಂದೇ ಬರ್ತೀನಿ..."

ನನ್ನ ಧ್ವನಿಯಲ್ಲಿ ಈಗ ಉತ್ಸಾಹ ತುಂಬಿತ್ತು.

ಮುಂದೆ ನನ್ನ ಕಾರ್ಯವಲಯ ಬದಲಾಗಿ ಇನ್ನೂ ದಕ್ಷಿಣಕ್ಕೆ ನಾನು ವರ್ಗವಾಗಿ ಹೊರಟುಹೋದೆ. ಪತ್ರಗಳ ಮುಖೇನ ನಮ್ಮ ಸ್ನೇಹ ಮುಂದುವರಿಯಿತು.

ಹುಅಂಗ್... ಅವಳ ಹೆಸರು... ನನ್ನನ್ನು ತುಂಬಾ ಪ್ರೀತಿಸುತ್ತಿದ್ದಳು. ಅವಳಿಗೆ ದುಃಖ – ಮನೆಯವರಿಗೆ ತನ್ನ ಆಯ್ಕೆ ಸ್ವಲ್ಪವೂ ಇಷ್ಟವಿಲ್ಲವೆಂದು. ನಾನು ಅವಳಿಗಿಂತ ತೀರಾ ದೊಡ್ಡವನೆಂಬುದೇ ಇದಕ್ಕೆ ಕಾರಣ.

ಅವಳ ನಿರ್ಧಾರಕ್ಕಾಗಿ ನಾನು ನಿರುದ್ವೇಗದಿಂದ ಕಾದೆ. ಕಡೆಗೊಮ್ಮೆ ಪತ್ರ ಬಂತು. ಕೊನೆಗೂ ತನ್ನ ಕುಟುಂಬದವರನ್ನು ಒಪ್ಪಿಸಿದ್ದಳು. "ಹಿಂದಿರುಗಿ ನಮ್ಮ ಮದುವೆಯ ಏರ್ಪಾಟು ಮಾಡು" ಎಂದು ಬರೆದಿದ್ದಳು.

ಆ ಕ್ಷಣ ಹಿಂದಿರುಗಲು ರಜೆ ಎಲ್ಲಿಂದ ಬರಬೇಕು? ಕೆಲಸದ ಹೊರೆ ನಮ್ಮ ಮೇಲೆ ಬಿದ್ದಿತ್ತು. ಶತ್ರು ವಿಮಾನಗಳು ಇಂಧನದ ಕೇಂದ್ರಗಳಿಗೆ ಲಗ್ಗೆಯಿಡುತ್ತಿದ್ದುದರಿಂದ ನಮ್ಮ ಗುಂಪಿನವರು ಚಿಕ್ಕ ತುಕಡಿಗಳಾಗಿ ವಿಭಾಗಗೊಂಡು ದೇಶಾದ್ಯಂತ ಇಂಧನದ ಬೇಡಿಕೆಯನ್ನು ತಣಿಸಬೇಕಾಗಿತ್ತು.

ಸ್ವಲ್ಪ ಕಾಲಾನಂತರ ನಾವು ಕಾಯುತ್ತಿದ್ದ ಸುದಿನವೂ ಬಂತು. ಹನಾಯ್‌ಗೆ ನನ್ನನ್ನು ಕಳಿಸಿದರು – ಹೊಸ ಟ್ರಕ್ ತರಲು. ಮದುವೆಯಾಗುವ ಸಲುವಾಗಿ ಮಾರ್ಗಮಧ್ಯ ಹುಅಂಗ್‌ಳ ಮನೆಯಲ್ಲಿ ತಂಗಲು ಅನುಮತಿಯೂ ದೊರಕಿತು. ನನ್ನ ಸಂಗಾತಿಗಳು – ಅವರಾರೂ ಮದುವೆಯ ಸಮಾರಂಭಕ್ಕೆ ಬರಲಾಗಲಿಲ್ಲ – ನನಗೆ ನಾನಾ ಬಗೆಯ ಉಡುಗೊರೆ ಕೊಟ್ಟರು. ಒಬ್ಬ ತನ್ನ ಬಟ್ಟೆಯ ರೇಷನ್ ಕಾರ್ಡ್, ಇನ್ನೊಬ್ಬ ತನ್ನ ತಿಂಗಳ ಸಂಬಳದ ಅರ್ಧ, ಮತ್ತೊಬ್ಬ ಎರಡು ಕೋಳಿಮರಿಗಳು, ಮಗುದೊಬ್ಬ...

ಹನಾಯ್‌ಗೆ ಹೋಗುವಾಗ ಇನ್ನೊಂದು ಇಂಧನ ಕೇಂದ್ರದ ಟ್ರಕ್ಕಿನಲ್ಲಿ ಹೊರಟೆ. ಆದರೆ ದುರದೃಷ್ಟವಶಾತ್ ಅದು ಮೆಶೀನ್‌ಗನ್ನಿಗೆ ಆಹುತಿಯಾಯಿತು. ನಡೆದೇ ನನ್ನ ಭಾವೀ ಪತ್ನಿಯ ಮನೆಯನ್ನು ತಲುಪಿದೆ – ಯಾವ ಕಾಣಿಕೆಗಳೂ ಇಲ್ಲದೆ, ಬರಿಗೈಯಲ್ಲಿ.

ಇಷ್ಟಾಗಿಯೂ ಹುಅಂಗ್‌ಳ ಚಹರೆಯ ಮೇಲೆ ಒಮ್ಮೆಯಾದರೂ ನಿರಾಶೆಯ ಛಾಯೆ ಕಾಣಲಿಲ್ಲ. ನನ್ನ ಕಡೆಯವರೆಂದು ಒಬ್ಬರೂ ಮದುವೆಗೆ ಬಂದಿರಲಿಲ್ಲ. ಕಡೆಗೆ ಮೆಶೀನ್‌ಗನ್ನಿಗೆ ಆಹುತಿಯಾದ ಟ್ರಕ್‌ನ ಡ್ರೈವರ್ ಹಾಗೂ ಅವನ ಜತೆಗಾರರು ಬೀಗರಾಗಿ ನನ್ನನ್ನು ಕೂಡಿಕೊಂಡರು.

ಔತಣಕೂಟ ಸರಳವಾಗಿತ್ತು, ಹಾರ್ದಿಕವಾಗಿತ್ತು.

ಎಲ್ಲರಿಗೂ ನನ್ನ ಸ್ಥಿತಿ ತಿಳಿದಿತ್ತಾದ್ದರಿಂದ ಸಹಾನುಭೂತಿ ಸೂಚಿಸಿದರು. ಯಾರೂ ಚುಚ್ಚು ಮಾತು ಆಡಲಿಲ್ಲ.

ನಮಗೀಗಾಗಲೇ ಒಂದು ಮಗು ಇದೆ.

ಜ್‌ಅಯ್ ಮಾತು ನಿಲ್ಲಿಸುತ್ತಾನೆ.

ನಾನು ಕೇಳುತ್ತೇನೆ:

"ಹೆಣ್ಣೋ ಗಂಡೋ?"

"ಹೆಣ್ಣು. ಅವಳು ಹೇಗೆ ಇದ್ದಾಳೋ ಮುಖ ಸಹ ನೋಡಿಲ್ಲ ನಾನು! ಆರು ತಿಂಗಳಾಯಿತು, ಹುಅಂಗ್‌ಳನ್ನೂ ನೋಡಿಲ್ಲ. ದಾರಿಯಲ್ಲೆ ತಾನೇ? ನೋಡಿಕೊಂಡು ಹೋಗೋಣಾಂತಿದ್ದೆ, ಆದರೆ ಸೇತುವೆ ಮುರಿದು ಬಿದ್ದಿತ್ತಾದ್ದರಿಂದ ಬೇರೆ ದಾರೀಲಿ ಬರಬೇಕಾಯಿತು."

ನಸುಕಿನವರೆಗೆ ಯಾವ ಬಾಂಬ್ ದಾಳಿಯೂ ನಡೆಯದಿದ್ದರೆ ಸಾಕು. ನನ್ನ ಮಿತ್ರ ನನ್ನ ಕುಟುಂಬವನ್ನು ಮತ್ತೆ ನೋಡುವಂತಾಗಲಿ.

ನನ್ನ ಮಿತ್ರ ಮಾತ್ರ ಏಕೆ, ನನಗೂ ಅವರನ್ನು ನೋಡಬೇಕೆಂಬ ಆಸೆ ಮನಸ್ಸಿನಲ್ಲಿತ್ತು!

ಸ್ವಲ್ಪದರಲ್ಲೇ ನಮಗೆ ಇತರ ಟ್ರಕ್ಕುಗಳು – ಪುಟಾಣಿ ಮೊಲೊಟೋವಾ ಸಹ – ಗೋಚರಿಸುತ್ತಿವೆ. ಎಲ್ಲವೂ ಉಪಾಹಾರ ಗೃಹವೊಂದರ ಮುಂದೆ ಸಾಲಾಗಿ ನಿಂತಿವೆ. ನಮ್ಮ ಹೊಟ್ಟೆಗಳೂ ಚುರುಗುಟ್ಟುತ್ತಿವೆ. ಹುರಿದ ಬೆಳ್ಳುಳ್ಳಿ ಮತ್ತು ಈರುಳ್ಳಿಯ ಘಮಘಮ ನಮ್ಮನ್ನು ಕೆರಳಿಸುತ್ತದೆ. ಆದರೂ ನಾವು ನಿಲ್ಲದೆ ಮುಂದುವರಿಯಲು ನಿರ್ಧರಿಸುತ್ತೇವೆ. ನಮ್ಮ ಗುರಿಯನ್ನು ನಿಶ್ಚಿತ ವೇಳೆಯಲ್ಲಿ ತಲುಪಲು ಇದು ಅವಶ್ಯಕ.

ನದಿಯನ್ನು ದಾಟುವವರೆಗೂ ಏನೂ ಸಂಭವಿಸಲಿಲ್ಲ. ಅಲ್ಲಿಂದ ಕೊಂಚ ಮುಂದೆ, ದಾರಿಗೆ ಇದ್ದಕ್ಕಿದ್ದಂತೆ ತಡೆ. ಯುವ ಸೇನೆಯವರು ಓಡಿ ಬಂದು ಎಚ್ಚರಿಕೆ ಹೇಳುತ್ತಾರೆ. "ಮುಂದೆ ಅಪಾಯ! ನಿಧಾನವಾಗಿ ಸ್ಫೋಟಿಸುವ ಬಾಂಬ್ ಬಿದ್ದಿದೆ."

ಬೇರೆ ದಾರಿಯೊಂದಿದೆ, ಆದರೆ ತುಂಬಾ ಇಕ್ಕಟ್ಟಿನದು. ನಮ್ಮ ಟ್ರಕ್ ಹೋಗಲಾರದು. ಬಾಂಬ್ ಸಿಡಿದು ಈ ರಸ್ತೆ ನಾಶವಾದರೆ ನಾವು ಇಲ್ಲೇ ಕಾದಿರಬೇಕು. ಎಲ್ಲಿಯವರೆಗೆ?

ಜ್‌ಅಯ್‌ನ ಮುಖದಲ್ಲಿ ಅಸಹನೆ ಸುಸ್ಪಷ್ಟ. ತನ್ನ ಹಿಂಬದಿಯ ಆಸನಕ್ಕೊರಗಿ ಒಂದು ನಿಮಿಷ ಆಲೋಚಿಸುತ್ತಾನೆ. ಬಳಿಕ ಮುಖ ಹೊರಹಾಕಿ ಕೇಳುತ್ತಾನೆ.

"ಈ ರಸ್ತೆಯಲ್ಲಿ ಟ್ರಕ್ ಹೋಗೋದು ಸಾಧ್ಯ ತಾನೆ?"

ಒಬ್ಬ ಹುಡುಗಿ ಉತ್ತರಿಸುತ್ತಾಳೆ,

"ಹೂಂ, ಆದರೆ ರಸ್ತೆಗೆ ತುಂಬಾ ಸಮೀಪದಲ್ಲೇ ಬಾಂಬ್ ಬಿದ್ದಿದೆ. ಅಲ್ಲಿ, ನಾವು ಕೆಂಪು ಬಾವುಟ ನೆಟ್ಟಿದೀವಲ್ಲ – ಅಲ್ಲಿ."

ನನ್ನ ಕಡೆ ನೋಡುತ್ತಾನೆ ಜ್‌ಅಯ್. ಮರುಕ್ಷಣ ಮಾತಾಡದೆ ಟ್ರಕ್ಕನ್ನು ಹೊರಡಿಸುತ್ತಾನೆ. ರಸ್ತೆಯುದ್ದಕ್ಕೂ ಅಲ್ಲಲ್ಲಿ ಮಣ್ಣಿನ ಹೊರೆಗಳು. ಬಾಂಬ್ ಬಿದ್ದ ಕುರುಹು. ಆಗಾಗ ವಾಹನ ಕಿರುಗುಟ್ಟುತ್ತದೆ, ಜಾರುತ್ತದೆ. ಹಗ್ಗದ ಮೇಲೆ ಜಾರಿದ ಅನುಭವ. ಸಾಲದ್ದಕ್ಕೆ ದಾರಿಗಡ್ಡವಾಗಿ ಬಿದ್ದ ಬಂಡೆಗಲ್ಲುಗಳು. ಹೊರಬಂದು ಅವುಗಳನ್ನು ನೂಕಿ ಆಚೆ ಸರಿಸಬೇಕು. ದಾರಿಯುದ್ದಕ್ಕೂ ಉಂಟಾದ ಬಾಂಬ್ ಕ್ರೇಟರುಗಳನ್ನು ಯಶಸ್ವಿಯಾಗಿ ದಾಟುತ್ತಾನೆ ಜ್‌ಅಯ್. ಇದೆಲ್ಲ ನನಗೆ ಮಾಂತ್ರಿಕನ ಮಾಯೆಯಂತೆ ತೋರುತ್ತದೆ. ನಿರಂತರ ಪರಿಶ್ರಮದಿಂದ ಅವನ ಮುಖದ ಸ್ನಾಯುಗಳು ಬಿರುಸುಗೊಂಡಿವೆ.

ಒಮ್ಮೆಗೇ ನಮ್ಮ ಹಿಂದೆ ದೀಪಗಳು ಕಣ್ಮಿಟುಕಿಸುತ್ತವೆ. ಆ ಮೊಲೊಟೋವಾದವನೇ ಇರಬೇಕು! ಈ ರಸ್ತೆಯಲ್ಲಿ ಧಾವಿಸಬಯಸುತ್ತಾನಲ್ಲ – ಎಂಥ ಸಿನಿಕನಿರಬೇಕು ಈತ.

ಮೂಡಿದ ಉಗ್ರ ಸಿಟ್ಟನ್ನು ಹತ್ತಿಕ್ಕಲು ಜ್‌ಅಯ್ ಯತ್ನಿಸುತ್ತಿರುವುದು ನನಗೆ ಕಾಣಿಸುತ್ತಿದೆ. ಮುಖಚರ್ಯೆ ಮತ್ತಷ್ಟು ಗಂಭೀರವಾಗಿ ಬೆವರು ಕಿತ್ತು ಬರುತ್ತಿದೆ. ಟ್ರಕ್ಕಿನ ಮುಂದಿನ ದೀಪಗಳು ಬಾಂಬ್ ಕ್ರೇಟರುಗಳನ್ನು ಅರಸುತ್ತಿವೆ – ಒಂದಾದ ಮೇಲೆ ಇನ್ನೊಂದು.

ಸಂಕೇತದ ಬಾವುಟವನ್ನು ಸಮೀಪಿಸಿದಂತೆ ನನ್ನ ನರಗಳು ಬಿಗಿಗೊಳ್ಳುತ್ತಿವೆ. ಈ ಸಲ ಜ್‌ಅಯ್ ಮೊಲೊಟೋವಾದವನಿಗೆ ತನ್ನನ್ನು ಹಿಂದೆ ಹಾಕಲು ಅವಕಾಶ ನೀಡುವುದಿಲ್ಲ. ಅವನೋ ಪದೇ ಪದೇ ತನ್ನ ವಾಹನದ ದೀಪಗಳನ್ನು ಹತ್ತಿಸಿ ಆರಿಸಿ ನಮ್ಮ ಸಹನೆ ಪರೀಕ್ಷಿಸುತ್ತಿದ್ದಾನೆ.

ಬಾಂಬ್ ನೆಲದಲ್ಲಿ ಅರ್ಧ ಹೂತುಹೋಗಿದೆ. ಅದರ ಕೊಕ್ಕು ಅಚ್ಚಗಪ್ಪು. ರೆಕ್ಕೆಗಳ ಮೇಲೆ ಬಿಳಿ ಅಕ್ಷರಗಳು. ಟ್ರಕ್ಕು ನಿಧಾನವಾಗಿ ಅದನ್ನು ಹಾದು ಮುಂದುವರಿಯುತ್ತದೆ. ನಾನು ಬೆವರಿನಲ್ಲಿ ತೊಯ್ದು ತೊಪ್ಪೆಯಾಗಿದ್ದೇನೆ.

ಬಾಂಬ್ ದೂರ ಉಳಿದಾಗ ನಾನು ಕುಸಿಯುತ್ತೇನೆ. ಅಗಾಧವಾದ ದಾಹ ಕೊರಳನ್ನು ಇರಿಯುತ್ತದೆ. ಬಾಯೆಲ್ಲಾ ಕಹಿಕಹಿ. ಜ್‌ಅಯ್ ಮರದ ಕೆಳಗಡೆ ನಿಲ್ಲಿಸುತ್ತಾನೆ. ಹೊರಬಂದು ಹುಲ್ಲಿನ ಮೇಲೆ ಅನಾಮತ್ತು ಮಲಗುತ್ತಾನೆ. ನನ್ನಿಂದ ಚಹಾ ಕೇಳಿ ಪಡೆದು ಗಟಗಟ ಕುಡಿಯುತ್ತಾನೆ. ಇಬ್ಬರೂ ಮೌನಿಗಳು. ಇದ್ದಕ್ಕಿದ್ದಂತೆ ಮೋಟಾರಿನ ಕರ್ಕಶ ಸದ್ದೊಂದು ನಮ್ಮ ಕಿವಿಗಳನ್ನು ಭೇದಿಸುತ್ತದೆ. ಜೊತೆಗೇ ಹಾರ್ನ್‌ನ ಹುಚ್ಚು ಗಲಭೆ. ಜ್‌ಅಯ್ ಎದ್ದು ಕುಳಿತು, "ಅಯ್ಯೋ, ಅದು ಹೂತುಹೋಗ್ತಿದೆ !" ಎಂದು ಅರುಚುತ್ತಾನೆ.

ಬಾಂಬ್‌ನ ಸಮೀಪದಲ್ಲೇ ಮೊಲೊಟೋವಾ ನೆಲದ ಬಾಯಲ್ಲಿ ಹೂತುಹೋಗಿದೆ. ಕೆಸರು. ಚಕ್ರಗಳು ನಿಂತಲ್ಲೇ ಗರಗರ ತಿರುಗುತ್ತ ಕೆಸರನ್ನೆರಚುತ್ತಿವೆ. ಬಾಗಿಲು ತೆರೆದು ಅದರ ಚಾಲಕ ನಮ್ಮತ್ತ ಧಾವಿಸುತ್ತಾನೆ. ಮುಗ್ಗರಿಸಿ ಕೆಳಕ್ಕೆ ಬಿದ್ದುಬಿಡುತ್ತಾನೆ. ಮತ್ತೆ ಸಾವರಿಸಿಕೊಂಡು ನಮ್ಮ ಕಡೆ ಓಡುತ್ತಾನೆ. ಮೋಟಾರು ಗರ್ಜಿಸುತ್ತಿದೆ. ವಾಹನದ ದೀಪಗಳು ಕತ್ತಲಿನಲ್ಲಿ ಬೆಳಕಿನ ನಾಲಗೆಗಳನ್ನು ಹೊರಚಾಚುತ್ತಿವೆ.

ಮಿಂಚಿನ ವೇಗದಲ್ಲಿ ಹಗ್ಗವೊಂದನ್ನು ಹಿಡಿದು ಧಾವಿಸುತ್ತಾನೆ ಜ್‌ಅಯ್. "ನೀನು ಹೋಗು!" ನನಗೆ ಆಜ್ಞೆ ಮಾಡುತ್ತಾನೆ.

"ನಿನ್ನ ಜತೆ ನಾನೂ ಬರ್ತೇನೆ."

"ಇಲ್ನೋಡು. ಹುಚ್ಚುತನ ಬೇಡ, ನನ್ನವರೆಲ್ಲ ಈ ಹಳ್ಳೀಲಿದಾರೆ. ಅಲ್ಲಿಗೆ ಹೋಗಿ ಹುಅಂಗ್ ಅನ್ನೋಳ ಮನೆ ಯಾವುದು ಕೇಳು..."

ಜ್‌ಅಯ್ ತನ್ನ ಟ್ರಕ್ಕನ್ನು ಮೊಲೊಟೋವಾದ ಬಳಿಗೆ ಮೆಲ್ಲಗೆ ಹಿಂದೆ ಚಲಾಯಿಸುತ್ತಾನೆ. ನನಗೆ ನೋಡುವ ಧೈರ್ಯವಿಲ್ಲ. ಯಾವ ವಿಷಘಳಿಗೆಯಲ್ಲಿ ಬಾಂಬ್ ಸ್ಫೋಟಿಸುತ್ತದೆಯೋ!..... ಹದಿನೈದು ನಿಮಿಷಗಳು ಉರುಳಿದುವೇ? ಇಲ್ಲ. ಕುಂಟುತ್ತ ತೆವಳಿದವು. ಜ್‌ಅಯ್‌ನ ಟ್ರಕ್ ಮೊಲೊಟೋವಾವನ್ನು ಎಳೆದುಕೊಂಡು ಬರುತ್ತಿದೆ. ಆ ಇನ್ನೊಬ್ಬ ಚಾಲಕ ಹಗ್ಗವನ್ನು ಸುತ್ತಿ ಸುತ್ತಿ ಜ್‌ಅಯ್‌ಗೆ ಕೊಡುತ್ತಾನೆ.

ಆ ಚಾಲಕನಾದರೊ ಇನ್ನೂ ಯುವಕ; ಮೃದು ಸ್ವಭಾವ, ಸಮಾಧಾನಿ. ನಾವಂದು ಕೊಂಡಿದ್ದಂತೆ ಅಸಹನೆಯುಳ್ಳವನಲ್ಲ. ಏನೋ ಗೊಣಗಿಕೊಳ್ಳುತ್ತಿದ್ದಾನೆ, ನಮಗದು ಕೇಳಿಸದು.

ಜ್‌ಅಯ್ ತಡೆಯುತ್ತಾನೆ.

"ಪರವಾಗಿಲ್ಲ... ಇನ್ನು ಮುಂದೆ ಹೋಗಬಹುದು ನೀನು. ಆದರೆ ರಸ್ತೆಯಲ್ಲಿ ಯಾರನ್ನೂ ಸೋಲಿಸೋಕೆ ಹೋಗಬೇಡ."

ಹಾಗೆಂದವನೇ ನಮ್ಮ ಟ್ರಕ್ಕನ್ನು ಒಂದು ಬದಿಗೆ ತಂದು ನಿಲ್ಲಿಸುತ್ತಾನೆ. ಮೊಲೊಟೋವಾ ಹೊರಡುತ್ತದೆ.

ಅವನ ಮನೆಯನ್ನು ನಾವು ತಲಪಿದಾಗ ನಸುಕಿನ ಮೊದಲ ಕಿರಣಗಳು ಆಗಸವನ್ನು ಬೆಳಗುತ್ತಿವೆ. ಹಕ್ಕಿಗಳ ಉಲಿತ ಕೇಳುತ್ತದೆ. ಹಳ್ಳಿಯ ಮೂಲೆಯಲ್ಲಿ ಹುದುಗಿದ ಮನೆಗೆ ತೆಂಗಿನ ಗರಿಯ ಚಾವಣಿ. ಅಂಗಳವನ್ನು ಹೊಕ್ಕ ಜ್‌ಅಯ್ ಕೂಗುತ್ತಾನೆ. ಒಳಗಿನಿಂದ ಧ್ವನಿಯೊಂದು ಉತ್ತರಿಸುತ್ತದೆ. ಆ ಧ್ವನಿಯಲ್ಲಿ ಯುಗಯುಗಗಳಿಂದ ಹುಡುಕುತ್ತಿದ್ದುದೇನೋ ಸಿಕ್ಕ ಆನಂದವಿದೆ.

ಬಾಗಿಲು ಕಿರುಗುಟ್ಟುತ್ತ ತೆರೆದುಕೊಳ್ಳುತ್ತದೆ. ತೆಳ್ಳನೆಯ ಕೈಗಳೆರಡು ಜ್‌ಅಯ್‌ನ ಅಗಲವಾದ ಭುಜಗಳ ಸುತ್ತ ಮಾಲೆಯಾಗುತ್ತವೆ.

ಜ್‌ಅಯ್ ಪಿಸುಗುಟ್ಟುತ್ತಾನೆ:

"ಅತಿಥಿಗಳು ಬಂದಿದ್ದಾರೆ!"

ಒಳಗೆ ಸೀಮೆಎಣ್ಣೆ ದೀಪ ಉರಿಯುತ್ತದೆ. ಬೆಚ್ಚಗಿನ ಪುಟ್ಟ ಮನೆ. ನಮ್ಮ ಆಯಾಸವನ್ನು ಮರೆಯುತ್ತೇವೆ ನಾವು.

ನನ್ನ ಕಲ್ಪನೆಯ ಹುಅಂಗ್‌ಗೂ ಎದುರಿಗಿರುವವಳಿಗೂ ಏನೇನೂ ಸಂಬಂಧ ಇಲ್ಲ. ಕೋಲಿನಂತೆ ತೆಳ್ಳಗಿದ್ದಾಳೆ. ಅಗಲವಾದ ಕಣ್ಣುಗಳು. ಭಾರವಾದ ರೆಪ್ಪೆಗಳು. ತುಂಬಾ ಚಿಕ್ಕ ಹುಡುಗಿಯಂತೆ ಕಾಣುವ ಈ ಹುಅಂಗ್ ಒಂದು ಮಗುವಿನ ತಾಯಿಯೆ? ನನಗಂತೂ ನಂಬಲು ಆಗದು.

ಆದರೆ ಅವಳು ತೊಟ್ಟಿಲಿನಿಂದ ಸೊಳ್ಳೆಪರದೆಯನ್ನು ಮೆಲ್ಲನೆ ಸರಿಸಿ ಮಗುವನ್ನು ಗಂಡನಿಗೆ ತೋರಿಸುವ ರೀತಿಯೋ! ಮೂರು ತಿಂಗಳ ಮುದ್ದು ಮಗು. ಗುಂಡುಗುಂಡಾಗಿದೆ. ತಂದೆಯ ಹಳೇ ಮಿಲಿಟರಿ ಮೇಲುಹೊದಿಕೆ ವಸ್ತ್ರದಲ್ಲಿ ಬೆಚ್ಚಗೆ ನಿದ್ದೆ ಹೋಗಿದ್ದಾಳೆ. ಹುಅಂಗ್ ನಗುತ್ತ ಮಗುವಿನಿಂದ ಮುಖ ತಿರುಗಿಸಿ ಅದರ ತಂದೆಯ ಕಡೆ ನೋಡುತ್ತಾಳೆ.

ಜ್‌ಆಯ್ ಮಗುವನ್ನು ಕೈಯಲ್ಲಿ ಮೃದುವಾಗಿ ಎತ್ತಿಕೊಂಡು ಮೆಲ್ಲನೆ ತೂಗುತ್ತಾನೆ. ಅವನ ಮನಸ್ಸಿನಲ್ಲಿದೆ, ಆ ಮಗು ಏಳಬಾರದೇ ಎಂದು.

ಜ್‌ಅಯ್ ಹೆಂಡತಿಗೆ ಬಾಂಬ್ ಘಟನೆಯ ಬಗ್ಗೆ ಹೇಳುತ್ತಾನೆ. ಹುಅಂಗ್ ಕಣ್ಣನ್ನು

ಅಗಲಿಸಿ ತನ್ಮಯತೆಯಿಂದ ಕೇಳುತ್ತಾಳೆ. ಅವಳ ತನ್ಮಯತೆಯನ್ನು ಅವನು ನನಗೆ ವರ್ಣಿಸಿದ್ದನಲ್ಲ? ನಾನದನ್ನು ಈಗ ಪ್ರತ್ಯಕ್ಷ ನೋಡುತ್ತೇನೆ. ಮೊಲೊಟೋವಾ ಪ್ರಕರಣದ ಹಂತಕ್ಕೆ ಬಂದಾಗ ಅವಳು ವಿಸ್ಮಯಗೊಳ್ಳುತ್ತಾಳೆ.

"ಅವನನ್ನು ಯಾರೂ ಉಳಿಸಲಿಲ್ಲವೆ...?"

"ಉಳಿಸಿದರು..."

ನಾನು ಉತ್ತರಿಸುತ್ತೇನೆ. ಉಳಿದ ಕತೆಯನ್ನು ನಾನು ಹೇಳಿ ಮುಗಿಸುತ್ತೇನೆ.

ನಡೆದದ್ದೇನೆಂದು ತಿಳಿದಾಗ ಅವಳ ಕಣ್ಣುಗಳು ಮಿಂಚುತ್ತವೆ. ತನ್ನ ಪತಿಯ ಕೈಯನ್ನು ಅಮುಕುತ್ತಾಳೆ. ಅಯ್ಯೋ ಜ್‌ಅಯ್! ನಮ್ಮಿಬ್ಬರ ನಡುವೆ ವಯಸ್ಸಿನಲ್ಲಿ ಅಂತರ ಹೆಚ್ಚೆಂದು ತಲೆ ಕೆಡಿಸಿಕೊಂದಿದ್ದಿಯಲ್ಲವೆ ನೀನು! ❍

○ ಚು ವ ನ್

ಅಡಿಕೆ ಮರಗಳ ಸುವಾಸನೆ

ಸಭೆಯಿಂದ ನ್ಗ್ಗಯ ಮನೆಗೆ ಮರಳಿದಾಗ ಆಗಲೇ ತುಂಬಾ ಹೊತ್ತಾಗಿತ್ತು. ಮೌನದಲ್ಲಿ ಮುಳುಗಿತ್ತು ಇಡೀ ಹಳ್ಳಿ. ತಿಂಗಳ ಬೆಳಕು ಹಾಲಿನಂತೆ ಮನೆಗಳ ಮೇಲೆ ಹರಿಯುತ್ತಿತ್ತು. ಕಾಲುವೆಯ ಬಳಿ ಪಂಪ್ ಒಂದರ ಸದ್ದು. ಬತ್ತದ ಗದ್ದೆಗಳಲ್ಲಿ ನೀರು ಮೇಲೇರುತ್ತಿದೆ ನಿಧಾನವಾಗಿ. ಹೊಸದಾಗಿ ನಿರ್ಮಿಸಿದ ನಾಲೆಗಳಲ್ಲಿ ನೀರು ನಿಶ್ಶಬ್ದವಾಗಿ ಹರಿಯುತ್ತಿದೆ. ಯಾವುದೋ ಪಕ್ಷಿ ಒಮ್ಮೆ ಕೂಗು ಹಾಕುತ್ತದೆ. ಆ ಕೂಗು ರಾತ್ರಿಯ ಅಗಾಧತೆಯಲ್ಲಿ ಕರಗಿಹೋಗುತ್ತದೆ. ನುಸುಳಿ ಬರುವ ಸುಳಿಗಾಳಿ ಎಲೆಯ ಬಿದಿರು ಕೊಂಬೆಗಳಿಗೆ ಕಚಗುಳಿಯಿಟ್ಟಿದೆ. ಅಡಿಕೆಯ ಹೂಗಳಿಂದ ಹೊಮ್ಮಿದ ನರುಗಂಪು ಸುತ್ತಲೂ ವ್ಯಾಪಿಸಿದೆ. ಇಬ್ಬನಿಯೊಂದಿಗೆ ಅದು ಮೇಳೈಸಿ ಕಾಡನ್ನೂ ತೆಂಗುಗರಿಗಳ ಚಾವಣಿಯನ್ನೂ ಕಳ್ಳತನದಿಂದ ಹೊಕ್ಕಿದೆ. ಇದೀಗ ಗೊಬ್ಬರ ಹೊಡೆದ ಗದ್ದೆಯ ವಾಸನೆಗಳಿಂದ ಮುಕ್ತವಾಗಿದೆ ವಾತಾವರಣ.

ಅವಳು ಮನೆಯ ಅಂಗಳ ದಾಟಿ ನಿಧಾನವಾದ ಹೆಜ್ಜೆಗಳನ್ನು ಇಡುತ್ತ ಹೊಸ್ತಿಲನ್ನು ಸಮೀಪಿಸಿದಳು. ಎಲ್ಲರೂ ಗಾಢನಿದ್ರೆಯಲ್ಲಿ ಇದ್ದಾರೆ. ಆರಾಮಕುರ್ಚಿಯಲ್ಲಿ ಕುಳಿತಂತೆಯೇ ನಿದ್ದೆ ಹೋದ ತಾಯಿ, ಅವಳ ಕೈಯಲ್ಲಿದ್ದ ಬೀಸಣಿಕೆ ಮುಖವನ್ನು ಮುಚ್ಚಿದೆ. ಪಾಲಿಷ್ ಮಾಡಿದ ಲಿಮ್ ಮರದ ಮಂಚದ ಮೇಲೆ ಮೂವರು ಮಕ್ಕಳು ಒಬ್ಬರಿಗೊಬ್ಬರು ಹತ್ತಿಕೊಂಡು ಮಲಗಿದ್ದಾರೆ. ಎಲ್ಲವೂ ಒಪ್ಪ ಓರಣದಿಂದ ಕೂಡಿದೆ. ಮೇಜಿನ ಕೆಳಗೆ ನಾಲ್ಕು ಕಾಲುಮಣೆ ಗಳನ್ನು ಜೋಡಿಸಲಾಗಿದೆ. ಫಳಫಳ ತೊಳೆದ ಹರಿವಾಣದಲ್ಲಿ ಚಹದ ಪಿಂಗಾಣಿಯ ಸೆಟ್ ಒಪ್ಪವಾಗಿದೆ. ಮೇಜಿನ ಮೇಲಿರಿಸಿದ್ದ ನ್ಗ್ಗಯಳ ಊಟದ ತಟ್ಟೆಯ ಮೇಲೆ ಶುಭ್ರವಾದ ವಸ್ತ್ರ ಹೊದಿಸಿದೆ. ಅಡುಗೆ ಇನ್ನೂ ಹೊಗೆಯಾಡುತ್ತಿದೆ. ಅವಳ ಹಾಸುಗೆಯನ್ನು ಅಚ್ಚುಕಟ್ಟಾಗಿ ಹಾಸಲಾಗಿದೆ. ಅದರ ಮೇಲೆ ಸಣ್ಣಗೆ ಉರಿಯುತ್ತಿದ್ದ ಕಂದೀಲಿನ ನೆರಳು ಢಾಳಾಗಿ ಬಿದ್ದಿದೆ. ಅವಳ ಅತ್ತಿಗೆ ಘುಕ್ ಇನ್ನೂ ಎಚ್ಚರವಿದ್ದಾಳೆ – ಅಡಿಗೆ ಕೋಣೆಯಲ್ಲೋ ಹಂದಿಕೊಟ್ಟಿಗೆ ಯಲ್ಲೋ ಅವಳು ಕೆಲಸ ಪೂರೈಸುತ್ತಿದ್ದಾಳೆ.

ನ್ಗ್‌ಯ ದೀಪವನ್ನು ದೊಡ್ಡದು ಮಾಡಿ ಅವಸರವಾಗಿ ಊಟ ಮುಗಿಸಿದಳು. ಬಟ್ಟಲುಗಳನ್ನು ಜೋಡಿಸಿ ತೆಗೆದಿಟ್ಟು ಹಾಸಿಗೆಯ ಮೇಲೆ ಉರುಳಿಕೊಂಡು ಮೈ ಮುರಿದಳು. ಇಡೀ ದಿವಸವೆಲ್ಲ ಎತ್ತಿನಂತೆ ದುಡಿದ ಬಳಿಕ ಹಾಸಿಗೆಯಲ್ಲಿ ಮೈ ಮುರಿದಾಗ ಆಯಾಸವೆಲ್ಲ ಹರಿದುಹೋಗುತ್ತದೆ. ದೂರದಿಂದ ಬಂದ ಸದ್ದೊಂದು ತನ್ನ ಏಕತಾನತೆಯಿಂದ ಜೋಗುಳವನ್ನು ಹೋಲುತ್ತದೆ. ಆದರೆ ಜೊಂಪು ಹತ್ತಿದ ಮರುಕ್ಷಣವೇ ಆಕೆ ಧಡಕ್ಕನೆ ಎಚ್ಚರಗೊಂಡು ಬೆಚ್ಚಿ ಬೀಳುತ್ತಾಳೆ. ಹಲವಾರು ಪ್ರಶ್ನೆಗಳು ಅವಳನ್ನು ಕಾಡಿ ನಿದ್ರೆಗೆ ಭಂಗ ತರುತ್ತವೆ. ತನ್ನ ಯುವ ವಿಭಾಗ ಹಾಗೂ ಉತ್ಪಾದನಾ ದಳದೊಂದಿಗೆ ಹೋರಾಡಿ ಅವರಿಂದ ಕೆಲಸ ತೆಗೆಯುವುದು ಸಾಧ್ಯವಾದೀತೆ? ಅವಳ ಕೆನ್ನೆಗಳು ಬಿಸಿಯಾದವು. ದಳದ ಉಪನಾಯಕಿಯಾಗಿ ಆಕೆ ನೇಮಕಗೊಂಡು ಎರಡು ತಿಂಗಳಾಗಿತ್ತಷ್ಟೆ. ಅದರ ನಾಯಕನಾದ ಅವಳ ಚಿಕ್ಕಪ್ಪ ಕಾಯಿಲೆ ಮನುಷ್ಯ, ವಯಸ್ಸಾಗಿತ್ತು ಬೇರೆ. ಈಚೆಗೆ ಅವನನ್ನು ಆಸ್ಪತ್ರೆಗೆ ದಾಖಲು ಮಾಡಿದ ಮೇಲೆ 19 ವರ್ಷದ ನ್ಗ್‌ಯಳನ್ನು ಸೇವಾದಳದ ನಾಯಕಿಯೆಂದು ನಿಯೋಜಿಸಲಾಗಿತ್ತು. 91 ಜನ ಕೆಲಸಗಾರರು ಮತ್ತು 52 ಮಾವು* ಬತ್ತದ ಗದ್ದೆಗಳಿಗೆ ಇವಳು ಮೇಲ್ವಿಚಾರಕಿ. ಸಹಕಾರೀ ಕ್ಷೇತ್ರದ ಮಿಕ್ಕೆಲ್ಲ ದಳಗಳಿಗೆ ಹೋಲಿಸಿದರೆ ನ್ಗ್‌ಯಳ ದಳ ತುಂಬಾ ದುರ್ಬಲ. ಯುವಕರೆಲ್ಲ ಮುಂಚೂಣಿಯಲ್ಲಿ ಯುದ್ಧಕ್ಕೋ ಮತ್ತಾವ ಗುರುತರ ಕಾರ್ಯಕ್ಕೋ ತೆರಳಿದ್ದರು, ಅವಳ ವಯಸ್ಸಿನ ಯುವತಿಯರೂ ಅಷ್ಟೆ. ಈಗ ಉಳಿದಿದ್ದವರು ಮಧ್ಯವಯಸ್ಕರು ಮಾತ್ರ ಅವರಲ್ಲಿ ಹೆಚ್ಚು ಮಂದಿಗೆ ಸಾರ್ವಜನಿಕ ಕಾರ್ಯಗಳಲ್ಲಿದ್ದ ಆಸಕ್ತಿ ಅಷ್ಟಕ್ಕಷ್ಟೇ. ಅವರು ತಮ್ಮ ಸಂಸಾರದ ಜಂಜಾಟಗಳಲ್ಲೇ ಹೆಚ್ಚು ಮಗ್ನರು.

ಕಳೆದ ಶರತ್ಕಾಲ ಜಡಿಮಳೆ ಹಿಡಿದು ಪೈರಿನ ಒಂದು ಭಾಗ ನಷ್ಟವಾದಾಗ ಯಾರೂ ಅಷ್ಟಾಗಿ ತಲೆಕೆಡಿಸಿಕೊಂಡಿರಲಿಲ್ಲ. ಅಕ್ಕಿಯನ್ನು ಒಳಗೆ ಒಟ್ಟುವ ಕೆಲಸವೇ ಮುಗಿದಿರಲಿಲ್ಲ. ಆಗಲೇ ಮುಂದಿನ ಬೆಳೆಗೆ ಸಿದ್ಧತೆಗಾಗಿ ನೆಲವನ್ನು ಉಳಬೇಕಾಗಿತ್ತು. ಹನ್ನೆರಡು ಕೋಣ ಗಳಿದ್ದವು. ಉಳುವ ಮಂದಿ ಕಡಿಮೆ – ಐದೋ ಆರೋ ಜನ. ಅವರು ಒಳ್ಳೆಯ ಕೆಲಸಗಾರರಾಗಿರಲಿಲ್ಲವೆಂದಲ್ಲ. ಆದರೂ ಸ್ವಲ್ಪ ಕಾಲ ತೊಂದರೆಯುಂಟುಮಾಡಿದರು. ತಮ್ಮ ಮಗಳ ವಯಸ್ಸಿನ ಹುಡುಗಿಗೆ ತಲೆಬಾಗಿ ನಡೆಯುವುದೇ! ಕೆಲಸಕ್ಕೆ ತಡವಾಗಿ ಬರುವರು, ನಿಶ್ಚಿತ ಸಮಯಕ್ಕಿಂತ ಮುಂಚೆಯೇ ಹೊರಡುವರು. ಮಣ್ಣು ಚೆನ್ನಾಗಿಲ್ಲವೆಂದೋ, ಕೋಣಗಳು ನಿಧಾನ ಎಂದೋ, ನೇಗಿಲು ಹಳೆಯದೆಂದೋ ದೂರುವರು. ಕಾಟಾಚಾರಕ್ಕೆಂದು ದುಡಿದರೂ ದಿನದ ಕೂಲಿಯನ್ನು – ದಿವಸಕ್ಕೆ ಹದಿನೈದು ಪಾಯಿಂಟುಗಳು – ಮರೆಯುತ್ತಿರಲಿಲ್ಲ! ಉಪದೇಶ ಮಾಡಲು ಹೊರಟರೆ ಸಾವಿರಾರು ಸಂಕಷ್ಟ ಹೇಳಿಕೊಳ್ಳುವರು. ತಲೆನೋವು, ಸೊಂಟನೋವು ಇತ್ಯಾದಿ ಸಬೂಬು ಹೇಳಿ ತಪ್ಪಿಸಿಕೊಳ್ಳುವರು.

ಮಿಕ್ಕ ದಳದವರೂ ತಮ್ಮ ಕರ್ತವ್ಯಗಳನ್ನು ಮುಗಿಸಿ ಹೊಸ ಸುತ್ತಿನ ಉತ್ತನೆಯಲ್ಲೂ ಮೂರನೇ ಒಂದು ಭಾಗ ಪೂರೈಸಿಬಿಟ್ಟಿದ್ದರು. ಅವರಿಗೆ ಬೀಜ ಹಾಗೂ ಗೊಬ್ಬರವನ್ನು ನಿಗದಿಗೊಳಿಸಿದ ದಿನಾಂಕದಂದು ನೀಡಲಾಯಿತು. ಒಂಬತ್ತನೇ ದಳದವರದೇ ತೊಂದರೆ ಯಾಯಿತು. ಇನ್ನೂ ಉತ್ತನೆಯೇ ಮುಗಿದಿಲ್ಲ. ಇವರ ಹೊಲಗದ್ದೆಗಳಿಗೆ ಭೇಡಿ ನೀಡಿದ ಸಹಕಾರೀ ಸಂಸ್ಥೆಯ ಮುಖ್ಯಸ್ಥ ತೀವ್ರ ಚಿಂತೆಗೊಳಗಾದ. ಬೇರೆ ದಳದವರು ಕೆಲವರನ್ನು

---

* ವಿಸ್ತೀರ್ಣದ ಒಂದು ಮಾನ

ಸಹಾಯಕ್ಕೆಂದು ಕಳಿಸಿದ. ಪ್ರಯೋಜನವಾಗಲಿಲ್ಲ, ನ್ಗ್ಯಯ ಸುಸ್ತಾದಳು. ಯುವ ವಿಭಾಗದವರನ್ನು ಒಟ್ಟುಗೂಡಿಸಿ ತನ್ನ ಆಸೆಯನ್ನು ತೋಡಿಕೊಂಡಳು – ಅವರೆಲ್ಲ ಉಳುವುದನ್ನು ಕಲಿಯಬೇಕು. ಅವಳ ಸಂಗಾತಿಗಳು ಹಿಂದುಮುಂದು ನೋಡಿದಾಗ, ತಾನೇ ಮೊದಲಿಗಳಾಗಿ ಇವರಿಗೆಲ್ಲ ಮಾದರಿಯಾಗಬೇಕೆಂದು ನಿರ್ಧರಿಸಿಕೊಂಡಳು.

ತನಗೆ ಬೇಕಾದ ನೇಗಿಲು ಹಾಗೂ ಕೋಣವನ್ನು ಹಿಂದಿನ ದಿನವೇ ಗೊತ್ತು ಮಾಡಿಟ್ಟು ಮರುದಿವಸ ಬೆಳಗ್ಗೆ ನೇಗಿಲು ಹಿಡಿದು ನ್ಗ್ಯಯ ಕೊಟ್ಟಿಗೆಗೆ ಹೋದಳು. ಮಾಮೂಲಾಗಿ ವಿಧೇಯತೆಯಿಂದ ನಡೆದುಕೊಳ್ಳುವ ಪ್ರಾಣಿಗೆ ಆಶ್ಚರ್ಯವಾಯಿತು. ಏನು! ತನ್ನನ್ನು ಯಾವಾಗಲೂ ಹುಲ್ಲುಗಾವಲಿಗೆ ಕರೆದೊಯ್ಯುತ್ತಿದ್ದ ಹುಡುಗಿ ಇವತ್ತು ಹೆಗಲಿಗೆ ನೊಗವನ್ನೇರಿಸುತ್ತಿದ್ದಾಳೆ! ಅದು ತನ್ನ ಕೊಂಬುಗಳನ್ನು ಬಲವಾಗಿ ಅಲ್ಲಾಡಿಸಿ ತನ್ನ ಪ್ರತಿಭಟನೆಯನ್ನು ಸೂಚಿಸಿತು. ಅದರ ನಡಿಗೆಯೇ ಅರೆಮನಸ್ಸಿನಿಂದ ಕೂಡಿದುದಾಗಿತ್ತು. ಅದಕ್ಕೆ ಕಟ್ಟಿದ್ದ ಹಗ್ಗದಲ್ಲಿ ಅವಳ ಕಾಲುಗಳು ಸಿಕ್ಕಿ ತೊಡರಿಕೊಂಡಾಗ ಅದು ಅವಳತ್ತ ತಿರುಗಿ ಹಂಗಿಸುವಂತೆ ತೋರಿತು. ದಾರಿಯಲ್ಲಿದ್ದ ಹುಲ್ಲನ್ನು ಆಗೊಮ್ಮೆ ಈಗೊಮ್ಮೆ ಮೂಸುತ್ತ ಕಡೆಗೊಮ್ಮೆ ಎಗರಾಡಲು ಮೊದಲು ಮಾಡಿತು. ಹಗ್ಗದ ಬಲವನ್ನು ಪರೀಕ್ಷಿಸುವಂತೆ ಎಳೆದಾಡಿತು. ಗದ್ದೆಯ ತುದಿಯನ್ನು ಮುಟ್ಟುವ ವೇಳೆಗೆ ಅವಳಿಗೆ ಸಾಕು ಸಾಕಾಯಿತು. ಅದರ ಕಾಲಿನ ಸುತ್ತ ಹಗ್ಗ ಹಾಕಿ ನೇಗಿಲನ್ನು ಹೂಡಲು ಶತಪ್ರಯತ್ನ ಮಾಡಿದಳು. ಹೆಚ್ಚು ಹಗ್ಗ ಸಡಿಲ ಬಿಟ್ಟರೆ ಹಾಳಾದ್ದು ಓಡಿ ಹೋದೀತು ಎಂಬ ಭಯ. ಆ ಹಟಮಾರಿ ಪ್ರಾಣಿಯೋ ಇವಳನ್ನೆ ಗಮನಿಸುತ್ತಿತ್ತು. ಮರದ ನೇಗಿಲು ಕಣ್ಣಿಗೆ ಬಿದ್ದ ಕೂಡಲೇ ರಂಪಾಟ ಶುರುವಾಯಿತು.

ಐದನೇ ಪ್ರಯತ್ನ ಸಫಲವಾಯಿತು. ಆದರೆ ಅವಳು "ಹೇಯ್!" ಎಂದಾಗ ಅದು ಒಂದು ಅಂಗುಲವೂ ಕದಲಲಿಲ್ಲ. ಅವಳು ಚಾವಟಿಯನ್ನು ಬೀಸಿದಳು. ಆಗ ಎಂಥ ರಾಕ್ಷಸೀ ಬಲದೊಡನೆ ಅದು ಜಗ್ಗಿತೆಂದರೆ ನ್ಗ್ಯಯ ತನ್ನಿಡೀ ಶಕ್ತಿಯನ್ನು ಪ್ರಯೋಗಿಸಿ ಅದು ಓಡದಂತೆ ತಡೆಯಬೇಕಾಯಿತು. ಸರಿ, ಕೋಣವೇನೋ ಹೊರಟಿತು. ನೇಗಿಲು ಅದರ ಬೆನ್ನಿನ ಮೇಲೆ ಭಾರವಾಗಿ ಕೂತಿತ್ತಾದ್ದರಿಂದ ಅದು ಸುತ್ತು ಸುತ್ತಾಗಿ, ಒಮ್ಮೆ ಎಡಕ್ಕೆ, ಒಮ್ಮೆ ಬಲಕ್ಕೆ ತಿರುಗುತ್ತಾ ಹೋಯಿತು. ಮಧ್ಯ ಹಸಿರು ಹುಲ್ಲು ಕಂಡಾಗ ನಿಲ್ಲುತ್ತ, ಆಗಾಗ ಮೈ ಮೇಲೆ ಕುಳಿತ ಜಿಗಣೆಗಳಿಂದ ನೊಣಗಳಿಂದ ತಪ್ಪಿಸಿಕೊಳ್ಳಲು ಬಲವಾಗಿ ದೇಹವನ್ನು ಕೊಡವುತ್ತ ಹೊರಟಿತು. ಹೊಲದ ಅಂಚು ಸಮೀಪಿಸಿದಾಗ ನ್ಗ್ಯಯ ಹಿಂತಿರುಗಿ ನೋಡಿದಳು – ನೇಗಿಲ ಸಾಲು, ಸಾಲಾಗಿರಲಿಲ್ಲ; ಹಾವುಗಳು ಹರಿದಾಡಿದಂಥ ರೇಖೆಗಳು. ಅವಳು ಉರಿಯುತ್ತಿದ್ದ ತನ್ನ ಕೈಗೆ ಎಂಜಲು ಸವರಿಕೊಂಡಳು. ವಾಪಸು ಹೋಗಬೇಕಲ್ಲ, ತಿರುಗಲು ಆದೇಶ ನೀಡಿದಳು. ಆಹಾ, ಅಷ್ಟು ಸುಲಭವೆ ಆ ಮೊಂಡು ಮಹಿಷವನ್ನು ಬಗ್ಗಿಸುವುದು? ನೇಗಿಲನ್ನು ಎತ್ತಿ ಎತ್ತಿ ಕೈ ಸೋತು ಹೋದಾಗ ತನ್ನ ಚಾವಟಿಗೆ ಮೊರೆಹೋದಳು. ಕೋಪದಿಂದ ಬಲವಾಗಿಯೇ ಬೀಸಿದಳು. ಹೆದರಿದ ಕೋಣ ಕಾಲಿಗೆ ಬುದ್ಧಿ ಹೇಳಿತು. ಕಟ್ಟಿದ್ದ ಹಗ್ಗ ಕಟ್ ಎಂದು ತುಂಡಾಯಿತು. ಕೋಣ ಪಕ್ಕದ ತೋಡಿಗೆ ಓಡಿ ಹೋಯಿತು.

ನ್ಗ್ಯಯಳ ಮೊದಲ ಪ್ರಯತ್ನ ಹೀಗೆ ಕೊನೆಗೊಂಡಿತು. ಭಾರವಾದ ಹೃದಯವನ್ನು ಹೊತ್ತು ಅವಳು ಮರಳಿ ಬಂದಳು. ಕೆಳಗಿಳಿಸಿದ ಹ್ಯಾಟಿನ ಅಂಚಿನಲ್ಲಿ ಮುಖವನ್ನು ಮುಚ್ಚಿಕೊಂಡಳು. ಯಾರನ್ನೂ ಅವತ್ತು ಕಾಣಲಿಲ್ಲ. ಮನೆಯಲ್ಲಿ ಬಚ್ಚಿಟ್ಟುಕೊಂಡು ಹೊಸ ಕೊರಳಪಟ್ಟಿಯೊಂದನ್ನು ತಯಾರಿಸಲು ಹವಣಿಸಿದಳು. ಹಳೆಯದು ಕಿತ್ತುಹೋಗಿತ್ತು. ತಾನು

ಮಾಡಿದ ಅನಾಹುತವದು? ಅಕ್ಕಪಕ್ಕದ ಮನೆಯವರ ಅಣುಕು, ವ್ಯಂಗ್ಯ ಕತ್ತಿಯಂತೆ ನಾಟಿತು.

ಇಡೀ ದಿವಸ ಅದು – ಇದು ಸಣ್ಣಪುಟ್ಟ ಕೆಲಸದಲ್ಲಿ ಮಗ್ನಳಾಗಿ ಸಂಜೆ ಯುವ ವಿಭಾಗದ ಸಭೆ ಸೇರಿಸಿದಳು. ಅಶಾಂತಿಯಿಂದ ಕೂಡಿದ ಆ ಸಭೆ ಬಹಳ ಹೊತ್ತಿನವರೆಗೂ ನಡೆಯಿತು. ಯಾವ ನಿರ್ಧಾರಕ್ಕೂ ಬರಲಾಗಲಿಲ್ಲ. ಮೂವರೋ ನಾಲ್ವರೋ ಯುವತಿಯರು ಆಶಾವಾದಿಗಳು. ಆರಂಭದ ಅಡಚಣೆಗಳಿಗೆ ಹಿಮ್ಮೆಟ್ಟದೆ ಪ್ರಯತ್ನಿಸಬೇಕು ಎಂದರು. ಆದರೆ ಉಳಿದ ಏಳೆಂಟು ಮಂದಿ, ಗಂಡಸರ ಕೆಲಸ ಯುವತಿಯರಿಂದ ಸಾಧ್ಯವಿಲ್ಲವೆಂದೇ ವಾದಿಸಿದರು.

ಅಡ್ಡಿ ಆತಂಕಗಳು ಬಂದೇ ಬರುತ್ತವೆ, ಅವುಗಳಿಗೆ ಮಣಿಯಬೇಕೆ? ಆ ಪ್ರದೇಶದ ಯುವತಿಯರು ಮಾಡುತ್ತಿದ್ದ ಕೆಲಸ ಒಂದೇ: ನೇಯ್ಗೆ, ಹೆಚ್ಚೆಂದರೆ ಸಸಿ ನೆಡುವುದೋ, ಹೊಲದಿಂದ ನೀರನ್ನು ಎತ್ತಿಹಾಕುವುದನ್ನೋ, ಕಳೆ ಕೀಳುವುದನ್ನೋ ಮಾಡಿಯಾರು. ನೇಗಿಲು ಹೂಡುವುದು ಸಾಧ್ಯವೇ ಇಲ್ಲವೆ? ಹಾಗಾದರೆ "ಮೂರು ಸಿದ್ಧತೆ"ಗಳ, "ಮೂರು ಹೊಣೆಗಾರಿಕೆ'ಗಳ ಶಪಥ ಕೈಗೊಂಡಿದ್ದೆವಲ್ಲ, ಅದೇನಾಯಿತು?*

ಛೀ, ನಾಚಿಕೆಗೇಡು! ಯುವ ವಿಭಾಗದವರೇ ಕಷ್ಟ ಬಂದಾಗ ಕೈ ಕಟ್ಟಿ ಕೂಡುವುದೆಂದರೆ! ಇವತ್ತು ಉತ್ತನೆಯ ಕೆಲಸ, ನಾಳೆ ತಾಂತ್ರಿಕ ಕೆಲಸವಾಗಬಹುದು, ಭೂಮಿಯ ಸುಧಾರಣೆಯೇ ಆಗಬಹುದು... ಎಲ್ಲವನ್ನೂ ಕೈಲಾಗದೆಂದು ಬಿಟ್ಟುಬಿಡಬೇಕೆ?

ಇಂಥ ಆಲೋಚನೆಗಳು ಕೂರಂಬುಗಳಂತೆ ನ್ಗ್ಯಯಳನ್ನು ಘಾಸಿಗೊಳಿಸಿದವು, ಮಂಚದಿಂದ ಸದ್ದಿಲ್ಲದೆ ಮೇಲೆದ್ದು ಜಗುಲಿಯಲ್ಲಿ ಕುಳಿತಳು. ಆಗಲೇ ಓಣಿಯ ತುದಿಯಲ್ಲಿ ಕಂದೀಲಿನ ಬೆಳಕು ಕಾಣಿಸಿತು. ಅವಳ ಅತ್ತಿಗೆ ಘುಕ್ ಬತ್ತದ ಹೊಟ್ಟು ಶೇಖರಿಸಿಟ್ಟಿದ್ದ ಕೋಣೆಯಿಂದ ಬರುತ್ತಿರಬೇಕು, ಬೆನ್ನಿನ ಮೇಲೆ ದೊಡ್ಡ ಮೂಟೆಯೊಂದನ್ನು ಹೊತ್ತುಕೊಂಡಿದ್ದಾಳೆ.

ಘುಕ್ ರಾತ್ರಿ ತಡವಾಗಿ ಮಲಗುವ ಅಭ್ಯಾಸವನ್ನು ರೂಢಿಸಿಕೊಂಡಿದ್ದಳು. ಅವಳ ಗಂಡ ಥುಅನ್ ಯುದ್ಧರಂಗಕ್ಕೆ ತೆರಳಿದಾಗಿನಿಂದ ಈ ಬದಲಾವಣೆ. ಅಗಿನಿಂದ ಸ್ವಲ್ಪ ಸಣ್ಣಗಾದಂತೆ ತೋರುತ್ತಾಳೆ. ಚರ್ಮ ಸ್ವಲ್ಪ ಕಂದುವರ್ಣಕ್ಕೆ ತಿರುಗಿದೆ. ಆದರೆ ತೇಜಸ್ಸಿನಿಂದ ಹೊಳೆಯುವ ಆ ಕಣ್ಣುಗಳು, ನಕ್ಕಾಗ ಗಲ್ಲದ ಮೇಲೆ ಮೂಡುವ ಗುಳಿ ಅವಳ ಮುಖದ ಶೋಭೆಯನ್ನು ಕಾಯ್ದುಕೊಂಡು ಬಂದಿವೆ. ಅತ್ತಿಗೆ ಹೀಗೆ ರಾತ್ರಿಯೆಲ್ಲ ದುಡಿಯುವುದನ್ನು ಕಂಡಾಗ ನ್ಗ್ಯಯಳಿಗೆ ಸಂಕಟವಾಗುತ್ತಿತ್ತು. ಅತ್ತಿಗೆಯನ್ನು ಕಂಡ ತಕ್ಷಣ ಎದ್ದು ಆಕೆಯ ಬಳಿ ಬಂದು ಮೂಟೆಯನ್ನು ಕೆಳಗಿಳಿಸಲು ನ್ಗ್ಯಯ ಸಹಾಯ ಮಾಡಿದಳು. ಮತ್ತೆ ಮನಸ್ಸಿನಲ್ಲೇ ಅಂದುಕೊಂಡಳು. ಸಹಕಾರೀ ಸಂಸ್ಥೆಯು ತರಿಸಿಕೊಳ್ಳಲಿರುವ ಪುಟ್ಟ ಯಂತ್ರ ಬಂದ ಮೇಲೆ ಕೈಯಾರ ಬತ್ತದ ಹೊಟ್ಟನ್ನು ಬೇರ್ಪಡಿಸುವ ಕೆಲಸ ತಪ್ಪುತ್ತದೆ.

ಕೈಯನ್ನು ಕೊಡವಿ ತಲೆಗೂದಲನ್ನು ಹಿಂದಕ್ಕೆ ತಳ್ಳಿಕೊಳ್ಳುತ್ತಾ ಘುಕ್ ತನ್ನ ಎಂದಿನ ಶಾಂತವಾದ ಸ್ವರದಲ್ಲಿ ನಾದಿನಿಯನ್ನು ಕೇಳಿದಳು: "ನ್ಗ್ಯಯ, ಇದೇನು ಇವತ್ತು ಇನ್ನೂ

---

* "ಮೂರು ಸಿದ್ಧತೆಗಳು" :- ಶತ್ರುವನ್ನು ಸದೆಬಡಿಯಲು ಸಿದ್ಧತೆ; ಸೇನೆಯಲ್ಲಿ ಹೆಸರು ನೋಂದಾಯಿಸಿಕೊಳ್ಳಲು ಸಿದ್ಧತೆ; ದೇಶದ ಹಿತಕ್ಕಾಗಿ ಎಲ್ಲೇ ಇರಲಿ, ಯಾವುದೇ ಕೆಲಸವಿರಲಿ, ಕೈಗೊಳ್ಳಲು ಸಿದ್ಧತೆ.
ಮೂರು ಹೊಣೆಗಾರಿಕೆಗಳು: ಕೃಷಿ ಹಾಗೂ ಇತರ ಉತ್ಪನ್ನಗಳ ಕೆಲಸ ಕೈಗೊಳ್ಳುವುದು; ಮನೆಗೆಲಸ ಹಾಗೂ ಸಾಂಸಾರಿಕ ಜವಾಬ್ದಾರಿ: ಎಲ್ಲಾ ಸಹಕಾರದೊಡನೆ – ಅಗತ್ಯ ಬಿದ್ದಾಗ – ಯುದ್ಧಕಣಕ್ಕೂ ಇಳಿಯುವುದು.

ಎದ್ದಿದೀಯ? ಸಭೆ ತುಂಬಾ ತಡವಾಗಿ ಮುಗೀತೇನೋ?"

ಅತ್ತಿಗೆಯ ಪ್ರಶ್ನೆ ನ್ಗಾಯಳನ್ನು ಮತ್ತೆ ಚಿಂತೆಗಳಿಗೆ ಮರಳಿ ಕರೆತಂದಿತು. ಅವಳು ಅಲ್ಲೇ ಕುಳಿತು ಅತ್ತಿಗೆಯನ್ನೂ ಬಳಿಯಲ್ಲೇ ಕುಳ್ಳಿರಿಸಿ ತನ್ನ ಕಥೆಯೆಲ್ಲವನ್ನೂ ಸವಿಸ್ತಾರವಾಗಿ ಹೇಳಿದಳು. ತಾನು ನೇಗಿಲು ಹೂಡಲು ಹೋಗಿ ವಿಫಲಳಾದ್ದನ್ನು ವಿವರಿಸಿದಳು. ಎಲ್ಲವನ್ನೂ ಶಾಂತ ಮುಖಮುದ್ರೆ ಹೊತ್ತು ಕೇಳಿಸಿಕೊಂಡ ಫುಕ್ ಕಡೆಗೆ ಮುಗುಳ್ನಕ್ಕಳು.

"ದೊಡ್ಡ ಕೊಂಬಿನ ಕೋಣ ತಾನೆ? ಅದಕ್ಕೆ ನೇಗಿಲು ಕಂಡರೆ ಭಯ. ಯಾಕೆ ಗೊತ್ತಾ?"

"ಇಲ್ಲವಲ್ಲ?" ಆಶ್ಚರ್ಯಚಕಿತಳಾದಳು ನ್ಗಾಯ.

"ಮಿ॥ ಖಾಅನ್ ಬದುಕಿದ್ದಾಗಿನ ಕಾಲದ ಮಾತು. ಆತ ಅದಕ್ಕೆ ಚೆನ್ನಾಗಿ ಹೊಡೆದಿದ್ದನಂತೆ, ಆತ ಮೊದಲ ಸಲ ಉಳಲಿಕ್ಕೆಂದು ಹೋದಾಗಲೂ ಅದು ಹೀಗೇ ಓಡಿಹೋಗಿತ್ತು. ಮಧ್ಯಾಹ್ನದ ತನಕ ಅದರ ಹಿಂದೆ ಓಡಿ ಓಡಿ ಸುಸ್ತಾದ ಮೇಲೇ ಅದು ಕೈಗೆ ಸಿಕ್ಕಿದ್ದು. ಆಗಿನಿಂದ ಅದಕ್ಕೆ ನೇಗಿಲನ್ನು ಕಂಡರೆ ತಿಕ್ಕಲು ತಿರುಗುತ್ತೆ. ಅದಕ್ಕೇ, ಮುಂಚೆ ಅದರ ಕಣ್ಣಿಗೆ ಪಟ್ಟಿ ಕಟ್ಟಿಬಿಡ್ತಾರೆ. ನಿನಗಿದು ಗೊತ್ತಿರಲಿಲ್ಲ."

ಆಶ್ಚರ್ಯ! ತನ್ನ ಅತ್ತಿಗೆಗೆ ಎಷ್ಟೊಂದು ವಿಷಯ ತಿಳಿದಿತ್ತು! ತಾನೇಕೆ ತನ್ನ ಯೋಜನೆಯನ್ನು ರಹಸ್ಯವಾಗಿಟ್ಟೆ? ನ್ಗಾಯಳಿಗೆ ವ್ಯಥೆಯೆನಿಸಿತು. ಈಗ ಮನಸ್ಸು ಬಿಚ್ಚಿ ಅತ್ತಿಗೆಯೊಂದಿಗೆ ಮಾತಾಡಿದಳು. ಹೊಲದಲ್ಲಿನ ಕೆಲಸಗಳ ಬಗ್ಗೆ ಕೇಳಿ ತಿಳಿದುಕೊಂಡಳು. ಅಬ್ಬಾ, ತನಗೆ ತಿಳಿಯದ ಎಷ್ಟೊಂದು ಸಂಗತಿಗಳನ್ನು ಅತ್ತಿಗೆ ತಲೆಯಲ್ಲಿ ತುಂಬಿಕೊಂಡಿದ್ದಳು!

ಫುಕ್ ಕೇಳಿದಳು:

"ಎಂಟುಮೊಳ ಬಿಟ್ಟರೆ ಕೋಣಕ್ಕೆ ಎಡವಟ್ಟಿಲ್ಲ, ಹತ್ತುಮೊಳ ಬಿಟ್ಟರೆ ಹದ್ದುಬಸ್ತಿಲ್ಲ" ಅಂತ ಗಾದೆ. ಹಾಗೆಂದರೆ ಏನು ಗೊತ್ತಾ? ಹಗ್ಗದ ಅಳತೆ ಸರಿಯಾಗಿರಬೇಕು, ಹೇಗೆ ನಿನ್ನ ಉದ್ದಕ್ಕೆ ತಕ್ಕ ಹಾಗೆ ಭುಜದ ಮೇಲಿನ ಭಾರವನ್ನ ಹೊಂದಿಸಿಕೊಳ್ತೀಯೋ ಹಾಗೇ. ನೇಗಿಲನ್ನು ಕಟ್ಟೋದೂ ಅಷ್ಟೆ. ಸರಿಯಾಗಿ ಕಟ್ಟಬೇಕು. ಇಲ್ಲದಿದ್ದರೆ ನಡೆದಾಗ ಕೋಣಕ್ಕೆ ನೋವಾಗುತ್ತೆ. ನಿನ್ನ ಹೆಗಲಿನ ಮೂಳೆಯ ಮೇಲೆ ನೊಗ ಹೊತ್ತರೆ ಎಷ್ಟು ಬಾಧೆಯಾಗುತ್ತೋ ಅಷ್ಟೇ ನೋವಾಗುತ್ತೆ. ಉಗ್ರವಾದ ಪಶುಗಳು ಹೇಗಾದರೂ ಬಿಡಿಸಿಕೊಂಡು ಬಿಡುತ್ತವೆ. ಸಾಧುವಾದ ಪ್ರಾಣಿಗಳು ಮೊಂಡು ಹಿಡಿಯೋದನ್ನ ಕಲ್ತುಬಿಡುತ್ತವೆ – ನಮ್ಮದೇ ತಪ್ಪಲ್ವ? ಅವುಗಳ ಜತೆ ನಡ್ಕೊಳ್ಳೋದನ್ನೂ ಕಲ್ತುಕೋಬೇಕು.'

ಅತ್ತಿಗೆಯ ಮಾತುಗಳನ್ನು ಬಿಟ್ಟಕಣ್ಣು ಬಿಟ್ಟ ಹಾಗೆ ಕೇಳಿದಳು, ನ್ಗಾಯ. ಫುಕ್ ಪ್ರಾಣಿಗಳೊಡನೆ ಮೈತ್ರಿ ಬೆಳೆಸಿಕೊಂಡು ಅವುಗಳನ್ನು ಸಲಹಿದ್ದಾಳೆ: ನೇಗಿಲು ಹೂಡುವುದನ್ನು ಕಲಿತಿದ್ದಾಳೆ: ಕೋಣಗಳ ಬಗ್ಗೆ ಸರ್ವಸ್ವವೂ ಅವಳಿಗೆ ಗೊತ್ತು. ಆದರೆ ಎಂಥ ದುರದೃಷ್ಟ! ಅವಳು ಗೆರಿಲ್ಲಾ ಆಗಿದ್ದಾಗ ಗುಂಡು ತಗುಲಿ ಅವಳ ರಟ್ಟೆ ಮುರಿದಿದೆ. ಇಲ್ಲದಿದ್ದರೆ ಅವಳೊಬ್ಬ ಮಾದರಿ ಕೆಲಸಗಾರ್ತಿಯಾಗಿರುತ್ತಿದ್ದಳು. ನ್ಗಾಯಳಿಗೆ ತಾನು ತನ್ನ ಪ್ರಯತ್ನವನ್ನು ಬಿಡಬಾರದು ಅನಿಸಿತು. ತನ್ನ ಅತ್ತಿಗೆಗೆ ತನ್ನನ್ನು ಮೀರಿಸುವ ಅವಕಾಶ ನೀಡಬಾರದು...!

ಮರುದಿನ ಅವಳು ಮರಳಿ ಯತ್ನವ ಮಾಡಲು ಹೋದಳು. ಮೊದ ಮೊದಲು ನೇಗಿಲ ಸಾಲು ಹಾವಿನಂತೆ ಅಂಕುಡೊಂಕು ಮೂಡಿತು. ಆದರೆ ಬರಬರುತ್ತ ಅದು ನೇರವಾಯಿತು. ಈಗ ಕೋಣ ಅವಳ ಮಾತುಗಳನ್ನು ಕೇಳುತ್ತಿತ್ತು, ಮಧ್ಯಾಹ್ನವಾದಾಗ ಅವಳಾಗಲೇ ಮೂರು 'ಸೋ'ಗಳ ಹೊಲವೊಂದನ್ನು ಉತ್ತು ಮುಗಿಸಿದ್ದಳು... ನಿಜ, ನೇಗಿಲಸಾಲು ಸಂಪೂರ್ಣವಾಗಿ

ನೇರವಾಗೇನಿರಲಿಲ್ಲ. ಸಾಲದ್ದಕ್ಕೆ ಹಲವು ಭಾಗಗಳಿಗೆ ನೇಗಿಲ ರೆಕ್ಕೆ ತಾಕಿಯೇ ಇರಲಿಲ್ಲ. ಆದರೂ... ನೊಗವನ್ನು ಕಳಚಿದಳು. ನೇಗಿಲನ್ನು ಹೊತ್ತು ಮನೆಗೆ ಬಂದಳು. ಹೃದಯ ತಿಳಿಯಾಗಿತ್ತು. ಆದರೆ ಭುಜಗಳು ಮತ್ತು ತೋಳುಗಳು ನೋವಿನಿಂದ ಕಿತ್ತು ಬರುವಂತೆ ತೋರಿದವು. ದಾರಿಯಲ್ಲಿ ಯಾರದೋ ಮಾತು ಕೇಳಿಸಿತು.

"ದೋಸೆ ತಿಂದಷ್ಟೇ ಸುಲಭ ಕಣಯ್ಯಾ... ಇನ್ನೂ ಒಂದಷ್ಟು ಸಲ ಆಗಲಿ, ಆಮೇಲೆ ಹೇಳು, ಹೇಗಿದೇಂತ..."

ಧ್ವನಿ ಯಾರದೆಂದು ಗುರುತು ಹಿಡಿದಳು ನ್ಗ್ಯಿಯ. ಹಿಯೆಂಗ್, ಒಳ್ಳೆಯ ಉಳುಮೆಗಾರ ಎಂದು ಹೆಸರು ಪಡೆದವನು. ತನ್ನನ್ನು ಪರಿಹಾಸ್ಯ ಮಾಡುತ್ತಾ ಇದ್ದಾನೆಂದು ತಿಳಿಯಿತು ಅವಳಿಗೆ. ಕೇಳಿಸದೇ ಇದ್ದವಳಂತೆ ಮುನ್ನಡೆದಳು. ನಾಳೆ ಇವನನ್ನು ತಾನು ಮೀರಿಸಿಬಿಟ್ಟೇನೆಂಬ ಭಯವಿರಬೇಕು, ಅದಕ್ಕೇ ಹಾಗೆ ಹೇಳಿದ್ದಾನೆ!

ಆದರೆ ಅವಳೆಂದುಕೊಂಡಂತೆ ಅಷ್ಟಕ್ಕೇ ಈ ಅಣಕು, ವಿಡಂಬನೆ ಮುಗಿಯಲಿಲ್ಲ. ಮರುದಿವಸ ಒಡನಾಡಿ ಯುವತಿಯರೊಂದಿಗೆ ಅವಳು ಕೊಟ್ಟಿಗೆಗೆ ಬಂದಾಗ ಐದಾರು ಮಂದಿ ಅಲ್ಲಿ ಅವರಿಗಾಗಿಯೇ ಕಾದು ಕುಳಿತಿದ್ದರು. ಕಾಯುತ್ತಿದ್ದವರು ಬಂದದ್ದು ಜಗಳಾಡಲು –

ಹಿಯೆಂಗ್‌ನ ಹೆಂಡತಿ ದೊಡ್ಡ ಗಂಟಲಿನಲ್ಲಿ ಶುರು ಮಾಡಿದಳು:

"ನಾನೇನೋ ಸಹಕಾರೀ ಸಂಸ್ಥೆಯ ಸದಸ್ಯಳು ಅಷ್ಟೇ... ಆದರೆ ಈ ವಿಷಯದಲ್ಲಿ ಮಾತಾಡೋಕ್ಕೆ ನನಗೂ ಹಕ್ಕಿದೆ. ನಮ್ಮ ಗುಂಪಿನ ಕೋಣಗಳನ್ನ ಗಂಡುಬೀರಿ ಹುಡುಗಿಯರಿಗೆ ಕೊಡೋಕ್ಕಲ್ಲ ನಾವು ಸಾಕಿದ್ದು, ಅವನ್ನ ಸಾಕೋದೇನೂ ಸುಲಭದ ಕೆಲಸವಾಗಿರಲಿಲ್ಲ – ನೀವು ಕೆಲಸ ಕಲಿಯೋದಕ್ಕೆ ಒಳ್ಳೆ ಜಾತಿ ಪ್ರಾಣಿಯನ್ನೇ ತಗೊಂಡು ಹೋದರೆ ಅವುಗಳ ಕುತ್ತಿಗೇನೋ ಕೈಕಾಲೋ ಮುರಿದು ಹಾಕಿಬಿಡ್ತೀರಿ ಅಷ್ಟೆ. ಆಮೇಲೆ ಅವು ಯಾತಕ್ಕೂ ಬಾರದೋವು. ಮುಂದೆ ನೆಲವನ್ನ ಕೈಯಲ್ಲಿ ಉಳಬೇಕೇನು ನಾವು?"

ಅವಳ ಗಂಡ – ನ್ಗ್ಯಿಯಳನ್ನು ಅಣಕಿಸಿದವನು – ಸೇರಿಸಿದ:

"ನೇಗಿಲೂ ಅಷ್ಟೆ. ಸರಿಯಾಗಿ ಕೆಲಸ ಬರದೆ ಒಡ್ಡುಒಡ್ಡಾಗಿ ಎಳೆದಾಡಿದರೆ ಅದೂ ಮುರಿದುಹೋಗುತ್ತೆ. ನೇಗಿಲೂ ಇಲ್ಲ, ಉಳೋ ಕೋಣವೂ ಇಲ್ಲ. ಮುಂದಿನ ಸುಗ್ಗಿಗೆ ಕಾಳೂ ಇರೋಲ್ಲ. ಉಪವಾಸವೊಂದೇ ಉಳಿಯೋ ದಾರಿ."

ತಲೆಗೊಂದು ಮಾತನಾಡಿದರು. ನ್ಗ್ಯಿಯಳ ಒಡನಾಡಿಗಳಿಗೆ ತಡೆಯಲಾಗದೆ ಅವರೂ ಕೂಗಾಡಿದರು.

"ನಿಮಗೋಸ್ಕರ ಅಲ್ವೆ ನಾವು ಈ ಕೆಲಸಕ್ಕೆ ಇಳಿದದ್ದು. ಇದು ನಿಮಗೆ ಸಹನೆ ಇಲ್ಲಾಂತಾದ್ರೆ ನಾವು ರಾಜೀನಾಮೆ ಕೊಡ್ತೀವಿ ಅಷ್ಟೆ. ಯಾವ ಭಯವೂ ಬೇಡ ನಿಮಗೆ..."

ಚರ್ಚೆ ಎಲ್ಲಿಂದ ಎಲ್ಲಿಗೋ ಹೋಗತೊಡಗಿದಾಗ ನ್ಗ್ಯಿಯ ಮಧ್ಯೆ ಪ್ರವೇಶಿಸಿದಳು. ಗುಂಪಿನ ಮುಂದೆ ನಿಂತು ಹಿಯೆಂಗ್‌ನ ಹೆಂಡತಿಯನ್ನು ನೇರವಾಗಿ ದೃಷ್ಟಿಸಿದಳು. ಆನಂತರ ಅಧಿಕಾರವಾಣಿಯಲ್ಲಿ ಹೇಳಿದಳು:

"ಇಲ್ಲಿ ನೋಡಿ, ಇದಕ್ಕೆಲ್ಲ ಮುಖ್ಯಸ್ಥಳಾಗಿರೋಳು ನಾನು. ನನ್ನ ನಿರ್ಧಾರಕ್ಕೆ ನಾನೇ ಹೊಣೆ. ಶ್ರೀಮತಿ ಹಿಯೆಂಗ್ ಒಂದು ಕೋಣವನ್ನ ಆರಿಸಿಕೊಳ್ಳಿ – ನೇಗಿಲನ್ನು ತಗೊಂಡು ಕೆಲಸಕ್ಕೆ ನಡೀರಿ... ನಾವು ಮಿಕ್ಕ ಕೋಣಗಳನ್ನ ಕರಕೊಂಡು ಹೋಗ್ತೀವಿ ಉಳೋಕ್ಕೆ. ಆಮೇಲೆ ನಮ್ಮ ಸಾಮೂಹಿಕ ಕ್ಷೇತ್ರದ ಆಸ್ತಿ ಪಾಸ್ತಿ ವಿಚಾರ. ನಿಮಗೆ ಅದರ ವಿಷಯ ಎಷ್ಟು

ಮುತುವರ್ಜಿ ಇದೆಯೋ ನನಗೂ ಅಷ್ಟೇ ಇದೆ, ಇಲ್ಲಿರೋ ಎಲ್ಲರಿಗೂ ಇದೆ."

ಇಬ್ಬರು ಹೆಂಗಸರು ಮಧ್ಯೆ ಬಂದು ಸಮಾಧಾನಗೊಳಿಸಲು ಯತ್ನಿಸಿದರು. ಹಿಯೆಂಗ್‌ನ ಹೆಂಡತಿಯನ್ನು ಕುರಿತು ಅಂದರು:

"ನೀವ್ಯಾಕೆ ಅವರ ಕೆಲಸಕ್ಕೆ ಅಡ್ಡ ಹೋಗ್ತೀರಿ? ಅವರ ಪಾಡು ಅವರಿಗೆ ಬಿಡಿ. ಹದಿನೇಳರ ಹುಡುಗಿಯರು ಕೋಣದ ಕೊಂಬು ಮುರಿದಾರು ಅನ್ನೋದಿಲ್ವೆ?"

ಶ್ರೀಮತಿ ಹಿಯೆಂಗ್‌ಳ ಬಾಯಿ ಕಟ್ಟಿಹೋಯಿತು. ಹಿಯೆಂಗ್‌ನಿಗೆ ಅಸಮಾಧಾನವಾಯಿತು. ಈ ಚೋಟುದ್ದ ಹುಡುಗಿಯ ಧಿಮಾಕೇ! ಅವನು ಕೊಟ್ಟಿಗೆಗೆ ಬೆನ್ನು ತಿರುಗಿಸಿ ಹೊರಟ. ತನಗೂ ಅವರಿಗೂ ಸಂಬಂಧವೇ ಕಳಚಿತೋ ಎಂಬಂತೆ ಮನಸ್ಸಿನಲ್ಲೇ ಗೊಣಗಿಕೊಂಡ:

"ಇರಲಿ ಇರಲಿ! ಮುಂದಾಗೋದಕ್ಕೆಲ್ಲ ನೀನೇ ಜವಾಬ್ದಾರಿ ಆಗಿರೋತನಕ ಏನು ಬೇಕಾದರೂ ನಡೀಲಿ!"

ಮೌನವಾಗಿ ಚದುರಿತು ಗುಂಪು. ನ್ಗ್ಯಿಯ ಸಂಗಾತಿಗಳ ಕಡೆ ತಿರುಗಿದಾಗ ಆಶ್ಚರ್ಯವಾಯಿತು ಅವಳಿಗೆ. ಮುಕ್ಕಾಲು ಜನ ಯುವತಿಯರು ಕಾಣೆಯಾಗಿದ್ದರು. ಮನ್ ಮತ್ತು ಥಇ ಇಬ್ಬರೇ ಉಳಿದಿದ್ದರು. ಇನ್ನೇನು ಮಾಡಲು ಸಾಧ್ಯ?

ಸ್ನೇಹಿತೆಯರು ಕೋಣಗಳನ್ನೆಳೆದುಕೊಂಡು ಹೊಲಗಳತ್ತ ಸಾಗಿದರು. ಒಬ್ಬರಿಗೊಬ್ಬರು ನೆರವಾಗುತ್ತ ಕೆಲಸ ಮಾಡಿದರು. ಭರದಿಂದ ಪ್ರಗತಿ ಸಾಧಿಸಿದರು. ಆದರೆ ನುರಿತ ಕೈಗಳಲ್ಲ ಅವು. ಅನುಭವ ಶೂನ್ಯ. ತುಂಬಾ ಜಾಗರೂಕತೆಯಿಂದ – ಪ್ರತಿಯೊಂದು ಸಮಸ್ಯೆಯನ್ನೂ ಚರ್ಚಿಸಿ – ಕೆಲಸ ಮಾಡಬೇಕಾಯಿತು. ಆಗಾಗ ನಿರಾಶೆ ಕವಿದು ಬೇಸರ ಎನಿಸುತ್ತಿತ್ತು.

ಮಧ್ಯಾಹ್ನವಾಯಿತು. ಘುಕ್ ಅವರಿಗೆಲ್ಲ ಊಟದ ಬುತ್ತಿ ಹೊತ್ತು ತಂದಳು. ಅರಳಿ ಮರದ ನೆಳಲಲ್ಲಿ ಕುಳಿತು ಮೂವರೂ ಆತುರಾತುರವಾಗಿ ಉಣ್ಣುವುದನ್ನು ಕಂಡ ಘುಕ್ ಒಂದು ಕ್ಷಣ ಅವರನ್ನೇ ದಿಟ್ಟಿಸಿದಳು. ಅಡಿಯಿಂದ ಮುಡಿಯವರೆಗೆ ಕೆಸರು, ಮಣ್ಣು. ಕಡೆಗೆ ಅವಳು ಬಾಯಿಬಿಟ್ಟಳು. "ಎಲ್ಲಾ ಸರಿ ನೀವ್ಯಾಕೆ ಇಷ್ಟೇ ಜನ? ಚಿಕ್ಕವಯಸ್ಸಿನ ತಾಯಂದಿರು ಇದ್ದಾರಲ್ಲ, ಅವರನ್ನ ಯಾಕೆ ಕರ್‍ಕೊಳ್ಳಿಲ್ಲ?"

ನ್ಗ್ಯಿಯಳಿಗೆ ಅತ್ತಿಗೆ ಪರಿಹಾಸ್ಯ ಮಾಡುತ್ತಿದ್ದಾಳೇನೋ ಅನಿಸಿತು. ಇಲ್ಲ, ಘುಕ್ ಗಂಭೀರಳಾಗೇ ಇದ್ದಳು.

"ನಾಳೆ ನಿಮಗೆ ಮದುವೆ ಆಗಿ ಮಕ್ಕಳಾಗದೆ ಇರುತ್ತದೆಯೇನು? ಆಗ ನೀವು ಕೆಲಸಬಿಟ್ಟು ಮನೆಯಲ್ಲೇ ಕೂಡುವರೋ? ಉಳಿದ ಹೆಂಗಸರನ್ನೂ ಕೆಲಸಕ್ಕೆ ಕರೆದರೆ ನನಗೇನೂ ತಪ್ಪು ಕಾಣಿಸುವುದಿಲ್ಲ. ಮೈಯಲ್ಲಿ ಕಸುವಿದ್ದವರು ಚಿಕ್ಕ ವಯಸ್ಸಿನರರು... ಇದೇನೋ ಕಷ್ಟದ ವಿಚಾರವೇ ಆದರೂ ನೀವು ಹೀಗೆ ಯಾಕೆ ತಲೆ ಚಚ್ಚಿಕೊಳ್ಳಬೇಕೊ ನನಗೆ ಅರ್ಥವಾಗದು. ಎಲ್ಲಾ ಸಮಸ್ಯೆಗೂ ಉತ್ತರ ಇದ್ದೇ ಇರುತ್ತೆ."

ಅತ್ತಿಗೆಯ ಮಾತನ್ನು ನ್ಗ್ಯಿ ಸ್ವೀಕರಿಸಿದಳು. ಆ ಮಧ್ಯಾಹ್ನ ಅವಳು ನೇಗಿಲು ಕೆಲಸವನ್ನು ಬದಿಗಿಟ್ಟು ಹೋದವಳು ಮರಳಿ ಬಂದಾಗ, ಅವಳೊಂದಿಗೆ ನಾಲ್ವರು ಹೆಂಗಸರಿದ್ದರು. ಎಲ್ಲರೂ ಚಿಕ್ಕ ವಯಸ್ಸಿನ ತಾಯಂದಿರೇ. ಈಗ ಅವಳ ಗುಂಪು ಹುರುಪಿನಿಂದ ಕೆಲಸ ಮಾಡಿತು. ಆದರೆ ಆ ಹೆಂಗಸರು ಉಳುಮೆಗಿಂತ ಹರಟೆಹೊಡೆಯುವ ಕೆಲಸದಲ್ಲೇ ತಮ್ಮ ಕೌಶಲವನ್ನು ಪ್ರದರ್ಶಿಸಿದರು.

ಕೆಲ ದಿನಗಳು ಕಳೆಯುತ್ತಿದ್ದಂತೆ ಒಂದು ವಿಷಯ ಮನದಟ್ಟಾಯಿತು. ಅವರಲ್ಲಿ ಒಳ್ಳೆಯ

ಕೆಲಸಗಾತಿ ಎನಿಸಿಕೊಂಡವಳು ಕೂಡ ದಿನಕ್ಕೆ ಮೂರು 'ಸೋ' ಗಳಿಗಿಂತ ಹೆಚ್ಚು ಉಳಲು ಸಾಧ್ಯವಿರಲಿಲ್ಲ. ಉತ್ತ ನೆಲವೂ ಅಸ್ತವ್ಯಸ್ತವಾಗಿರುತ್ತಿತ್ತು. ಕೋಣಗಳಿಗೆ ಮೇವು ಹೆಚ್ಚು ತಿನ್ನಿಸಿದರೂ ಬಹುಬೇಗ ಸುಸ್ತಾಗಿ ಬಿಡುತ್ತಿದ್ದವು. ರಾತ್ರಿ ಅವುಗಳ ಕುತ್ತಿಗೆಗೆ ಉಪ್ಪು ನೀರಿನಿಂದ ತಿಕ್ಕಿ ಮಾಲೀಷು ಮಾಡುತ್ತಿದ್ದರು. ಉತ್ತ ಹೊಲಗಳನ್ನೆಲ್ಲ ಒಮ್ಮೆ ತಪಾಸಣೆ ಮಾಡಿದ ಬಳಿಕ ನ್ಗ್‌ಯ ಒಂದು ವಿಶೇಷ ಸಭೆ ಕರೆದಳು. ಮಿ॥ ಹಿಯೆಂಗ್ ಮೊದಲಾಗಿ ನುರಿತ ಉಳುಮೆಗಾರ ರೆಲ್ಲರನ್ನೂ ಆಹ್ವಾನಿಸಿದಳು. ಇವರದ್ದು ಹೆಂಗಸರ ಗುಂಪೆಂದು ಹಿಯೆಂಗ್ ಮೊದಲಾದವರು ಒಂದೂ ಮಾತಾಡದೆ, ತಮ್ಮ ಪಾಡಿಗೆ ತಾವು ಕೆಲಸ ಮಾಡಿಕೊಂಡಿದ್ದರು. ಅವರನ್ನೆಲ್ಲ ಕರೆದು ಕುಳ್ಳಿರಿಸಿ ನ್ಗ್‌ಯ ಭಾಷಣ ಮಾಡಿದಳು.

"ಹಿರಿಯರಾದ ಎಲ್ಲರಿಗೂ ನ್ಗ್‌ಯಳ ನಮಸ್ಕಾರ. ನಮ್ಮ ಹೆಂಗಸರ ಗುಂಪು ಉಳೋ ಕೆಲಸಕ್ಕೆ ನಿಂತಿರೋದು ನಿಮ್ಮ ಕೆಲಸವನ್ನು ಹಂಚಿಕೊಳ್ಳೋದಕ್ಕೆ. ಯಾವಾಗಲೂ ಹಣ್ಣೆಲೆಯ ಸ್ಥಾನವನ್ನು ಚಿಗುರೆಲೆ ಆಕ್ರಮಿಸಿಕೊಳ್ಳುತ್ತೆ. ಆದರೆ ಹೊಸಚಿಗುರು ಸ್ವತಃ ಬಾಳಲಾರದು, ಅದಕ್ಕೆ ಹಳೆ ಬೇರಿನ ಆಧಾರ ಇರಬೇಕು. ಅದಕ್ಕೇ ನಾನು ನಿಮ್ಮನ್ನ ಕೇಳಿಕೊಳ್ಳೋದು – ನಮ್ಮಲ್ಲಿ ಇಬ್ಬರನ್ನ ನಿಮ್ಮ ಜತೆ ಸೇರಿಸಿಕೊಳ್ಳಿ. ನಮ್ಮ ಕೆಲಸದಲ್ಲಿರೋ ದೋಷ ಏನೂಂತ ಹೇಳಿ ನಮ್ಮನ್ನ ತಿದ್ದಿ ನಾವೇ ತಪ್ಪು ಮಾಡಿ ಕ್ರಮೇಣ ತಿದ್ದುಕೋಬಹುದು – ಆದರೆ ಅದರಿಂದ ಸಮಯ ಹಾಳು. ಅಷ್ಟೇ ಅಲ್ಲ, ತಿಳಿಯದೇ ಆಗೋ ತಪ್ಪುಗಳಿಂದ ಭಾರೀ ನಷ್ಟ, ಅಪಾಯ ಆಗಬಹುದು."

ನೆರೆದಿದ್ದ ಗಂಡಸರ ಬುದ್ಧಿಗೆ ಈ ಮಾತು ನಾಟಿದಂತೆ ತೋರಿತು. ಮೊದಲು ಹಿಂಜರಿದವರಂತೆ ನಟಿಸಿದರಾದರೂ ಕಡೆಗೆ ಪ್ರಯತ್ನ ಪಡಲು ಒಪ್ಪಿದರು. ಅವರನ್ನು ಹೊಗಳಲಾಯಿತು. ಅವರ ಸಂಬಳವನ್ನೂ ಹೆಚ್ಚಿಸಲಾಯಿತು. ಕೆಲಸದ ಮಧ್ಯೆ ಬಿಡುವಿನ ವೇಳೆಯಲ್ಲಿ ಹುಡುಗಿಯರು ಅವರಿಗಾಗಿ ಚಹಾ ತರುವರು, ವೀಳ್ಯದೆಲೆ ಅಡಕೆ ತಂದುಕೊಡುವರು. ಕೆಲಸದ ಬಳಿಕ ಕೆಲಸವನ್ನು ಕುರಿತು ಅವರು ಬುದ್ಧಿವಾದ ಹೇಳುವರು. ಚೆನ್ನಾಗಿ ದುಡಿದವಳನ್ನು ಹೊಗಳುವರು. ಕಡೆಗೆ ಹುಡುಗಿಯರು ಯಾವ ಕೆಲಸದಲ್ಲೂ ಯಾರಿಗೂ ಕಡಿಮೆಯಿಲ್ಲ ಎಂಬುದು ತಾನಾಗಿಯೇ ಸಿದ್ಧವಾಯಿತು. ಅವರು ಕೋಣಗಳಿಗೆ ನೀಡುತ್ತಿದ್ದ ಆದೇಶಗಳು – "ಹೇಯ್!" – "ದೆಯ್!" – ಎರಡನ್ನೂ ಹೇಳುತ್ತಿದ್ದ ರೀತಿ ಸುಧಾರಿಸಿತು. ಧ್ವನಿಯಲ್ಲಿ ಗಟ್ಟಿತನ ಮೂಡಿತು, ಅವರ ನೇಗಿಲ ಸಾಲುಗಳು ನೇರವಾಗಿ ಮೂಡತೊಡಗಿದವು. ಒಂದು ದಿನವಂತೂ ಸ್ವತಃ ನ್ಗ್‌ಯಳೇ ನಾಲ್ಕು 'ಸೋ'ಗಳಷ್ಟು ಭೂಮಿಯನ್ನು ಉತ್ತು ಮುಗಿಸಿದಳು. ಉತ್ಪಾದನಾ ದಳ ಹೆಂಗಸರ ಕೆಲಸವನ್ನು ಮೆಚ್ಚಿಕೊಂಡು ಅವರ ಕೂಲಿಯನ್ನೂ ಏರಿಸಿತು. ದಿವಸಕ್ಕೆ ಹದಿನೈದು ಪಾಯಿಂಟುಗಳು – ಗಂಡಸರಿಗಿಂತ ಕೊಂಚ ಕಡಿಮೆ ದುಡಿದರೂ ಸಹ.

ಉತ್ಪಾದನಾ ದಳದ ಈ ನಿರ್ಧಾರಕ್ಕೆ ನಾಲ್ಕೂ ಕಡೆಯಿಂದ ಉಗ್ರ ಪ್ರತಿಕ್ರಿಯೆ ಬಂತು. ಬೇಕಾದಷ್ಟು ಜನ ಅದರ ಆಧಾರವನ್ನೇ ಪ್ರಶ್ನಿಸಿದರು. ಸಹಕಾರೀ ಸಂಸ್ಥೆಯ ಮುಖ್ಯಸ್ಥರು ಈ ವಿಚಾರವನ್ನು ಪರಿಶೀಲಿಸಲು ಕ್ರಮ ಕೈಗೊಂಡರು. ಅಧಿಕಾರಿ ಸಮಿತಿ ಹಾಗೂ ಪಕ್ಷಕ್ಕೆ ವಿಷಯವನ್ನು ಒಪ್ಪಿಸಲಾಯಿತು. ಪಕ್ಷದ ಕಾರ್ಯದರ್ಶಿ ಸ್ವತಃ ತಾನೇ ಬಂದು ಕೆಲಸವನ್ನು ವೀಕ್ಷಿಸಿದನು. ಕಡೆಗೆ ನ್ಗ್‌ಯಳ ನಿರ್ಧಾರ ಸಾಧುವಾದುದೆಂದು ಅಭಿಪ್ರಾಯಪಟ್ಟನು. ಅವಳ ಸ್ಥೈರ್ಯ, ದೃಢ ಚಿತ್ತ ಎಲ್ಲವನ್ನೂ ಅವಗಾಹನೆಗೆ ತಂದುಕೊಂಡು ಅವಳನ್ನು ಉತ್ಪಾದನಾ

ದಳದ ಕಾಯಂ ಅಧ್ಯಕ್ಷಿಣಿಯನ್ನಾಗಿ ಘೋಷಿಸಲು ಸಲಹೆ ಮಾಡಿದನು – ಅವಳ ಚಿಕ್ಕಪ್ಪನ ಆರೋಗ್ಯ ಸುಧಾರಿಸುವಂತೆ ಕಂಡಿರಲಿಲ್ಲ.

ಹೊಸ ಬಡ್ತಿಯಿಂದ ನ್ಗ್ವಯಳಿಗೆ ಸಂತೋಷವಾದುದಕ್ಕಿಂತ ಹೆಚ್ಚು ಚಿಂತೆಯೇ ಉಂಟಾಯಿತು. ತನ್ನ ದಳದಲ್ಲಿ ಒಗ್ಗಟ್ಟು ತರುವುದು ಹೇಗೆ? ತನ್ನ ಗುಂಪಿನವರೊಂದಿಗೆ ಈ ವಿಷಯ ಚರ್ಚಿಸಿದಳು. ತಾವೆಲ್ಲ ಇನ್ನು ಒಂದು ವಾರದಲ್ಲಿ ಅತ್ಯುತ್ತಮ ಉಳುಮೆಗಾರರ ಮಟ್ಟಕ್ಕೆ ಬರಬೇಕು, ಇಲ್ಲದಿದ್ದಲ್ಲಿ ತಮ್ಮ ದೈನಂದಿನ ಸಂಬಳವನ್ನು ನಿರಾಕರಿಸಬೇಕು ಎಂದು ಅವರು ನಿರ್ಧರಿಸಿದರು. ಸ್ಪರ್ಧಾ ಮನೋಭಾವ ಎಲ್ಲ ತರುಣಿಯರಲ್ಲೂ ಬೇರೂರಿತು. ಐದು ದಿನಗಳೊಳಗೆ ಅನುಭವೀ ಉಳುಮೆಗಾರರೂ ಸೋಲನ್ನೊಪ್ಪಿಕೊಂಡರು – ಯುವ ತಾಯಂದಿರು ತಮ್ಮ ಸಮಾನಸ್ಕಂಧರಾಗಿ ದುಡಿಯುತ್ತಾರೆಂದು ಕಂಡುಕೊಂಡರು. ಹಿಂದೆ ನ್ಗ್ವಯಳನ್ನು ಹಾಸ್ಯ ಮಾಡಿಕೊಂಡು ನಕ್ಕವರು ಈಗ ಅವಳಿಗೆ ಶಾಭಾಸ್‌ಗಿರಿ ಕೊಟ್ಟರು.

"ಈ ಚೋಟುದ್ದದ ಹುಡುಗಿ ಏನೂ ಕಮ್ಮಿಯಿಲ್ಲ! ಕಷ್ಟ ಬಂದರೆ ಚೆನ್ನಾಗಿ ನಿಭಾಯಿಸ್ತಾಳೆ. ನಾವು ಹೀಗೆ ದುಡಿದರೆ ಬಹಳ ಬೇಗ ಸುಧಾರಿಸ್ತೇವೆ."

ನ್ಗ್ವಯ ಇಮ್ಮಡಿಯಾಗಿ ಶ್ರಮಿಸತೊಡಗಿದಳು. ಊಟದ ಹೊತ್ತಿಗೆ ಮಾತ್ರ ಮನೆಗೆ ಬರುವಳು. ಮಿಕ್ಕ ಸಮಯವೆಲ್ಲ ಸಭೆಗಳಲ್ಲಿ, ಉಳಿದ ಸಹಕಾರೀ ಸಂಸ್ಥೆಗಳೊಂದಿಗೆ ವ್ಯವಹಾರಗಳಲ್ಲಿ ವ್ಯಯವಾಗಿ ಹೋಗುತ್ತಿತ್ತು. ಅಕ್ಕಿ ಹಾಗೂ ಅರ್ಘೋಲಾ ಬೀಜಗಳನ್ನು ಬದಲಾಯಿಸಿಕೊಳ್ಳುವುದು ಇತ್ಯಾದಿ ಕೆಲಸ ಇದ್ದೇ ಇತ್ತು. ಒಂದು ರಾತ್ರಿ ಮಲಗಿದ್ದವಳು ತನ್ನ ಚಾಪೆಗೆ ಕೆನ್ನೆಯನ್ನೊತ್ತಿ ಆಲಿಸಿದಳು. ಘುಕ್ ಅಡಿಗೆ ಕೋಣೆಯಲ್ಲಿ ಕೇರುತ್ತಿದ್ದ ಸದ್ದು ಕೇಳಿಸಿತು. "ಪಾಪ ಅತ್ತಿಗೆ! ಇವಳಿಗೆ ಯಾವಾಗಲೂ ಸಣ್ಣಪುಟ್ಟ ಕೆಲಸ ಇದ್ದೇ ತೀರುತ್ತದೆ," ಎಂದುಕೊಂಡಳು.

ನ್ಗ್ವಯ ಕಣ್ಮುಚ್ಚಿಕೊಂಡು ಮೊದಲ ಪ್ರತಿಭಟನಾತ್ಮಕ ಯುದ್ಧದ ವೇಳೆಯಲ್ಲಿ ತನ್ನ ಅತ್ತಿಗೆ ಹೇಗಿದ್ದಳು ಎಂಬುದನ್ನು ನೆನೆಯಲು ಯತ್ನಿಸಿದಳು. ವಾರ್ತೆಗಳನ್ನು ಒಯ್ಯುವ ಕೆಲಸ ಮಾಡುತ್ತಿದ್ದ ಘುಕ್, ಆಗ ಪಾದರಸದಂತೆ ಚುರುಕಾಗಿದ್ದಳು. ಬೆನ್ನಿನ ಮೇಲೆ ಸದಾ ರಾರಾಜಿಸುವ ಚೀಲ. ಅದನ್ನು ಹೊತ್ತು ಹಳ್ಳಿಗಾಡಿನಲ್ಲೆಲ್ಲ ಸಂಚರಿಸುತ್ತ ನಸುಕಿನಲ್ಲಿ ಮರಳಿ ಬಂದಾಗ ಚಳಿಯಿಂದ ಮುದುರಿರುತ್ತಿದ್ದಳು. ಆದರೆ ಕಣ್ಣುಗಳಲ್ಲಿನ ಆ ಹೊಳಪು, ಕೆನ್ನೆಗಳಲ್ಲಿ ಬಾಡದ ಆ ರಂಗು! ಏಳು ಸಲ ಶತ್ರುಗಳ ಕೈಗೆ ಸಿಕ್ಕಿ ಬಿದ್ದಿದ್ದಳು. ನಾಲ್ಕು ಸಲ ಘಾಸಿಗೊಂಡಿದ್ದಳು. ಒಮ್ಮೆ ಎಫ್.ಎಮ್. ಗೋಲಿಯೊಂದು ಅವಳ ಬಲ ತೋಳಿಗೆ ತಾಕಿ ಒಳಹೊಕ್ಕಿತ್ತು. ಆದರೂ ಅಧಿಕಾರಾವಧಿ ಪೂರ್ತಿ ಅವಳು ಸೇವೆ ಸಲ್ಲಿಸಿದ್ದಳು. ಪ್ರಾದೇಶಿಕ ಆಡಳಿತ ಸಮಿತಿಯ ಅಧ್ಯಕ್ಷನಾಗಿದ್ದ ಅವಳ ಗಂಡ ಶಾಂತಿ ಸ್ಥಾಪನೆಗೊಂಡಾಗ ಮರಳಿ ಸೇನೆಗೆ ಸೇರಿದ. ಮಕ್ಕಳಿನ್ನೂ ಚಿಕ್ಕವರು ಆಗ. ತಾಯಿ ವಯಸ್ಸಾದವರು, ಮನೆಗೆಲಸದಲ್ಲಿ ನೆರವಾಗಲು ಸಾಧ್ಯವಿರಲಿಲ್ಲ. ಹೀಗಾಗಿ ಅತ್ತಿಗೆಯ ಬೆನ್ನ ಮೇಲೆ ಕೆಲಸದ ಹೊರೆಯೆಲ್ಲ ಬಿದ್ದಿತ್ತು. ಅವಳು ಅಷ್ಟೇನೂ ಗಟ್ಟಿಮುಟ್ಟಾದ ಹೆಣ್ಣಲ್ಲದಿದ್ದರೂ ದಿನವಿಡೀ ಕಾರ್ಯಮಗ್ನಳಾಗಿರುತ್ತಿದ್ದಳು. ಸಹಕಾರೀ ಸಂಸ್ಥೆಯ ಕೆಲಸವಲ್ಲದೆ ಮನೆವಾರ್ತೆ ಬೇರೆ – ಅಡುಗೆ, ತೋಟ, ಕೋಳಿಗಳು. ತನ್ನ ಗಂಡನ ಪುಟ್ಟ ತಂಗಿಯಾದ ನ್ಗ್ವಯಳನ್ನು ಬಹಳ ಕಕ್ಕುಲಾತಿಯಿಂದ ಸಾಕಿ ಅವಳನ್ನು ಹೆಚ್ಚು ಕಮ್ಮಿ ಹಾಳು ಮಾಡಿದಳು ಎಂದೇ ಅನ್ನಬೇಕು. ನ್ಗ್ವಯ ಮನೆಗೆ ತಡವಾಗಿ ಬಂದಾಗಲೂ ಸೊಗಸಾದ ಊಟ ಬಿಸಿಯಾಗಿ ಅವಳಿಗಾಗಿ ತಯಾರಿರುತ್ತಿತ್ತು. ಆಗ ನ್ಗ್ವಯ ತಾನೂ ಮನೆಗೆಲಸದಲ್ಲಿ ಭಾಗಿಯಾಗಲು ಇಷ್ಟಪಡುತ್ತಿದ್ದಳು. ಆದರೆ ಘುಕ್ ನೆರೆಮನೆಗೆ

ಹೋಗಿ ಸಣ್ಣಪುಟ್ಟ ಕೆಲಸ ಮಾಡುತ್ತ ನ್ಗ್ಗಿಯ ಆರಾಮವಾಗಿ ನಿದ್ರೆ ಮಾಡಲು ಅವಕಾಶ ನೀಡುತ್ತಿದ್ದಳು.

ನ್ಗ್ಗಿಯ ತನ್ನ ಅತ್ತಿಗೆಯನ್ನು ಇತರ ಹೋರಾಟಗಾರರೊಂದಿಗೆ ಹೋಲಿಸಿದಳು. ಅವಳೊಂದಿಗೆ ಹೋರಾಡಿದ ಅವರು ಇಂದು ದೊಡ್ಡ ಸ್ಥಾನಗಳಲ್ಲಿದ್ದಾರೆ – ಪ್ರಾಂತೀಯ ಸೈನ್ಯದ ಮುಖ್ಯಸ್ಥರು, ಇತ್ಯಾದಿ. ಆಗೊಮ್ಮೆ ಈಗೊಮ್ಮೆ ಅವರು ಹಳ್ಳಿಯ ಮೂಲಕ ಹೊಸ ಬೈಸಿಕಲ್‌ನಲ್ಲಿ ಹಾದು ಹೋದಾಗ ಎಷ್ಟೋ ಮಂದಿ ಕರುಬುತ್ತಾರೆ. ಆದರೆ ಫುಕ್ ಹಾಗಲ್ಲ, ನಿರ್ಲಿಪ್ತಳು ಅವಳು. ತನ್ನ ದುಡಿಮೆಯ ಜೀವನದ ಕಷ್ಟ ಸುಖಗಳೇ ಅವಳಿಗೆ ಹಾಸಿ ಹೊದೆಯುವಷ್ಟಿತ್ತು. ಆದರೂ ತನ್ನ ಕಷ್ಟನಷ್ಟ ಕುರಿತು ಒಮ್ಮೆಯೂ ದೂರಿದವಳಲ್ಲ. ಆದುದರಿಂದಲೇ ನಿಯೋಜನೆಯಿಂದ ಗ್ರಾಮ ಕಾರ್ಯಕರ್ತನಾಗಲು, ಅಥವಾ ಮರಳಿ ಸೇನೆಗೆ ಸೇರಲು ಅವಳ ಗಂಡನಿಗೆ ಸಾಧ್ಯವಾಗಿತ್ತು. ಫುಕ್ ಇಲ್ಲದಿರುತ್ತಿದ್ದರೆ, ತಾಯಿಯ ಶುಶ್ರೂಷೆ, ಮನೆಗೆಲಸ ಎಲ್ಲವೂ ನ್ಗ್ಗಿಯಳ ಮೇಲೆ ಬೀಳುತ್ತಿತ್ತು. ಆಗ ಅವಳು ತನ್ನ ಮಹಿಳಾ ಸಂಘಟನೆ, ಉತ್ಪಾದನಾ ದಳ ಹಾಗೂ ಸಹಕಾರೀ ಸಂಸ್ಥೆಯಲ್ಲಿ ದುಡಿಯುವುದು ದುಸ್ತರವಾಗುತ್ತಿತ್ತು.

ಒಮ್ಮೊಮ್ಮೆ ನ್ಗ್ಗಿಯಳಿಗೆ ಕಿರಿಕಿರಿಯೂ ಆಗುತ್ತಿದ್ದುದುಂಟು. ತನ್ನ ಅತ್ತಿಗೆಯ ಯೋಚನೆಗಳೆಲ್ಲ ಈ ಪುಟ್ಟ ವಠಾರಕ್ಕೆ ಮಾತ್ರ ಸೀಮಿತವಾಗಿವೆಯೋ ಎನಿಸುತ್ತಿತ್ತು. ಫುಕ್ ತಮ್ಮ ಮನೆಯ ನಿಂಬೆಗಿಡದ ಒಂದೊಂದು ಕಾಯನ್ನೂ ಎಣಿಸುವಳು. ಬೇಲಿಯಲ್ಲಿ ಸಂದಿ ಕಾಣಿಸಿದರೆ ಒಡನೆ ಹುಲ್ಲಿನಿಂದ ಮುಚ್ಚುವಳು. ಕೋಳಿಮರಿಗಳ ತಲೆಯ ಮೇಲೆ ಹಸಿರು ಬಣ್ಣದಿಂದ ಗುರ್ತು ಮಾಡುವಳು. ಅವು ನೆರೆಹೊರೆಯವರ ಮರಿಗಳೊಂದಿಗೆ ಕಲೆತಾಗ ಗುರುತಿಸಲು ಸಾಧ್ಯವಾಗಲಿ ಎಂದು! ಇದೆಲ್ಲ ಕೃಪಣತನ ಎಂದೂ ಅನಿಸುವುದು. ಆದರೆ ತನ್ನದೇ ವಸ್ತು ಏನಾದರೂ ಕಾಣದಾದಾಗ ನ್ಗ್ಗಿಯಳಿಗೆ ಅತ್ತಿಗೆಯ ಸಹಾಯ ಬೇಕೇಬೇಕು. ಒಮ್ಮೆ ತನ್ನ ನೋಟ್‌ಪುಸ್ತಕ, ಲೆಕ್ಕಣಿಕೆಗಳು ಮಂಗಮಾಯವಾದಾಗ ನ್ಗ್ಗಿಯ ಹುಡುಕಿ ಹುಡುಕಿ ಸುಸ್ತಾದಳು, ಆಗ ಒಳ ಬಂದ ಫುಕ್ ಮೇಜಿನ ಸೆಳೆಖಾನೆಯನ್ನು ತೆರೆದು ತೋರಿಸಿದಳು. ನ್ಗ್ಗಿಯ ಬೇಜವಾಬ್ದಾರಿಯಿಂದ ಅಲ್ಲಿ ಇಲ್ಲಿ ಎಸೆದಿದ್ದ ವಸ್ತುಗಳನ್ನೆಲ್ಲ ಅಲ್ಲಿ ಓರಣವಾಗಿ ಇಡಲಾಗಿತ್ತು. ನ್ಗ್ಗಿಯ ಅಂದುಕೊಳ್ಳುವಳು, ಅತ್ತಿಗೆಗೆ ತನ್ನನ್ನು ಕಂಡರೆ ಅದೆಷ್ಟು ಮಮತೆ!

ಆದ್ದರಿಂದ ನ್ಗ್ಗಿಯಳಿಗೆ ತನ್ನ ಅತ್ತಿಗೆಯನ್ನು ಕಂಡರೆ ಭಯಮಿಶ್ರಿತ ಗೌರವ. ಹೀಗಾಗಿ ಅತ್ತಿಗೆಯನ್ನು ನಿಸ್ಸಂಕೋಚವಾಗಿ ಪ್ರಶ್ನಿಸುವುದು, ಅವಳೊಂದಿಗೆ ನಿರ್ಭಿಡೆಯಿಂದ ಮಾತಾಡುವುದು ಅವಳಿಗೆ ಕಷ್ಟವಾಗಿತ್ತು. ಈ ಕುರಿತು ಅವಳು ಯೋಚಿಸುತ್ತಿದ್ದುದೂ ಅಷ್ಟಕ್ಕಷ್ಟೆ. ಚಿಂತೆಗಳು ಬಾಧಿಸಿದಾಗ ಅತ್ತಿಗೆ ನೆನಪಿಗೆ ಬರುವಳು. ಆದರೆ ಅವಳ ಚಿಂತೆಗಳೂ ಬಹಳ ಹೊತ್ತು ಕಾಡುವುದಿಲ್ಲ! ಇಪ್ಪತ್ತು ನಿಮಿಷಗಳು ಕಳೆದವು ಎನ್ನುವಷ್ಟರಲ್ಲಿ ಕಣ್ಣೆವೆಗಳು ಭಾರವಾಗಿ ನಿದ್ರೆ ಅವಳನ್ನು ಆವರಿಸಿಬಿಡುತ್ತದೆ. ಮರುದಿವಸ ಎದ್ದಾಗ ಅವಳು ಹೊಸ ನ್ಗ್ಗಿಯ ಆಗಿ ಏಳುವಳು. ಕಾರ್ಯಬಾಹುಳ್ಯದ ಮತ್ತೊಂದು ಹಗಲು ಅವಳನ್ನು ಸ್ವಾಗತಿಸುವುದು... ಅವಳೊಬ್ಬಳದೇ ಅಲ್ಲ ಈ ಕಥೆ, ಯುದ್ಧಕಾಲದ ಎಲ್ಲ ತರುಣಿಯರದ್ದೂ ಇದೇ ನಿತ್ಯಚರಿ.

ಬಿಡಿಸಲಾರದ ಸಮಸ್ಯೆಯಾಗಿ ತೋರುತ್ತಾಳೆ ಈ ಅತ್ತಿಗೆ, ಅವಳು ಗೆರಿಲ್ಲಾ ಆದ ದಿವಸ ಗಳಿಂದಲೂ ಅವಳೊಬ್ಬ ಸರಳ ಜೀವಿ; ಆಯುಧವನ್ನು ಹಿಡಿದು ಹೋರಾಡುವುದಾಗಲಿ, ಮೈಮೇಲೆ ಗಾಯದ ಕಲೆಗಳನ್ನು ಹೊತ್ತು ತಿರುಗುವುದಾಗಲಿ ಅವಳಿಗೆ ವಿಶೇಷ ತ್ಯಾಗ ಎನಿಸಿರಲಿಲ್ಲ. ಹೆಮ್ಮೆ ಎನಿಸಿರಲಿಲ್ಲ. ಈಗಿರುವಷ್ಟರಲ್ಲೇ ಅವಳು ತೃಪ್ತಳು – ತನ್ನ ತ್ಯಾಗದ

ಲಾಭ ಪಡೆದುಕೊಳ್ಳುವ ಆಸೆಯೂ ಅವಳಿಗಿಲ್ಲ. ಸಹಕಾರೀ ಸಂಸ್ಥೆಯವರಿಂದ ತನ್ನ ಅವಶ್ಯಕತೆಗೂ ಮೀರಿದಷ್ಟು ಅಕ್ಕಿಯನ್ನು ಅವಳು ಎಂದೂ ಪಡೆದವಳಲ್ಲ. ಎರಡು ಕೊಯ್ಲುಗಳ ನಡುವೆ ಸರಕಾರವು ಅಗತ್ಯ ಬಿದ್ದ ಕುಟುಂಬಗಳಿಗೆ ಅಕ್ಕಿ ಮಾರಾಟ ಮಾಡುತ್ತಿದ್ದಾಗ, ಪ್ರತಿ ಬಾರಿಯೂ ಅವಳು ತನ್ನ ಪಾಲಿನ ಅಕ್ಕಿಯನ್ನು ಕೊಳ್ಳುತ್ತಿರಲಿಲ್ಲ – ದೇಶಕ್ಕೆ ತಾನು ಸಲ್ಲಿಸುವ ಅಳಿಲುಸೇವೆ ಇದು ಎಂದು ಬಗೆದು. ಬಂದೂಕು ಹಿಡಿದು ಹೋರಾಡುವುದಂತೂ ಈಗ ದೂರದ ಮಾತಾಯಿತು, ಅದಕ್ಕೆ.

ನ್ಗ್ಗಿಯಳನ್ನು ಕಂಡು ಅವಳೆಂದೂ ಅಸೂಯೆಪಟ್ಟವಳಲ್ಲ. ಮಾತ್ರವಲ್ಲ, ಅವಳ ಕೆಲಸಕ್ಕೆ ತೊಂದರೆಯಾದೀತೆಂದು ಅವಳನ್ನು ಸಂಸಾರದ ತಾಪತ್ರಯಗಳಿಂದ ಮುಕ್ತಳನ್ನಾಗಿ ಮಾಡಿದ್ದಳು. ತಮ್ಮ ಮನೆಯ ಮಗ ಸೈನ್ಯದಲ್ಲಿದ್ದಾನೆಂಬುದಾಗಲಿ, ಮಗಳು ದೇಶಸೇವೆ ಸಲ್ಲಿಸಲು ಕಂಕಣಬದ್ಧಳಾಗಿ ನಿಂತಿದ್ದಾಳೆಂಬುದಾಗಲೀ ಕುಟುಂಬಕ್ಕೆ ಹೆಮ್ಮೆಯ ವಿಷಯವಲ್ಲವೆ?

ಘುಕ್‌ಳಿಗೆ ಮೂವರು ಮಕ್ಕಳು. ಹಿಂದೆ ಇವರು ಅವಳಿಗೆ ದೊಡ್ಡ ತಲೆ ನೋವಾಗಿದ್ದರು. ರೋಗರುಜಿನದ ಮಕ್ಕಳಲ್ಲ. ಚೆನ್ನಾಗಿ ಕಟ್ಟುಮಸ್ತಾಗಿ ಬೆಳೆದಿದ್ದರು. ದೊಡ್ಡವರಿಬ್ಬರೂ ಆಗಲೇ ಶಾಲೆಗೆ ಹೋಗುತ್ತಾರೆ. ದೊಡ್ಡವಳು ಚಿಂಗ್ ಏನೂ ಓದದ ಶುದ್ಧ ಶುಂಠಿ. ಜಾಣೆ, ಆದರೆ ಸೋಮಾರಿ. ಮೂರನೇ ವರ್ಗ ಕಲಿಯುವಾಗಲಂತೂ ಅವಳಿಗೆ ಕೆಳ ದರ್ಜೆಯಲ್ಲಿ ಪಾಸ್ ಮಾಡುವುದೇ ಒಂದು ಸಂತೋಷ! ಮನೆಯಲ್ಲಿ ತಂದೆಯಿರಲಿಲ್ಲ. ತಾಯಿ, ಅತ್ತೆ ಇಬ್ಬರೂ ಸದಾ ಕೆಲಸದಲ್ಲಿ ಮಗ್ನರು, ಹೀಗಾಗಿ ಹದಿವಯಸ್ಸಿಗೆ ಕಾಲಿಟ್ಟಿದ್ದ ಚಿಂಗ್ ತನ್ನ ಸದಭ್ಯಾಸ ಗಳನ್ನೆಲ್ಲ ಕಳೆದುಕೊಳ್ಳುತ್ತ ಸಾಗಿದ್ದಳು. ಇವಳೊಂದಿಗೆ ಹೋರಾಡಿ ಸಾಕಾಗಿ ಉಪಾಧ್ಯಾಯಿನಿ ಮೂರು ಸಲ ಮನೆಯತನಕ ಬಂದಿದ್ದರು. ನಿಮ್ಮ ಮಗಳ ಮೇಲೆ ನಿಗಾ ಇಡಿ ಎಂದು ಎಚ್ಚರಿಸಿದ್ದರು. ಒಳ್ಳೆಯ ಮಾತಿನಲ್ಲಿ ಹೇಳಿದ್ದಾಯಿತು, ಬೈದಾಯಿತು, ಊಹೂಂ. ಚಿಂಗ್‌ಳದು ಒಂದೇ ವಾದ. "ಅಮ್ಮ, ನಾನಾಗಲೇ ಪಾಠ ಎಲ್ಲ ಓದಿಬಿಟ್ಟಿದೀನಮ್ಮ, ನನ್ನ ಹೋಂವರ್ಕ್ ಎಲ್ಲ ಮಾಡಿ ಮುಗಿಸಾಯ್ತು." ಇಷ್ಟೆಲ್ಲ ಆದರೂ ಮರುದಿವಸ ಅಧ್ಯಾಪಿಕೆ ಇವಳನ್ನು ಬಯ್ದು ಕಳಿಸುವರು. ಕಡಿಮೆ ಅಂಕಗಳು: ಏನೂ ಓದಿಲ್ಲದಿದ್ದರೆ ಬೇರೇನಾದೀತು ಎಂಬ ಬೈಗುಳ.

ಒಳ್ಳೇ ಸಮಸ್ಯೆ! ಘುಕ್ ತನ್ನ ಪತಿಯ ಮಾತನ್ನು ನೆನೆಯುವಳು. ನೀನು ಮಕ್ಕಳನ್ನು ಅತಿ ಮುದ್ದು ಮಾಡಿ ಹಾಳು ಮಾಡುತ್ತೀಯೆ. ಮಕ್ಕಳು ಕಲಿಯದೆ ಹಾಳಾಗುತ್ತವೆ. ಅಷ್ಟೇ ಅಲ್ಲ. ತಮ್ಮ ಸ್ಥೈರ್ಯ ಕಳೆದುಕೊಂಡು ತೀರಾ ಮೆತ್ತಗಿನವರಾಗುತ್ತಾರೆ. ಬೇರೆಯವರ ಸಹಾಯವನ್ನೇ ನೆಚ್ಚಿಕೊಂಡು ಬದುಕುತ್ತಾರೆ. ಹೊಗಳಿಕೆಗೆ ಬಲಿಯಾಗುತ್ತಾರೆ. ಕಡೆಗೆ ಸ್ವಾಭಿಮಾನ ತೊರೆಯುತ್ತಾರೆ. ಘುಕ್ ಮನಸ್ಸಿನಲ್ಲೇ ಅಂದುಕೊಂಡಳು: ಇಲ್ಲ, ನನ್ನ ಮಕ್ಕಳು ಹಾಗೆ ಆಗುವುದಿಲ್ಲ. ಏನೇ ಕಷ್ಟ ಬಂದರೂ ತಮ್ಮ ಕಾಲ ಮೇಲೆ ತಾವು ನಿಲ್ಲುತ್ತಾರೆ. ತಮ್ಮ ಬುದ್ಧಿಯನ್ನು ತಮ್ಮ ಕೈಯಲ್ಲಿ ಇಟ್ಟುಕೊಂಡು ಕಷ್ಟಗಳನ್ನು ಜಯಿಸುತ್ತಾರೆ. ಅವರನ್ನು ತಮಗೆ ತಾವೇ ಮೋಸ ಮಾಡಿಕೊಳ್ಳಲು ಬಿಡಬಾರದು, ಅದು ಮಹಾಪರಾಧವಾದೀತು.

ಚಿಂಗ್‌ಳಿಂದಾಗಿ ಅವಳ ತಾಯಿ ಎರಡು ಸಲ ಅತ್ತಿದ್ದಳು. ಚಿಂಗ್‌ಗೆ ಗೊತ್ತು, ತನ್ನ ತಾಯಿಗೆ ಪಾಠಗಳೊಂದೂ ಅರ್ಥವಾಗುವುದಿಲ್ಲ. ಹಾಗಾಗಿ ಅವಳು ಆಡಿದ್ದೇ ಆಟ. ಎರಡನೇ ದರ್ಜೆಯ ಬಳಿಕ ಓದು ನಿಲ್ಲಿಸಿಬಿಟ್ಟಿದ್ದಳು ಘುಕ್. ಆನಂತರ ಹಳ್ಳಿಯಲ್ಲಿ ವಯಸ್ಕರಿಗಾಗಿ ನಡೆಸಿದ ತರಗತಿಗಳಿಗೂ ಹೋಗಿರಲಿಲ್ಲ. ಛೆ, ಎಂಥ ಅನ್ಯಾಯವಾಯಿತು! ದೂರದೃಷ್ಟಿಯಿಲ್ಲದ ಹೆಣ್ಣು ತಾನು! ಅವಳು ನಿರ್ಧರಿಸಿಕೊಂಡಳು, ತಾನು ಚಿಂಗ್‌ನ ತರಗತಿಯವರೆಗೂ ಓದಬೇಕು.

ಆಗ ಮಾತ್ರ ಮಗಳಿಗೆ ಸಹಾಯ ಮಾಡಲು ಸಾಧ್ಯವಾದೀತು. ತಾಯಿ ಹಾಗೂ ನ್ಗ್ಯಯಳಿಗೆ ತಿಳಿಯದಂತೆ ಅವಳು ತನ್ನ ಓದನ್ನು ಪ್ರಾರಂಭಿಸಿದಳು. ದಿನಾಗಲೂ ಅರ್ಧ ತಾಸು ಉಪಾಧ್ಯಾಯಿನಿಯೊಬ್ಬಳು ಫುಕ್‌ಗೆ ಪಾಠ ಹೇಳುವಳು. ಕಾಗೆ ಕೂಗುವ ಮೊದಲೇ ಎದ್ದು ತನ್ನ ದೈನಂದಿನ 'ಹೋಂವರ್ಕ್' ಮಾಡಿ ಮುಗಿಸುವಳು ಫುಕ್. ಮೊದ ಮೊದಲು ತೊಂದರೆಯಾಯಿತಾದರೂ ಕ್ರಮೇಣ ರೂಢಿಯಾಯಿತು. ಯಾಕೆ, ಪಾಠಗಳಲ್ಲಿ ಒಲುಮೆ ಮೂಡಿತು. ಬಹುಬೇಗ ತನ್ನ ಮಗಳ ಮಟ್ಟಕ್ಕೆ ತಾನು ಬರಬೇಕು, ಅನಂತರ ಅವಳನ್ನೂ ಮೀರಿಸಬೇಕು. ಆಗ ಮನೆ ಮೇಷ್ಟ್ರ ಸ್ಥಾನವನ್ನು ತಾನೇ ತುಂಬಬಹುದು. ತನ್ನ ಮಗಳಿಗೆ ತಾನೇ ಪಾಠ ಹೇಳಬಹುದು ಎಂಬುದು ಅವಳ ಆಶಯವಾಗಿತ್ತು.

ನ್ಗ್ಯಯಳಿಗೆ ಅತ್ತಿಗೆಯ ಕಾರುಬಾರಿನ ಸುಳಿವೂ ಸಿಕ್ಕಲಿಲ್ಲ. ಫುಕ್ ತನ್ನ ಕೋಣೆಯಲ್ಲಿ ಗುಟ್ಟಾಗಿ ಓದುತ್ತಿದ್ದಳು, ದೀಪವನ್ನು ಮರೆಮಾಡಿಕೊಂಡು. ಈಗ ನ್ಗ್ಯಯ ದಳದ ನಾಯಕಿಯಾದ್ದರಿಂದ ಮನೆಯ ವಿಷಯಗಳಲ್ಲಿ ಆಸಕ್ತಿ ವಹಿಸಲು ಸಮಯವೂ ಸಿಕ್ಕುತ್ತಿರಲಿಲ್ಲ. ಆರ್ಘೋಲಾದ ತಳಿಯನ್ನು ತಾನೇ ಆರಿಸಿ ಅದನ್ನು ಬೆಳೆಯಲು ನಿರ್ಧರಿಸಿದ್ದಳು. ಅಕ್ಕಿಯ ಹಂಚುವಿಕೆ, ದಾಸ್ತಾನು ಗೃಹಗಳ ನಿರ್ಮಾಣ, ಬಾವಿಗಳನ್ನು ತೋಡುವುದು, ಎಲ್ಲ ಕೆಲಸಗಳಲ್ಲೂ ಅವಳೇ ಮುಂದಾಳು. ಸಂಸ್ಥೆಯ ಎಲ್ಲ ಕೆಲಸಗಳಿಗೂ ಉತ್ಪಾದನಾದಳವು ಉತ್ಸಾಹದಿಂದ ಓಗೊಡುತ್ತಿತ್ತು. ಲೆಕ್ಕವನ್ನು ಕರಾರುವಾಕ್ಕಾಗಿ ಇಡುವುದು, ರಸೀತಿಗಳನ್ನು ನೀಡುವುದು ಇವೆಲ್ಲ ಸಮಯ ತಿನ್ನುವ ಕೆಲಸಗಳು. ಕೆಲವೊಮ್ಮೆ ಇಡೀ ವಾರಗಟ್ಟಲೆ ಎಡೆಬಿಡದೆ ದುಡಿದು ಎಲ್ಲವನ್ನೂ ನೇರ್ಪುಗೊಳಿಸಬೇಕಾಗುತ್ತಿತ್ತು.

ಆರು ತಿಂಗಳುಗಳು ಹೀಗೆ ಉರುಳಿದವು. ಓದು ಭರದಿಂದ ಸಾಗಿದ್ದರೂ ಫುಕ್ ದೈನಂದಿನ ಮನೆಗೆಲಸವನ್ನು ಎಂದೂ ಕಡೆಗಣಿಸಲಿಲ್ಲ. ನಾಲ್ಕನೇ ದರ್ಜೆಯ ಪಾಠಗಳನ್ನು ಅವಳು ಆಗಲೇ ಪ್ರಾರಂಭಿಸಿದ್ದಳು. ಆದರೆ ಗಣಿತದಲ್ಲಿ ಐದನೇ ದರ್ಜೆಯ ವಿದ್ಯಾರ್ಥಿನಿಯಷ್ಟೇ ಚುರುಕಾಗಿದ್ದಳು. ಅವಳ ಆಸಕ್ತಿಯನ್ನು ಕಂಡ ಉಪಾಧ್ಯಾಯಿನಿಯು ಹೆಚ್ಚು ಸಮಯವನ್ನು ವಿನಿಯೋಗಿಸಲು ಮುಂದಾದಳು. ಹಂದಿಗಳ ಕೊಟ್ಟಿಗೆಯಲ್ಲಿ, ಬತ್ತದಿಂದ ಹೊಟ್ಟು ಬೇರ್ಪಡಿಸಿ ಕೇರುವಾಗ – ಯಾವಾಗಲೂ ಫುಕ್ ಮನಸ್ಸಿನಲ್ಲೇ ಲೆಕ್ಕವನ್ನು ಬಿಡಿಸಲು ಪ್ರಯತ್ನಿಸುವಳು.

ಆರಂಭವಾದ ದಳಗಳಲ್ಲೆಲ್ಲ ಒಂಭತ್ತನೆಯ ಉತ್ಪಾದನಾ ದಳ ಕಡೆಯದು. ಈಗದು ಸಹಕಾರೀ ಸಂಸ್ಥೆಯಲ್ಲೇ ಎರಡನೇ ಸ್ಥಾನದಲ್ಲಿದೆ. ಚರಂಡಿ ವ್ಯವಸ್ಥೆ ಮಾಡುವ ಕೆಲಸದಲ್ಲಿ ಅದು ಅಗ್ರಸ್ಥಾನದಲ್ಲಿದೆ. ಹೊಸ ವಿಧಾನಗಳನ್ನು ರೂಪಿಸುವುದರಲ್ಲಿ, ಸ್ವಪ್ರಯತ್ನದಿಂದ ಅಕ್ಕಿಯನ್ನು ಮಾರುವುದರಲ್ಲಿ ದಾಖಲೆ ಸ್ಥಾಪಿಸಿ ಪದಕಗಳನ್ನು ಅದು ಗೆದ್ದುಕೊಂಡಿತು. ಜಿಲ್ಲಾ ಹಾಗೂ ಪ್ರಾಂತೀಯ ಮಟ್ಟದ ಸಭೆಗಳಿಗೆ ನ್ಗ್ಯಯ ಆಗಾಗ ಹೋಗಬೇಕಾಗುತ್ತಿತ್ತು. ಮುಖ್ಯಸ್ಥರು ಸೇರಿದ ಸಭೆಗಳಲ್ಲಿ ಅವಳ ಹಾಗೂ ದಳದ ಕಾರ್ಯವಿಧಾನವನ್ನು ಕುರಿತು ಚರ್ಚಿಸಲು ಅವಳನ್ನು ಆಹ್ವಾನಿಸಿದ್ದು ಅವಳಿಗೆ ಸಂದ ದೊಡ್ಡ ಗೌರವವೇ ಆಗಿತ್ತು. ಪತ್ರಕರ್ತರು ಅವಳ ಛಾಯಾಚಿತ್ರಗಳನ್ನು ತೆಗೆದುಕೊಂಡರು. ಅವಳ ಧ್ವನಿಯನ್ನು ಮುದ್ರಿಸಿಕೊಂಡರು. ಹತ್ತೊಂಬತ್ತು ವಯಸ್ಸಿನ ಹೆಣ್ಣು ಹುಡುಗಿಯೊಬ್ಬಳು ಉತ್ಪಾದನಾ ದಳದ ನಾಯಕಿಯಾಗಿ, ಕೃಷಿ ಕಾರ್ಯದಲ್ಲಿ ಮಾದರಿ ಕೆಲಸಗಾರ್ತಿಯಾಗಿ, ಸೇನಾಪಟುವಾಗಿ, ಸಾಮೂಹಿಕ ಕ್ಷೇತ್ರದ ತಂತ್ರಾಗಾರದ ಮುಖ್ಯಸ್ಥೆಯಾಗಿ ಕೆಲಸ ನಿರ್ವಹಿಸುತ್ತಾಳೆ ಎಂಬುದು ಸೋಜಿಗದ ವಿಷಯವೇ.

ಒಂದು ವಸಂತಕಾಲದ ಸಂಜೆ. ಸೋನೆಮಳೆ ಬರುತ್ತಿತ್ತು. ಮನೆಗೆ ಬಂದ ನ್ಗಯಳ ಮನಸ್ಸು ಪ್ರಫುಲ್ಲವಾಗಿತ್ತು. ತನ್ನ ಬದುಕು ಒಂದು ನಿಶ್ಚಿತ ತಿರುವನ್ನು ಪಡೆಯಿತೆಂಬ ಸಂತಸ ಅವಳಲ್ಲಿ ಮನೆ ಮಾಡಿತ್ತು. ಆಕಾಶ ಕಪ್ಪಾಗಿತ್ತಾದರೂ ರಸ್ತೆಯ ಪ್ರತಿಯೊಂದು ವಸ್ತುವೂ ಅವಳಿಗೆ ಕಾಣಿಸುತ್ತಿತ್ತು. ಎಲ್ಲವೂ ತನ್ನ ಸಮೀಪದ್ದೇ ಎಂಬ ಭಾವ ಮೊಳೆತು ಅವಳ ಹೃದಯ ಅರಳಿತ್ತು. ವಸಂತದಲ್ಲಿ ಅಪರೂಪವಾದ ಅಡಕೆಯ ಸುವಾಸನೆ ಎಲ್ಲೆಡೆ ಹರಡಿತ್ತು. ಆ ರಾತ್ರಿಯ ನೆನಪಾಯಿತು ನ್ಗಯಳಿಗೆ: ತಾನು ಮೊದಲ ಯತ್ನದಲ್ಲಿ ಸೋತು ಹಿಂದಿರುಗಿ ಬಂದ ರಾತ್ರಿ. ಅತ್ತಿಗೆಗೆ ಎಲ್ಲವನ್ನೂ ಕತೆಯಂತೆ ಹೇಳಿದ್ದೆ ಆವತ್ತು... ಪಾಪದ ಅತ್ತಿಗೆ! ತನ್ನ ಪ್ರಗತಿ ಕಂಡು ಅವಳೇನೆಂದಾಳು?

ಹತ್ತು ಗಂಟೆಯಾಗಿದೆ. ಘುಕ್ ಮಕ್ಕಳೊಂದಿಗೆ ನಿದ್ರೆ ಹೋಗಿರಬಹುದು. ಅವಳನ್ನು ಮೆಲ್ಲಗೆ ಎಬ್ಬಿಸಿ ಇಂದು ಸ್ಪರ್ಧಾಕೂಟದಲ್ಲಿ ತನಗೆ ಕಾಣಿಕೆಯಾಗಿ ನೀಡಿದ ಕರವಸ್ತ್ರವನ್ನು ಅವಳಿಗೆ ಕೊಡಬೇಕು. ಆನಂತರ ತನ್ನ ಕತೆಯೆಲ್ಲವನ್ನೂ ಹೇಳಬೇಕು. ಇಡೀ ರಾತ್ರಿ ಹರಟುತ್ತ ಕಳೆಯಬೇಕು.

ಆದರೆ ಹೊಸ್ತಿಲ ಬಳಿ ಅವಾಕ್ಕಾಗಿ ನಿಂತುಬಿಟ್ಟಳು ನ್ಗಯ. ಒಳಗೆ ಬೆಳಕಿನ್ನೂ ಉರಿಯುತ್ತಿದೆ. ಕೋಣೆಯಲ್ಲಿ ಯಾರೊಂದಿಗೋ – ನೆರೆಯಾಕೆ ಇರಬೇಕು – ಘುಕ್ ಮೆಲುದನಿಯಲ್ಲಿ ಸಂಭಾಷಣೆ ನಡೆಸಿದ್ದಾಳೆ. ನ್ಗಯ ಕಳ್ಳ ಹೆಜ್ಜೆ ಇಡುತ್ತ ಬಾಗಿಲನ್ನು ಸಮೀಪಿಸಿದಳು. ಸಂಪೂರ್ಣವಾಗಿ ಅನಿರೀಕ್ಷಿತ ದೃಶ್ಯವೊಂದು ಕಂಡಿತು! ಘುಕ್ ಶಾಲೆಯ ನೋಟ್‌ಪುಸ್ತಕವನ್ನು ತಲ್ಲೀನತೆಯಿಂದ ಗಮನಿಸುತ್ತಿದ್ದಾಳೆ. ಅವಳ ಮುಂದೆ ತಲೆ ತಗ್ಗಿಸಿ ಮ್ಲಾನವದನೆಯಾಗಿ ಕುಳಿತವಳು ಚಿಂಗ್!

ಘುಕ್‌ಳ ಧ್ವನಿ:

"ನಿನಗೆ ಏನು ಎಂದರೆ ಏನೂ ಅರ್ಥವಾಗಿಲ್ಲ ಮರಿ. ಕೂಡೋದು ಕಳೆಯೋದರಲ್ಲೂ ತಪ್ಪು ಮಾಡ್ತೀ. ನಿನ್ನ ಉತ್ತರಗಳು ಎಲ್ಲಾ ತಪ್ಪು. ಇಲ್ನೋಡು, ಈ ಲೆಕ್ಕ ಬಿಡಿಸೋದು ಹೀಗೆ... ಇದು ಸರಿಯಾದ ಉತ್ತರ. ಇದೇನು ಅಂಥ ರಹಸ್ಯವಾಗಲೀ ಅದ್ಭುತವಾಗಲೀ ಅಲ್ಲ. ಸಾಧಾರಣ ಲೆಕ್ಕ."

ಚಿಂಗ್ ತಲೆಯೆತ್ತಿ ಉಡುಗಿದ ಸ್ವರದಲ್ಲಿ, "ಹೌದಮ್ಮಾ" ಎಂದಳು.

ಘುಕ್ ಮತ್ತೊಂದು ಪುಸ್ತಕವನ್ನೆತ್ತಿಕೊಂಡಳು.

"ಪ್ರಬಂಧ ಪಾಠದಲ್ಲೂ ನಿನಗೆ ಏನೂ ಬರೋದಿಲ್ಲ. ನಿನಗೆ ಗಾದೆಗಳ ಅರ್ಥವೇ ಗೊತ್ತಿಲ್ಲ. ಇಲ್ಲಿ ಬರ್ದಿರೋದೆಲ್ಲ ಹುಚ್ಚುಚ್ಚಾರ ಬರೆದಿದ್ದೀಯ. ಕೆಲಸಕ್ಕೆ ಬಾರದ ನಾಲಾಯಖ್ಖುಗಳನ್ನು ಅಕ್ಕಿ ಮೂಟೆ ಅಂತಲೋ, ನಡೆದಾಡೋ ತೂಗುಬಳೆ ಅಂತಲೋ ಕರೀತಾರೆ. ಯಾಕೆ ಗೊತ್ತಾ? ಹೊಟ್ಟೆ ತುಂಬಾ ಅನ್ನ ತುಂಬಿಕೊಂಡು ಓಡಾಡ್ತಾರೆ. ತೂಗುಬಳೆ ಮೇಲೆ ಬಟ್ಟೆ ನೇತುಹಾಕಿದ ಹಾಗೇ ಅವರ ಅಸ್ಥಿಪಂಜರದ ಮೇಲೂ ಬಟ್ಟೆ ತೂಗು ಹಾಕಿರುತ್ತೆ, ಅಷ್ಟೆ. ಅವರಿಗೆ ಹಾಕೋ ಊಟ ದಂಡ, ಅವರು ಹಾಕ್ಕೊಳ್ಳೋ ಬಟ್ಟೆಯೂ ದಂಡ, ಏನೂ ಓದದೆ ಮಡ್ಡಿಯಾಗೇ ಇದ್ದರೆ ನೀನೂ ಹಾಗೇ ಆಗ್ತಿ. ಅರ್ಥ ಆಯ್ತಾ?"

ಚಿಂಗ್ ಸುಮ್ಮನಿದ್ದಳು. ಘುಕ್ ಮುಂದುವರಿದಳು:

"ಏನು? ನಾಳೆಯಿಂದ ಸರಿಯಾಗಿ ಗಂಭೀರವಾಗಿ ಓದ್ತೀನಿ, ಸದಾ ಆಟ ಆಡೋದಿಲ್ಲ ಅಂತ ಪ್ರಮಾಣ ಮಾಡ್ತೀಯೋ?"

"ಹೂನಮ್ಮ."

"ಜಾಣೆ. ನಿನ್ನ ಪ್ರಮಾಣ ನಂಬ್ತೀನಿ. ಈಗ ಹೊತ್ತಾಯಿತು, ಮಲಗಿಕೋ ಹೋಗು ಮರಿ."

ಚಿಂಗ್ ತಾಯಿಯತ್ತ ನೋಡಿ ಸರಕ್ಕನೆ ಸೊಳ್ಳೆಪರದೆಯ ಕೆಳಗೆ ನುಸುಳಿಕೊಂಡಳು. ಅಮ್ಮನಿಗೆ ಇಷ್ಟೆಲ್ಲ ಯಾವಾಗ ಗೊತ್ತಾಯಿತು? ತನಗೆ ಎಷ್ಟು ಚೆನ್ನಾಗಿ ಪಾಠದ ಅರ್ಥ ಹೇಳಿದಳು!

ಘುಕ್ ಮತ್ತೆ ನುಡಿದಳು:

"ನನಗೇನೂ ಗೊತ್ತಿಲ್ಲ ಅಂತ ತಿಳಕೋಬೇಡ. ನೀನು ಹತ್ತನೇ ವರ್ಗಕ್ಕೆ ಹೋದರೂ ನಿನಗೆ ಪಾಠ ಹೇಳಿಕೊಡ್ಲೋಕ್ಕೆ ಬರುತ್ತೆ ನನಗೆ."

ಆಶ್ಚರ್ಯಗೊಂಡವರಲ್ಲಿ ಚಿಂಗ್ ಮತ್ತು ನ್ಗ್ಗಯ ಇಬ್ಬರೂ ಸೇರಿದ್ದರು.

ನ್ಗ್ಗಯಳಿಗೆ ಅತ್ತಿಗೆಯ ಚರ್ಯೆಗಳೆಲ್ಲ ನೆನಪಿಗೆ ಬಂದವು – ಅವಳು ಬೇಗನೇ ಏಳುತ್ತಿದ್ದುದು, ಸದಾ ಏನನ್ನೋ ಯೋಚಿಸುತ್ತ ಮನಸ್ಸಿನಲ್ಲೇ ಲೆಕ್ಕ ಹಾಕುತ್ತಿದ್ದುದು... ನಿಜವೇನೆಂದು ಅವಳಿಗೆ ಹೊಳೆಯಿತು. ಅಬ್ಬಾ ಅತ್ತಿಗೆಯೇ ! ಅವಳ ಸಂಕಲ್ಪ ಶಕ್ತಿಯೇ !

ಬಾಗಿಲು ತಳ್ಳಿಕೊಂಡು ಒಳಹೊಕ್ಕು "ಅಕ್ಕ, ನಾನು..." ಎಂದಳು. ನ್ಗ್ಗಯಳ ಎರಡೂ ಕೈಗಳನ್ನು ತನ್ನ ಕೈಯಲ್ಲಿ ಹಿಡಿದುಕೊಂಡಳು ಅವಳ ಅತ್ತಿಗೆ. ನ್ಗ್ಗಯಳ ಕಣ್ಣುಗಳಲ್ಲಿ ಆನಂದದ ಕಣ್ಣೀರು ಕಂಡು ಊಹಿಸಿದಳು.

"ನ್ಗ್ಗಯ ಮರಿ, ಶುಭಾಶಯಗಳು ! ಆದರೆ..."

"ಏನು ?"

"ಹಿಡಿದ ಕೆಲಸದಲ್ಲಿ ನೀನು ಯಶಗಳಿಸಿ, ಇಷ್ಟು ಸಂತೋಷಪಡುವ ದಿನ ಬರಲಿದೆ ಅಂತ ನನಗೆ ಮುಂಚೇನೇ ಗೊತ್ತಿತ್ತು. ನಿನ್ನ ಯೋಗ್ಯತೆಗೆ ಮೀರಿದ್ದೇನಲ್ಲ ಬಿಡು!"

ನ್ಗ್ಗಯ ಒಂದು ಕ್ಷಣ ಅತ್ತಿಗೆಯನ್ನು ದಿಟ್ಟಿಸಿದಳು.

"ನಾನು ಬಾಗಿಲಲ್ಲೇ ಎಲ್ಲ ಕೇಳಿಸಿಕೊಂಡೆ. ನಾನು ನಿನ್ನ ಮೊಣಕಾಲಿನ ಎತ್ತರಕ್ಕೂ ಬರೋದಿಲ್ಲ ಅತ್ತಿಗೆ... ನಿನ್ನಷ್ಟು ದೊಡ್ಡವಳಲ್ಲ ನಾನು..."

ಘುಕ್‌ಳ ಮುಗುಳ್ನಗು ಮಧುರವಾಗಿತ್ತು. "ಛೆ! ಒಂದಕ್ಕೊಂದು ಸಂಬಂಧವೇ ಇಲ್ಲದ್ದನ್ನು ಹೋಲಿಸೋದು ತಪ್ಪು..."

ನ್ಗ್ಗಯ ಮೌನಿಯಾದಳು. ಅತ್ತಿಗೆಯ ಬದಿಯಲ್ಲಿ ಕುಳಿತು ಅವಳ ಭುಜಕ್ಕೊರಗಿದಳು. ತಾನು ತಂದಿದ್ದ ಟವೆಲನ್ನು ಅತ್ತಿಗೆಯ ಕೆನ್ನೆಗೆ ಒತ್ತಿದಳು. ಅವಳ ಮೈಬಿಸಿ ಇವಳ ಕೈಗೆ ಹರಿಯಿತು. ನ್ಗ್ಗಯ ಒಮ್ಮೆಲೆ ಅಂದುಕೊಂಡಳು. "ಅತ್ತಿಗೆಯಂಥವರು ಹತ್ತಿರವಿದ್ದರೆ ಮಾತ್ರ ನನ್ನಂಥವರ ಪ್ರಗತಿ ಸಾಧ್ಯವಾದೀತು." ಅವಳಲ್ಲಿ ಆತ್ಮವಿಶ್ವಾಸ ಮೂಡಿತು. ಗೆಲುವಾದಳು. ತುಂಬಾ ಹೊತ್ತಾಗಿತ್ತು. ರಾತ್ರಿಯ ಇಬ್ಬನಿಯೊಂದಿಗೆ ಬೆರೆತ ಅಡಕೆ ಹೂಗಳ ನಸುಗಂಪು ಎಲ್ಲೆಡೆ ಪಸರಿಸಿತ್ತು. ದೂರದ ಕಾಲುವೆಯಿಂದ ನೀರಿನ ಪಂಪ್ ಒಂದರ ಜೀಕು ಏಕಪ್ರಕಾರವಾಗಿ ಕೇಳಿಸುತ್ತಿತ್ತು.

○ ನ್ಗ್ಯೆನ್ ಕಂಗ್ ಹ್'ಆನ್

ಕ್ರೀಡಾ ಪ್ರೇಮ

ಜಿಲ್ಲಾಧಿಕಾರಿ ಲೆ ಥಂಗ್ ಹೊರಡಿಸಿದ ಅಜ್ಞಾಪತ್ರವನ್ನು ನ್ಗು ವಾಂಗ್ ಗ್ರಾಮಕ್ಕೆ ಸರಕಾರೀ ಸಿಪಾಯಿಯೊಬ್ಬ ತಂದೊಪ್ಪಿಸಿದ.

ನಿರೂಪ

ನ್ಗು ವಾಂಗ್ ಗ್ರಾಮದ ಗಣ್ಯರೆಲ್ಲರಿಗೂ ಈ ಆಜ್ಞಾಪತ್ರದ ಮೂಲಕ ತಿಳಿಯಪಡಿಸುವುದೇನೆಂದರೆ:

ಸ್ಥಳೀಯ ಆಡಳಿತರಂಗದ ಆಶ್ರಯದಲ್ಲಿ ಜಿಲ್ಲಾ ಕ್ರೀಡಾಂಗಣ ದಲ್ಲಿ ಮಾರ್ಚ್ 19ರಂದು (ಎಂದರೆ ಅನಾಮೀ ಪಂಚಾಂಗದ ಪ್ರಕಾರ ಮೊದಲ ತಿಂಗಳಿನ 29ನೇ ದಿವಸ) ಜಿಲ್ಲೆಯ ಉತ್ತಮ ಆಟಗಾರರ ಎರಡು ಬಣಗಳ ನಡುವೆ ಕಾಲ್ಚೆಂಡಿನ ಸ್ಪರ್ಧೆಯನ್ನು ಏರ್ಪಡಿಸಲಾಗಿದೆ. ಈ ಸಂದರ್ಭದಲ್ಲಿ ಕೆಳಕಂಡ ಸೂಚನೆ ಗಳನ್ನು ಕಟ್ಟುನಿಟ್ಟಾಗಿ ಪಾಲಿಸಬೇಕು.

ಹಳ್ಳಿಯ ಮುಖ್ಯರೆಲ್ಲರೂ ಸಮಾರಂಭಕ್ಕೆ ಕಡ್ಡಾಯವಾಗಿ ಆಗಮಿಸುವುದಲ್ಲದೆ ಜತೆಗೆ ನೂರು ಮಂದಿ ಗ್ರಾಮಸ್ಥರನ್ನು ಕರೆತರಬೇಕು. ಎಲ್ಲರೂ ಮಧ್ಯಾಹ್ನದ ವೇಳೆಗೆ ಮೇಲೆ ಸೂಚಿಸಿದ ಸ್ಥಳದಲ್ಲಿ ಉಪಸ್ಥಿತರಾಗಿರಬೇಕು. ಕಳೆದ ತಿಂಗಳು ನಡೆದ ಕ್ರೀಡಾಂಗಣದ ಉದ್ಘಾಟನಾ ಮಹೋತ್ಸವದಲ್ಲಿ ಪಾಲ್ಗೊಂಡವರಿಗೆ ಈ ಆಜ್ಞೆ ಅನ್ವಯಿಸುವುದಿಲ್ಲ.

ಸಮಾರಂಭಕ್ಕೆ ಆಗಮಿಸುವವರೆಲ್ಲರೂ ನೀಟಾದ ಉಡುಪನ್ನು ಧರಿಸಿ ಬರಬೇಕು. ಎಲ್ಲರೂ ಸಭ್ಯರಾಗಿ ಗಾಂಭೀರ್ಯದಿಂದ ವರ್ತಿಸಬೇಕು. ಆಹ್ವಾನಿತ ಅತಿಥಿಗಳಲ್ಲಿ ಅನೇಕ ಗಣ್ಯ ಅಧಿಕಾರಿಗಳೂ ಸೇರಿರುತ್ತಾರೆ. ಆದ್ದರಿಂದ ಆಟದ ನಡುವೆ ಮತ್ತೆ ಮತ್ತೆ ಹರ್ಷೋದ್ಗಾರಗಳೂ ಕರತಾಡನವೂ ಕೇಳಿಬರಬೇಕು.

ನ್ಗು ವಾಂಗ್ ಗ್ರಾಮದವರು ಹತ್ತು ಘಂಟೆಯ ಸರಿಸುಮಾರಿಗೆ ಐದು ಧ್ವಜಗಳನ್ನು ತಂದು ಕ್ರೀಡಾಂಗಣದಲ್ಲಿ ಸ್ಥಾಪಿಸಬೇಕು. ಈ ಸಮಾರಂಭವನ್ನು ಗಂಭೀರವಾಗಿ ಪರಿಗಣಿಸಲಾಗುವುದು. ಅಜಾಗರೂಕತೆಯಿಂದ ವರ್ತಿಸಿದವರನ್ನು ಕೆಲಸದಿಂದ ವಜಾ ಮಾಡಲಾಗುವುದು.

ಮ್ಯಾಂಡರಿನ್ ಲೆ ಥಂಗ್.

* * *

ಮೇಯರ್ ಸಾಹೇಬನ ಮುಂದೆ ನಿಂತು ಅಂಗಲಾಚುತ್ತಿದ್ದ ಮಿಚ್‌ನ ಮುಖ ಕಿವಿಚಿತ್ತು. "ದಯವಿಟ್ಟು, ಸ್ವಾಮಿ, ನನ್ನನ್ನು ಮಾಫಿ ಮಾಡಬೇಕು. ಪ್ರಭುಗಳೇ... ಸಾಲ ಚುಕ್ತಾ ಮಾಡೋದಕ್ಕೋಸ್ಕರ ಮಾನ್ಯ ಡೆಪ್ಟಿ ಸಾಹೇಬರ ತಾವ ನಾಳೆ ದುಡಿಬೇಕು. ನಾನು ಹೋಗದೆ ಇದ್ದರೆ ನನ್ನನ್ನ ಸಾಯಬೀಳ ಹೊಡೀತಾರೆ."

ಮೇಯರ್ ಸಾಹೇಬ ಮುಖ ಸಿಂಡರಿಸಿ ತಲೆಯಲ್ಲಾಡಿಸಿದ. ಕೈಯಲ್ಲಿದ್ದ ಬೆತ್ತವನ್ನು ಮೇಲೆತ್ತಿ ಎಚ್ಚರಿಕೆಯ ಧ್ವನಿಯಲ್ಲಿ ಹೇಳಿದ: "ಅದು ನಿನ್ನ ದುರದೃಷ್ಟ. ಇದು ದೊಡ್ಡ ಸಾಹೇಬರ ಆಜ್ಞೆ. ನಾನು ರೆಜಿಸ್ಟ್ರಿ ತೆಗೆದು ನೋಡಿಯಾಯ್ತು. ಈಗ ಹೋಗಬೇಕಾದವನು ನೀನೇ."

"ನಿಮ್ಮ ಕಾಲಿಗೆ ಬೀಳ್ತೀನಿ. ನೂರು ಸಲ... ಸಾವಿರ ಸಲ ಅಡ್ಡ ಬೀಳ್ತೀನಿ. ನಾಳೆ ಮಾತ್ರ ನನಗೆ ಹೋಗೊದಕ್ಕೆ ಹೇಳಬೇಡಿ. ಮಾನ್ಯ ಡೆಪ್ಟಿ ಸಾಹೇಬರು ನನ್ನ ಮೇಲೆ ಕಣ್ಣಿಟ್ಟರೆ... ಬಡವನ ಹೊಟ್ಟೆ ಮೇಲೆ ಹೊಡಿಬೇಡಿ ಸ್ವಾಮಿ."

"ಅಂಥಾ ತೊಂದರೆ ಇತ್ತೂಂದ್ರೆ ಸಾಹೇಬರಿಗೆ ಹೇಳಿ ಇನ್ನೊಂದು ದಿವಸ ಕೆಲಸ ಮಾಡಿಕೊಡು."

"ಅಯ್ಯಯ್ಯೋ! ಅವರ ಚಾಕರಿ ಮಾಡೋನು ನಾನು ಅವರಿಂದಲೇ ನನಗೆ ಗಂಜಿ–ನೀರು ಸಿಕ್ತಿದೆ. ಅವರಿಗೆ ಕೋಪ ಬಂತೂಂದ್ರೆ ದೇವರೆ ಗತಿ."

"ನೀನು ಗಂಜಿ ಕುಡಿದು ಸಾಯ್ತೀಯೋ, ಬರಿ ಹೊಟ್ಟೇಲೆ ಸಾಯ್ತೀಯೋ ಅದನ್ನ ಕಟ್ಕೊಂಡು ನನಗೇನು! ಮೇಲಿನ ಸಾಹೇಬರು ಆಜ್ಞೆ ಮಾಡಿದಾರೆ, ಅದನ್ನ ನಡೆಸಿಕೊಡೋದೆಷ್ಟೋ ಅಷ್ಟು ಗೊತ್ತು ನನಗೆ. ನನ್ನ ಮಾತು ಮೀರಿದವರ ಹೆಸರನ್ನ ಜಿಲ್ಲಾಧಿಕಾರಿಗೆ ಕೊಟ್ಟು ಬಿಡ್ತೀನಿ. ಜೈಲಲ್ಲಿ ಕೊಳೀಬೇಕಾಗುತ್ತೆ."

"ನಿಮ್ಮ ದಮ್ಮಯ್ಯ. ನನ್ನನ್ನ ಉದ್ಧಾರ ಮಾಡೋದು, ನಾಶ ಮಾಡೋದು ಎರಡೂ ನಿಮ್ಮ ಕೈಯಲ್ಲೇ ಇದೆ. ದಯ ತೋರಿಸ್ಬೇಕು ಸ್ವಾಮಿ, ಬೇಡಿಕೋತೀನಿ."

"ಎಷ್ಟು ಬೇಕಾದರೂ ಬೇಡಿಕೋ. ನಿನ್ನ ಮೇಲೆ ನಾನು ದಯ ತೋರಿಸಿದರೆ, ನನ್ನ ಮೇಲೆ ಯಾರು ತೋರಿಸ್ತಾರೆ? ಇಲ್ಲಿ ಕೇಳು, ನೀನಾಗಿ ನೀನೇ ಅಲ್ಲಿಗೆ ಹೋದೆಯೋ ಸರಿ. ಇಲ್ಲವೋ ನಿನ್ನನ್ನ ಎಳೆಸಿಕೊಂಡು ಕರ್‍ಕೊಂಡು ಹೋಗೋಕ್ಕೂ ಸೈ. ಗೊತ್ತಾಯಿತಾ?"

✶ ✶ ✶

ಶ್ರೀಮತಿ ಗಾಯ್ ತಾನು ತಂದಿದ್ದ ಒಂದು ಹಿಡಿ ಅಡಕೆಯನ್ನ ಜೋಕೆಯಿಂದ ಮೇಜಿನ ಮೇಲೆ ಸುರಿದಳು. ಬಾಗಿಲ ಬಳಿಯಲ್ಲಿ ಕುಳಿತು ಕಾತರದಿಂದ ಕಿವಿಯನ್ನು ತುರಿಸಿಕೊಂಡಳು.

"ಸ್ವಾಮೀ, ನನ್ನ ಯಜಮಾನರಿಗೆ ಇನ್ನೂ ಜಡ್ಡು ಬಿಟ್ಟಿಲ್ಲ. ಮೈಯಲ್ಲಿ ಒಂದಿಷ್ಟೂ ತ್ರಾಣ ಇಲ್ಲ. ಇಲ್ಲಿಗೆ ಬಂದರೆ ನೀವು ಬಯ್ಯುತ್ತೀರಿ ಅಂತ ಮನೆಯಲ್ಲೇ ಉಳಿದುಕೊಂಡರು. ಈ ಸಲ ಆಟ ನೋಡೋದಕ್ಕೆ ಅವರಿಗೆ ಹೋಗೋಕ್ಕಾಗೋದಿಲ್ಲ. ನೀವು ದೊಡ್ಡವರು, ಒಂದು ಮಾತು ಹೇಳಿದರ ನಡೀತದ."

"ಅಲ್ಲಮ್ಮಾ, ಇಲ್ಲಿ ಕೇಳು, ಸರ್ಕಾರದ ವ್ಯವಹಾರ ಅಂದರೆ ಹೆಂಗಸರ ವ್ಯವಹಾರದಷ್ಟೇ ಸಲೀಸು ಅಂದುಕೊಂಡ್ಯಾ?"

"ಬೇರೆ ಯಾರನ್ನಾದರೂ ಕಳಿಸೋದಿಕ್ಕಾಗೋಲ್ವಾ ಸ್ವಾಮಿ? ದಯವಿಟ್ಟು ಹಾಗೆ ಮಾಡಿ. ನನ್ನ ಯಜಮಾನರಿಗೆ ನಿಜವಾಗಿಯೂ ಹುಷಾರಿಲ್ಲ. ಮುಂದಿನ ಸಲ ಅವರು ಖಂಡಿತ ತಪ್ಪಿಸಿಕೊಳ್ಳೋಲ್ಲ."

"ಹುಷಾರಿಲ್ಲದೆ ಇರಲಿ, ಸಾಯ್ತಾನೇ ಇರಲಿ, ಹೋಗಲೇಬೇಕು. ಇದು ಮೇಲಿಂದ ಬಂದಿರೊ ಆಜ್ಞೆ. ಹಾಗೇಂತ ಎಲ್ರನ್ನೂ ಸುಮ್ನೆ ಬಿಟ್ಟುಬಿಟ್ಟರೆ ಆಟ ಆಡೋಕೆ ನಾಯಿ ಕುನ್ನಿಗಳನ್ನು ಕರ್ಕೊಂಡು ಬರ್ಬೇಕಷ್ಟೆ.

"ಹುಷಾರಿದ್ದಿದ್ದರೆ ಬರೋದಿಕ್ಕೇನು ? ಅಲ್ಲಿಂದ ಇಲ್ಲಿಗೆ ಒಂಬತ್ತು ಕಿಲೋಮೀಟರ್ ದಾರಿ ಅಂದರೆ ಸುಮ್ಮನೆ ಆಯಿತೆ ? ಅದೂ ಈ ರಣ ಬಿಸಿಲಲ್ಲಿ... ಅವರೆಲ್ಲಾದರೂ ಸತ್ತುಹೋದರೆ..."

"ಅದಕ್ಕೂ ನನಗೂ ಸಂಬಂಧ ಇಲ್ಲ. ಎಲ್ಲಿ, ಸಾಕು ಮಾಡು. ನೀನು ಇನ್ನು ಏನು ಹೇಳಿದರೂ ನಾನು ಕೇಳೋದಿಲ್ಲ."

"ಆ ದಿನ ಬಜಾರಿಗೆ ಹೋಗದಿದ್ದರೆ ನಾನೇ ಅಲ್ಲಿಗೆ ಹೋಗಬಹುದು, ಅವರ ಬದಲು."

"ಖಂಡಿತವಾಗಿಯೂ ಇಲ್ಲ ! ಗಂಡಸರು ಮಾತ್ರ ! ಕಾಲ್ಚೆಂಡಿನ ಆಟದಲ್ಲಿ ಹೆಂಗಸರಿಗೇನು ಕೆಲಸ?"

"ಅಯ್ಯೋ ದೇವರೆ, ಈಗೇನು ಮಾಡಲಿ? ಈಗೇನು ಮಾಡಲಿ?" ಎಂದು ನಿಟ್ಟುಸಿರು ಬಿಟ್ಟಳು ಆ ವೃದ್ಧೆ.

*　　*　　*

ಶ್ರೀಮತಿ ಬಿಂಗ್‌ಳ ಕಣ್ಣುಗಳು ತೇವಗೊಂಡಿದ್ದವು. ಒಮ್ಮೆ ಕಣ್ಮುಚ್ಚಿ ತೆರೆದು ಮಂದಹಾಸ ಬೀರಿದಳು.

"ನಮ್ಮ ಕಾಣಿಕೆ ಒಪ್ಪಿಸಿಕೊಳ್ಳಿ ಸ್ವಾಮೀ. ನನ್ನ ಮಗನಿಗೆ ಆಟ ನೋಡೋಕ್ಕೆ ಹೋಗ ಬೇಕೂಂದ್ರೆ ಖುಷಿ. ಆದರೆ ಅವತ್ತೊಂದು ಮದುವೆ ಔತಣ ಇದೆ. ಅವನು ತನ್ನ ಬದಲು ಸಂಗ್‌ನನ್ನ ಕಳಿಸ್ತಾನೆ. ನಿಮ್ಮದು ಏನೂ ಆಕ್ಷೇಪಣೆ ಇಲ್ಲ ತಾನೆ?"

"ಮ್ಯಾಂಡರಿನ್ ಸಾಹೇಬರಿಗೆ ತಿಳಿಯಿತೂಂದ್ರೆ ನನ್ನ ತಲೆ ಉರುಳಿತೂಂತ್ಲೆ ಲೆಕ್ಕ."

"ಅಯ್ಯೋ, ಅದೇನು ಗೊತ್ತಾಗಲಿಕ್ಕಿಲ್ಲ. ಅವರು ಎಷ್ಟು ಮಂದಿ ಇದ್ದಾರೆಂದು ಎಣಿಸುತ್ತಾರೆ, ಅಷ್ಟೆ. ಬಂದವರ ಗುರುತುಚೀಟಿ ಏನೂ ವಿಚಾರಿಸೊಲ್ಲ."

"ನಿನ್ನ ಮಗನ ಕಾಣಿಕೆ ತಗೋಳೋಕೆ ನನಗಂತೂ ತುಂಬಾ ಭಯವಾಗುತ್ತೆ. ಸರ್ಕಾರೀ ಆಡಳಿತ ಅಂದರೆ ತಮಾಷೆ ಅಲ್ಲ."

" ದಯವಿಟ್ಟು ತಗೊಳ್ಳಿ. ಧರ್ಮದ ಹೆಸರಲ್ಲಿ"

"ಸಂಗ್, ಹೋಗೋದು ಹೋಗ್ತಾನೆ, ಅವನ ಭಿಕಾರಿ ವೇಷದಲ್ಲೋ ಇಲ್ಲ...?"

"ಅವನಾಗಲೇ ಸೊಗಸಾದ ಬಟ್ಟೇನ ಕೇಳಿ ಇಸ್ಕೊಂಡಾಯ್ತು. ನಾನೇ ಖುದ್ದಾಗಿ ಕೊಡಿಸಿಕೊಟ್ಟೆ."

ನಾಣ್ಯಗಳನ್ನು ಜೇಬಿಗೆ ಸೇರಿಸುವಾಗ ಮೇಯರನ ಮುಖ ಗಂಟಿಕ್ಕಿತು.

"ನಿಮ್ಮಂಥವರಿಂದ ನಮಗೆ ಉಳಿಗಾಲ ಇಲ್ಲ!"

"ತಮ್ಮ ಬದಲು ಇನ್ನೊಬ್ಬರನ್ನ ಕಳಿಸಿದರೆ ತಪ್ಪೇನೂ ಇಲ್ಲ ತಾನೆ?"

"ಉಹೂಂ, ಆಯಿತು, ಸಿಂಗ್‌ಗೆ ಹೇಳು, ಕಾಗೆ ಕೂಗೋ ಹೊತ್ತಿಗೆಲ್ಲ ಗ್ರಾಮ ಭವನದ ಹತ್ತಿರ ಇರಬೇಕೂಂತ."

"ಅವನಿಗೆ ಒಂದಿಷ್ಟು ಗಂಜಿ ಹೊಯ್ದುಕೊಳ್ಳೋದಕ್ಕಾದರೂ ಸಮಯ ಕೊಡೋದಿಲ್ವೆ? ಆಟ ಶುರುವಾಗೋದು ಎರಡಕ್ಕೋ ಮೂರಕ್ಕೋ. ಮಧ್ಯಾಹ್ನಕ್ಕೆ ಕೊಂಚ ಮುಂಚೆ ಹೊರಟ ರಾಯಿತು. ಅವನಿಗೆ ನಮ್ಮ ತೋಟದಲ್ಲಿ ಒಂದಷ್ಟು ಕೆಲಸ ಮಾಡೋಕ್ಕೂ ಹೇಳಿದೀನಿ."

ಎಲ್ಲರೂ ಮಧ್ಯಾಹ್ನವೇ ಅಲ್ಲಿರಬೇಕೂಂತ ಮ್ಯಾಂಡರಿನ್ ಸಾಹೇಬರ ಆಜ್ಞೆ, ನಾವು ಹನ್ನೊಂದು ಗಂಟೆಗಾದರೂ ಅಲ್ಲಿರಲೇಬೇಕು. ಹತ್ತು ಗಂಟೆಗೆ ಬಾವುಟ ಬೇರೆ ನೆಡಬೇಕು. ಅಂದರೆ ಐದು ಇಲ್ಲವೆ ಆರು ಗಂಟೆಗೆಲ್ಲಾ ನಾವು ಹಳ್ಳಿ ಬಿಡಬೇಕು. ಎಲ್ಲರೂ ಗ್ರಾಮಭವನಕ್ಕೆ ಕಾಗೆ ಕೂಗೋ ವೇಳೆಗೆ ಬಂದುಬಿಡಲಿ."

"ಊರಿಗಿಂತ ಮುಂಚೆ ಅಲ್ಲಿ ಹೋಗಿ..."

"ಇಲ್ಲಿ ನೋಡು, ನಿನಗೆ ಒಪ್ಪಿಗೆ ಇಲ್ಲದಿದ್ದರೆ, ನಿನ್ನ ಮಗನೇ ಕಾಗೆ ಕೂಗೋ ಹೊತ್ತಿಗೆ..."

ಮುದುಕಿಯ ಜಂಘಾಬಲವೇ ಉಡುಗಿದಂತಾಯಿತು.

"ಛೆ, ಎಲ್ಲಾದರೂ ಉಂಟೆ ? ನೀವು ಹೇಳಿದ ಹಾಗೇ ಆಗಲಿ."

"ಎಲ್ಲರೂ ಸಮಯಕ್ಕೆ ಸರಿಯಾಗಿ ಅಲ್ಲಿರಬೇಕು. ನಿಮ್ಮದೇನು ಹೆಚ್ಚುಗಾರಿಕೆ? ಸಂಗ್‌ಗೆ ಹೇಳು, ಅವನು ಅನ್ನವನ್ನ ಇವತ್ತು ರಾತ್ರೀನೇ ಬೇಯಿಸಿಕೊಳ್ಳಲಿ, ಬೆಳಿಗ್ಗೆ ಸಮಯ ಇರೋಲ್ಲ."

"ಆಯಿತು ಸ್ವಾಮೀ."

* * *

ನ್ಗು ವಾಂಗ್ ಗ್ರಾಮದ ಸಭಾಭವನದ ಮುಂದೆ. 29ನೇ ತಾರೀಕು. ಸೂರ್ಯ ಮೂಡುವ ವೇಳೆ. ಶತಪಥ ಹಾಕುತ್ತಿದ್ದ ಮೇಯರನ ಧ್ವನಿಯಲ್ಲಿ ಅಸಹನೆ, ಕೋಪ ಎದ್ದು ಕಾಣುತ್ತಿತ್ತು.

"ಹದಿನೆಂಟು ಜನ ತಪ್ಪಿಸಿಕೊಂಡಿದಾರೋ! ಎಳಕೊಂಬನ್ನಿ ಅವರನ್ನ. ಕಟ್ಟಿಹಾಕಿ ಎಳಕೊಂಬನ್ನಿ! ಮಾತು ಕೊಟ್ಟು ಈಗ ಬರೋದಿಲ್ಲ ಅಂತಾರೋ! ಎಳಕೊಂಬನ್ನಿ!"

"ಆಗಲಿ ಸ್ವಾಮೀ."

– ಗುಂಪು ಚದರುತ್ತ ಉತ್ತರಿಸಿತು. ಮೇಯರನ ಕೈಕೆಳಗಿನ ಗುಂಪು ಕೈಗಳಲ್ಲಿ ದೊಂದಿಗಳನ್ನು ಹೊತ್ತು ಮೂರೂ ದಿಕ್ಕುಗಳಲ್ಲಿ ಹುಡುಕುತ್ತ ಹೊರಟಿತು.

ಜೋರುಧ್ವನಿಯಲ್ಲಿ ಮೇಯರ್ ಕೂಗಿದ:

"ಅತೀ ಪೊಗರಿನವರಿಗೆ ಏನೇನೂ ದಯ – ದಾಕ್ಷಿಣ್ಯ ತೋರಿಸಬೇಡಿ. ಇಷ್ಟೊಂದು ಜಬರ್ದಸ್ತು ಬಂತೋ– ಸಾಹೇಬರ ಮಾತನ್ನ ಮೀರೋವಷ್ಟು? ಕಟ್ಟಿ ಹಾಕಿ ದರ ದರಾಂತ ಎಳಕೊಂಬನ್ನಿ. ಒಂದಷ್ಟು ಬೆತ್ತದ ರುಚಿ ತೋರಸಿ. ಅದರ ಜವಾಬ್ದಾರಿ ನಾನು ತಗೋತೀನಿ. ಎಲ್ರನ್ನೂ ಇಲ್ಲಿ ನನ್ನ ಹತ್ರ ಕರ್ಕೊಂಡಂತೂ ಬನ್ನಿ."

"ಆಗಲಿ ಸ್ವಾಮೀ."

ಗುಂಪಿನಿಂದ ಬಂದ ಧ್ವನಿ, ಪ್ರತಿಧ್ವನಿಗೊಂಡಿತು. ಪ್ರತಿಧ್ವನಿ ನಾಯಿಗಳ ಬೊಗಳುವಿಕೆಯಲ್ಲಿ ಲಯವಾಯಿತು. ದೊಂದಿಗಳ ಜ್ವಾಲೆಗಳು ಬೆಳಗಿನ ಮಂಜಿನ ತೆರೆಯ ಮರೆಯಲ್ಲಿ ತೇಲುವಂತೆ ಕಂಡವು.

ಮೇಯರನ ಗುಂಪಿನವರಿಬ್ಬರು ಕಾನ ಮನೆಗೆ ನುಗ್ಗಿದರು. ಒಬ್ಬನ ಕೈಯಲ್ಲಿ ದೊಂದಿಯಿತ್ತು. ಇನ್ನೊಬ್ಬನ ಬಳಿ ಭರ್ಜಿಯಂತೆ ತುದಿಯನ್ನು ಮೊನೆ ಮಾಡಿದ ದೊಣ್ಣೆಯಿತ್ತು. ಒಳಕೋಣೆಯಲ್ಲಾಗಲಿ, ಅಡುಗೆ ಮನೆಯಲ್ಲಾಗಲಿ ಯಾರೂ ಕಾಣಿಸಲಿಲ್ಲ. ಬತ್ತದ ಹೊಟ್ಟು, ಬೂದಿಯಲ್ಲೂ ಕೆದಕಿ ನೋಡಿದರು. ಅಷ್ಟರಲ್ಲಿ ಪುಟ್ಟ ಮಗುವೊಂದು ಬಿಕ್ಕುವ ಸದ್ದು ಕೇಳಿತು. ಹುಲ್ಲಿನ ಕಂತೆಗಳ ಹಿಂದೆ ತನ್ನ ಮಗುವಿನೊಂದಿಗೆ ಅಡಗಿ ಕುಳಿತಿದ್ದ ಕಾನನ್ನು ಹೊರಗೆಳೆದರು.

"ನನ್ನನ್ನು ಬಿಟ್ಟು ಬಿಡೀಪ್ಪ, ಇವತ್ತು ಇಲ್ಲಿ ಕೆಲಸ ಮಾಡಲಿಲ್ಲ ಅಂದರೆ ನನ್ನ ಮಗು, ನಾನು ಇಬ್ಬರೂ ಬರಿ ಹೊಟ್ಟೆಯಲ್ಲೇ ಸಾಯಬೇಕು."

"ಮೇಯರ್ ಸಾಹೇಬರ ಕಣ್ಣಿಗೆ ಮಣ್ಣೆರಚೋದು ಒಳ್ಳೇದೂ ಅಲ್ಲ, ಸಾಧ್ಯವೂ ಇಲ್ಲ, ಹೋಗುತ್ತೀನಿ ಅಂತ ನೀನು ಮಾತು ಕೊಟ್ಟಿರಲಿಲ್ಲವೆ?"

"ನನ್ನ ಹತ್ರ ಒಳ್ಳೆ ಬಟ್ಟೆ ಇಲ್ಲ. ಎಲ್ಲಿ ಇಸ್ಕೋಬೇಕೂಂತಲೂ ಗೊತ್ತಿಲ್ಲ."

"ಅದನ್ನ ನನಗೆ ಯಾಕೆ ಹೇಳ್ತಿ? ನಿನ್ನ ಕಂತೆ ಎಲ್ಲ ಏನಿದ್ದರೂ ಮೇಯರ್ ಹತ್ತಿರ ಹೇಳು. ಅವರು ಸಭಾಭವನದ ಮುಂದೆ ಕಾಯ್ತಿದಾರೆ."

ಮಗು ಭಯದಿಂದ ಚೀರಿ ಅತ್ತು ಕರೆದು ರಂಪ ಮಾಡಿತು. ಅದನ್ನು ಕಾನ ಕೈಯಿಂದ ನಿರ್ದಯೆಯಿಂದ ಸೆಳೆದುಕೊಂಡು, ಅವನನ್ನು ಎಳೆದೊಯ್ದರು.

ಕಣ್ಣಲ್ಲಿ ಕಣ್ಣಿಟ್ಟು ಜಾಲಾಡಿದರೂ ಎಲ್ಲಾ ನೂರು ಪ್ರೇಕ್ಷಕರೂ ಸಿಗಲಿಲ್ಲ. ಆರು ಮಂದಿ ಜಾಣರು ಬೇರೆ ಹಳ್ಳಿಗೋ, ಸ್ನೇಹಿತರ ಮನೆಗೋ ಹಿಂದಿನ ರಾತ್ರಿಯೇ ಓಡಿಹೋಗಿ ಅಡಗಿ ಕುಳಿತಿದ್ದರು, ಯಾವುದೋ ಗಂಡಾಂತರದಿಂದ ಪಾರಾಗಲೆಂಬಂತೆ.

ಹೊತ್ತು ಮೀರುತ್ತಿತ್ತು. ಮೇಯರ್ ಸಾಹೇಬ ಹಲ್ಲು ಕಡಿದ. "ಕತ್ತೆ ಮಕ್ಕಳು! ಹಂದಿಗಳು! ಒಂದು ಜುಜುಬಿ ಆಟ ನೋಡೋಕ್ಕೆ ಬರೋದಕ್ಕೆ ಹೆದರಿಕೆ – ಬರದಿದ್ರೆ ಏನಾಗುತ್ತೆ ಅನ್ನೋ ಪರಿಜ್ಞಾನ ಇಲ್ಲ. ಈಗ ನನಗೆ ಕೆಟ್ಟ ಹೆಸರು – ಇವನಿಗೆ ಉತ್ಸಾಹ ಇಲ್ಲ, ಆಸಕ್ತಿ ಇಲ್ಲಾಂತ. ಇರಲಿ – ಈಗ ಉಳಿದ ತೊಂಬತ್ನಾಕು ಜನ ಸಾಲಾಗಿ ನಿಂತ್ಕೊಳ್ಳಿ. ಐದೈದು ಜನ ಒಂದು ಗುಂಪಿನಲ್ಲಿ ನಡೀರಿ. ತಪ್ಪಿಸಿಕೊಂಡವರ ಗತಿ ನೆಟ್ಟಗಿರಲ್ಲ... ಎಲ್ರನ್ನೂ ಹುಷಾರಾಗಿ ನೋಡ್ತಿರಿ. ಒಂದು ಕಣ್ಣಿರಲಿ, ಇವರ ಮೇಲೆ."

ಮೇಯರನ ಮಂದಿ "ಆಗಲಿ ಸ್ವಾಮೀ" ಎಂದು ದನಿಗೂಡಿಸಿದರು. ಎಲ್ಲರ ಹಿಂದೆ ಮೇಯರ್ ಸಾಹೇಬ ನಡೆದುಕೊಂಡು ಹೊರಟ. ಕಾತರದಿಂದ ಅವರನ್ನು ಗಮನಿಸುತ್ತ, ಓಡಿಹೋದಾರೋ ಎಂದು, ಅವರು ಯುದ್ಧ ಸೆರೆಯಾಳುಗಳೋ ಎಂಬಂತೆ ಮಧ್ಯೆ ಮಧ್ಯೆ ಅವನು ಗೊಣಗಿಕೊಳ್ಳುತ್ತಿದ್ದುದು ಕೇಳುತ್ತಿತ್ತು:

"ಅವರ ಮನೆ ಹಾಳಾಗ! ಅವರನ್ನ ಅಲ್ಲೇನು ಕೊಂದುಬಿಡ್ತಾರ್‍ಯೆ ಯಾರಾದ್ರೂ! ಕಾಲ್ಚೆಂಡಿನ ಆಟದ ಸ್ಪರ್ಧೆಯಿದೆ, ಬನ್ರಯ್ಯ ಅಂತ ಕರೆದರೆ.... ಒಳ್ಳೆ ಕಳ್ಳರು ಕಾಕರಿಂದ ತಪ್ಪಿಸಿಕೊಳ್ಳೋ ಹಾಗೆ ಓಡಿ ಹೋಗ್ತಾವೆ!"*

---

* ಇದು, ವಿಯೆಟ್‌ನಾಮ್ ಫ್ರೆಂಚರ ವಸಾಹತಾಗಿದ್ದ ಕಾಲದ ಕಥೆ

ಆನ್ಹ್ ಡುಕ್

ಮಗ

ರಾತ್ರಿ ಕತ್ತಲು ದಟ್ಟವಾಗುತ್ತ ಸಾಗಿತ್ತು. ಬ ಮತ್ತು ಆತನ ಹೆಂಡತಿ ಇನ್ನೂ ಎಚ್ಚರವಾಗಿಯೇ ಇದ್ದರು. ನೆಲದ ಮೇಲೆ ಹಾಸಿದ್ದ ಹುಲ್ಲಿನ ಚಾಪೆಯೊಂದರ ಮೇಲೆ ಒಂದು ಕಂಬಕ್ಕೆ ಒರಗಿಕೊಂಡು ಅವನು ಕೂತಿದ್ದ. ಕಾಲುಗಳನ್ನು ಆರಾಮವಾಗಿ ಚಾಚಿಕೊಂಡಿದ್ದ. ಆದರೆ ಮನಸ್ಸಿಗೆ ಆರಾಮವಿತ್ತೆ? ಅವನಿಗೆ ಈಗ ನಲವತ್ತರ ಪ್ರಾಯವಿದ್ದೀತು. ಅವನ ಹೆಂಡತಿ ಎರಡೋ ಮೂರೋ ವರ್ಷ ಕಿರಿಯಳು. ಸುಮಾರು ಹೊತ್ತು ಇಬ್ಬರೂ ಮೌನವಾಗಿದ್ದರು. ಒಮ್ಮೆಲೇ ಗಂಡ ಬಿಗಿದ ಮುಷ್ಟಿಯಿಂದ ನೆಲವನ್ನು ಗುದ್ದಿದ:

"ಮನಸ್ಸಿಗೆ ಬಂದಮೇಲೆ ಆಗಿಹೋಯ್ತು! ನಾನು ಹಾಗೇ ಮಾಡೋನು."

ಅವನ ಹೆಂಡತಿ ಏನೂ ಅನ್ನಲಿಲ್ಲ. ಅವಳ ಕಣ್ಣಾಲಿಗಳಲ್ಲಿ ನೀರು ತುಂಬಿತು. ಅವಳ ಮುಖವನ್ನು ನೋಡಿದ ಯಾರಿಗಾದರೂ ಮರುಕ ಹುಟ್ಟುತ್ತಿತ್ತು. ಹೊರಗೆ ಗಾಢವಾದ ಮೌನ. ಅದನ್ನು ಆಗಾಗ ಕಲಕುವ ಗುಂಡಿನ ಸದ್ದು. ಹಳ್ಳಿಯ ಹೊರಗಿನ ಕಾವಲು ಗೋಪುರದಿಂದ ಆ ಸಪ್ಪಳ ಬರುತ್ತಿತ್ತು. ಆದರೆ ಒಂದು "ಆಯಕಟ್ಟಿನ ಹಳ್ಳಿಯಲ್ಲಿ"* ಬಂದೂಕುಗಳ ಗರ್ಜನೆ ಅಂಥ ಅಪರೂಪದ ಶಬ್ದವೇನೂ ಆಗಿರಲಿಲ್ಲ, ಕುತೂಹಲದಿಂದ ಆಲಿಸಲು. 'ಢಂಕ್' ಎಂಬ ಆ ಸದ್ದು ಮತ್ತು ಅದರ ಮಾರ್ದನಿಗಳೆರಡೂ ಮೌನದಲ್ಲಿ ಲೀನವಾಗಿ ಹೋದ ಮೇಲೆ ಗೊರಕೆಯ ಸದ್ದು ಪುನಃ ಕೇಳಿಸಿತು: ಬೊಂಬುಗಳ ಮಂಚದ ಮೇಲೆ ನಿದ್ದೆ ಹೋಗುತ್ತಿದ್ದ ಹುಡುಗನಿಗೆ ಸುಮಾರು ಹದಿನಾರು ವಯಸ್ಸು.

ಚಾಚಿದ ಕಾಲುಗಳನ್ನು ಎಳೆದುಕೊಂಡು ಮೇಲೆದ್ದ ಯ, ತನ್ನ ಮಂಚದತ್ತ ನಡೆದ. ಅವನ ಹೆಂಡತಿಯೂ ಮೇಲೆದ್ದು ಅವನ ಬಳಿ ಬಂದಳು.

"ಅವನು ಯಾವಾಗ ಹೋಗಬೇಕು?"

---

* ಮರೆಮಾಚಿದ ಕೂಡುದೊಡ್ಡಿಗಳಿಗೆ (ಕನ್‌ಸೆಂಟ್ರೇಶನ್ ಕ್ಯಾಂಪುಗಳು) ಸೈಗಾನ್ ಆಡಳಿತ ಇಟ್ಟ ಹೆಸರು.

ಅವಳು ಪಿಸುಗುಟ್ಟಿದಳು:

"ಅದು ಇನ್ನೂ ಗೊತ್ತಿಲ್ಲ. ಆದಷ್ಟು ಬೇಗ ಅಂತ ನಾನಂದುಕೊಂಡಿರೋದು. ಮೊದಲು ಸಿಪಾಯಿ ತು ನನ್ನು ಕಾಣಬೇಕಲ್ಲ? ಅವನ ಜತೆ ಮಾತುಕತೆ ಮುಗಿಯಬೇಕು. ಪಹರೆಗೆ ತು ನಿಂತುಕೊಂಡ ತಕ್ಷಣ ಇವನು ಹೊರಡಬೇಕು."

"ದೇವರೇ!" ಅವನ ಹೆಂಡತಿ ರೋದಿಸಿದಳು.

"ಯಾಕೆ? ಏನಾಯಿತು? ನೀವು ಹೆಂಗಸರಿಗಂತೂ ಏನಿಲ್ಲದಿದ್ದರೂ ಕಣ್ಣಲ್ಲಿ ನೀರು ಬಂದ್ಬಿಡುತ್ತೆ. ನೀನೇ ಹೇಳು: ನಮ್ಮ ಟ್ರಂಗ್‌ನನ್ನು ಇವರು ಬಲವಂತವಾಗಿ ತಮ್ಮ ಸೈನ್ಯಕ್ಕೆ ಸೇರಿಸಿಕೊಂಡರೆ ನಿನಗೆ ಸಂತೋಷವೋ?"

ಅವಳು ಮಾತಾಡದೆ ನಿಂತು ಕಣ್ಣೀರು ಒರೆಸಿಕೊಂಡಳು, ತನ್ನ ಗಂಡನ ಮನಸ್ಸು ಗಟ್ಟಿ ಎಂದು ತಿಳಿದಿತ್ತು ಅವಳಿಗೆ. ಅವನ ನಿರ್ಧಾರ ಎಂದೂ ಬದಲಾಗದು. ಎರಡು ವಾರಗಳಿಂದ ಅವನು ತಮ್ಮ ಒಬ್ಬನೇ ಮಗನಾದ ಟ್ರಂಗ್ ಕುರಿತು ಅವಳೊಡನೆ ಚರ್ಚೆ ನಡೆಸಿದ್ದ. ತನ್ನ ಮಗನನ್ನು ಈ "ಆಯಕಟ್ಟಿನ ಹಳ್ಳಿ"ಯಂಥ ಪರಿಸರದಲ್ಲಿ ತಾನೆಂದೂ ಬೆಳೆಯಗೊಡಲಾರೆ ಎಂದಿದ್ದ. ಅವಳು ಟ್ರಂಗ್‌ನ ಸರಂಜಾಮುಗಳನ್ನು ಕಟ್ಟಿ ಸಿದ್ಧಪಡಿಸಲಿ; ಅವನು ಹೊರಡುವುದಕ್ಕೆ ತಾನು ಎಲ್ಲಾ ಅನುಕೂಲ ಮಾಡುತ್ತೇನೆ – ಎಂದು ನುಡಿದಿದ್ದ.

"ಎಲ್ಲಿಗೆ"

ಅವಳು ಕೇಳಿದ್ದಳು. ಆಗ ಅವಳ ಕಿವಿಯಲ್ಲಿ ಪಿಸುಗುಟ್ಟಿದ್ದ:

"ನಮ್ಮ ವಿಮೋಚನಾ ಸೇನೆಯ ಜತೆ. ಹಾಗಂತ ಯಾರಿಗೂ ಹೇಳಬೇಡ, ಟ್ರಂಗ್‌ಗೂ ಅಷ್ಟೆ. ಅವನ ಬಟ್ಟೆ ಬರೆ ಎಲ್ಲ ಜೋಡಿಸಿಡು. ಹೊಲಿಯೋದು, ಗುಂಡಿ ಹಾಕಿಡೋದು ಎಲ್ಲಾ ರಿಪೇರಿ ಕೆಲಸವೂ ಮುಗಿಸಿಬಿಡು. ನಾವು ಉಳಿಸಿದ ಇನ್ನೂರು ಪಿಯಾಸ್ಟರುಗಳನ್ನ ಮುಟ್ಟಲಿಕ್ಕೇ ಹೋಗಬೇಡ, ಅವನು ಹೊರಡುವಾಗ ಅದು ಬೇಕಾಗುತ್ತೆ. ಅವನು ನಮ್ಮ ಒಬ್ಬನೇ ಮಗ. ಏನು ಮಾಡೋಕ್ಕೆ ಸಾಧ್ಯ? ನಾನೂ ಬೇಕಾದಷ್ಟು ಆಲೋಚನೆ ಮಾಡಿಯೇ ಈ ತೀರ್ಮಾನಕ್ಕೆ ಬಂದೆ, ಅವನಿಗೂ ಹದಿನಾರಾಯಿತು ವಯಸ್ಸು, ಒಳ್ಳೆ ಕಟ್ಟುಮಸ್ತಾಗಿ ಬೆಳ್ದಿದಾನೆ. ಈ ದುಷ್ಟರ ಸೈನ್ಯದಲ್ಲಿ ಬಿಟ್ಟಿ ಸಿಪಾಯಿಯಾಗಿ ದುಡಿಸಿಕೊಳ್ಳೋಕೆ ಅವನನ್ನ ಯಾರಾದರೂ ಹಿಡಿದುಕೊಂಡು ಹೋದರೆ? ನಾವು ಎಷ್ಟು ಬೇಗ ನಿರ್ಧಾರಕ್ಕೆ ಬರ್ತೀವೋ ಅಷ್ಟು ಒಳ್ಳೆಯದು. ಅವನು ವಿಮೋಚನಾ ಸೇನೆಯ ಜತೆ ಹೋಗಲಿ, ಅವರು ಅವನನ್ನ ಒಬ್ಬ ಮನುಷ್ಯನನ್ನಾಗಿ ಮಾಡಿಯಾರು. ಅವನ ಕೈಗೆ ಬಂದೂಕು ಕೊಟ್ಟಾರು. ಕೊಡಲಿ, ಅದನ್ನ ಅವನು ಈ ದೇಶದ್ರೋಹಿಗಳನ್ನ ಕೊಲ್ಲೋಕೇಂತ ಹಾರಿಸ್ತಾನೆ, ಹೋರಾಡುತ್ತಾ ಅವನು ಸತ್ತರೂ ನನಗೆ ಸಂತೋಷವೇ."

ಮೊದಲ ಸಲ ತನ್ನ ಗಂಡ ಈ ವಿಷಯವನ್ನು ತನ್ನ ಕಿವಿಗೆ ಹಾಕಿದಾಗ ಅವಳು ಹೆದರಿದ್ದಳು. ಎಲ್ಲಾ ಬಗೆಯ ಠಕ್ಕರು, ಕಳ್ಳಕಾಕರು ತುಂಬಿರುವ "ಆಯಕಟ್ಟಿನ ಹಳ್ಳಿ"ಯಲ್ಲಿ ಬದುಕುತ್ತಿರುವಾಗ ಹೆದರದೆ ಏನು ಮಾಡಿಯಾಳು? ಭೀತಿಯಿಂದ ಅವಳಿಗೆ ನಡುಕ ಬಂದಿತ್ತು. ಆದರೆ ಪದೇ ಪದೇ ಈ ಕುರಿತು ಯೋಚಿಸಿದಾಗ ಗಂಡನ ಮಾತು ಸರಿ ಎನಿಸಿತು. ತನ್ನ ಮಗನಿಗೆ ಇನ್ನೇನು ಹೆಬ್ಬೆಟ್ಟು ಒತ್ತಿ ಸಹಿ ಹಾಕುವ ವಯಸ್ಸು ಬಂತೆಂದರೆ ದೇಶದ್ರೋಹಿಗಳು ಅವನನ್ನು ಕದ್ದೊಯ್ಯುವುದರಲ್ಲಿ ಸಂದೇಹವಿಲ್ಲ. ಹೌದು, ಬ ಹೇಳಿದ್ದು ಸರಿ: ಅವರು ಹೊಂಚು ಹಾಕುತ್ತಿದ್ದಾರೆ ಆ ದಿವಸಕ್ಕಾಗಿ. ತನ್ನ ಗಂಡ ಹೇಳಿದ್ದು ಸರಿಯೆಂಬ ತಿಳಿವಳಿಕೆಯಿಂದಲೇ ಅವಳಿಗೆ ಸಮಾಧಾನವಾಗಲಿಲ್ಲ. ಈ ನಡುವೆ ಅವಳಿಗೆ ರಾತ್ರಿ ನಿದ್ದೆಯೇ ಬರದು. ತಾನು

ಹದಿನಾರು ವರ್ಷಗಳ ಕೆಳಗೆ ಟ್ರಂಗ್‌ನನ್ನು ಹೆತ್ತ ಸಂದರ್ಭವನ್ನು ನೆನೆಸಿಕೊಳ್ಳುವಳು. ಆ ರಾತ್ರಿ "ವಿ ಕ್ವಾಕ್ ಡನ್"* ದಾದಿಯೊಬ್ಬಳು ಅವಳ ಸೇವೆಗೆಂದು ಬಂದಿದ್ದಳು. ದೂರದಲ್ಲೆಲ್ಲೋ ಹೊಸದಾಗಿ ಸ್ಥಾಪಿತವಾದ ಫ್ರೆಂಚ್ ಸೇನಾ ಕೇಂದ್ರವೊಂದರಿಂದ ಗುಂಡಿನ ಸಪ್ಪಳ ಕೇಳಿ ಬರುತ್ತಿತ್ತು. ಹುಟ್ಟಿದ ಮಗುವಿನ ಉಡುಪುಗಳಿಗಾಗಿ ವಸ್ತ್ರವನ್ನೂ ವಿ ಕ್ವಾಕ್‌ಡನ್ ಒದಗಿಸಿತ್ತು. ಆಗ ತಾವು ನಿರ್ಗತಿಕ ರೈತಾಪಿ ಕೆಲಸದವರಾಗಿದ್ದವರು. ತಮ್ಮ ಬಟ್ಟೆಗಳನ್ನು ಹಳೇ ಗೋಣಿಚೀಲಗಳಿಂದ ಹೊಲಿದುಕೊಳ್ಳುತ್ತಿದ್ದವರು. ಇದಾದ ಮರುವರ್ಷ ಕ್ರಾಂತಿಕಾರೀ ಆಡಳಿತ ತಮಗೆ ಎರಡು ಹೆಕ್ಟೇರು ಜಮೀನು ನೀಡಿತ್ತು. ತಮ್ಮ ಸ್ಥಿತಿ ಎಷ್ಟೋ ಸುಧಾರಿಸಿತು: ಮಗುವನ್ನು ಸಾಕಲು ಸಾಧ್ಯವಾಯಿತು. ಆದರೆ ಮೂರು ತಿಂಗಳ ಕೆಳಗೆ ಡಿಯೆಮ್ ಸರ್ಕಾರದ ಸೈನಿಕರು ಬಂದು ತಮ್ಮನ್ನು ಮನೆಯಿಂದ ಹೊರಕ್ಕೆ ಹಾಕಿ ಜಮೀನನ್ನು ಕಸಿದುಕೊಂಡರು. ಬ ಆಗ ಪ್ರತಿಭಟಿಸಲು ಪ್ರಯತ್ನಿಸಿದ್ದ. ಮನೆಯ ತೆಂಗುಗರಿಯ ಛಾವಣಿಯ ಮೇಲೆ ಹತ್ತಿ ಅದನ್ನು ಉರುಳಿಸಲು ಯತ್ನಿಸಿದ್ದ. ಒಬ್ಬ ಸೈನಿಕನ ಕಾಲನ್ನು ಎಳೆದು ಅವನನ್ನು ನೆಲ ಮುಕ್ಕುವಂತೆ ಮಾಡಿದ್ದ. ಆಗ ಅವರು ಬಂದೂಕಿನ ತುದಿಯಿಂದ ಬ ನನ್ನು ಮೈಮುರಿಯ ಬಡಿದರು. ಬ ಮೂರ್ಛೆ ಹೋದ. ಅವನನ್ನು ಹೆಂಡತಿ, ಮಗನೊಂದಿಗೆ ಎಳೆದೊಯ್ದು ಈ "ಆಯಕಟ್ಟಿನ ಹಳ್ಳಿ"ಯಲ್ಲಿ ಬಂಧಿಸಿದರು. ಈಗವರು ಕೈದಿಗಳಂತೆ ಜೀವಿಸುತ್ತಿದ್ದರು. ಇದೂ ಒಂದು ಬದುಕೆ? ಸದಾ ಬೆದರಿಕೆಗಳು, ಅಸಭ್ಯ ವರ್ತನೆ, ದಬ್ಬಾಳಿಕೆ. ಇದು ಸಾಲದೆಂಬಂತೆ ಈಗ ಟ್ರಂಗ್ ವಯಸ್ಸಿಗೆ ಬಂದಿದ್ದಾನೆ, ಅವನನ್ನು ಬಲವಂತವಾಗಿ ತಮ್ಮ ಸೇನೆಗೆ ಸೇರಿಸಿಕೊಳ್ಳಲು ಕಾದಿದ್ದಾರೆ.

ಬ ಹೆಂಡತಿಗೆ ಹೇಳುತ್ತಿದ್ದ:

"ಕ್ರಾಂತಿಯೇ ನಮಗೆ ಭೂಮಿಯನ್ನು ಕೊಟ್ಟದ್ದು. ಅದರಿಂದಲೇ ನಾವು ನಮ್ಮ ಮಗನನ್ನ ಸಾಕಲಿಕ್ಕೆ ಸಾಧ್ಯವಾದದ್ದು. ಈಗ ಟ್ರಂಗ್‌ನನ್ನ ಡಿಯೆಮ್ ಸರ್ಕಾರಕ್ಕೆ ಒಪ್ಪಿಸಿ ಬಿಡೋಣವೆ? ಕ್ರಾಂತಿಯತ್ತ ಇವನು ಬಂದೂಕು ಹಾರಿಸಲು ನಾವೇ ಕುಮ್ಮಕ್ಕು ಕೊಡೋಣವೆ? ಉಪಕಾರಕ್ಕೆ ಎಂಥ ಪ್ರತ್ಯುಪಕಾರ!"

ಅವನ ವಾದವನ್ನು ಅವನ ಹೆಂಡತಿ ಎಂದೂ ತಳ್ಳಿ ಹಾಕಿದವಳಲ್ಲ. ಈಗ್ಗೆ ಒಂದು ವಾರದಿಂದ ಅವಳು ರಹಸ್ಯವಾಗಿ ಸಿದ್ಧತೆ ಮಾಡುತ್ತಿದ್ದಳು, ಟ್ರಂಗ್‌ನ ಹೊರಡುವಿಕೆಗಾಗಿ, ಆದರೆ ಅವಳ ನೋವು ಅವಳಿಗೇ ಗೊತ್ತು, ತನ್ನ ಮಗ ಬಹುಶಃ ಎಂದೆಂದಿಗೂ ತನ್ನನ್ನು ಅಗಲಿ ಹೋದಾನೆಂಬ ಕಲ್ಪನೆ ಯಾವ ತಾಯಿಗೆ ತಾನೇ ಸಾಧ್ಯ?

ತನ್ನ ಮಂಚದ ಮೇಲೆ ಮಲಗಿದ ಬ ಆಗಲೇ ಗೊರಕೆ ಹೊಡೆಯಲು ಆರಂಭಿಸಿದ್ದ. ಅವನ ಹೆಂಡತಿಗೆ ಮಾತ್ರ ನಿದ್ರಿಸಲು ಸಾಧ್ಯವಿಲ್ಲ. ಅವಳು ಎದ್ದು ಕೂತಳು. ಸೀಮೆಎಣ್ಣೆಯ ದೀಪವೊಂದರ ಮಂದ ಪ್ರಕಾಶದ ಕೆಳಗೆ ಮಲಗಿದ್ದ ತನ್ನ ಮಗನ ಕಡೆ ನೋಡಿದಳು. ತುಂಬಾ ಸೆಕೆ ಇದ್ದುದರಿಂದ ತನ್ನ ಅಂಗಿಯನ್ನು ಬಿಚ್ಚಿಟ್ಟು ಮಲಗಿದ್ದ. ಅವನ ತೋಳನ್ನು ಮೃದುವಾಗಿ ತಟ್ಟಿದಳು. ಗಟ್ಟಿಮುಟ್ಟಾದ ಬಾಹು. ಅವಳ ಮಗ ಬೆಳೆದು ಒಬ್ಬ ಯುವಕ ನಾಗಿದ್ದ. ಅವಳು ದೀಪವನ್ನು ಹತ್ತಿರ ಎಳೆದುಕೊಂಡು ಸೂಜಿ ದಾರ ಹವಣಿಸಿಕೊಂಡು

---

* ಪಿತೃಭೂಮಿಯ ರಕ್ಷಣಾ ಸೇನೆ. ಅನಂತರ ಇದು ವಿಯೆಟ್‌ನಾಮ್ ಜನತಾಸೇನೆಯಾಗಿ ಪರಿಣಮಿಸಿತು.

ಅವನ ಅಂಗಿಯ ರಿಪೇರಿಗೆ ತೊಡಗಿದಳು. ಸೂಜಿಗೆ ದಾರ ಪೋಣಿಸುವುದು ಅಸಾಧ್ಯವಾಯಿತು. ಕಣ್ಣು ಕಂಬನಿಯಿಂದ ಮಂಜಾಯಿತು. ಕತ್ತಲನ್ನು ಸೀಳುತ್ತ ಆಗಾಗ ಗುಂಡುಗಳ ಸದ್ದು. "ದಾನ್‌ವಿ"*ಯಿಂದ ಬಂದದ್ದು. ಹೊರಗೆ ಹೆಜ್ಜೆಗಳ ಸಪ್ಪಳ. ತಮ್ಮ ದೈನಂದಿನ ಸುತ್ತುವಿಕೆಗಾಗಿ ಬಂದ ಪಹರೆಯವರು. ಇಷ್ಟನ್ನು ಬಿಟ್ಟರೆ ಮಿಕ್ಕೆಲ್ಲ ಮೌನ. ವಿಲಕ್ಷಣ ಮೌನ. ಹಳ್ಳಿಯ ಸುತ್ತ ಕಟ್ಟಲಾದ ಅಡ್ಡ ಗೋಡೆಯ ನಾಲ್ಕೂ ಮೂಲೆಗಳಲ್ಲಿದ್ದ ಕಾವಲುಗೋಪುರಗಳಲ್ಲಿ ಬೆಳಗುತ್ತಿದ್ದ ದೀಪಗಳು ದೈತ್ಯನ ಕಣ್ಣುಗಳಂತೆ ಕೆಂಪಗೆ ಉರಿಯುತ್ತಿವೆ. ಸುತ್ತಲೂ ಅಗೆದ ಕಂದಕದ ನೀರಿನಲ್ಲಿ ಮುಳ್ಳು ಬೇಲಿಯ ಪ್ರತಿಬಿಂಬ ಢಾಳಾಗಿ ಬಿದ್ದಿದೆ.

* * *

"ಇದನ್ನೇ ನಾನು ನಿನಗೆ ಹೇಳಬೇಕೂಂತ ಇದ್ದದ್ದು, ನೀನು ಹೋಗ್ತೀಯಾ?" ಬ ಮಗನನ್ನು ಕೇಳಿದ. ಟ್ರಂಗ್ ಒಂದೆರಡು ನಿಮಿಷ ಸುಮ್ಮನೆ ಕೂತಿದ್ದು ನಂತರ ಅಪ್ಪನ ಕಡೆ ನೋಡಿದ. ಬ ಪುನಃ ಪ್ರಶ್ನಿಸಿದ:

"ನೀನು ಹೋಗ್ತೀಯೇನು? ಅಥವಾ ದಿಗಿಲು ಬೀಳ್ತೀಯೋ?" ಟ್ರಂಗ್ ಸೆಟೆದು ನಿಂತ. ಅಪ್ಪನತ್ತ ಕಣ್ಣು ಹಾಯಿಸದೆ ಅಂದ:

"ನನಗೆ ಯಾಕಪ್ಪ ದಿಗಿಲು? ನೀನು ಹೇಳಿದ್ದನ್ನ ನಾನೇ ಎಷ್ಟೋ ಸಲ ಯೋಚಿಸಿದ್ದೆ. ಈಗಿಂದೀಗಲೆ ನಾನು ಹೊರಡೋಕ್ಕೆ ತಯಾರು. ಆದರೆ ಹೀಗೆ ಮುಚ್ಚುಮರೆಯಾಗಿ ರಾತ್ರಿಯಲ್ಲಿ ಯಾಕೆ ಹೋಗಬೇಕು? ನಾನು ನಡು ಹಗಲಲ್ಲೇ ಹೋಗುವವನು."

"ಉಹೂಂ ಬೇಡ ಮಗು. ಹೀಗೆ ರಹಸ್ಯವಾಗಿ ಹೋಗೋದೇ ಮೇಲು! ನಾನು ಸಿಪಾಯಿ ಜತೆ ಮಾತಾಡಿದೇನೆ. ಅವನು ಇನ್ನೇನು ಒಂದೆರಡು ದಿವಸದಲ್ಲಿ ಮುಖ್ಯ ಕಾವಲುಗೋಪುರದಲ್ಲಿ ಪಹರೆ ಕೆಲಸಕ್ಕೆ ಬರ್ತಾನೆ. ನೀನು ತಪ್ಪಿಸಿಕೊಂಡು ಹೋಗೋದಿಕ್ಕೆ ಅವನು ಬಿಡ್ತಾನೆ. ಒಂದು ಸಲ ಗುಂಡು ಹಾರಿಸಿ ನಿನಗೆ ಸೂಚನೆ ಕೊಡ್ತಾನೆ... ಇಲ್ಲಿ ನಾನು ನಟನೆ ಮಾಡ್ತೀನಿ, ನೀನು ಎಲ್ಲಿಗೋ ಓಡಿ ಹೋದೆ ಅಂತ!"

ಅಪ್ಪನ ಮಾತು ನಿಜವೆನಿಸಿತು. ಟ್ರಂಗ್ ಒಂದು ಕ್ಷಣ ಸುಮ್ಮನಿದ್ದ. ಬಳಿಕ ಅವನೆಂದ:

"ನಾನು ಹೊರಟು ಹೋದಾಗ ನಿಮಗೆ ಅವರು ತುಂಬಾ ತೊಂದರೆ ಕೊಟ್ಟಾರು."

"ಅದೇನೂ ಯೋಚನೆ ಮಾಡಬೇಡ, ನೀನು ತಪ್ಪಿಸಿಕೊಂಡು ಹೋಗೋದೇ ನನಗೆ ಮುಖ್ಯ. ಬಂದೂಕಿನ ತುದಿಯಿಂದ ನಾಲಕ್ಕು ಏಟು ಕೊಡ್ತಾರೇನೋ, ಕೊಡಲಿ ಬಿಡು!"

ಹುಡುಗ ನಿಶ್ಚಲನಾಗಿ ಕುಳಿತ. ಕಣ್ಣುಗಳು ಬಡಿದುಕೊಂಡವು. ತಾನು ಹೋದ ಮೇಲೆ ಇಲ್ಲಿ ಏನೆಲ್ಲ ನಡೆದೀತು ಎಂದು ಕಲ್ಪಿಸಿಕೊಂಡ. ಅಮ್ಮನಿಗೆ ಸೌದೆ ತಂದುಕೊಡುವವರು ಯಾರು? ಅವಳು ತಾನಿಲ್ಲದೆ ಸದಾ ಕಣ್ಣೀರು ಸುರಿಸುತ್ತ ಕಾಲ ಕಳೆದಾಳು. ಅವನಿಗೆ ಒಂದು ಕಡೆ ಸಂತೋಷ, ಇನ್ನೊಂದು ಕಡೆ ದುಃಖ. ಅವನು ಭವಿಷ್ಯದ ಕನಸು ಕಂಡ. ಒಂದು ದಿವಸ ತಾನು ತನ್ನ ಒಡನಾಡಿ ಸೈನಿಕರೊಂದಿಗೆ ದಾಪುಗಾಲು ಹಾಕುತ್ತ ಬಂದು ಅಪ್ಪನನ್ನು, ಅಮ್ಮನನ್ನು, ಟಮ್ ಅತ್ತೆಯನ್ನು, ನಮ್ ಮಾವನನ್ನು, ಅವರ ಮಕ್ಕಳೂ ತನ್ನ ಸೋದರಿಯರೂ ಆದ ಲಂಡ್ ಮತ್ತು ಕ್ಯೂ ಎಲ್ಲರನ್ನೂ ಬಿಡುಗಡೆ ಮಾಡುತ್ತೇನೆ. ಇಲ್ಲಿನ ಪಹರೆಯವರ ಸೈನಿಕರು ಎಲ್ಲರ ಹೆಸರಿಲ್ಲದ ಹಾಗೆ ಮಾಡುತ್ತೇನೆ. ಅಡ್ಡಗೋಡೆಗಳನ್ನೂ

---

* ಕೈಗೊಂಬೆ ಸರಕಾರದ ನಾಗರಿಕ ಸಿಪಾಯಿಗಳ ತುಕಡಿ.

ಮುಳ್ಳುಬೇಲಿಯನ್ನೂ ಕೆಡವಿ ನಾಶ ಮಾಡುತ್ತೇನೆ. ನಮ್ಮ ಕಡೆಯವರಾದ ತು, ಚಿನ್ ಕಾ ಮೊದಲಾದವರನ್ನು ಬಿಟ್ಟು ಮಿಕ್ಕೆಲ್ಲರನ್ನೂ ಎಳೆದೆಳೆದು ನದಿಯಲ್ಲಿ ನೂಕಿಬಿಡುತ್ತೇನೆ! ಅವನ ಮನಸ್ಸಿನಲ್ಲಿ ಇಂತಹ ವೀರ ಹೋರಾಟದ ದೃಶ್ಯಗಳು ಹಾದುಹೋದುವು.

"ನೀನು ಅಲ್ಲಿಗೆ ಹೋಗ್ತೀಯಲ್ಲ, ಅಲ್ಲಿ ಒಳ್ಳೆ ಕೆಲಸಗಾರ ಅಂತ ಅನ್ನಿಸಿಕೊಳ್ಬೇಕು. ಚುರುಕಾಗಿರಬೇಕು. ಶ್ರಮಪಡಬೇಕು. ಏನೇ ಕಷ್ಟ ಬರಲಿ, ಎದುರಿಸಿ ಗೆಲ್ಲಬೇಕು. ಅವರು ನಿನ್ನನ್ನ ಸೈನ್ಯಕ್ಕೆ ಹಾಕಿಕೊಂಡರೆ ಒಳ್ಳೆಯದೇ ಸರಿ. ಬರೀ ಸಮಾಚಾರ ತಗೊಂಡು ಹೋಗೋ ಜುಜುಬಿ ಕೆಲಸ ಕೊಟ್ಟರೂ ಬೇಡ ಅನ್ನಬೇಡ. ನಿನಗೆ ಏನೇ ಹೇಳಲಿ ಒಪ್ಪಿಕೊಂಡು ಮಾಡಬೇಕು ಗೊತ್ತಾಯಿತಾ?"

ಕಡೆಯ ಪದದ ಮೇಲೆ ಅವನ ಅಪ್ಪ ಒತ್ತು ಕೊಟ್ಟ. ಈ ಮಾತು ಅವನು ಕೇಳಬೇಕಾಗಿ ಬಂದದ್ದು ಮೊದಲ ಸಲ ಅಲ್ಲ. ಅವನಿಗೆ ಕೊಂಚ ಕೋಪವೂ ಬಂತು. ತಾನೇನು ಮಡ್ಡಿಯೇ ಗೊತ್ತಾಗದಿರಲು? ಕ್ರಾಂತಿಯಲ್ಲಿ ಪಾಲ್ಗೊಂಡರೆ ಕಷ್ಟಗಳು ಬಂದೇ ಬರುತ್ತವೆ. ಅವನಿಗೆ ಅವುಗಳನ್ನು ಕಂಡರೆ ಹೆದರಿಕೆ ಇಲ್ಲ, ಈ ಹಿಂದೆಯೇ ಅವನು ನದಿಗಳನ್ನು ಈಜಿ ದಾಟಿದ್ದಾನೆ; ಬತ್ತದ ಹೊಲಗಳ ಕೊಚ್ಚೆಯಲ್ಲಿ ನಡೆದು ಹೋಗಿದ್ದಾನೆ; ಜವುಗು ಪ್ರದೇಶಗಳನ್ನು ನಡೆದು ದಾಟಿದ್ದಾನೆ; ಎರಡು ಮೂರು ದಿವಸ ಒಟ್ಟಿಗೇ ಉಪವಾಸ ಬಿದ್ದಿದ್ದಾನೆ. ಹಸಿವು ತಡೆಯುವುದು ಕಷ್ಟವೇನೋ ಹೌದು. ಆದರೆ ಅಸಾಧ್ಯ ಎಂದು ಅವನೆಂದೂ ಕೈಕಟ್ಟಿ ಕೂಡುವವನಲ್ಲ. ತನ್ನ ಒಡನಾಡಿಗಳು ಕಷ್ಟಸಹಿಷ್ಣುಗಳಾಗಿ ಯಾವೆಲ್ಲ ತೊಂದರೆಗಳನ್ನು ಅನುಭವಿಸುವರೋ ಅವನ್ನೆಲ್ಲ ತಾನೂ ಅನುಭವಿಸಲು ಸಿದ್ಧ ಎಂದು ಮನಸ್ಸಿಗೆ ಹೇಳಿಕೊಂಡ. ಅವನು ಹೊರಗೆ ನೋಡಿದ. ಮುಳ್ಳುಬೇಲಿಯ ಆಚೆ ಅರ್ಧಂಬರ್ಧ ಕಟ್ಟಲಾದ ಕೊತ್ತಲಗಳು, ನದಿ ಹೊಲಗಳ ಸಮೂಹ. ಹಸಿರು. ಅದೋ ಅಲ್ಲಿರುವುದು ಮೈ ಹಿಯೆಪ್ ಗ್ರಾಮ. ಅದರ ಪಕ್ಕದ್ದು ಅವನ ಸ್ವಂತ ಹಳ್ಳಿ – ಟನ್ ಹಿಯೆಪ್. ಅವನು ನದಿಯನ್ನು ದಾಟುತ್ತಾನೆ. ಕಷ್ಟವೇನಲ್ಲ, ಅವನು ಒಮ್ಮೆಗೆ ನಾಲ್ಕು ಸಲ ಹಾಗೆ ಮಾಡಬಲ್ಲ, ಹಿಂದೆ ಮಾಡಿದ್ದಾನೆ. ನಂತರ ಓಡುತ್ತ ಹೊಲಗಳನ್ನು ದಾಟಿಬಿಡುತ್ತಾನೆ. ಉಹೂ, ಏನೇನೂ ಕಷ್ಟವಾಗುವುದಿಲ್ಲ.

ಅವನ ತಂದೆಯ ಧ್ವನಿ:

"ಮುಖ್ಯವಾದ ವಿಷಯ ಏನಪ್ಪ ಅಂದರೆ..."

"ಮತ್ತೆ ಆ ಹಾಳು ಮುಖ್ಯವಾದ ವಿಷಯ..." ಎಂದು ಮನಸ್ಸಿನಲ್ಲೇ ಗೊಣಗಿದ.

"ಮುಖ್ಯವಾದ ವಿಷಯ ಏನಪ್ಪ ಅಂದರೆ ನೀನು ಧೈರ್ಯವಾಗಿ ಇರಬೇಕು. ನಾವು ಮೈಡಿಯೆಮ್* ಪಡೆಗಳಿಗಿಂತ ಯಾವಾಗಲೂ ಒಂದು ಹೆಜ್ಜೆ ಮುಂದೆಯೇ ಇರ್ತೇವೆ. ಯಾಕಪ್ಪ ಅಂದರೆ ನಮ್ಮ ಉದ್ದೇಶ ಸಾರ್ಥಕವಾದ್ದು; ನಾವು ನ್ಯಾಯ, ನೀತಿಯಲ್ಲಿ ನಂಬಿಕೆ ಇಟ್ಟವರು. ಅವರು ಯಾವ ಹೊತ್ತಿನಲ್ಲಾದರೂ ಓಡಿ ಹೋಗೋಕ್ಕೆ ತಯಾರಾಗಿರ್ತಾರೆ. ನಮ್ಮ ಸೈನಿಕರೋ, ಆಜ್ಞೆ ಮಾಡೋಕ್ಕೆ ಮುಂಚೆಯೇ ಕೆಲ್ಸ ಮಾಡೋದಕ್ಕೆ ಸಿದ್ಧ!"

ಟ್ರಂಗ್ ಅಪ್ಪನತ್ತ ದೃಷ್ಟಿ ಹಾಯಿಸಿದ. "ಅಬ್ಬ! ಆಜ್ಞೆ ಮಾಡೋಕ್ಕೆ ಮುಂಚೆಯೇ ಒಬ್ಬ ಸೈನಿಕ ಅದನ್ನು ಕಾರ್ಯಗತಗೊಳಿಸುವುದೇ!" – ಎಂದು ಅವನು ಮನಸ್ಸಿನಲ್ಲೇ ಅಂದುಕೊಂಡು

---

* ಅಮೆರಿಕದ ಕೈಗೊಂಬೆಯಾಗಿ ದಕ್ಷಿಣ ವಿಯೆಟ್‌ನಾಮಿನ ಅಧ್ಯಕ್ಷನಾಗಿದ್ದ ನ್ಗೊ ಡಿಂಗ್ ಡಿಯೆಮ್‌ನ ಮತ್ತು ಅಮೆರಿಕದ ಪಡೆಗಳು.

ನಕ್ಕ. ತನ್ನ ನಗೆಯನ್ನು ಹೊರಗೆಡಹಲಿಲ್ಲ. ಅಪ್ಪನೊಂದಿಗೆ ವಾದಕ್ಕೂ ಇಳಿಯಲಿಲ್ಲ. ಆ ಪುಟ್ಟ ಸಿಪಾಯಿಗೆ ಈ ವಿಷಯದಲ್ಲಿ ಮಾತ್ರ ಅಳುಕು! ಅಪ್ಪನಿಗೆ ಕೋಪ ಮೂಗಿನ ತುದಿಯಲ್ಲೇ. ಕೆರಳಿದನೆಂದರೆ ಮನುಷ್ಯನೇ ಅಲ್ಲ. ಆದರೆ ಟ್ರಂಗ್‌ಗೆ ಗೊತ್ತು, ಅಪ್ಪ ತನ್ನನ್ನು, ತಾಯಿಯನ್ನು ಎಷ್ಟು ಗಾಢವಾಗಿ ಪ್ರೀತಿಸುತ್ತಾನೆ ಅಂತ. ಆ ಪ್ರೀತಿ ಬಹಿರಂಗವಾಗಿ ಪ್ರಕಟಗೊಂಡಿರಲಿಲ್ಲ, ಅದು ಬ ಗೆ ಇಷ್ಟವೂ ಇಲ್ಲ. ಆದರೆ ಅವನ ತಾಯಿಯೋ, ತುಂಬಾ ಕೋಮಲ ಹೃದಯದ ಪ್ರೇಮಮಯಿ. ತನ್ನ ಮುದ್ದುಗುವರನ ಅಗಲಿಕೆಯನ್ನು ಸಹಿಸಲು ಅವಳಿಗೆ ಸಾಧ್ಯವೆ? ಟ್ರಂಗ್‌ಗೆ ತಮ್ಮನೋ ತಂಗಿಯೋ ಇರುತ್ತಿದ್ದರೆ ದುಃಖದ ತೀವ್ರತೆ ಸ್ವಲ್ಪವಾದರೂ ಕಮ್ಮಿಯಾಗುತ್ತಿತ್ತೇನೋ? ಈಗವಳು ಅಡಿಗೆ ಮನೆಯಲ್ಲಿ ಕಾರ್ಯಮಗ್ನಳಾಗಿದ್ದಳು. ಘಮಘಮ ಪರಿಮಳ ಎಲ್ಲೆಡೆ ಹರಡಿತ್ತು. ಏನಿರಬಹುದು? ಟ್ರಂಗ್ ಯೋಚಿಸಿದ. ತನಗೆ ಪ್ರಿಯವಾದ ವ್ಯಂಜನ ಯಾವುದೋ ಇದ್ದೀತು. ಸೀಗಡಿ ಮೀನಿನ ವ್ಯಂಜನ ಇರಬಹುದು. ಎಷ್ಟು ದಿವಸವಾಗಿತ್ತು ಅದರ ರುಚಿ ನೋಡಿ! ಈ "ಆಯಕಟ್ಟಿನ ಹಳ್ಳಿ"ಯಲ್ಲಿ ಸೀಗಡಿ ಸುಲಭವಾಗಿ ಸಿಕ್ಕುತ್ತಿರಲಿಲ್ಲ. ಇಲ್ಲಿ ಬಂಧಿತರಾಗುವ ಮುನ್ನ ಟನ್ – ಹಿಯೆಪ್‌ನ ಬಳಿ ಕಾಲುವೆಯಲ್ಲಿ ಅವನು ಸೀಗಡಿಗಳನ್ನು ಹಿಡಿಯಲು ಹೋಗುತ್ತಿದ್ದ. ಅಷ್ಟೇನೂ ಆಳವಲ್ಲದ ಸ್ಥಳದಲ್ಲಿ ಇಳಿದು ಜಾಲಾಡುತ್ತ ನಡೆದನೆಂದರೆ ಕೆಲವೇ ನಿಮಿಷಗಳಲ್ಲಿ ಸಾಕೆನಿಸುವಷ್ಟು ಮೀನುಗಳು ಸಿಕ್ಕುತ್ತಿದ್ದವು, ಇಲ್ಲೋ, ಸಿಕ್ಕುವುದಿಲ್ಲ ಎಂದರೆ ಮುಗಿಯಿತು; ಬಾಯಿ ಚಪಲವನ್ನು ಅದುಮಿಟ್ಟುಕೊಳ್ಳುವುದು ಒಂದೇ ಇರುವ ಮಾರ್ಗ. ಇವತ್ತು ಬೆಳಗ್ಗೆ ಅವನ ತಾಯಿ ಪಹರೆಯ ಹಾಯ್‌ನನ್ನು ವಿಶೇಷವಾಗಿ ವಿನಂತಿಸಿಕೊಂಡು ಅಪ್ಪಣೆ ಪಡೆದು ಮಾರುಕಟ್ಟೆಗೆ ಹೋಗಿದ್ದಳು. ಅಲ್ಲಿಂದ ಕೆಲವು ಸೀಗಡಿ ಮೀನುಗಳನ್ನು ಕೊಂಡು ತಂದಿದ್ದಳು. ಅದೂ ಭರ್ಜರಿ ಬೆಲೆಗೆ! ಎಂಡು ಮೀನುಗಳಿಗೆ ಹದಿನೈದು ಪಿಯಾಸ್ಟರುಗಳು!

ಅವನ ತಾಯಿ ಊಟಕ್ಕೆ ಅಣಿ ಮಾಡುತ್ತಿದ್ದಳು: ಬಟ್ಟಲುಗಳು ಮತ್ತು ಊಟದ ಕಡ್ಡಿಗಳನ್ನು ಇಡುತ್ತಿರುವಾಗ ಹೆಜ್ಜೆಯ ಸಪ್ಪಳ ಕೇಳಿಸಿತು. ಹಾಯ್ ತನ್ನ ಸೊಗಸಾದ "ಡ್ಯಾಕ್ರನ್" ಷರಾಯಿಯ ಜೇಬುಗಳಲ್ಲಿ ಕೈತೂರಿಸಿ ಬಾಗಿಲಲ್ಲಿ ಬಂದು ನಿಂತ. ದೊಡ್ಡ ಧ್ವನಿಯಲ್ಲಿ ಕೂಗಿ ಹೇಳಿದ:

"ಏಯ್! ಇವತ್ತು ಸಾಯಂಕಾಲ ರಾಜಕೀಯ ಚರ್ಚಾಕೂಟ ಇದೆ. ತುಂಬಾ ಮುಖ್ಯವಾದ ವಿಷಯ: ಸರ್ಕಾರದ ಬಿಚ್ಚು ಹೃದಯದ ನಿಲುವು."

ಉತ್ತರವಿಲ್ಲ. ಹಾಯ್ ಅರಚಿಕೊಂಡ:

"ಏನು ಎಲ್ಲರೂ ಸತ್ತು ಹೋಗಿದೀರೋ ಹ್ಯಾಗೆ? ಯಾರೂ ಇಲ್ವಾ ಮನೇಲಿ?"

ಒಳಗಿನಿಂದಲೇ ಬ ಹೇಳಿದ: "ಇದ್ದೇನೆ."

ಪಹರೆಯವ ಕೇಳಿದ:

"ಊರಗಲದ ಬಾಯನ್ನ ಯಾಕೆ ಹಾಗೆ ಮುಚ್ಚಿಕೊಂಡಿರ್ತೀಯ?"

"ಇಲ್ನೋಡು, ಇವತ್ತು ಸಭಾಂಗಣದಲ್ಲಿ ಚರ್ಚೆ ಇದೆಯಲ್ಲ, ಖಂಡಿತ ಹೋಗು. ಅಧ್ಯಕ್ಷ ನ್ಗೊ ಡಿಂಗ್ ಡಿಯೆಮ್‌ರ ಬಿಚ್ಚು ಹೃದಯದ ನಿಲುವು– ಅಂತ ವಿಷಯ. ನಿನ್ನ ಬಳಗ ಬಂಧುಗಳು ಇದ್ದಾರಾ ಯಾರಾದರೂ? ವಿಯೆಟ್ ಕಾಂಗ್‌ನ ಅನುಯಾಯಿಗಳು? ಇದ್ದರೆ ಅವರನ್ನೂ ಕರ್ಕೊಂಡು ಹೋಗು ಬಲವಂತವಾಗಿ... ಅಬ್ಬಾ... ಎಷ್ಟು ಒಳ್ಳೆಯ ವಾಸನೆ! ಏನು ಇವತ್ತು ಅಡಿಗೆ?"

"ಒಂದಿಷ್ಟು ಶಾವಿಗೆ... ಅಕ್ಕಿ ಮುಗಿದುಹೋಗಿತ್ತು."

"ಅಕ್ಕಿ ತೀರಿಹೋಯ್ತು ಅಂತ ಶಾವಿಗೆ ಮಾಡೋ ಮಂದಿ ತುಂಬಾ ಸ್ಥಿತಿವಂತರೇ ಇರಬೇಕು. ಆದರೆ ನಿನ್ನನ್ನು ಇಲ್ಲಿಗೆ ಕರ್ಕೊಂಡು ಬರೋದೇ ಒಂದು ಪ್ರಯಾಸದ ಕೆಲಸ ಆಗಿತ್ತು!"

"ಇರಬಹುದು, ನಾವು ಸ್ಥಿತಿವಂತೇನೋ ಇರಬಹುದು, ಆದರೆ..."

"ಸಾಕು, ಸಾಕು!... ನಂಗೆ ಗೊತ್ತು ನಿನ್ನ ಗೋಳು ಏನೂಂತ!... ಬೆಲೆ ಏರ್ತಿದೆ, ಪದಾರ್ಥ ಸಿಕ್ಕೋದೇ ಕಷ್ಟ... ಲೊಟ್ಟೆ ಲೊಸಕು..."

ಪಹರೆಯವನು ನಿರ್ಗಮಿಸಿದ ತರುವಾಯ ಬ ಗೊಣಗಿಕೊಂಡ: "ಬಿಚ್ಚು ಹೃದಯದ ನಿಲುವು? ನಾಳೆ ನನ್ನ ಮಗನನ್ನು ವಿಯೆಟ್‌ಕಾಂಗ್‌ಗೆ ಕಳಿಸೋನು ನಾನು!"

ಊಟವಾದ ಮೇಲೆ ಬ ತನ್ನ ಮಗನಿಗೆ ಲೆಕ್ಕಣಿಕೆಯನ್ನೂ ಮಸಿಕುಡಿಕೆಯನ್ನೂ ತಂದಿರಿಸಲು ಹೇಳಿದ. ಆನಂತರ ಮಗನನ್ನು ಬಾಗಿಲ ಬಲಿ ಕಾವಲು ನಿಲ್ಲಿಸಿದ. ಡಿಯೆಮ್ ಪಡೆಯ ಸೈನಿಕನೋ ಮತ್ತಾರೋ ಅತ್ತ ಸುಳಿದರೆ? ತನ್ನ ಮಗ ಕ್ರಾಂತಿದಳವನ್ನು ಸೇರಬೇಕಾದ ಸಂದರ್ಭದಲ್ಲಿ ತಂದೆಯಾದ ತನ್ನ ಶಿಫಾರಸು ಪತ್ರ ಬೇಕೇಬೇಕು ಎಂದು ಬ ಆಲೋಚಿಸಿದ. ಲೆಕ್ಕಣಿಕೆಯನ್ನು ಕಾಗದದ ಬಳಿ ತಂದಾಗ ಯಾವುದೋ ಪವಿತ್ರ ಭಾವನೆ ಅವನ ಹೃದಯವನ್ನು ಬೆಳಗಿತು. ಯುದ್ಧದಲ್ಲಿ ಮಡಿದ ಕ್ರಾಂತಿವೀರರ ಪುಣ್ಯಸಮಾಧಿಗೆ ನಮಸ್ಕರಿಸುವಾಗ ಮಾಡುವ ಪವಿತ್ರ ಭಾವನೆ. ಅವನ ಕಣ್ಣುಗಳು ತೇವವಾದವು. ಕೈಗಳು ನಡುಗಿದವು. ಎಷ್ಟೋ ಹೊತ್ತು ಏನನ್ನೂ ಬರೆಯಲಾಗಲಿಲ್ಲ. ಹಾಗೆ ನೋಡಿದರೆ ಪತ್ರ ಬರೆಯುವುದು ಅವನಿಗೆ ತೀರಾ ತೀರಾ ಅಪರೂಪವಾದ ಸಾಹಸ. ಹೇಗೆ ಆರಂಭಿಸಬೇಕು ಎಂಬ ಸಮಸ್ಯೆ ಕಾಡಿತು. ಹೇಗೆ ಬರೆಯಬೇಕು ಎಂದು ಮುಂಚೆ ಯೋಚಿಸಿದ: "ನನ್ನ ಶ್ರೀಮತಿ ಮತ್ತು ನನಗೆ ಕೇವಲ ಒಬ್ಬನೇ ಮಗ." ಆ ಮೇಲೆ ಸ್ವಲ್ಪ ಆಲೋಚಿಸಿ, "ನಾನು ಮತ್ತು ನನ್ನ ಹೆಂಡತಿಗೆ ಇರುವುದು ಒಬ್ಬನೇ ಮಗ." ಎಂದು ಬರೆದ. ಇದು ಎಷ್ಟೋ ವಾಸಿ ಎನಿಸಿತು. ಮಂಚದ ಮೇಲೆ ಬಾಗಿ ಕೂತ ಬ, ಬರೆದ ಒಂದೊಂದು ಅಕ್ಷರವನ್ನೂ ಜಾಗರೂಕತೆಯಿಂದ ಗಮನಿಸುತ್ತ ಮುಂದುವರಿದ. ಬಾಗಿಲಲ್ಲಿ ನಿಂತ ಟ್ರಂಗ್ ಒಮ್ಮೆ ಕೆಮ್ಮಿದರೆ ತಕ್ಷಣ ಪತ್ರವನ್ನು ಚಾಪೆಯ ಕೆಳಗೆ ಬಚ್ಚಿಡುವನು. ಮತ್ತೊಮ್ಮೆ ಸೂಚನೆ ಬಂದಾಗ ಬರವಣಿಗೆ ಮುಂದುವರಿಸುವನು. ಆ ದಿವಸ ಬೆಳಿಗ್ಗೆ ಪೂರ್ತಿ ಅವನು ಬರೆದೇ ಬರೆದ. ತಾನು ಹಿಂದೆಂದೂ ಬರೆದಿರದಂಥ ಪತ್ರವನ್ನು ಬರೆದು ಪೂರ್ಣಗೊಳಿಸಿದ.

* * *

ಅಂದು ಅವರು ಸಂಜೆಯ ಊಟವನ್ನು ಮಾಮೂಲಿಗಿಂತ ಬಹಳ ಮುಂಚಿತವಾಗಿಯೇ ಮಾಡಿ ಮುಗಿಸಿದರು. ಬನ ಹೆಂಡತಿಗೆ ಊಟ ಸೇರಲಿಲ್ಲ. ತುಟಿಗೆ ತಾಕಿಸಿದ ಬಟ್ಟಲನ್ನು ಹಾಗೇ ವಾಪಸು ಇಟ್ಟಳು. ಟ್ರಂಗ್‌ನಿಗೂ ಹಸಿವೆ ಇರಲಿಲ್ಲ. ಬ ಮಾತ್ರ ಎಂದಿನಂತೆ ಶಾಂತವಾಗಿ ಊಟ ಮಾಡಿದ. ಮಗನಿಗೆ ಅಕ್ಕರೆಯಿಂದ ಹೇಳಿದ:

"ತಿನ್ನು ಮರಿ, ಎಷ್ಟು ಸಾಧ್ಯವೋ ಇವತ್ತೇ ತಿಂದುಬಿಡು. ತಾಯಿ ಕೈಯಾರ ಮಾಡಿ ಬಡಿಸಿದ ಅಡುಗೆ ಆ ಮೇಲೆ ಸಿಕ್ಕುತ್ತೋ ಇಲ್ಲವೋ."

ಇದನ್ನು ಕೇಳಿಸಿಕೊಂಡ ಅವನ ಹೆಂಡತಿ ಎದ್ದು ಮಂಚದ ಬಳಿ ಹೋಗಿ ಬಿಕ್ಕುತ್ತ ಅಳತೊಡಗಿದಳು. ಟ್ರಂಗ್ ಚುಟುಕಿನಲ್ಲಿಯೇ ಊಟ ಮುಗಿಸಿ ಎದ್ದು ಬಿಟ್ಟ. ಬೇರೆಯವರಿಗೆ ದೃಢವಾದ್ದೆನಿಸುವ ಧ್ವನಿಯಲ್ಲಿ ಹೇಳಿದ:

"ಅಳಬೇಡ ಅಮ್ಮ. ನಿನು ಸಂತೋಷ ಪಡಬೇಕು. ಇನ್ನು... ಇನ್ನೇನು ಕತ್ತಲಾಗುತ್ತೆ, ನನ್ನ ಸಾಮಾನೆಲ್ಲ ಎಲ್ಲಿ?"

"ಇಗೋ."

ಅವಳು ಒಂದು ಗಂಟನ್ನು ಒಪ್ಪಿಸಿದಳು. ಅವನ ಉಡುಪುಗಳನ್ನು ಅವಳ ಸ್ವಂತ ಸ್ಕಾರ್ಫಿನಲ್ಲಿ ಸುತ್ತಿದ್ದಳು. ಗಂಟನ್ನು ತೆಗೆದುಕೊಂಡ ಟ್ರಂಗ್ ನೆಲದ ಮೇಲೆ ಚಕ್ಕಳಮಕ್ಕಳ ಹಾಕಿ ಕೂತ. ಸ್ಕಾರ್ಫಿನಿಂದ ಬೆವರಿನ ಘಾಟು ಬಂತು. ಅವನ ಕಣ್ಣುಗಳಲ್ಲಿ ಕಂಬನಿ ತುಂಬಿದುವು. ತನ್ನ ತಲೆಯನ್ನು ಥಟ್ಟನೆ ತಿರುಗಿಸಿಕೊಂಡ. ತಾಯಿಗೆ ತನ್ನ ಕಣ್ಣೀರು ಕಾಣಬಾರದು. ಅವನು ತನಗೆ ತಾನೇ ಹೇಳಿಕೊಂಡ. ನಾನು ವಿಮೋಚನಾ ದಳದ ಜತೆ ಎಲ್ಲೇ ಹೋದರೂ ಈ ವಸ್ತ್ರವನ್ನು ಜೋಪಾನವಾಗಿ ಇಟ್ಟುಕೊಳ್ತೇನೆ. ಇದು ನನ್ನ ಬಳಿ ಇದ್ದಷ್ಟು ದಿವಸವೂ ನನ್ನ ತಾಯಿಯೇ ನನ್ನ ಬಳಿ ಇದ್ದಂತೆ. ಟ್ರಂಗ್‌ನ ತಾಯಿ ಅವನ ಬಳಿ ಕೂತಳು. ಅವನಿಗೆ ಮತ್ತೊಂದು ಪುಟ್ಟ ಗಂಟನ್ನು ಕೊಟ್ಟು ಹೇಳಿದಳು:

"ಇದರಲ್ಲಿ ಒಂದಷ್ಟು ಹಣ ಇದೆ. ನಿನಗೋಸ್ಕರ. ಜೋಪಾನ!" ಟ್ರಂಗ್ ಗಂಟನ್ನು ಬಿಚ್ಚಿದ. ಐವತ್ತು ಪಿಯಾಸ್ಟರುಗಳ ನಾಲ್ಕು ಬಿಲ್‌ಗಳು. ಒಂದನ್ನು ಉಳಿಸಿಕೊಂಡು ಮಿಕ್ಕವನ್ನು ತಾಯಿಗೇ ಹಿಂದಿರುಗಿಸಿಬಿಟ್ಟ.

"ಒಬ್ಬ ಸಿಪಾಯಿಗೆ ಇಷ್ಟೊಂದು ದುಡ್ಡು ಯಾಕಮ್ಮ?" ಆದರೆ ತಾಯಿ ಕೇಳಲಿಲ್ಲ. ಕಡೆಗೆ ಮತ್ತೊಂದು ಐವತ್ತರ ಬಿಲ್ ಅನ್ನು ಸ್ವೀಕರಿಸಿದ.

ಈ ಮಧ್ಯೆ ಮನೆಬಿಟ್ಟು ಹೊರಗೆ ಹೋಗಿದ್ದ ಬ ಮರಳಿದ.

ಅವನೆಂದ:

"ನಾನು ತುನನ್ನ ನೋಡ್ಲಿಕ್ಕೆ ಹೋಗಿದ್ದೆ. ಎಲ್ಲಾ ಸರಿಯಾಗಿದೆ."

ಟ್ರಂಗ್ ತಂದೆಯನ್ನು ಕೇಳಿದ:

"ಹಾಗಾದರೆ ನಾನೀಗ ಹೊರಡಲೇನಪ್ಪ?"

"ಇನ್ನೂ ಈಗಲೇ ಅಲ್ಲ. ರಾತ್ರಿ ಸರಿಯಲಿ. ಇಗೋ ಇದನ್ನು ತಗೋ." ತಾನು ಬರೆದಿದ್ದ ಪತ್ರವನ್ನು ಬ ಮಗನಿಗೆ ಕೊಟ್ಟ.

"ಹುಷಾರಾಗಿಟ್ಟುಕೋ ಏನು? ಇದನ್ನ ಯಾರಿಗೆ ಕೊಡ್ತೀ ಹೇಳು? ಮೈ ಹಿಯೆಪ್ ಪಕ್ಷದ ಶಾಖೆಯ ಕಾರ್ಯದರ್ಶಿ ಚಿನ್ ಟಮ್. ಅವರು ಸಿಕ್ಕದಿದ್ದರೆ ಬೇರೆ ಯಾವ ಸಿಪಾಯಿಯ ಹತ್ತಿರವಾಗಲಿ, ಗೆರಿಲ್ಲಾ ಹತ್ತಿರವಾಗಲಿ ಕೊಟ್ಟರೂ ನಡೆಯುತ್ತೆ. ಇಲ್ಲಿ ನೋಡು, ಇನ್ನೂ ಸ್ವಲ್ಪ ಹೊತ್ತಿನಲ್ಲಿ ನೀನು ಹೊರಡಬೇಕು. ಹಳ್ಳಿಯ ಮುಖ್ಯ ದ್ವಾರದಿಂದ ಹೊರಕ್ಕೆ ಹೋಗು, ಅಲ್ಲಿ ತು ಕಾವಲಿಗೆ ಇರ್ತಾನೆ. ಅವನು ನಿನ್ನನ್ನು ತಡೆಯೋಲ್ಲ. ನೀನು ನದಿಯನ್ನು ದಾಟಿದ ಮೇಲೆ ಬಂದೂಕು ಹಾರಿದ ಸದ್ದು ಕೇಳಿಸುತ್ತೆ, ಆದರೆ ಹೆದರಿಕೋಬೇಡ, ಅದನ್ನ ತು ಹಾರಿಸುತ್ತಾನೆ. ಅಲ್ಲಿಂದ ಮುಂದಕ್ಕೆ ನಿನಗೆ ರಸ್ತೆ ಸಿಕ್ಕುತ್ತೆ. ಆದರೆ ಅದರಲ್ಲಿ ಖಂಡಿತ ಹೋಗಬೇಡ; ಅದರ ಉದ್ದಕ್ಕೂ ವೈರಿಗಳು ಮೋಸದ ಬಲೆ ಬೀಸಿ ಕಾದಿರ್ತಾರೆ. ಅದರ ಬದಲು ಕಾಲುವೆಯಲ್ಲಿ ನಡೆದು ಹೋಗು."

ಟ್ರಂಗ್ 'ಆಗಲಿ' ಎಂದ. ಅವನ ತಾಯಿಗೆ ಮಾತ್ರ ತುಂಬಾ ಚಿಂತೆಯಾಯಿತು. ಇದಾದ ಒಂದು ತಾಸಿನ ಬಳಿಕ ಟ್ರಂಗ್ ಮನೆಯನ್ನು ಬಿಟ್ಟು ಹೊರಟ. ಬ ಸುತ್ತ ಮುತ್ತ ಪರಿಶೀಲನೆ ನಡೆಸಿ ಯಾರೂ ಇಲ್ಲ ಎಂದು ಖಾತ್ರಿ ಪಡಿಸಿಕೊಂಡ ಆನಂತರವೇ ಮಗನನ್ನು ಹೊರಗೆ

ಕಾಲಿಡಲು ಬಿಟ್ಟದ್ದು. ಸ್ವಲ್ಪ ದೂರ ನಡೆದು ಹೋದ ಟ್ರಂಗ್ ಹಿಂದಕ್ಕೆ ತಿರುಗಿ ನೋಡಿದ. ಮನೆಯ ಬಾಗಿಲಿನಲ್ಲಿ ಕಪ್ಪು ಆಕೃತಿಯೊಂದು ಕಾಣಿಸಿತು. ಅಮ್ಮ, ಅವಳು ಖಂಡಿತ ಬಿಕ್ಕಿ ಬಿಕ್ಕಿ ರೋದಿಸುತ್ತಿರಬೇಕು.

ಟ್ರಂಗ್ "ಆಯಕಟ್ಟಿನ ಹಳ್ಳಿ"ಯ ಮುಖ್ಯದ್ವಾರವನ್ನು ತಲಪಿದ. ಬಾಗಿಲು ದೊಡ್ಡದಾಗಿ ತೆರೆದಿತ್ತು. ಅದನ್ನು ಮತ್ತಷ್ಟು ನೂಕಿ ಹೊರಕ್ಕೆ ನುಸುಳಿದ. ಕಡೆಯ ಮುಳ್ಳುಬೇಲಿಯನ್ನು ದಾಟಿದ ಬಳಿಕ ಹೊಲಗಳು ಎದುರಾದವು. ತನ್ನ ಗಂಟನ್ನು ಹೆಗಲಿನ ಮೇಲೆ ಹಾಕಿಕೊಂಡು ಅವನು ಓಡತೊಡಗಿದ. ಎದುರು ಗಾಳಿ ಬಿರುಸಾಗಿ ಬೀಸುತ್ತಿತ್ತು. ಸ್ವಲ್ಪ ದೂರ ಒಂದೇ ಸಮನೆ ಓಡಿದವನು ಉಸಿರು ಕಟ್ಟಿದಂತಾಗಿ ನಿಂತ. ಆಳವಾಗಿ ಶ್ವಾಸವನ್ನು ಒಳತೆಗೆದುಕೊಂಡ. ಇಲ್ಲಿಯ ಗಾಳಿ ಹಳ್ಳಿಯ ಒಳಗಿನ ಗಾಳಿಗಿಂತ ಬೇರೆ ಎನಿಸಿತು. ನದಿಯ ಬಳಿ ಬಂದಾಗ ತನ್ನ ಬಟ್ಟೆಗಳನ್ನು ಕಳಚಿ ತಾಯಿಯು ಕೊಟ್ಟ ಗಂಟಿನಲ್ಲೇ ತುರುಕಿದ. ಆ ಗಂಟನ್ನು ತಲೆಯ ಮೇಲೆ ಹೊತ್ತುಕೊಂಡು ಅವನು ಈಜತೊಡಗಿದ. ಅವನು ದಡವನ್ನು ಮುಟ್ಟಬೇಕು ಎನ್ನುವಾಗ 'ಢಂ' ಎಂದು ಗುಂಡಿನ ಸಪ್ಪಳ ಕೇಳಿಸಿತು. ಗಲಿಬಿಲಿಗೊಳ್ಳದೆಯೇ ದಡದ ಮೇಲೇರಿ ತನ್ನ ಉಡುಪನ್ನು ಧರಿಸಿದ. ಹಳ್ಳಿಯತ್ತ ನೋಡಿದ. ಕಾವಲು–ಗೋಪುರದಲ್ಲಿ ಬೆಳಕು ಕಾಣಿಸಿತು. ಅದಲ್ಲದೆ ಅತ್ತಿಂದಿತ್ತ ಹಾಯುವ ಪ್ರಕಾಶ ಅವನಿಗೆ ಕಂಡುಬಂತು. "ಅವರು ಹುಡುಕಾಟ ಶುರು ಮಾಡಿದ್ದಾರೆ," ಎಂದುಕೊಂಡ.

ಅವನು ಒಂದು ತೋಪಿನ ಅಂಚನ್ನು ಮುಟ್ಟಿದಾಗ ಆಗಲೇ ಸರಿರಾತ್ರಿ. ಅಪ್ಪನ ಸೂಚನೆಯ ಪ್ರಕಾರ ಮತ್ತೆ ಬಟ್ಟೆಗಳನ್ನು ಬಿಚ್ಚಿ ಕಾಲುವೆಗಿಳಿದ, ನೀರು ಎದೆಯ ಮಟ್ಟಕ್ಕೆ ಮಾತ್ರ ಬಂತು. ಕೊಂಚ ದೂರವನ್ನು ಕ್ರಮಿಸಿದ್ದಾನು. ಆ ಬದಿಯ ದಡದಿಂದ ಯಾರದೋ ಸ್ವರ ಕೇಳಿಸಿತು.

"ಯಾರಲ್ಲಿ?"

"ನಾನು" ಅವನು ಉತ್ತರಿಸಿದ.

"ನಾನು ಅಂದರೆ?"

"ನಾನು... ನಾನು "ಆಯಕಟ್ಟಿನ ಹಳ್ಳಿ"ಯಿಂದ ಬಂದವನು, ತಡೀರಿ, ದಡಕ್ಕೆ ಬಂದೆ." ಕಾಲುವೆಯ ತಟದಲ್ಲಿ ಒಂದು ನೆರಳು ಕಾಣಿಸಿಕೊಂಡಿತು. ಅದರ ಹಿಂದೆ ಇನ್ನೊಂದು. ಅವನತ್ತ ಬಂದೂಕುಗಳನ್ನು ಗುರಿಯಿಡಲಾಯಿತು. ಕಣ್ಣು ಕುಕ್ಕುವ ತೋರುಬೆಳಕನ್ನು ಅವನ ಮೇಲೆ ಹಾಯಿಸಲಾಯಿತು.

ಒಂದು ಧ್ವನಿ:

"ಒಬ್ಬನೇ ಒಬ್ಬ... ಇನ್ನೂ ಎಳೇ ಹುಡುಗ."

ಅದೇ ಧ್ವನಿ ಅವನನ್ನು ಪ್ರಶ್ನಿಸಿತು:

"ಹಾಗಾದರೆ 'ಆಯಕಟ್ಟಿನ ಹಳ್ಳಿ'ಯಿಂದ ಬಂದವನೋ ನೀನು? ನಿನ್ನ ಜತೆ ಬೇರೆ ಯಾರಿದಾರೆ?"

"ಯಾರೂ ಇಲ್ಲ. ನಾನೊಬ್ಬನೇ."

ದಡದ ಮೇಲೆ ಏರಿದ ಟ್ರಂಗ್ ಬಟ್ಟೆಗಳನ್ನು ಹಾಕಿಕೊಂಡ. "ನಾನು ಚಿನ್ ಟಮ್ ಚಿಕ್ಕಪ್ಪನನ್ನು ನೋಡಬೇಕು." ಎಂದ. ಚಿಕ್ಕಪ್ಪ ಇಲ್ಲ, ಎಲ್ಲೋ ಹೋಗಿದ್ದಾರೆ ಎಂದು ಅವರು ಹೇಳಿದರು. ಅವರಲ್ಲಿ ಒಬ್ಬ ಮುಂಬಂದು ಕೇಳಿದ:

"ನಮಗೆ ಏನಾದರೂ ಹೇಳೋದಿದೆಯಾ?"

ತುಸು ಯೋಚಿಸಿದ ಟ್ರಂಗ್ "ಹೂಂ." ಎಂದ.

"ಸರಿ ಹಾಗಾದರೆ: ಬಾ."

ಅವರನ್ನು ಹಿಂಬಾಲಿಸಿದ ಟ್ರಂಗ್ ಒಂದು ಮನೆಯನ್ನು ಸಮೀಪಿಸಿದ. ಒಬ್ಬ ಅಪರಿಚಿತ ದೀಪವನ್ನು ಹತ್ತಿಸಿ ಅವನನ್ನು ದಿಟ್ಟಿಸಿ ನೋಡಿದ. ಅದೇ ವ್ಯಕ್ತಿ ಯಾರನ್ನೋ ಕೂಗಿ ಕರೆದ. ಒಳಗಿದ್ದವನು ಎದ್ದು ಕೂತು ಕಣ್ಣುಗಳನ್ನು ಉಜ್ಜಿಕೊಂಡು ಪ್ರಶ್ನಿಸಿದ:

"ಏನಾಯಿತು ?"

"ಆಯಕಟ್ಟಿನ ಹಳ್ಳಿ'ಯಿಂದ ಒಬ್ಬ ಹುಡುಗ ಬಂದಿದಾನೆ. ನಿನ್ನನ್ನು ಅವನು ನೋಡಬೇಕಂತೆ."

"ಎಲ್ಲಿದ್ದಾನೆ ?"

ಇದ್ದ ಧೈರ್ಯವನ್ನೆಲ್ಲ ಒಟ್ಟುಗೂಡಿಸಿಕೊಂಡು ಟ್ರಂಗ್ ಉಸುರಿದ. "ಇಲ್ಲಿ." ತನ್ನ ತಂದೆಯ ಶಿಫಾರಸು ಪತ್ರವನ್ನು ಜೇಬಿನಿಂದ ಹೊರತೆಗೆದು ಕೊಟ್ಟ. "ಇದನ್ನ ಚಿನ್ ಟಮ್ ಚಿಕ್ಕಪ್ಪನ ಹತ್ತಿರ ಕೊಡಲು ಹೇಳಿದ್ದಾರೆ ನಮ್ಮ ತಂದೆ, ಇಲ್ಲದಿದ್ದರೆ ಯಾವುದೇ ಗೆರಿಲ್ಲಾ ಹತ್ತಿರವಾಗಲಿ, ವಿಮಾಚನಾ ಸೇನೆಯ ಸಿಪಾಯಿ ಹತ್ತಿರವಾಗಲಿ ಕೊಡು ಅಂದರು."

ಗೆರಿಲ್ಲಾ ನಾಯಕ ಪತ್ರವನ್ನು ಕೈಗೆತ್ತಿಕೊಂಡು ದೀಪದ ಬಳಿ ಬಂದ. ಓದುವಾಗ ಅವನ ಪೊದೆಹುಬ್ಬುಗಳು ಗಂಟಿಕ್ಕಿಕೊಂಡವು. ದಪ್ಪ ದಪ್ಪವಾದ ಕೋಚುಕೋಚಾದ ಅಕ್ಷರಗಳು:

ವಿಮೋಚನಾ ದಳದ ಸೋದರರೆ,

ನಾನು ಮತ್ತು ನನ್ನ ಹೆಂಡತಿಗೆ ಇರುವುದು ಒಬ್ಬನೇ ಮಗ. ನಾವು ಈಗ 'ಆಯಕಟ್ಟಿನ ಹಳ್ಳಿ'ಯಲ್ಲಿ ಸೆರೆಯಾಗಿದ್ದೇವೆ. ಹಿಂದೆ ಕ್ರಾಂತಿಯೇ ನಮಗೆ ಒಂದಷ್ಟು ಭೂಮಿ ಕಾಣಿಕೆ ಕೊಟ್ಟಿತ್ತು. ಅದರಿಂದ ನಮಗೆ ತುಂಬಾ ಅನುಕೂಲವಾಗಿತ್ತು. ಕ್ರಾಂತಿ ಮತ್ತು ಪಕ್ಷ ಎರಡಕ್ಕೂ ನಮ್ಮ ಋಣ ತುಂಬಾ ದೊಡ್ಡದು. ನಮ್ಮ ಮಗ (ಈ ಪತ್ರವನ್ನು ತಮಗೆ ತಲುಪಿಸುತ್ತಿರುವವನು) ಈಗ ಬೆಳೆದು ದೊಡ್ಡವನಾಗಿದ್ದಾನೆ. ಅವನನ್ನು ಕ್ರಾಂತಿಗೆ ಕಾಣಿಕೆಯಾಗಿ ಒಪ್ಪಿಸುತ್ತಿದ್ದೇವೆ. ಸ್ವೀಕರಿಸಿ. ಅವನು ಇನ್ನೂ ಚಿಕ್ಕವನು ಮತ್ತು ಅನುಭವ ಸಾಲದು. ಅವನನ್ನು ಒಬ್ಬ ಮನುಷ್ಯನನ್ನಾಗಿ ಮಾಡಿ, ನಾವು ನಿಮ್ಮನ್ನು ನಿಮ್ಮ ಉಪಕಾರಕ್ಕಾಗಿ ಎಂದೆಂದಿಗೂ ಸ್ಮರಿಸುತ್ತೇವೆ.

ನ್ಗ್ವೆನ್ ವನ್ ಬ,
ಬಡ ರೈತ

ಸಹಿಯ ಕೆಳಗಡೆ ಹೆಬ್ಬೆಟ್ಟು ಮತ್ತು ತೋರುಬೆಟ್ಟಿನ ಗುರುತುಗಳಿದ್ದವು. ಇದ್ದಲಿನ ಮಸಿ ಮತ್ತು ಕೊಬ್ಬರಿ ಎಣ್ಣೆಯ ಮಿಶ್ರಣದಲ್ಲಿ ಬೆರಳುಗಳನ್ನು ಅದ್ದಿ ಆ ಗುರುತುಗಳನ್ನು ಮಾಡಲಾಗಿತ್ತು. ಗೆರಿಲ್ಲಾ ನಾಯಕ ಟ್ರಂಗ್‌ನ ಬಳಿ ಬಂದು ಅವನ ಭುಜಗಳನ್ನು ಹಿಡಿದು ತಡವಿದ.

"ನೀನೇ ಏನಯ್ಯ !"

ಅವನು ಹುಡುಗನನ್ನು ಇದೇ ಮೊದಲ ಸಲ ನೋಡಿದವನಂತೆ ಕೇಳಿದ:

"ನಿನ್ನ ಅಪ್ಪ ನಿನ್ನನ್ನ ಇಲ್ಲಿಗೆ ಕಳಿಸಿದನೋ ?"

ಮುಗಳ್ನಕ್ಕ ಟ್ರಂಗ್ ಹೌದೆಂದು ತಲೆಯಾಡಿಸಿದ, ನಾಯಕ ಮುಂದುವರಿಸಿದ: "ನಿನ್ನ ಆ ಚಿಕ್ಕಪ್ಪ ಚಿನ್‌ಟಮ್ ನನ್ನ ಕೂಡ ಈ ವಿಷಯ ಮಾತಾಡಿದ್ದ. ಇಲ್ಲಿರುವುದಾದರೆ ಭೇಷಾಗಿ ಇರು. ನಮ್ಮ ಜತೆ ನೀನು ಯುದ್ಧಕ್ಕೆ ಬಂದರೂ ನಡೆದೀತೇನೋ, ಇರಲಿ, ಈಗ ತುಂಬಾ ಹೊತ್ತಾಯಿತು. ಮಲಕ್ಕೊ, ನಾಳೆ ಎಲ್ಲವನ್ನೂ ನಿಧಾನವಾಗಿ ಮಾತಾಡೋಣಂತೆ. ನನ್ನ ಹತ್ತಿರ ದೊಡ್ಡ ಸೋಳ್ಳೆಪರದೆ ಇದೆ. ಒಳಕ್ಕೆ ಬಾ !" ❍

ಕ್ಸನು ಮರಗಳ ಕಾಡು

ಸಮೀಪದಲ್ಲಿರುವ ಶತ್ರು ಪಡೆಯ ನಿವಾಸಸ್ಥಾನದಿಂದ ಹಳ್ಳಿಯ ಮೇಲೆ ಗುರಿಯಿಟ್ಟು ಫಿರಂಗಿಯನ್ನು ಹಾರಿಸಲು ಸಾಧ್ಯವಿದೆ. ಅವರು ಪ್ರತಿದಿವಸ ಎರಡು ಸಲ ತೋಪು ಹಾರಿಸುವ ಪರಿಪಾಠ ಇಟ್ಟುಕೊಂಡಿದ್ದಾರೆ. ನಸುಕಿನಲ್ಲಿ ಮತ್ತು ಮುಸ್ಸಂಜೆಯಲ್ಲಿ; ಅಥವಾ ಅಪರಾಹ್ನದಲ್ಲಿ ಮತ್ತು ಸರಿರಾತ್ರಿಯಲ್ಲಿ; ಅಥವಾ ಮಧ್ಯರಾತ್ರಿ ಮತ್ತು ಕಾಗೆ ಕೂಗುವ ವೇಳೆಯಲ್ಲಿ. ಶೆಲ್‌ಗಳು ಬೀಳುವುದು ಕ್ಸನು ಮರಗಳಿಂದ ಆವೃತವಾದ ಬೆಟ್ಟದ ಮೇಲೆ, ತೊರೆಯ ಬದಿಯಲ್ಲಿರುವ ಬೆಟ್ಟದ ಮೇಲೆ. ದಟ್ಟವಾಗಿ ಬೆಳೆದ ಕಾಡಿನ ಎಲ್ಲಾ ಕ್ಸನು ಮರಗಳ ಮೇಲೂ ಶೆಲ್ ದಾಳಿಯ ಗುರುತುಗಳಿವೆ. ಕೆಲವು ಮರಗಳು ದಾಳಿಗೆ ತತ್ತರಿಸಿ ತೊರೆಯ ನೀರಿಗೆ ಬಿದ್ದು ಹೋದದ್ದುಂಟು. ಗುಂಡುಗಳ ಗಾಯದ ಗುರುತಿದ್ದ ಸ್ಥಳದಲ್ಲಿ ಸಸ್ಯದ ರಸ ಧಾರಾಳವಾಗಿ ಒಸರುತ್ತದೆ. ಹೊಡದಾಗಿ ಚಿಮ್ಮಿದ ರಸ ಪರಿಮಳಯುಕ್ತವಾಗಿರುತ್ತದೆ; ಸೂರ್ಯನ ಕಿರಣಗಳು ಬಿದ್ದಾಗ ಅದರ ಬಿಂದುಗಳು ಫಳಫಳ ಹೊಳೆಯುತ್ತವೆ. ಕ್ರಮೇಣ ಅವುಗಳ ಬಣ್ಣ ಮಾಸುತ್ತದೆ, ರಕ್ತದಂತೆ ಬಿಂದುಗಳು ಹೆಪ್ಪುಗಟ್ಟುತ್ತವೆ.

ಕ್ಸನು ಮರಗಳು ಬೆಳೆದಷ್ಟು ರಭಸವಾಗಿ ಇತರ ಜಾತಿಯ ಮರಗಳು ಬೆಳೆಯಲಾರವು. ಉರುಳಿದ ಪ್ರತಿಯೊಂದು ಮರಕ್ಕೆ ಪ್ರತಿಯಾಗಿ ನಾಲ್ಕೈದು ಸಸಿಗಳು ಎದ್ದು ನಿಲ್ಲುತ್ತವೆ. ಬಾಣ ದಂತಿರುವ ಅವುಗಳ ಹಸಿರು ವರ್ಣದ ತುದಿಗಳು ಆಕಾಶವನ್ನೇ ನೋಡುತ್ತ ಕತ್ತು ಚಾಚುತ್ತವೆ. ಈ ಮರಗಳಿಗೆ ಸೂರ್ಯಪ್ರಕಾಶದ ಅಪರಿಮಿತ ದಾಹ. ಅಸಂಖ್ಯಾತ ಸಸ್ಯರಸ ಬಿಂದುಗಳನ್ನು ಮಿಂಚಿಸುತ್ತ, ಕೆಳಗಿಳಿಯುವ ಬೆಳಕಿನ ಕೋಲುಗಳ ಜಾಡು ಹಿಡಿದು ಮೇಲೇರುತ್ತವೆ. ಇನ್ನೂ ಎಳೆಯ ಮರಗಳು ಎದೆಯ ಮಟ್ಟಕ್ಕೆ ಬರುತ್ತವೆ. ಇವುಗಳಿಗೆ ಗುಂಡೇಟಿನ ಆಘಾತದಿಂದ ಚೇತರಿಸಿಕೊಳ್ಳುವಷ್ಟು ತ್ರಾಣ ಇರುವುದಿಲ್ಲ. ಚಿಮ್ಮುವ ರಸ ಪಾರದರ್ಶಕವಾಗಿಯೂ ತೆಳ್ಳಗೂ ಇರುತ್ತದೆ. ದಾಳಿಯಾದ ಐದನೆಯ ದಿವಸವೋ ಆರನೇ ದಿವಸವೋ – ಹೆಚ್ಚೆಂದರೆ ಹತ್ತನೇ ದಿವಸವೋ ಇವು ಸತ್ತುಹೋಗುತ್ತವೆ. ಆದರೆ ವಯಸ್ಸಾದ

ಮರಗಳು ಶೆಲ್ ದಾಳಿಯನ್ನು ಸಮರ್ಥವಾಗಿ ಎದುರಿಸುತ್ತವೆ, ಗಾಯ ಬೇಗ ಮಾಗುತ್ತದೆ. ಹೀಗಾಗಿ ಕಳೆದ ಎರಡು ಮೂರು ವರ್ಷಗಳಿಂದ ಈ ಕ್ಸನು ಮರಗಳ ಕಾಡು ಹಳ್ಳಿಗೆ ರಕ್ಷೆಯಾಗಿದೆ.

ಕಾಡಿನಿಂದ ಆವೃತವಾದ ಬೆಟ್ಟದ ಮೇಲೆ ನಿಂತು ದಿಗಂತದತ್ತ ದಿಟ್ಟಿ ಹಾಯಿಸಿದರೆ ದೃಷ್ಟಿ ಪಥದ ತುಂಬ ಕಾಣುವುದು ಕ್ಸನುವಿನ ಚಾದರ ಹೊದ್ದ ಇಂಥದೇ ಬೆಟ್ಟಗಳ ಸಾಲು ಸಾಲು.

*   *   *

ವಿಮೋಚನಾ ದಳದಲ್ಲಿ ಮೂರು ವರ್ಷಗಳು ಸತತವಾಗಿ ಸೇವೆ ಸಲ್ಲಿಸಿದ ತರುವಾಯ ಸ್ವಂತ ಹಳ್ಳಿಗೆ ಹಿಂದಿರುಗುವ ಅವಕಾಶ ಮೊದಲ ಸಲ ಥು ಗೆ ಸಿಕ್ಕಿತು. ಅವನು ತೊರೆಯ ಸಮೀಪದಲ್ಲಿ ಪುಟ್ಟ ಹೆಂಗ್‌ನನ್ನು ಭೆಟ್ಟಿಯಾದ. ಆ ಹುಡುಗ ಥುನನ್ನು ಹಳ್ಳಿಗೆ ಕರೆದೊಯ್ಯುತ್ತೇನೆ ಎಂದು ಮುಂದೆ ಬಂದ. ವಿಮೋಚನಾ ದಳವನ್ನು ಥು ಸೇರಿದ ದಿವಸ ಹೆಂಗ್ ಇನ್ನೂ ಎಳೆಯ ಬಾಲಕ. ಅವನ ಸೊಂಟಕ್ಕೂ ಬರುತ್ತಿರಲಿಲ್ಲ. ಪುಟ್ಟದೊಂದು ಬುಟ್ಟಿಯನ್ನು ಹೆಗಲಮೇಲೆ ಹೊತ್ತುಕೊಂಡು ಹಿರಿಯರನ್ನ ಹಿಂಬಾಲಿಸುತ್ತ ಅಲ್ಲಿಲ್ಲಿ ಓಡಾಡಿಕೊಂಡಿರುತ್ತಿದ್ದ. ಈಗ ಅದೇ ಹುಡುಗ ಪದಾತಿ ಸೈನಿಕರು ಹೊರುವ ರೈಫಲನ್ನು ಹೊತ್ತುಕೊಂಡಿದ್ದ ಹೆಗಲಿನ ಮೇಲೆ. ಇಬ್ಬರೂ ಹಳೆಯ ಹಾದಿಯನ್ನೇ ಹಿಡಿದು ಸಾಗಿದರು. ಮ್ಯಾನಿಯೋಕ್ ಮತ್ತು ಪಾಮ್‌ಚೂ* ಹೊಲಗಳನ್ನು ಬಳಸುತ್ತ ಸಾಗಿದ ಹಾದಿ ಎರಡು ಕಡಿದಾದ ಏರುಗಳನ್ನು ಹೊಂದಿತ್ತು. ಅಲ್ಲಿ ಮೆಟ್ಟಲುಗಳನ್ನು ಕಡೆದಿದ್ದರು. ಮಳೆಗಾಲದಲ್ಲಿ ಜಿಗಣೆಗಳು ಹೇರಳವಾಗಿ ಸಿಕ್ಕುತ್ತಿದ್ದ ಆ ಕಾಡನ್ನು ದಾಟಿದರೆ ಅವನ ಪುಟ್ಟ ಹಳ್ಳಿ. ತುಂಬಾ ಪರಿಚಿತವಾದ ಆ ರಸ್ತೆಯನ್ನು ಈಗ ಒಬ್ಬನೇ ಹಿಡಿದು ಹೋಗು ಎಂದರೆ ಥು ಹಿಂದು ಮುಂದು ನೋಡುತ್ತಿದ್ದನೇನೋ! ರಸ್ತೆಯ ತುಂಬಾ ಈಗ ಹಳ್ಳಗಳು ಮತ್ತು ನಾನಾ ಬಗೆಯ ಬಲೆಗಳು; ಬಗ್ಗಿಸಿದ ಬೊಂಬುಗಳು; (ಕಾಲಿಟ್ಟರೆ ಆಯತಪ್ಪಿ ಅವು ಮೇಲೆದ್ದಾಗ, ಬಿದ್ದ ಪ್ರಯಾಣಿಕನ ಮೂಳೆಗಳು ಮುರಿದಾವು) ಕಬ್ಬಿಣದ ಮೊಳೆಗಳ ಹಾಸು; ಮರದ ಉದ್ದ ಹಿಡಿಗೆ ಅಡ್ಡಲಾಗಿ ಬಂಧಿಸಿ, ಈಟಿಗಳನ್ನು ಎಸೆಯಲು ಹೆದೆಯನ್ನು ಎಳೆದು ಕಟ್ಟಿದ ಅಡ್ಡಬಿಲ್ಲುಗಳು. ಇಂಥವೇ ಹತ್ತಾರು ಬಗೆಯ ಜಾಲಗಳು. ಇತರ ಎಲ್ಲಾ ಕ್ಲೂಮನ್ ನಿವಾಸಿಗಳಂತೆ ಹೆಂಗ್ ಹೆಚ್ಚು ಮಾತನಾಡದ ಸ್ವಭಾವದವನು. ವಿಮೋಚನಾದಳದ ಯಾವನೋ ಸೈನಿಕನು ಕೊಟ್ಟ ಟೊಪ್ಪಿಗೆಯನ್ನು ಅವನು ಧರಿಸಿದ್ದ. ತೀರಾ ಉದ್ದವಾದ ಜಾಕೆಟ್ಟು; ಸೊಂಟದಲ್ಲೊಂದು ಲಂಗೋಟಿ; ಬೆನ್ನ ಮೇಲೆ ಹೊತ್ತ ರೈಫಲು. ಥೇಟ್ ಒಬ್ಬ ಹೋರಾಟಗಾರನಂತೆ ಅವನು ಕಾಣುತ್ತಿದ್ದ. ತೀರಾ ದುರ್ಗಮ ಸ್ಥಳವನ್ನು ಹಾದುಹೋದಾಗ ಅವನು ಥುನತ್ತ ತಿರುಗಿ ಕಣ್ಣು ಹೊಡೆಯುತ್ತಿದ್ದ.

"ಈಗ ಏನಂತೀಯಾ!" ಎಂದು ಕೇಳುವಂತೆ, ಅವನ ಕಣ್ಣುಗಳಲ್ಲಿ ಹೆಮ್ಮೆ ಮಿಂಚುತ್ತಿತ್ತು. ಥು ಅವನನ್ನು ಕಂಡು ಮುಗುಳ್ನಕ್ಕು ತಲೆಯಾಡಿಸುತ್ತಿದ್ದ.

ಹಳ್ಳವೊಂದರಿಂದ ಉದ್ಭವಿಸಿದ ಬೊಂಬಿನ ಕೊಳವೆಯೊಂದು ಎದುರಾಯಿತು. ಅದರಿಂದ ನೀರು ಸುರಿಯುತ್ತಿತ್ತು. ಹೆಂಗ್ ನುಡಿದ:

"ನಿನ್ನ ಕಾಲು ತೊಳೆದುಕೋ, ಆದರೆ ಈ ನೀರನ್ನ ಕುಡಿಯಬೇಡ. ಕುಡಿದರೆ ನಮ್ಮ ಜಿಟ್ ಅಕ್ಕ ಆಕ್ಷೇಪಣೆ ಮಾಡ್ತಾಳೆ."

"ನಿಮ್ಮ ಜಿಟ್ ಅಕ್ಕ ಏನು ಹಳ್ಳಿಯ ಆರೋಗ್ಯಾಧಿಕಾರಿಣಿಯೋ?"– ಥು ನಗುತ್ತ ಪ್ರಶ್ನಿಸಿದ.

---

* ಗೆಡ್ಡೆಗಳನ್ನು ನೀಡುವ ಎರಡು ವಿಧದ ಪೈರು.

"ಹಾಗಲ್ಲ. ಅವಳು ಪಕ್ಷದ ಸಮಿತಿಯ ಕಾರ್ಯದರ್ಶಿನಿ. ಅಲ್ಲದೆ ನಮ್ಮ ಹಳ್ಳಿಯ ಸೈನ್ಯದ ರಾಜಕೀಯ ಅಧಿಕಾರಿ ಸಹ."

ಓ, ಹೀಗೋ ಸಮಾಚಾರ! ಥು ತನ್ನ ಟೊಪ್ಪಿಗೆಯನ್ನು ತೆಗೆದು ಜಾಕೆಟ್ಟಿನ ಕೆಲವು ಗುಂಡಿಗಳನ್ನು ಬಿಚ್ಚಿಕೊಂಡು ನೀರಿನ ಊಟೆಯ ಮೇಲೆ ಬಗ್ಗಿ ನೀರನ್ನು ಮುಖದ ಮೇಲೆ, ತಲೆಯ ಮೇಲೆ ಎರಚಿಕೊಂಡ. ತಣ್ಣನೆಯ ನೀರು. ಅವನ ಮೈಯಲ್ಲಿ ರಕ್ತ ಸಂಚಾರ ವೇಗಗೊಂಡಿತು. ಕೆನ್ನೆಯಲ್ಲಿ ನಾಡಿಗಳ ಮಿಡಿತದ ಅನುಭವವಾಯಿತು.

'ಹಾಗಾದರೆ ಜಿಟ್ ಈಗ ಪಕ್ಷದ ಸಮಿತಿಯ ಕಾರ್ಯದರ್ಶಿನಿಯಾಗಿದ್ದಾಳೆ.' ಥು ತನ್ನಲ್ಲೇ ಯೋಚಿಸಿದ. ಅವಳು ಈಗ ಹೇಗಿದ್ದಾಳೆಂಬುದನ್ನು ಚಿತ್ರಿಸಿಕೊಳ್ಳಲು ಪ್ರಯತ್ನಿಸಿ ಸೋತ. ಜಿಟ್ ಮಾಯ್‌ನ ತಂಗಿ. ಮಾಯ್ ಸತ್ತ ಬಳಿಕ ಅವನು ಹಳ್ಳಿಯನ್ನು ತೊರೆದು ವಿಮೋಚನಾ ದಳವನ್ನು ಸೇರಲು ಹೋಗಬೇಕಾಯಿತು. ಆ ರಾತ್ರಿ ಪೂರ್ತಿ ಆ ಪುಟ್ಟ ಹುಡುಗಿ ಎಚ್ಚರ ವಾಗಿದ್ದಳು. ಬೆಂಕಿಗೂಡಿನ ಹತ್ತಿರದಿಂದ ಕದಲಿರಲಿಲ್ಲ; ಹಾಕಿಕೊಳ್ಳಲು ಒಂದು ಮೇಲಂಗಿಯೂ ಇರಲಿಲ್ಲವಲ್ಲ! ನಸುಕಿನಲ್ಲಿ ಥುನ ಪ್ರಯಾಣಕ್ಕಾಗಿ ಎಂದು ಬತ್ತವನ್ನು ಕುಟ್ಟಿ ಸಿದ್ಧಮಾಡತೊಡ ಗಿದ್ದಳು. ಮೂವತ್ತು ಪಾವುಗಳಷ್ಟಾದರೂ ಬತ್ತವನ್ನು ಅವಳು ಕುಟ್ಟಿದಾಳು. ಎಲ್ಲವನ್ನೂ ಕೊಳವೆ ಯಂತಿದ್ದ ಚೀಲಕ್ಕೆ ತುಂಬಿ ಅವನಿಗೆ ಕೊಟ್ಟಿದ್ದಳು. ತನ್ನ ಅಕ್ಕನ ಸಾವನ್ನು ಕುರಿತು ಚಕಾರ ಎತ್ತಿರಲಿಲ್ಲ. ಹಿರಿಯನಾದ ಮೆಟ್‌ನನ್ನು ಮೊದಲುಗೊಂಡು ಎಲ್ಲರೂ ಆ ದುರ್ಮರಣವನ್ನು ನೆನೆದು ಬಿಕ್ಕಿ ಬಿಕ್ಕಿ ರೋದಿಸುತ್ತಿದ್ದರೂ ಅವಳು ತುಟಿಯನ್ನು ಬಿಗಿಹಿಡಿದಿದ್ದಳು.

ಹೆಂಗ್, "ಬೇಗ ಬೇಗ ಕಾಲು ತೊಳೆದುಕೋ ಅಣ್ಣ, ಬಿಸಿಲಿನಲ್ಲಿ ಬಂದವನು ಹೀಗೆ ತಣ್ಣೀರಲ್ಲಿ ಆಡಿದರೆ ಜ್ವರವೇ ಬಂದೀತು. ಅದೂ ಇನ್ನೇನು ಕತ್ತಲಾಗುತ್ತ ಬಂತು" ಎಂದು ಎಚ್ಚರಿಸಿದ.

ಥು ಕೂದಲನ್ನು ಒರೆಸಿಕೊಳ್ಳುವ ಗೋಜಿಗೆ ಹೋಗಲಿಲ್ಲ. ತನ್ನ ಟೊಪ್ಪಿಗೆಯನ್ನು ಕೈಗೆತ್ತಿಕೊಂಡು ಹೆಂಗ್‌ನನ್ನು ಹಿಂಬಾಲಿಸಿದ. ಕಾಡಿನ ಅಂಚಿನಲ್ಲಿ ಒಂದು ಹೆಮ್ಮರ ಉರುಳಿಬಿದ್ದಿತ್ತು, ದಾರಿಗೆ ಅಡ್ಡವಾಗಿ. ಅದನ್ನು ದಾಟಿ ಹೋಗಬೇಕಾಯಿತು. ಅದರ ಬಳಿಯೇ ಗೆರಿಲ್ಲಾಗಳು ಒಂದು ಕಂದಕವನ್ನು ತೋಡಿದ್ದರು. ಥು ಜ್ಞಾಪಿಸಿಕೊಂಡ, ತಾನು ಹಳ್ಳಿಯನ್ನು ಬಿಟ್ಟು ಹೋದ ದಿವಸ ಈ ಮರ ಇನ್ನೂ ಬದುಕಿತ್ತು. ಒಂದು ಕ್ಷಣ ಅವನು ನಿಂತು ಬಿಟ್ಟ: ಇಲ್ಲೇ ಅಲ್ಲವೆ ತಾನು ಮಾಯ್‌ಳನ್ನು ಮೊದಲ ಸಲ ಭೆಟ್ಟಿಯಾದದ್ದು? ಮೊದಲ ಸಲ ಎಂದು ಹೇಳುವುದು ಅಷ್ಟು ಸಮಂಜಸವಲ್ಲ. ಅವರಿಬ್ಬರೂ ಒಂದೇ ಹಳ್ಳಿಯಲ್ಲಿ ಹುಟ್ಟಿ ಒಟ್ಟಿಗೆ ಬೆಳೆದವರು. ಆದರೆ ಅವನು ಸೆರೆಮನೆಯಿಂದ ತಪ್ಪಿಸಿಕೊಂಡು ಬಂದ ಮೇಲೆ ಇಲ್ಲೇ ಮೊದಲ ಸಲ ಮಾಯ್‌ಳನ್ನು ಕಂಡದ್ದು. ಅವಳಾಗಲೇ ಒಬ್ಬ ಯುವತಿಯಾಗಿ ಬೆಳೆದುಬಿಟ್ಟಿದ್ದಳು! ಅವನ ಮುಂಗೈಯನ್ನು – ಅದು ಆಗ ಈಗಿನ ದುಃಸ್ಥಿತಿಯಲ್ಲಿರಲಿಲ್ಲ– ತನ್ನ ಕೈಗಳಲ್ಲಿ ತೆಗೆದುಕೊಂಡ ಮಾಯ್ ಕಂಬನಿ ಮಿಡಿದಿದ್ದಳು. ಆ ಕಂಬನಿ, ಹಿಂದಿನ ಚೆಲ್ಲುಹುಡುಗಿ ಮಾಯ್‌ಳದ್ದಲ್ಲ; ಒಬ್ಬ ನಸುನಾಚುವ ಪ್ರಣಯಿನಿ ಕರೆದ ಕಣ್ಣೀರಾಗಿತ್ತು. ಆ ಪುನರ್ಮಿಲನದ ನೆನಪು ಬಂದಾಗ ಥುನ ಮನಸ್ಸಿಗೆ ತುಂಬಾ ನೋವಾಯಿತು. ತನ್ನ ಕಣ್ಣುಗಳನ್ನು ಅಗಲವಾಗಿ ತೆರೆದ – ವೈರಿಗಳ ಪಾಳ್ಯದಲ್ಲಿ ತನಗೆ ಚಿತ್ರಹಿಂಸೆ ಕೊಟ್ಟಾಗ ಆಳವಾದ ನೋವಿನಲ್ಲಿ ಕಣ್ಣುಗಳನ್ನು ತೆರೆದಂತೆ.

ಹೆಂಗ್‌ಗೆ ಥುನ ಜೀವನದಲ್ಲಿ ನಡೆದ ಈ ಘಟನೆ ತಿಳಿಯದು. ಅವನು ಮರದ ಮೇಲೆ ಹತ್ತಿದವನು ಹಿಂತಿರುಗಿ ನೋಡಿ, "ಬೇಗ ಬೇಗ! ಏನಣ್ಣ, ಹಳ್ಳಿಯಿಂದ ಹೋಗೇ ಹೋದೆ,

ಏರಿಯನ್ನು ಹಾರಿ ದಾಟೋದನ್ನೂ ಮರ್ರುಬಿಟ್ಟೆಯಾ?" ಎಂದು ಸ್ವಾಭಾವಿಕವಾಗಿ ಪ್ರಶ್ನಿಸಿದ.

ಇಳಿಜಾರಿನ ಹಾದಿಯ ತುಂಬ ಮೊಳೆಗಳು ತುಂಬಿದ್ದ ಹಳ್ಳಗಳು. ಥು ಮೌನವಾಗಿ ನಡೆದ. ಅವನ ಮುಖ ಗಂಭೀರವಾಗಿತ್ತು. ವ್ಯಗ್ರತೆಯ ಛಾಯೆ ಅಲ್ಲಿ ಮೂಡಿತ್ತು. ದೂರದಿಂದ ಒನಕೆ ಕುಟ್ಟಿದ ಸದ್ದು ಅಸ್ಪಷ್ಟವಾಗಿ ಕೇಳಿಸಿತು. ಮಳೆಯ ತುಂತುರಿನ ಬಳಿಕ ಮುಗಿಲಿನಲ್ಲಿ ಮೂಡುವ ಮಳೆ ಬಿಲ್ಲಿನಂತೆ ಅವನ ಮನಸ್ಸಿನಲ್ಲಿ ಹಿಂದಿನ ನೆನಪುಗಳು ಅರಳತೊಡಗಿದವು. ಇದೇ, ಇದೇ, ತಾನು ಈ ಮೂರು ವರ್ಷಗಳ ಕಾಲ ಕೇಳಲು ತವಕಿಸಿದ್ದು: ಒನಕೆಗಳ ಈ ಹಿತವಾದ ಸದ್ದು. ಅವನ ತಾಯಿ, ಮಾಯ್, ಜಿಟ್... ಯಾಕೆ, ಸ್ರ* ಜನಾಂಗದ ಎಲ್ಲಾ ಹೆಂಗಸರ ಶ್ರಮಶೀಲ ಕೈಗಳು ಲಯಬದ್ಧವಾಗಿ ಹಾಕುತ್ತಿದ್ದ ಒನಕೆ ಪೆಟ್ಟುಗಳ ಈ ಸದ್ದು ಅವನ ಜೀವನದ ಒಂದು ಅಂಗವಾಗಿ ಹೋಗಿತ್ತು. ಅವನು ಸಂಯಮದಿಂದಿರಲು ಪ್ರಯತ್ನಿಸಿದ. ಆದರೆ ಹೃದಯದ ಬಡಿತ ತೀವ್ರವಾಯಿತು; ಕಾಲುಗಳು ಅಭದ್ರವಾದವು. ಪದೇ ಪದೇ ಅವನು ಮರಗಳ ಬೇರುಗಳನ್ನು ನೋಡದೆಯೇ ಮುಗ್ಗರಿಸುತ್ತಿದ್ದ. ಉತ್ಸಾಹದಿಂದ ಬಿರುಹೆಜ್ಜೆ ಹಾಕಿದ.

ಹೆಂಗ್ ತಡೆದ.

"ಏ! ಇಲ್ಲಿ ಎಲ್ಲಾ ಮುಂಚಿನ ಹಾಗಿಲ್ಲ. ಸುತ್ತಲೂ ಬೇಕಾದಷ್ಟು ಹಳ್ಳಗಿಳ್ಳ ತೋಡಿರ್‍ತಾರೆ, ಸಿಕ್ಕಿ ಹಾಕ್ಕೊಂಡೀಯ! ನನ್ನ ಹಿಂದೆ ಹಿಂದೆ ಬಾ."

ಸೂರ್ಯ ಮುಳುಗುವ ಮುಂಚೆಯೇ ಇಬ್ಬರೂ ಹಳ್ಳಿಯನ್ನು ಸೇರಿದು. ಹೆಂಗ್ ರೈಫಲಿನ ತುದಿಯನ್ನು ನೆಲಕ್ಕೆ ಊರಿ ಕೂಗಿದ: "ಏ, ಯಾರು ಬಂದಿದಾರೆ ನೋಡಿ!"

ಮನೆಗಳ ಬಾಗಿಲುಗಳು ತೆರೆದವು. ಮುಖಗಳು ಹೊರಗೆ ಇಣುಕಿದವು. ಆನಂತರ ಹರ್ಷೋದ್ಗಾರಗಳು ಕೇಳಿಬಂದವು. "ನಮ್ಮಪ್ಪ!... ಥು ಬಂದಿದ್ದಾನೆ! ಥು, ನೀನು ನಿಜವಾಗಿಯೂ ವಾಪಸು ಬಂದಿಯಾ?"

ಮೆಟ್ಟಲುಗಳನ್ನು ಇಳಿದು ಕೆಳಗೆ ಬರುವಷ್ಟು ತಾಳ್ಮೆ ಯಾರಿಗಿದೆ? ಮೆಟ್ಟು ಗೋಲುಗಳನ್ನು ಹಿಡಿದು ಕೆಳಗೆ ಧುಮುಕಿದರು. ತಡವರಿಸುತ್ತ ಕೆಳಗಿಳಿದು ಬಂದರು. ಥು ನೋಡಿದ. ವೃದ್ಧೆಯರು – ಏನಚ್ಚರಿ! ಲೆಂಗ್ ಅಜ್ಜಿ ಇನ್ನೂ ಬದುಕಿದ್ದಾಳೆ! ಅವಳು ಥು ನನ್ನು ಮುದ್ದು ಮಾತುಗಳಿಂದ ಬೈದಳು.

"ನಿಂಗೆ ಏನು ಬಂದು ಬಡಿದುಕೊಂಡಿತ್ತೋ? ನಾನು ಸತ್ತ ಮೇಲೆ ಹಳ್ಳಿಗೆ ಬರೋಣ ಅಂದುಕೊಂದಿದ್ದ್ಯೋ ಹೇಗೆ?"

ಕಿಟಕಿಗಳಿಂದ ಕೆಲವು ತಲೆಗಳು ಇನ್ನೂ ಹೊರಚಾಚಿದ್ದವು: ಕೆಳಗಿಳಿದು ಬಂದು ಅವನನ್ನು ಸ್ವಾಗತಿಸಲು ನಾಚಿದ ಯುವತಿಯರು. ಸ್ವಲ್ಪ ಹೊತ್ತಿನಲ್ಲೇ ಅವನ ಸುತ್ತ ಒಂದು ದೊಡ್ಡ ಗುಂಪೇ ಸೇರಿತು. ಅವನಿಗೆ ಎಲ್ಲರದ್ದೂ ಗುರುತು ಸಿಕ್ಕಿತು. ವೃದ್ಧ ಟಂಗ್. ಅವನ ವೈಶಿಷ್ಟ್ಯವಾದ ಗಡ್ಡ ಇನ್ನೂ ಹಾಗೇ ಕೆನ್ನೆಯನ್ನು ಅಂಚುಗಟ್ಟಿದೆ. ನಾಶಗೊಂಡ ಹೆಲಿಕಾಪ್ಟರ್‌ನಿಂದ ಆರಿಸಿದ ಲೋಹದ ಹಾಳೆಯಿಂದ ಅವನೇ ತಯಾರಿಸಿಕೊಂಡ ಪೈಪ್‌ಅನ್ನು ಇನ್ನೂ ಜೋಪಾನವಾಗಿರಿಸಿ ಕೊಂಡಿದ್ದಾನೆ. ಪ್ರೊ. ಅಣ್ಣ, ಈಗ ವಯಸ್ಸಾದವನಂತೆ ಕಾಣುವುದಿಲ್ಲವೆ? ಅಗೋ ಬ್ಲಾಮ್ ಅಕ್ಕ. ಅವಳ ತಲೆಗೂದಲಿನಲ್ಲಿ ಅಲ್ಲೊಂದು ಇಲ್ಲೊಂದು ಬಿಳಿ ಎಳೆಗಳು ಕಾಣುತ್ತಿವೆ. ಪ್ರಾಇ ಅಜ್ಜಿಯ ಹಲ್ಲುಗಳೆಲ್ಲ ಬಿದ್ದು ಹೋಗಿ ಬಾಯಿ ಬಚ್ಚಾಗಿದೆ... ಇವರಲ್ಲದೆ ಒಂದು ಹಿಂಡು

---

* ವಿಯೆಟ್‌ನಾಮಿನ ಒಂದು ಅಲ್ಪಸಂಖ್ಯಾತ ಜನಾಂಗ

ಮಕ್ಕಳು, ಕ್ಸನು ಸೌದೆಯ ಮಸಿಯಿಂದ ಮುಖವೆಲ್ಲ ಕಪ್ಪಾಗಿದೆ. ಎಲ್ಲರೂ ಅವನನ್ನು ಬಿಟ್ಟಗಣ್ಣಿಂದ ನೋಡುತ್ತಿದ್ದಾರೆ.

"ಮೆಟ್ ಅಜ್ಜ ಎಲ್ಲಿ?" ಅವನು ಕೇಳಿದ.

ಭಾರವಾದ ಒಂದು ಕೈ ಅವನ ಭುಜವನ್ನು ಬಲವಾಗಿ ಹಿಡಿಯಿತು. ಅವನು ಹಿಂತಿರುಗಿ ನೋಡಿದ. ಮೆಟ್, ಕಟ್ಟುಮಸ್ತಾದ ಆಳು. ಬಣ್ಣ ಹಚ್ಚಿದ ಕಪ್ಪುಗಡ್ಡ ಎದೆಯವರೆಗೂ ಬೆಳೆದಿದೆ. ಕಣ್ಣುಗಳಲ್ಲಿ ಹೊಳಪಿದೆ. ಕೆನ್ನೆಯ ಮೇಲೆ ಹಳೇ ಗಾಯದ ಗುರುತು ಎದ್ದು ಕಾಣುತ್ತದೆ. ಅವನ ವಿಶಾಲವಾದ ತೆರೆದಿದೆ ಕ್ಸನುವಿನ ದಿಮ್ಮಿಯಷ್ಟೇ ಗಟ್ಟಿಮುಟ್ಟಾಗಿದೆ. ಅವನು ಥು ನನ್ನು ನಯವಾಗಿ ಹಿಂದೆ ತಳ್ಳಿ ಆಪಾದಮಸ್ತಕ ದೃಷ್ಟಿಸಿದ. ನಂತರ ಏಕಾಏಕಿ ಗಹಗಹಿಸಿ ನಗತೊಡಗಿದ.

"ಹಹ್ಹ!... ಭಾರೀ ಬಂದೂಕುಧಾರಿ... ವಿಮೋಚನಾದಳದ ಸೈನಿಕ... ಸರಿ!" ಅವನ ಮಾತಿನ ಅರ್ಥ ಥುಗೆ ಆಯಿತು. ಅವನಿಗೆ ತುಂಬಾ ಸಂತೋಷವಾದಾಗ ಅವನೆಂದೂ "ಭೇಷ್" ಎಂದಾಗಲೀ, "ಭಲೆ" ಎಂದಾಗಲೀ ಉದ್ಗರಿಸುವುದಿಲ್ಲ. "ಸರಿ" ಎನ್ನುತ್ತಾನೆ ಅಷ್ಟೆ.

ಮೆಟ್ ಮಾತನಾಡಲು ಪ್ರಾರಂಭಿಸಿದರೆ ಉಳಿದವರು ಸುಮ್ಮನಾಗಿ ಬಿಡುವುದು ಒಂದು ರೂಢಿ. ಅವನು ಕಂಚಿನಂಥ ಕಂಠದಲ್ಲಿ ಮಾತನಾಡಿದರೆ ಆಜ್ಞೆ ಹೊರಡಿಸುವ ಕಮಾಂಡರ್‌ನಂತೆ ತೋರುತ್ತಾನೆ. ಇಷ್ಟಾಗಿಯೂ ಅವನಿಗೆ ಅರವತ್ತು ವರ್ಷ ವಯಸ್ಸಾಗಿದೆ ಎಂದರೆ ನಂಬುವುದು ಕಷ್ಟ.

"ಎಷ್ಟು ದಿವಸ ರಜ ?" ಮೆಟ್ ಪ್ರಶ್ನಿಸಿದ. "ಒಂದು ದಿವಸ ರಾತ್ರಿ ಮಾತ್ರವೋ ? ಇರಲಿ. ನಿಮ್ಮ ಕಮಾಂಡರ್ ಒಂದು ದಿವಸ ರಾತ್ರಿ ಮಾತ್ರ ರಜ ಕೊಟ್ಟಿದ್ದರೆ ಒಂದೇ ದಿವಸ ಇರು, ಎರಡು ರಾತ್ರಿ ರಜ ಕೊಟ್ಟಿದ್ದರೆ ಎರಡು ರಾತ್ರಿ ಇರು. ಅವರು ಹೇಗೆ ಹೇಳ್ತಾರೋ ಹಾಗೆ. ಇವತ್ತು ರಾತ್ರಿ ನನ್ನ ಮನೆಯಲ್ಲಿರು"

ಯಾರೂ ತುಟಿ ಪಿಟ್ಟೆನ್ನಲಿಲ್ಲ. ಮೆಟ್ ಮುಂದುವರಿದ:

"ಈಗ ಎಲ್ಲರೂ ಮನೆಗೆ ಹೋಗಿ. ಆಯಿತು, ಕತ್ತಲಾಯಿತು. ರಾತ್ರಿ ಊಟಕ್ಕೆ ಅಡುಗೆ ಮಾಡೋಲ್ಲವೆ? ಏ, ಮಕ್ಕಳೆಲ್ಲ ಯಾಕೆ ಹೀಗೆ ಬಂದು ನಿಂತಿದೀರಿ? ನಿಮ್ಮ ಮುಖ ನೋಡಿಕೊಂಡಿದೀರಾ? ನಾಟಕದ ಕಮಂಗಿಗಳ ಹಾಗೆ! ನಡೀರಿ ಎಲ್ಲಾ, ಮುಖ ತೊಳಕೊಳ್ಳಿ ನಡೀರಿ! ಯಾರಾದರೂ ಹಾಗೆ ಮಾಡದೆ ಇದ್ದರೆ ಅವರ ಸ್ನೇಹಿತರು ಚೆನ್ನಾಗಿ ಒಂದು ಏಟು ಕೊಟ್ಟು ಮಾಡಿಸಿ... ಥು, ನೀನೂ ಹೋಗಿ ಕೈಕಾಲು ತೊಳೆದುಕೋ. ನೀರಿನ ಕಾರಂಜಿ ಎಲ್ಲಿದೇಂತ ಜ್ಞಾಪಕ ಇದೆ ತಾನೆ? ಇಲ್ಲ ಅನ್ನು, ಕಾಡಿಗೆ ಅಟ್ಟಿಸಿಕೊಂಡು ಹೋಗ್ತೀನಿ ನಿನ್ನನ್ನ!"

ಆದರೆ ಥುನ ಗಂಟನ್ನೂ ಬಂದೂಕನ್ನೂ ಇಸಿದುಕೊಂಡ ಮೆಟ್ ತಾನೇ ಅವನನ್ನು ಹಳ್ಳಿಯ ಹೊರಗಿದ್ದ ಕಾರಂಜಿಯ ಬಳಿಗೆ ಕರೆದೊಯ್ದ. ಮಕ್ಕಳು ಅವರನ್ನು ಹಿಂಡಿನಲ್ಲಿ ಹಿಂಬಾಲಿಸಿದರು. ಅವನಿಗೆ ಗುರ್ತು ಸಿಕ್ಕರೂ ತಕ್ಷಣಕ್ಕೆ ಹೆಸರು ನೆನಪಿಗೆ ಬಾರದ ಕೆಲವು ಹುಡುಗಿಯರು ಬೊಂಬಿನ ಕೊಳವೆಯಿಂದ ನೀರು ತುಂಬಿಕೊಳ್ಳುತ್ತಿದ್ದರು. ಅವರು ಅವನಿಗೆ ದಾರಿ ಬಿಟ್ಟು ಪಕ್ಕಕ್ಕೆ ಸರಿದರು. ಥು ಮತ್ತೊಮ್ಮೆ ಮುಖ ತೊಳೆದುಕೊಂಡ. ತನ್ನ ಅಂಗಿಯನ್ನು ಕಳಚಿಟ್ಟು ಕೈಗಳ ಮೇಲೆ, ಬೆನ್ನಿನ ಮೇಲೆ, ಎದೆಯ ಮೇಲೆಲ್ಲಾ ತಣ್ಣೀರು ಬೀಳುವಂತೆ ಕಾರಂಜಿಗೆ ಮೈಯನ್ನು ಒಡ್ಡಿದ. ಬಾಲ್ಯದ ನೆನಪು ಬಂತು. ತಾನು ಆಗ ಹೀಗೇ ನೀರಿನಲ್ಲಿ ಆಟವಾಡುತ್ತಿದ್ದ, ಮೆಟ್ ಅಜ್ಜ ಬಳಿಯಲ್ಲೇ ಕುಳಿತು ತನ್ನ ಚೂರಿಯನ್ನು ಹರಿತಗೊಳಿಸುತ್ತಿದ್ದ.

ಥುನ ಹರವಾದ ಬೆನ್ನನ್ನು ನೋಡುತ್ತ ಮೆಟ್ ಮೌನವಾಗಿ ನಿಂತಿದ್ದ. ಅದರ ತುಂಬ

ನೀಲಿಗಟ್ಟಿದ ಗಾಯದ ಗುರುತುಗಳು. ಅವನ ಕಣ್ಣುಗಳಿಂದ ನೀರು ಹರಿಯಿತು. ತಕ್ಷಣ ಅವನು ಕಂಬನಿಯನ್ನು ತೊಡೆದು ಹಾಕಿದ. ಅಜ್ಜನ ಕಣ್ಣೀರನ್ನು ಥು ನೋಡಲಿಲ್ಲವಾದರೂ ಹತ್ತಿರ ನಿಂತಿದ್ದ ಮಕ್ಕಳು ಕಂಡರು, ಬೆರಗಾದರು.

ಮನೆಗಳ ಹೊಗೆ ಗೂಡುಗಳಿಂದ ಕಡುನೇರಳೆ ಬಣ್ಣದ ಹೊಗೆಯ ಸುರುಳಿಗಳು ಆಕಾಶವನ್ನು ತಬ್ಬಿಕೊಳ್ಳಲು ಕತ್ತುಚಾಚುತ್ತ ಮೇಲೇಳತೊಡಗಿದವು.

ರಾತ್ರಿಯ ಊಟಕ್ಕೆ ಬೇಯಿಸಿದ ತರಕಾರಿ ಬೆರೆಸಿದ (ಆದರೆ ಉಪ್ಪಿಲ್ಲದ ಸಾರು; ಮೀನಿನ ವ್ಯಂಜನ. ಅತಿಥಿಗೆ ಮರ್ಯಾದೆ ಸೂಚಿಸಲು ತಯಾರಿಸಲಾದ ವಿಶೇಷ ಭಕ್ಷ್ಯ ಅದು. ಥು ತನ್ನ ತಿಂಡಿಪೆಟ್ಟಿಗೆಯನ್ನು ಹೊರತೆಗೆದು ಒಂದು ಚಮಚೆಯಷ್ಟು ಉಪ್ಪಿನ ಕಾಳುಗಳನ್ನು ಮೆಟ್‌ನಿಗೆ ಕೊಟ್ಟ.

ಮೆಟ್ ಅಂದ:

"ನನ್ನ ಹತ್ತಿರ ಇನ್ನೂ ಅರ್ಧ ಡಬ್ಬ ಉಪ್ಪು ಉಳಿದಿದೆ. ಜಿಟ್ ಸ್ಪರ್ಧಾಳು ಹೋರಾಟಗಾರರ ಜಿಲ್ಲಾ ಅಧಿವೇಶನದಿಂದ ವಾಪಸು ಬಂದಾಗ ತಂದಳು. ಅವಳಿಗೆ ಅಲ್ಲಿ ಬಹುಮಾನ ಕೊಟ್ಟಿದ್ದಂತೆ. ಅದನ್ನ ಎಲ್ಲರಿಗೂ ಹಂಚಿದಳು. ನಾನು ಅದನ್ನ ಹಾಗೇ ಉಳಿಸಿ ಇಟ್ಟಿದೀನಿ. ಕಾಯಿಲೆ ಮಲಗಿದವರಿಗೇಂತ."

ಥು ನೀಡಿದ ಉಪ್ಪನ್ನು ಮೆಟ್ ಸಾರಿಗೆ ಬೆರಸಲಿಲ್ಲ. ಎಲ್ಲರಿಗೂ ಹಂಚಿಕೊಟ್ಟ. ತಮ್ಮ ಪಾಲಿಗೆ ಬಂದ ಉಪ್ಪಿನ ಹರಳುಗಳನ್ನು ಬಾಯಿಗೆ ಹಾಕಿಕೊಂಡರು. ಅದು ಬಾಯಲ್ಲಿ ನಿಧಾನವಾಗಿ ಕರಗಲು ಬಿಟ್ಟರು, ಅದರ ರುಚಿಯನ್ನು ಅನುಭವಿಸುತ್ತ ಕುಳಿತರು. ಅನ್ನದಲ್ಲಿ ಪಾಮ್‌ಚೂ ಗೆಡ್ಡೆಗಳನ್ನು ಬೇಯಿಸಿ ಬೆರೆಸಿದ್ದರು. ತನ್ನ ಬಟ್ಟಲನ್ನು ಮೇಲೆತ್ತಿಕೊಳ್ಳುತ್ತ ಮೆಟ್ ವಿವರಿಸಿದ:

"ಅಕ್ಕಿಯ ಅಭಾವ ಅಂತೇನೂ ಅಲ್ಲ. ಬರೋ ಸುಗ್ಗಿ ತನಕ ಸಾಕಾಗೋಷ್ಟು ಅಕ್ಕಿ ದಾಸ್ತಾನಿದೆ ನಮ್ಮ ಹತ್ತಿರ. ಆದರೆ ಪ್ರತಿ ಮನೆಯಲ್ಲೂ ಮೂರು ವರ್ಷಕ್ಕೆ ಸಾಲುವಷ್ಟು ಅಕ್ಕಿ ಜಮಾಯಿಸಿಟ್ಟುಕೋಬೇಕು. ನೀನು ವಿಮೋಚನಾ ದಳದವನು. ನಿನ್ನ ಕಮಾಂಡರ್ ಹೇಳಿರಬೇಕು. ಇನ್ನೂ ಎಷ್ಟು ವರ್ಷದ ತನಕ ಅಮೇರಿಕದ ಜತೆ ಯುದ್ಧ ಮಾಡಬೇಕೋ ನಾವು!"

ಆನಂತರ ಕೇಳಿದ.

"ನಿನ್ನ ಹತ್ತೂ ಬೆರಳುಗಳು ಹಾಗೇ ಇವೆಯಾ ಥು? ತುದಿಗಳೇ ಇಲ್ಲದೆ? ಆ ತುದಿಗಳು ತಿರುಗಿ ಬೆಳೆಯೋದಿಲ್ವೆ?"

ತನ್ನ ಬಟ್ಟಲನ್ನು ಕೋಪದಿಂದ ಕೆಳಗಿಟ್ಟು ಮೆಟ್ ಮತ್ತೆ ಹೇಳಿದ:

"ಹಳ್ಳೀಲಿರೋ ಎಲ್ಲರಿಗೂ ಗೊತ್ತು. ಬೆರಳಿನ ಮೂರನೇ ಎರಡು ಭಾಗದಷ್ಟು ಮಾತ್ರ ಉಳಿದುಕೊಂಡರೂ ಏನಂತೆ? ಬಂದೂಕಿನ ಕುದುರೆ ಎಳೆಯೋದಕ್ಕೆ ಸಾಧ್ಯ ಇದೆ! ನೀನು ಬರುವಾಗ ಕ್ಸನು ಕಾಡಿನ ಮೂಲಕ ತಾನೆ ಬಂದದ್ದು? ಮರಗಳು ಸೊಗಸಾಗಿ ಬೆಳೀತಾ ಇವೆ. ನಮ್ಮ ಕ್ಸನುವನ್ನು ಬಿಟ್ಟರೆ ಬೇರೆ ಯಾವುದೂ ಅದರ ಶಕ್ತಿಗೆ ಸಾಟಿ ಇಲ್ಲ. ಒಂದು ಮರ ಬಿತ್ತು ಅಂದರೆ ಹತ್ತು ಹುಟ್ಟಿಕೊಳ್ಳುತ್ತವೆ. ಎದೆ ತಟ್ಟಿ ಹೇಳ್ತೇನೆ ಆ ಸೂಳೇ ಮಕ್ಕಳಿಗೆ – ತಾಕತ್ತಿದ್ದರೆ ಇಡೀ ಕಾಡನ್ನ ನಾಶಮಾಡಿ ನೋಡೋಣ ಅಂತ!... ನೀನು ಊಟ ಮಾಡು ಮಗು. ಇದು ನಾವು ಸ್ತ್ರ ಜನರು ಬೆಳೆದ ಅಕ್ಕಿ. ಈ ಪ್ರದೇಶದಲ್ಲೆಲ್ಲ ಸಿಕ್ಕೋ ಅಕ್ಕಿಯಲ್ಲೆಲ್ಲ ಇದು ಒಳ್ಳೇದು, ಊಟ ಮಾಡು!"

ಊಟವಾದ ಸ್ವಲ್ಪ ಹೊತ್ತಿಗೆಲ್ಲ ಸಮುದಾಯಭವನದಿಂದ ಮೂರು ಸಲ ಗಂಟೆಯ ಸದ್ದು

ಕೇಳಿ ಬಂತು. ಹಳ್ಳಿಯ ಜನರೆಲ್ಲ ಮೆಟ್‌ನ ಮನೆಗೆ ತಂಡೋಪತಂಡವಾಗಿ ಕಾಲು ಬೆಳೆಸಿದರು. ಮನೆಯನ್ನು ಹೊಗುವ ಯುವತಿಯರು ಕೈಯಲ್ಲಿದ್ದ ದೊಂದಿಗಳನ್ನು ನಂದಿಸಿಬಿಟ್ಟರು; ಕಣ್ಣುಮಂಜಾದ ವೃದ್ಧೆಯರು ದೊಂದಿಗಳೊಂದಿಗೇ ಒಳಹೊಕ್ಕರು. ಬೆಳಕಿನಲ್ಲಿ ಥುನ ಮುಖವನ್ನು ಚೆನ್ನಾಗಿ ನೋಡಿ ನಂತರ ಬೆಂಕಿಗೂಡಿಗೆ ದೊಂದಿಗಳನ್ನು ಎಸೆದರು. ಗೂಡಿನಲ್ಲಿ ಜಾಜ್ವಲ್ಯ ಮಾನವಾದ ಬೆಳಕು ಉಂಟಾಯಿತು: ಬೆಂಕಿಯ ಕೆನ್ನಾಲಗೆಗಳು ಹೊರಚಾಚಿದವು. ವೃದ್ಧ ಗ್ರಾಮೀಣರು ಮೆಟ್ಟಲುಗಳನ್ನು ಇನ್ನೂ ಪೂರ್ತಿ ಹತ್ತಲಿಕ್ಕಿಲ್ಲ, ಅಷ್ಟರಲ್ಲೇ ಜೋರುಧ್ವನಿಯಲ್ಲಿ ಕೇಳಿದರು:

"ಅಲ್ಲಿ ಥು ಇದ್ದಾನಾ? ಏನು ಮೆಟ್, ಅವನಿಗೆ ಸೊಗಸಾದ ಊಟ ಉಪಚಾರ ಎಲ್ಲ ನಡೀತು ತಾನೆ?"

ವೃದ್ಧೆಯೊಬ್ಬಳು ನಡುವೆ ಬಾಯಿ ಹಾಕಿದಳು:

"ನೀವು ಗಂಡಸರು ದಾರಿಬಿಡಿ. ಜಿಟ್ ಬಂದಿದ್ದಾಳೆ. ಇಲ್ಲಿ ಕೊಡು ಮಗಳೇ."

ಥು ಕತ್ತೆತ್ತಿ ನೋಡಿದ. ಜಿಟ್ ಅವನ ಎದುರಿಗೆ ಕಾಲುಗಳನ್ನು ಓರೆಯಾಗಿ ಮಡಿಸಿಕೊಂಡು ಕೂತಿದ್ದಳು. ಅವಳು ಧರಿಸಿದ್ದ ಲಂಗ ಅವಳ ಪಾದಗಳವರೆಗೂ ಬರುತ್ತಿತ್ತು. ಅವನೊಮ್ಮೆ ಸಣ್ಣಗೆ ನಡುಗಿದ: ತನ್ನ ಮುಂದೆ ಕೂತಿರುವುದು ಮಾಯ್ ಅಲ್ಲ ತಾನೆ? ತನ್ನ ಕಣ್ಣುಗಳನ್ನೇ ನಂಬಲಾಗಲಿಲ್ಲ ಅವನಿಗೆ. ಜಿಟ್, ಅಕ್ಕನ ತದ್ರೂಪು. ಅವಳು ಚಿಕ್ಕವಳಿದ್ದಾಗ ಮೂಗು ತುದಿಯಲ್ಲಿ ದುಂಡಗಿತ್ತು. ಈಗ ಅದೂ ನೇರಗೊಂಡು ಎಸಳಿನಂತಾಗಿದೆ. ದಟ್ಟಗಪ್ಪು ಹುಬ್ಬುಗಳ ಕೆಳಗಿದ್ದ ಕಣ್ಣುಗಳು ಅಗಲವಾಗಿ ತೆರೆದಿದ್ದವು. ಆ ಕಣ್ಣುಗಳಲ್ಲಿ ಪ್ರಶಾಂತಿಯಿತ್ತು, ಕಾಂತಿಯಿತ್ತು, ನಿರ್ಮಲಭಾವವಿತ್ತು. ಅವಳು ಥುನನ್ನು ದೀರ್ಘವಾಗಿ ನೋಡಿದಳು. ನಾಲ್ಕೈದು ಮಕ್ಕಳು ಬಳಿ ಕೂಡಲು ಜಗಳ ನಡೆಸಿದ್ದವು. ಅವಳು ನಿರ್ವಿಕಾರವಾದ ಧ್ವನಿಯಲ್ಲಿ ಕೇಳಿದಳು:

"ನಿನ್ನ ಹತ್ತಿರ ಪತ್ರ ಇದೆಯಾ?"

ಥುಗೆ ಅರ್ಥವಾಗಲಿಲ್ಲ.

"ಏನು ಪತ್ರ?" ಎಂದ.

"ನಿನ್ನ ರಜಾ ಚೀಟಿ. ನೀನು ಇಲ್ಲಿಗೆ ಬರೋ ಮುಂಚೆ ಒಂದು ಪತ್ರ ಕೊಡಲ್ಲವೆ? ಹಾಗೆ ಸುಮ್ಮ ಸುಮ್ಮನೆ ಕಾಗದ ಪತ್ರ ಇಲ್ಲದೆ ಮನೆಗೆ ಹೋಗೋದು ಸಾಧ್ಯ ಇಲ್ಲ. ಹಳ್ಳಿಯ ಸಮಿತಿಯವರು ನಿನ್ನನ್ನ ಸೆರೆ ಹಿಡಿಯಬಹುದು."

ಥು ಗಟ್ಟಿಯಾಗಿ ನಕ್ಕುಬಿಟ್ಟ. ನನ್ನ ಹತ್ತಿರ ಯಾವ ಕಾಗದ ಪತ್ರವೂ ಇಲ್ಲ, ನಿಮ್ಮನ್ನೆಲ್ಲ ನೋಡಬೇಕು ಅಂತ ವಿಪರೀತ ಆಸೆಯಾಯ್ತು; ಸರಿ, ಹೇಳದೇ ಕೇಳದೇ ಹಳ್ಳಿಗೆ ಬಂದುಬಿಟ್ಟೆ ಎಂದು ತಮಾಷೆಗೆ ಹೇಳೋಣ– ಎಂದುಕೊಂಡ. ಆದರೆ ಜಿಟ್‌ಳ ಗಂಭೀರವಾದ ತೀಕ್ಷ್ಣ ನೋಟ, ನೆರೆದಿದ್ದ ಜನರ ಪ್ರತೀಕ್ಷಾತ್ಮಕ ಮೌನವನ್ನು ಗಮನಿಸಿ ಅವನು ತನ್ನ ಮಾತುಗಳನ್ನು ನುಂಗಿಕೊಂಡ. ಪತ್ರವನ್ನು ಜೇಬಿನಿಂದ ಹೊರತೆಗೆದು ಜಿಟ್‌ಳ ಕೈಗಿತ್ತ.

"ಪತ್ರ ತಾನೇ? ಇಲ್ಲಿದೆ ತೆಗೆದುಕೊಳ್ಳಿ. ರಾಜಕೀಯ ಅಧಿಕಾರಿಗಳು ಸ್ವೀಕರಿಸಬೇಕು."

ಬೆಂಕಿಗೂಡಿನ ಬೆಳಕಿಗೆ ಅಡ್ಡಲಾಗಿ ಹಿಡಿದು ಪತ್ರವನ್ನು ಓದಿದಳು ಜಿಟ್. ಹತ್ತಾರು ತಲೆಗಳು ಪತ್ರವನ್ನು ಓದಲೋಸುಗ ಮೇಲೆ ಬಾಗಿದವು. ಪತ್ರದಲ್ಲಿನ ಅಕ್ಷರಗಳನ್ನು ಮಕ್ಕಳು ಗಟ್ಟಿಯಾಗಿ ಓದಿ ಹೇಳತೊಡಗಿದರು. ಜಿಟ್ ತುಂಬಾ ಹೊತ್ತಿನವರೆಗೂ ಓದುತ್ತಲೇ ಇದ್ದಳು. ಎರಡು ಮೂರು ಸಲ ಆಮೂಲಾಗ್ರವಾಗಿ ಪತ್ರದ ಮೇಲೆ ಕಣ್ಣೋಡಿಸಿದಳು.

ಮೆಟ್ ಕೇಳಿದ:

"ಸರಿಯಾಗಿದೆ ತಾನೆ? ಇವನಿಗೆ ನ್ಯಾಯವಾಗಿ ರಜ ಸಿಕ್ಕಿದೆ ತಾನೆ?"

ಜೆಟ್ ಪತ್ರವನ್ನು ಹಿಂದಿರುಗಿಸಿದಳು. ಆನಂತರವೇ ಅವಳು ಮುಗುಳ್ನಕ್ಕದ್ದು. "ಎಲ್ಲಾ ಸರಿಯಾಗಿದೆ. ನಿನ್ನ ಕಮಾಂಡರ್ ರುಜು ಹಾಕಿದ್ದಾರೆ ಇಲ್ಲಿ. ಇನ್ನೇನು? ಹಾಗಾದರೆ ಇಲ್ಲಿ ಒಂದು ದಿನ ರಾತ್ರಿ ಮಾತ್ರ ಇರ್ತೀಯಾ?" ಎಂದಳು.

ಅನಂತರ ಸೇರಿಸಿದಳು:

"ಇರಲಿ ಬಿಡು, ನೀನು ಹೇಗಿದ್ದೀ ಅಂತ ತಿಳೀತೋ ಇಲ್ಲವೋ ನಮಗೆ? ಅಷ್ಟು ಸಾಕು. ನಿನ್ನ ವಿಷಯ ನಾವು ಎಷ್ಟು ಮಾತಾಡ್ಕೋತೀವಿ, ಈಗ ನಿನ್ನನ್ನು ನೋಡಿದ ಹಾಗಾಯಿತು."

ಈಗ ಕೋಣೆಯ ತುಂಬ ಮಾತು, ನಗೆ ತುಂಬಿತು.

"ಕಮಾಂಡರ್ ರುಜು ಇದೆಯಂತೆ."

"ಎಲ್ಲಾ ಸರಿಯಾಗಿದೆಯಂತೆ !"

"ಒಂದು ರಾತ್ರಿ ಮಾತ್ರವೆ ?"....

ಈ ಎಲ್ಲ ಗುಜು ಗುಜು ಗದ್ದಲದ ನಡುವೆ ಮೆಟ್‌ನ ಧ್ವನಿ ಶಂಖ ಊದಿದಂತೆ ಕೇಳಿಸಿತು.

"ಹಹ್ಹಹ್ಹ... ಸರ್ರಿ !"

ಮಕ್ಕಳನ್ನು ನಯವಾಗಿ ಪಕ್ಕಕ್ಕೆ ತಳ್ಳಿಕೊಂಡು ಮುಂದೆ ಬಂದ ಮೆಟ್ ಥುನ ಪಕ್ಕ ಸ್ಥಳ ಮಾಡಿಕೊಂಡು ಕುಳಿತ, ಬೆಂಕಿಯ ಹತ್ತಿರ. 'ಗೃಹಕೃತ್ಯದ ದೇವತೆಯ ತಲೆ'ಯ ಮೇಲೆ – ಮೂರು ಕಾಲಿನ ಮಣ್ಣಿನ ಒಲೆಯ ಒಂದು ಗುಪ್ಪೆಯ ಮೇಲೆ – ತನ್ನ ಪೈಪ್‌ನ ಗಿಂಡಿಯನ್ನು ಕೊಡವಿದ. ಬಿದಿರಿನ ಚಿಕ್ಕ ಕಡ್ಡಿಯೊಂದನ್ನು ಕೈಗೆತ್ತಿಕೊಂಡು ಪೈಪನ್ನು ಶುಚಿಗೊಳಿಸಿದ. ಬಳಿಕ ಸುತ್ತಲೂ ಇದ್ದ ಜನರತ್ತ ನೋಡಿದ. ಅವರೆಲ್ಲರೂ ಇವನು ಮಾತನಾಡುವುದನ್ನೇ ನಿರೀಕ್ಷಿಸುತ್ತ ಕೂತಂತಿತ್ತು.

ಹೊರಗೆ ಸಣ್ಣಗೆ ಮಳೆ ಹೊಯ್ಯುತ್ತಿತ್ತು. ಗಾಳಿ ಹಿತವಾಗಿ ಬೀಸುತ್ತಿತ್ತು. ಮೆಟ್ ತಗ್ಗಿದ ದನಿಯಲ್ಲಿ ಮಾತನಾಡಲು ಪ್ರಾರಂಭಿಸಿದ:

"ವಯಸ್ಸಾದವರಿಗೆಲ್ಲ ಈ ಕತೆ ಗೊತ್ತು. ಚಿಕ್ಕವರು ಕೆಲವರಿಗೆ ಗೊತ್ತು. ಮಿಕ್ಕವರಿಗೆ ಗೊತ್ತಿಲ್ಲ. ಮಕ್ಕಳಿಗಂತೂ ಖಂಡಿತ ಗೊತ್ತಿಲ್ಲ."

ಮೆಟ್ ಒಂದು ಕ್ಷಣ ಮೌನಿಯಾಗಿ ಮಕ್ಕಳತ್ತ ದಿಟ್ಟಿಸಿದ. ಅವರು ಬೆರಗುಗಣ್ಣಿನಲ್ಲಿ ಕುತೂಹಲ ತುಂಬಿಕೊಂಡು ಇವನ ಮಾತನ್ನು ಆಲಿಸುತ್ತಿದ್ದರು.

"ಥು... ನಿಮ್ಮ ಅಣ್ಣ, ವಾಪಸ್ಸು ಬಂದಿದ್ದಾನೆ." ಥುನ ಭುಜದ ಮೇಲೆ ತನ್ನ ಮಾಂಸಲವಾದ ಕೈಯನ್ನಿಟ್ಟುಕೊಂಡು ಮೆಟ್ ಹೇಳಿದ. "ನಾನು ಇವನ ವಿಷಯ ನಿಮ್ಮ ಹತ್ತಿರ ಬೇಕಾದಷ್ಟು ಸಲ ಹೇಳಿದ್ದೀನಿ. ಇವನು ವಿಮೋಚನಾ ಸೇನೆಯನ್ನು ಸೇರಿದ್ದಾನೆ. ನಮ್ಮನ್ನ ನೋಡಿಕೊಂಡು ಹೋಗೋಣಾಂತ ಬಂದಿದ್ದಾನೆ. ಒಂದು ರಾತ್ರಿ ಮಾತ್ರ ರಜ ಸಿಕ್ಕಿದೆ ಅವನಿಗೆ. ರಜಾ ಚೀಟಿಯ ಮೇಲೆ ಕಮಾಂಡರ್ ರುಜು ಮಾಡಿದ್ದಾರೆ. ಪಕ್ಷದ ಕಾರ್ಯದರ್ಶಿನಿ ಅದು ಸರಿಯಾಗಿದೆ ಅಂತ ನೋಡಿ ಹೇಳಿದ್ದಾರೆ. ಇವನೇ ! ನಮ್ಮ ಸ್ತ್ರ ಜನರಲ್ಲೇ ಇವನೂ ಒಬ್ಬ. ಇನ್ನೂ ಮಗುವಾಗಿದ್ದಾಗಲೇ ಇವನ ತಂದೆತಾಯಿ ಸತ್ತು ಹೋದರು. ನಮ್ಮ ಹಳ್ಳಿ ಜನರೇ ಇವನನ್ನು ಸಾಕಿದರು. ಇವನ ಜೀವನದಲ್ಲಿ ಕಷ್ಟಗಳು ಬೇಕಾದಷ್ಟು ಬಂದರೂ ಅವನ ಮನಸ್ಸು ಶುದ್ಧವಾಗಿತ್ತು. ಇವತ್ತು ರಾತ್ರಿ ನಿಮಗೆ ನಾನು ಅವನ ಕತೆ ಹೇಳ್ತೀನಿ ಅವನು ಇಲ್ಲಿಗೆ

ಭೇಟಿಕೊಟ್ಟದ್ದಕ್ಕೆ ನಾವು ಮಾಡೋ ಮರ್ಯಾದೆ... ಬೆಟ್ಟ ಗುಡ್ಡ, ನದಿ ತೊರೆಗಳಲ್ಲಿ ಪ್ರೀತಿ ಇರೋ, ಕೇಳೋಕ್ಕೆ ಕಿವಿಗಳಿರೋ ಸ್ತ್ರ ಜನರೆಲ್ಲ ನನ್ನ ಮಾತುಗಳನ್ನ ಕೇಳಿ. ಈ ಕತೆಯನ್ನ ನೆನಪಿಟ್ಟುಕೊಳ್ಳಿ. ನಾನು ಸತ್ತ ಮೇಲೆ ಈ ಕತೆಯನ್ನ ಅವನೇ ನಮ್ಮ ಮೊಮ್ಮಕ್ಕಳಿಗೆ ಹೇಳಲಿ..."

ಎಲ್ಲರೂ ಮೌನವಾಗಿ ಕುಳಿತಿದ್ದರು. ದೂರದಲ್ಲಿ ಬೊಂಬಿನ ಕೊಳವೆಯಿಂದ ನೀರು ಜಿನುಗುವ ಸದ್ದೊಂದೇ ಕೇಳುತ್ತಿತ್ತು. ಮರದ ಎಲೆಗಳ ಮೇಲೆ ಆಗೊಮ್ಮೆ ಈಗೊಮ್ಮೆ ಮಳೆಯ ಟಪಟಪ ಸದ್ದು, ಥು ಕೂಡಾ ಸುಮ್ಮನಿದ್ದ. ಮೆಟ್ ಅಜ್ಜನತ್ತ ನೋಡಿದ. ಒಲೆದಾಡುವ ಬೆಂಕಿಯ ಬೆಳಕು ಹೃಷ್ಟಪುಷ್ಟವಾದ ದೇಹದ ಮೇಲೆ ಲಾಸ್ಯವಾಡುತ್ತಿತ್ತು. ತಾನು ಬಾಲ್ಯದಲ್ಲಿ ಹೀಗೆ ರಾತ್ರಿಯೆಲ್ಲ ಕುಳಿತು ಕೇಳಿದ ಕತೆಗಳ ನಾಯಕರ ನೆನಪು ಥುಗೆ ಬಂತು. ಅವನು ಜಿಟ್‌ಳ ಕಡೆ ನೋಡಿದ. ಬಿದ್ದುಹೋದ ಆ ಮರದ ಬಳಿ – ಆಗಿನ್ನೂ ಅದು ಜೀವಂತ ವಾಗಿತ್ತು – ಮಾಯ್ ತನ್ನನ್ನು ಸಂಧಿಸಿದಾಗ ಅವಳು ಎಷ್ಟು ಎತ್ತರ ಇದ್ದಳೋ ಅಷ್ಟೇ ಎತ್ತರಕ್ಕೆ ಜಿಟ್ ಬೆಳೆದಿದ್ದಾಳೆ. ಬಿದ್ದ ಮರದ ಸುತ್ತ ಈಗ ಗೆರಿಲ್ಲಾಗಳು ಕಂದಕಗಳನ್ನು ತೋಡಿದ್ದಾರೆ... ಜಿಟ್ ಕೂಡ ಶಾಂತಳಾಗಿ ಮೆಟ್‌ನ ಮಾತುಗಳಿಗೆ ಕಿವಿಗೊಡುತ್ತಲಿದ್ದಳು. ಪೂರ್ಣವಾಗಿ ತೆರೆದ ಅವಳ ಕಂಗಳಲ್ಲಿ ಆಲೋಚನಾಪರತೆ ಗೋಚರಿಸುತ್ತಿತ್ತು.

"ಮುದುಕರು ಯಾರೂ ಮರೆತಿಲ್ಲ. ಸತ್ತವರು ಮರೆತುಬಿಟ್ಟಿದ್ದಾರೆ. ಆದರೆ ಜೀವಂತ ಇರೋರು ಜ್ಞಾಪಕ ಇಟ್ಟುಕೊಳ್ಳಿ. ನೆನಸಿಕೊಳ್ಳಿ – ಆಗ ಮೈ–ಡಿಯೆಮ್ ಸೈನಿಕರು ಕಾಡಿನಲ್ಲಿ ಒಳ್ಳೆ ಕಾಡುಹಂದಿಗಳ ಹಾಗೆ ಅಲೆದಾಡುತ್ತಿದ್ದರು. ಅವರ ಬಂದೂಕಿನ ಸನಿನುಗಳು ರಕ್ತದಿಂದ ಕೆಂಪಾಗಿದ್ದವು. ಅವರ ಟೊಪ್ಪಿಗೆಯೂ ನೆತ್ತರುಗೆಂಪು. ಆಗ ಥು ಇನ್ನೂ ಪುಟಾಣಿ ಹುಡುಗ. ನನ್ನ ಸೊಂಟಮಟ್ಟಕ್ಕೆ ಬರ್ತಿದ್ದನೋ ಇಲ್ಲವೋ. ಆದರೂ ತುಂಬಾ ಚೂಟಿ, ಚಾಲೂಕು..."

ಓ ಹೌದು, ವಯಸ್ಕರು ಯಾರಿಗೂ ಆ ನೆನಪು ಮಾಸಿಲ್ಲ. ಥುಗೆ ಕೂಡಾ ನೆನಪಿದೆ. ಅವನ ಮನೋಚಕ್ಷುಗಳಿಗೆ ಪುಟ್ಟ ಹುಡುಗನೊಬ್ಬನ ಚಿತ್ರ ಕಾಣಿಸಿತು. ಆ ಹುಡುಗ ತನ್ನ ತಾಯಿ ಕೊಟ್ಟ ಬುಟ್ಟಿಯೊಂದನ್ನು ಹೊತ್ತುಕೊಂಡು ಹೋಗುತ್ತಿದ್ದ. ಆ ಬುಟ್ಟಿಯಲ್ಲಿದ್ದ ತರಕಾರಿಗಳ ಕೆಳಗೆ ಚಿಕ್ಕ ಡಬ್ಬವೊಂದರಲ್ಲಿ ಒಂದಷ್ಟು ಅಕ್ಕಿಯನ್ನು ಮುಚ್ಚಿಟ್ಟು ಅಡಗಿಸಲಾಗಿತ್ತು. ಕಾಡಿನ ಮೂಲಕ ಸಾಗುತ್ತಿದ್ದ ಹುಡುಗ ಒಂದು ಬಂಡೆಯಿಂದ ಇನ್ನೊಂದಕ್ಕೆ ಚುರುಕು ಗತಿಯಿಂದ ಪುಟಿಯುತ್ತಾ ನಡೆದಿದ್ದ. ಒಬ್ಬ ಕ್ರಾಂತಿಕಾರಿ ಹೋರಾಟಗಾರನಿಗೆ ಆಹಾರವನ್ನು ತಲುಪಿಸಲೆಂದು ಧಾವಿಸುತ್ತಿದ್ದ. ಅವನ ಹಿಂದೆ ಅವನಿಗಿಂತಲೂ ಚಿಕ್ಕವಳಾದ ಒಂದು ಹೆಣ್ಣು ಮಗು ಓಡುತ್ತಾ ಬರುತ್ತಿತ್ತು. ಅವಳ ತಾಯಿ ಆಗತಾನೇ ಹೊಲಿದುಕೊಟ್ಟಿದ್ದ ತನ್ನ ಉದ್ದವಾದ ಲಂಗವನ್ನು ಕಾಲಿಗೆ ತೊಡಕದಂತೆ ಮೇಲೆತ್ತಿ ಹಿಡಿದು ಅವನನ್ನು ಹಿಂಬಾಲಿಸುತ್ತಿದ್ದಳು. ಹಕ್ಕಿಮರಿಯಂತೆ ಹಾರುತ್ತ ಬಂದವಳು "ಥು, ನಾನೂ ಬರ್ತೀನಿ ತಾಳೋ!" ಎಂದು ಕೂಗಿಕೊಂಡಳು. ಅವಳ ಸ್ನೇಹಿತ ನಿಂತು ಹಿಂತಿರುಗಿ ನೋಡಿ ಕಣ್ಣು ಬಿಟ್ಟು ಗದರಿದ: "ನಿಂಗೆ ಬಾಯಿ ಮುಚ್ಚಿಕೊಂಡಿರೋಕೆ ಬರೋಲ್ವೇನು ಮಾಯ್? ನಾವು ಕಳ್ಳತನದಿಂದ ಈ ಕೆಲಸ ಮಾಡ್ತಿದೀವಿ – ನೀನು ನೋಡಿದರೆ ಊರಿಗೆಲ್ಲ ಕೇಳೋಹಾಗೆ ಬಂಬಡ ಬಜಾಯಿಸ್ತಿದೀ!" ಮಾಯ್‌ಗೆ ನಗಬೇಕೆನಿಸಿದರೂ ಬೈಗುಳ ಕೇಳಿ ಸುಮ್ಮನಾದಳು.

ಇಲ್ಲ, ಏನನ್ನೂ ಅವನು ಮರೆತಿಲ್ಲ. ನಿನ್ನೆ ನಡೆದವೋ ಎಂಬಂತೆ ಆ ಘಟನೆಗಳು ನೆನಪಿನಲ್ಲಿ ಅಚ್ಚಳಿಯದೆ ನಿಂತಿವೆ. ಎಲ್ಲರೂ ಎಲ್ಲವೂ ಥು, ಮಾಯ್, ಮೆಟ್, ಆ ಹೋರಾಟಗಾರ...

ಆ ಹೋರಾಟಗಾರನ ಹೆಸರು ಕ್ವುಯೆಟ್, ವೈರಿ ಪಡೆಗಳು ದೇಶದ ಈ ಭಾಗಕ್ಕೆ ಬಂದಾಗಿನಿಂದ ಕಾಡಿನ ಮೂಲೆ ಮೂಲೆಯನ್ನು ಹುಡುಕುತ್ತಿದ್ದರು. ಹಗಲೂ ರಾತ್ರಿ ಅವರ ಬೇಟೆನಾಯಿಗಳ ಬೊಗಳುವಿಕೆಯ ಪ್ರತಿಧ್ವನಿ ಕೇಳಿಬರುತ್ತಿತ್ತು. ಬಂದೂಕುಗಳ ಸದ್ದು ಆಗಾಗ ಕೇಳಿಸುತ್ತಿತ್ತು. ಆದರೆ ಕ್ಲೋಮನ್ ಹಳ್ಳಿಯವರೆಲ್ಲರ ಹೆಮ್ಮೆಯ ವಿಷಯವೆಂದರೆ ಐದು ವರ್ಷವಾದರೂ ಒಬ್ಬನೇ ಒಬ್ಬ ಕ್ರಾಂತಿಕಾರಿಯಾದರೂ ಆ ಭಾಗದ ಕಾಡಿನಲ್ಲಿ ಸಿಕ್ಕಿಬಿದ್ದ ಪ್ರಕರಣವಾಗಲೀ ಕೊಲ್ಲಲ್ಪಟ್ಟ ಘಟನೆಯಾಗಲೀ ನಡೆದಿರಲಿಲ್ಲ. ಕ್ವುಯೆಟ್‌ಗೆ ಮಕ್ಕಳು ಆಹಾರ ತಂದಿತ್ತು ಹೊರಗಿನ ವಿದ್ಯಮಾನಗಳ ಬಗ್ಗೆ ಮಾಹಿತಿ ನೀಡುತ್ತಿದ್ದರು. ಯು.ಎಸ್–ಡಿಯೆಮ್‌ನ ಬೇಹುಗಾರರಿಗೆ ಈ ವಿಷಯ ಗೊತ್ತಾದಾಗ ಉರಿದೆದ್ದರು. ಆ ಮಕ್ಕಳಲ್ಲಿ ಒಬ್ಬನಾದ ಕ್ಸುಟ್‌ನನ್ನು ಹಿಡಿದು ಹಳ್ಳಿಯ ಬಳಿಯಿದ್ದ ಅಂಜೂರದ ಮರಕ್ಕೆ ನೇಣು ಹಾಕಿದರು. "ಕಮ್ಯೂನಿಸ್ಟರಿಗೆ ಆಹಾರ ಸರಬರಾಜು ಮಾಡುವ ಎಲ್ಲರ ಗತಿಯೂ ಇಷ್ಟೇ!" ಎಂದು ಸೈನಿಕರು ಎಚ್ಚರಿಕೆ ನೀಡಿದರು.

ಮಕ್ಕಳು ಕಾಡಿಗೆ ಹೋಗುವುದು ನಿಂತಿತು. ಈಗ ಮುದುಕರ ಸರದಿ. ಬೇಹುಗಾರರಿಗೆ ಮತ್ತೆ ಸುದ್ದಿ ತಲಪಿತು. ವೃದ್ಧೆಯಾದ ಶ್ರೀಮತಿ ನ್ಹನ್‌ಳನ್ನು ಬಂಧಿಸಿದರು. ಆಕೆಯ ರುಂಡವನ್ನು ಒಂದೇ ಏಟಿಗೆ ಹಾರಿಸಿದರು. ಅವಳ ತಲೆಗೂದಲಿನಿಂದಲೇ ಆಕೆಯ ರಕ್ತಸಿಕ್ತ ತಲೆಬುರುಡೆಯನ್ನು, ಒಂದು ಕೋವಿಯ ತುದಿಗೆ ಕಟ್ಟಿ ಮೆರವಣಿಗೆ ಮಾಡಿದರು.

ಮತ್ತೆ ಮಕ್ಕಳ ಸರದಿ ಬಂತು. ಈ ಮಕ್ಕಳಲ್ಲೆಲ್ಲ ಶ್ರದ್ಧೆಯಿಂದ ಕೆಲಸ ಮಾಡುತ್ತಿದ್ದವರು ಮಾಯ್ ಮತ್ತ ಥು. ಥು ಕಾರ್ಯಮಗ್ನನಾಗಿದ್ದಾಗ ಮಾಯ್ ಕಾಡಿಗೆ ಹೋಗುವಳು: ತನ್ನ ತಂಗಿ ಜಿಟ್‌ಳನ್ನು ಮಾಯ್ ನೋಡಿಕೊಳ್ಳುತ್ತಿರುವಾಗ ಥು ಹೋಗುವನು. ಒಮ್ಮೊಮ್ಮೆ ಇಬ್ಬರೂ ಹೋಗುವರು. ಒಮ್ಮೊಮ್ಮೆ ರಾತ್ರಿಯೆಲ್ಲ ಕಾಡಿನಲ್ಲಿ ಕಳೆದದ್ದೂ ಉಂಟು. ಕ್ವುಯೆಟ್‌ನನ್ನು ಒಂಟಿಯಾಗಿ ಬಿಟ್ಟುಬರಲು ಸಾಧ್ಯವಿಲ್ಲ – ಡಿಯೆಮ್ ಗುಪ್ತದಳದವರು ಅವನನ್ನು ಪತ್ತೆ ಹಚ್ಚಲು ಬಂದರೆನ್ನಿ; ಆಗ ಓಡಿ ಕಣ್ಮರೆಯಾಗಲು ಅವನಿಗೆ ದಾರಿ ತೋರಿಸಲು ಮಾರ್ಗದರ್ಶಿಗಳು ಬೇಕಲ್ಲ? ಕ್ವುಯೆಟ್ ಒಮ್ಮೆ ಅವರನ್ನು ಕೇಳಿದ:

"ನಿಮಗೆ ಮೈ–ಡಿಯೆಮ್‌ನವರನ್ನು ಕಂಡರೆ ಭಯವಾಗೋದಿಲ್ಲ? ಅವರು ನಿಮ್ಮನ್ನ ಕ್ಸುಟ್ ಹಾಗೋ, ನ್ಹನ್ ಅಜ್ಜಿಯ ಹಾಗೋ ಕೊಂದು ಹಾಕಿದರೆ?" ಥು ಹೋರಾಟಗಾರನನ್ನು ಅವಚಿಕೊಂಡ, ಮೇಲೆದ್ದು ದೃಢವಾದ ಸ್ವರದಲ್ಲಿ ಹೇಳಿದ: "ನಮ್ಮ ಮೆಟ್ ಅಜ್ಜ ಏನು ಹೇಳ್ತಾನೆ ಗೊತ್ತಾ? ಕ್ರಾಂತಿಕಾರಿಗಳೇ ಅಂತೆ ಮುಂಚೂಣಿಯಲ್ಲಿರೋದು. ಆ ಮುಂಚೂಣಿ ಇರೋವರೆಗೂ ಈ ಬೆಟ್ಟ, ತೊರೆ ಎಲ್ಲಾ ನಮ್ಮದೇ ಆಗಿರುತ್ತಂತೆ."

"ಕಾಡಿನಲ್ಲೆ ಕ್ವುಯೆಟ್ ಮಕ್ಕಳಿಬ್ಬರಿಗೂ ಅಕ್ಷರಾಭ್ಯಾಸ ಮಾಡಿಸಿದ. ಒಂದೆರಡು ಬೊಂಬಿನ ಕೊಂಬೆಗಳನ್ನು ಕತ್ತರಿಸಿ ಅವುಗಳನ್ನು ಹಾಳೆಯಾಕಾರಕ್ಕೆ ಒತ್ತಿ ಮೂರು ಅಂಗೈ ಅಗಲದ ಸ್ಲೇಟನ್ನು ತಯಾರಿಸಿದ. ಈ ಹಲಗೆಗಳಿಗೆ ಕ್ಸನು ಮಸಿಯನ್ನು ಬಳಿಯಲಾಯಿತು. ನಂತರ ರಾಳವನ್ನು ಸವರಲಾಯಿತು. ನ್ಗೋಕ್‌ಲಿಂಗ್ ಬೆಟ್ಟಕ್ಕೆ ಥು ಮೂರು ದಿನ ಪ್ರಯಾಣ ಮಾಡಿ ಅಲ್ಲಿಂದ ಒಂದು ಬುಟ್ಟಿ ತುಂಬ ಬಿಳೀ ಕಲ್ಲುಗಳನ್ನು ಹೊತ್ತು ತಂದ. ಅದನ್ನು ಸೀಮೆಸುಣ್ಣವಾಗಿ ಅವರು ಬಳಸಿದರು. ಕಲಿಯುವುದರಲ್ಲಿ ಮಾಯ್ ಥುನಿಗಿಂತ ಮುಂದೆ. ಮೂರು ತಿಂಗಳ ಅವಧಿಯಲ್ಲಿ ಅವಳಿಗೆ ಓದು, ಬರಹ ಬಂತು. ಆರು ತಿಂಗಳ ಬಳಿಕ ಎರಡಂಕಿಯ ಲೆಕ್ಕಗಳನ್ನೂ ಮಾಡುತ್ತಿದ್ದಳು. ಥು ತನ್ನ ಅಭ್ಯಾಸಗಳಲ್ಲಿ ಹಿಂದು ಎಂಬುದಷ್ಟೇ

ಅಲ್ಲ, – ಅವನಿಗೆ ಬಹುಬೇಗ ಕೋಪ ನೆತ್ತಿಗೇರಿಬಿಡುತ್ತಿತ್ತು. ಒಮ್ಮೆ ಪರೀಕ್ಷೆಯಲ್ಲಿ ಮಾಯ್ ತನಗಿಂತ ಹೆಚ್ಚು ಅಂಕ ಗಳಿಸಿದಾಗ ಥು ತನ್ನ ಬೊಂಬು ಹಲಗೆಯನ್ನು ಮುರಿದು ಹಾಕಿದ. ಆನಂತರ ತೊರೆಯ ತೀರಕ್ಕೆ ಹೋಗಿ ಜೋಲುಮೋರೆ ಹಾಕಿಕೊಂಡು ಇಡೀ ದಿವಸ ಕುಳಿತಿದ್ದ. ಕ್ವುಯೆಟ್ ಮಾತನಾಡಿಸಿದರೆ ಉತ್ತರವಿಲ್ಲ. ಮಾಯ್‌ಗಂತೂ ಹೊಡೆಯಲು ಮುಂದಾದ. ಮಾಯ್ ಅವನ ಬಳಿ ಹೋಗಿ ಕುಳಿತಳು.

ಅವಳು ಮೃದುವಾಗಿ ಹೇಳಿದಳು: "ನೀನು ಇಲ್ಲಿ ಎಷ್ಟು ಹೊತ್ತು ಕೂತಿರ್ತೀಯೋ ನಾನೂ ಇಲ್ಲೇ ಕೂತಿರ್ತೀನಿ. ಬಾ ಥು, ನಾವು ವಾಪಸ್ಸು ಹೋಗೋಣ ನಾನು ನಿನಗೋಸ್ಕರ ಹೊಸ ಹಲಗೆ ಮಾಡಿದ್ದೀನಿ. ನೋಡು ಬಾ." ಥು ಒಂದು ಕಲ್ಲನ್ನು ಎತ್ತಿಕೊಂಡು ತನ್ನ ಹಣೆಗೆ ಚಚ್ಚಿಕೊಂಡ. ರಕ್ತ ಬಳಬಳ ಸುರಿಯಿತು. ಕ್ವುಯೆಟ್ ಅವನ ತಲೆಗೆ ಪಟ್ಟಿ ಕಟ್ಟಬೇಕಾಯಿತು.

ಆ ರಾತ್ರಿ ಥುನ ಬಳಿ ಮಲಗಿದ್ದ ಕ್ವುಯೆಟ್, ಅವನ ಕಿವಿಯಲ್ಲಿ ಪಿಸುಗುಟ್ಟಿದ: "ಅಕಸ್ಮಾತ್ ನನ್ನನ್ನು ಮೈ–ಡಿಯೆಮ್ ಜನರು ಕೊಂದು ಹಾಕಿದರು ಅಂತಿಟ್ಕೋ, ಆಗ ನೀನೇ ನನ್ನ ಜಾಗಕ್ಕೆ ಬರಬೇಕು. ಆದರೆ ನಿನಗೆ ಓದೋದಕ್ಕೆ ಬರೆಯೋದಕ್ಕೆ ಬರದಿದ್ರೆ ಏನು ಕ್ರಾಂತಿ ಮಾಡ್ತೀಯೆ, ಮಣ್ಣು!"

ಥು ಗಾಢನಿದ್ರೆಯಲ್ಲಿ ಇರುವವನಂತೆ ನಟಿಸಿದ. ಅವನ ಕಣ್ಣುಗಳಲ್ಲಿ ನೀರು ತುಂಬಿತು. ಮರುದಿನ ಬೆಳಗಾದಾಗ ಅವನು ತಾವು ಅವಿತಿದ್ದ ಗವಿಯ ಒಂದು ಮೂಲೆಗೆ ಮಾಯ್‌ಳನ್ನು ಕರೆದೊಯ್ದು ಕೇಳಿದ:

"ಮಾಯ್, ಒಂದು ಅಕ್ಷರ ಇದೆ ಅಲ್ವ, ನೋಡೋಕ್ಕೆ ೦ ಇದ್ದ ಹಾಗಿದೆ. ಮೇಲೊಂದು ಪುಕ್ಕ ಇದೆ ಅದಕ್ಕೆ. ಅದರ ಪಕ್ಕದ ಅಕ್ಷರಕ್ಕೆ ದೊಡ್ಡ ಹೊಟ್ಟೆ ಇದೆ, ಒಡಕ ಹೊಟ್ಟೆ, ಯಾವುದು ಅದು?"

ಮಾಯ್ ಮುಖ ತಿರುಗಿಸಿಕೊಂಡಳು. ನಗು ತಡೆಯಲಾಗಲಿಲ್ಲ. ಅವಳು ಪಿಸುಗುಟ್ಟಿದಳು. "ನಿನಗೆ ಒಳ್ಳೆ ಜ್ಞಾಪಕಶಕ್ತಿ ಇದೆ. ಥು, ಆ ಅಕ್ಷರದ ಹೆಸರು "b".

"ಓ ಹೌದಲ್ಲವಾ, "b"! ಥೆ, ನಾನೊಬ್ಬ ಮಡ್ಡಿ!"

ಅಕ್ಷರಗಳೊಡನೆ ಕಸರತ್ತು ಮಾಡುವುದೇನೋ ಥುಗೆ ಪ್ರಯಾಸಕರವಾಗಿತ್ತು. ಆದರೆ ಕಾಡಿನ ಹಾದಿಗಳನ್ನು ಗುರುತಿಸುವುದರಲ್ಲಿ ಅವನು ಎತ್ತಿದ ಕೈ. ಆ ಜಿಲ್ಲೆಯಲ್ಲಿ ಕ್ವುಯೆಟ್‌ಗೆ ಇವನೇ ಮಾರ್ಗದರ್ಶಿ. ಅವನು ಎಂದೂ ಮಾಮೂಲಿನ ದಾರಿಯಲ್ಲಿ ಹೋದವನೇ ಅಲ್ಲ. ಇರುವ ಎಲ್ಲಾ ದಾರಿಗಳನ್ನೂ ಶತ್ರುಗಳು ಮುಚ್ಚಿಬಿಟ್ಟಾಗಲೂ ಅವನು ಧೃತಿಗೆಡುತ್ತಿರಲಿಲ್ಲ. ಮರ ಹತ್ತಿ ಸುತ್ತಲೂ ನೋಡಿ ತಾನೆಲ್ಲಿದ್ದೇನೆಂಬುದನ್ನು ಖಚಿತಪಡಿಸಿಕೊಂಡು ಕಾಡಿನ ಸಂದು ಗೊಂದುಗಳ ನಡುವೆಯೇ ಪ್ರಯಾಣ ಮುಂದುವರಿಸಿದ್ದ. ಎಂದೂ ದಿಕ್ಕುಗೆಟ್ಟವನಲ್ಲ, ತೊರೆಯನ್ನು ಹಾದುಹೋಗಬೇಕಾಗಿ ಬಂದಾಗ ನೀರು ರಭಸವಾಗಿ ಹರಿಯುವ ತಾಣವನ್ನು ಹಾರಿಸಿಕೊಂಡು ಮೀನಿನಂತೆ ಈಜಿ ದಾಟುವನು. ಅವನು ಕಾರಣವನ್ನೂ ನೀಡುತ್ತಿದ್ದ. "ಮೈ–ಡಿಯೆಮ್ ಗುಪ್ತಚಾರರು ನೀರು ಶಾಂತವಾಗಿ ಹರಿಯೋ ಕಡೆ ಹಿಡಿಯೋದಕ್ಕೆ ಕಾದಿರ್ತಾರೆ. ಹೀಗೆ ನೀರು ರಭಸವಾಗಿ ಹರಿಯೋ ಕಡೆ ತಿರುಗಿ ಸಹ ನೋಡೋದಿಲ್ಲ."

ಆದರೆ ಒಂದು ಸಲ ಮಾತ್ರ ಅವನ ಲೆಕ್ಕಾಚಾರ ತಪ್ಪಿತು. ಡ್ಯಾಕ್‌ನ್ಯಾಂಗ್ ನದಿಯನ್ನು ದಾಟಬೇಕಾಗಿತ್ತು. ಕ್ವುಯೆಟ್ ಇತ್ತ ಪತ್ರವನ್ನು ಎಲೆಯೊಂದರಲ್ಲಿ ಸುತ್ತಿಕೊಂಡು ಬಾಯಲ್ಲಿ ಇಟ್ಟುಕೊಂಡ. ಈಜಿ ದಡ ಸೇರಿ ಕತ್ತೆತ್ತಿದಾಗ ಕಂಡದ್ದು ಅವನತ್ತ ಗುರಿ ಮಾಡಿದ

ಕೋವಿಗಳು. ಅವನಿಗೆ ಪತ್ರವನ್ನು ನುಂಗಿಕೊಳ್ಳುವುದಕ್ಕಷ್ಟೇ ಸಮಯವಿತ್ತು.

ಇದಾದ ಮೂರು ದಿನಗಳ ತರುವಾಯ ಕ್ಲೋಮನ್ ಗ್ರಾಮವಾಸಿಗಳು ಥುನನ್ನು ಕಂಡರು. ಅವನ ಕೈಗಳನ್ನು ಕಟ್ಟಿಹಾಕಲಾಗಿತ್ತು. ಹುಡುಗನ ಹಿಂದೆ ಬಂದೂಕು ಹಿಡಿದ ಸಿಪಾಯಿಗಳು ದಾಪುಗಾಲು ಹಾಕುತ್ತ ಬಂದರು.

"ಈ ಹಳ್ಳಿಯ ಜನರಲ್ಲಿ ಯಾರು ಕಮ್ಯೂನಿಸ್ಟರು ಹೇಳು. ಇಲ್ಲದಿದ್ದರೆ ಕೊಂದುಬಿಡುತ್ತೇವೆ." ಎಂದು ಸಿಪಾಯಿಗಳು ಬೆದರಿಸಿದರು. ಸುತ್ತಲೂ ಜನಸಮೂಹ ನೆರೆದಿತ್ತು. ಮೆಟ್ ಅಜ್ಜ ಥುನ ಬಳಿ ಬಂದು ನಿಂತಿದ್ದ.

ಸ್ತ್ರ ಜನರ ಭಾಷೆಯಲ್ಲಿ ಅಜ್ಜ ಮಾತಾಡಿದ. ಅವನ ಧ್ವನಿಯಲ್ಲಿ ಗುಡುಗಿನ ಮೊಳಗಿತ್ತು.

"ಕ್ಲೋಮನ್ ಜನರು ನಿನ್ನಿಂದಾಗಿ ತಲೆ ತಗ್ಗಿಸೋ ಹಾಗೆ ಮಾಡಬೇಡ!"

ಥು ಸುಮ್ಮನೆ ಅವನತ್ತ ನೋಡಿದ.

ಮೆಟ್ "ಸರಿ!" ಎಂದು ಉದ್ಗರಿಸಿದ.

ಥುನ ಬತ್ತಲೆ ಬೆನ್ನಿನ ಮೇಲೆ ಚಾಕುವಿನಿಂದ ಕತ್ತರಿ ಗುರುತು ಮಾಡಿದರು. "ಇವರಲ್ಲಿ ಕಮ್ಯೂನಿಸ್ಟರು ಯಾರು, ಬೊಗಳು! ಎಂದು ಸಿಪಾಯಿಗಳು ಅರಚಿದರು. ಹೀಗೆ ಕೈಯನ್ನ ಕಟ್ಟಿಹಾಕಿದ್ದರೆ ಯಾರೂಂತ ನಾನು ಹೇಗೆ ತೋರಿಸಲಿ?" ಥು ಕೇಳಿದ.

ಅವನ ಒಂದು ಕೈಯನ್ನು ಬಿಚ್ಚಿದರು. ಆ ಕೈಯನ್ನು ತನ್ನ ಹೊಟ್ಟೆಯ ಮೇಲಿಟ್ಟುಕೊಂಡ ಥು ಅಂದ:

"ಒಬ್ಬ ಏನೋ ಇಲ್ಲೇ ಇದ್ದಾನೆ. ನೋಡಿ!"

ಸಿಪಾಯಿಯ ಕೈಯಲ್ಲಿದ್ದ ಚೂರಿ ಅವನ ಬೆನ್ನಿನ ಮೇಲೆ ಮತ್ತೊಂದು ಗಾಯವನ್ನು ಕೊಚ್ಚಿತು. ಅವನ ತಾಯಿ ಬಿಟ್ಟುಹೋಗಿದ್ದ ಬುಟ್ಟಿಯ ಹಿಡಿಯಷ್ಟೇ ಅಗಲವಾದ ಸೀಳುಗಾಯ. ರಕ್ತ ಚಿಲ್ ಎಂದು ಚಿಮ್ಮಿತು. ಮಧ್ಯಾಹ್ನದ ಹೊತ್ತಿಗೆ ಆ ರಕ್ತ ಕಡು ನೇರಳೆ ಬಣ್ಣಕ್ಕೆ ಇರುಗಿತು. ಕ್ಸನುವಿನ ಸಸ್ಯರಸದ ಬಣ್ಣವೂ ಅದೇ.

ಸಿಪಾಯಿಗಳು ಅವನನ್ನು ಕೊಂಡೊಯ್ಯುವ ಮುನ್ನ ಮಾಯ್ ಥುನನ್ನು ತೋಳುಗಳಲ್ಲಿ ಅಪ್ಪಿಕೊಂಡು ಅತ್ತಳು.

ಥು ಕೋಪದಿಂದಲೋ ಎಂಬಂತೆ ನುಡಿದ:

"ಅಳಬೇಡ! ಚೆನ್ನಾಗಿ ಓದು. ನಾನು ಸತ್ತ ಮೇಲೆ ನನ್ನ ಜಾಗದಲ್ಲಿ ಕ್ರಾಂತಿಕಾರಿಯಾಗು."

ಮೂರು ವರ್ಷಗಳು ಉರುಳಿದವು. ತನ್ನನ್ನು ಬಂಧಿಸಲಾಗಿದ್ದ ಕಾಂಗ್ ಟುಮ್ ಸೆರೆಮನೆಯಿಂದ ತಪ್ಪಿಸಿಕೊಂಡ ಥು, ಕ್ಲೋಮನ್ ಗ್ರಾಮಕ್ಕೆ ಮರಳಿದ. ಕಾಡಿನ ಅಂಚಿನಲ್ಲಿದ್ದ ಹೆಮ್ಮರದ ಬುಡದಲ್ಲಿ ಮಾಯ್ ಎದುರಾದಳು. ಅವನ ಕೈಗಳನ್ನು ತನ್ನ ಕೈಗಳಲ್ಲಿ ಎತ್ತಿಕೊಂಡಳು, ಅವಳ ಕಣ್ಣುಗಳು ತುಂಬಿ ಬಂದವು. ಅವನಾದರೋ ಅವಳತ್ತಲೇ ಬಿಟ್ಟಗಣ್ಣಿನಿಂದ ನೋಡುತ್ತಿದ್ದ, ಎಷ್ಟು ಎತ್ತರ ಬೆಳೆದುಬಿಟ್ಟಿದ್ದಳು ಮಾಯ್! ಅವಳು ಅವನನ್ನು ಹಳ್ಳಿಯೊಳಕ್ಕೆ ಕರೆದೊಯ್ದಳು. ಅಂದು ರಾತ್ರಿ ಮೆಟ್‌ನ ಮನೆಯಲ್ಲಿ ಜನರ ಸಭೆ ಸೇರಿತು. ಇಂದಿನಂತೆಯೇ, ಹೌದು, ಇಂದಿನಂತೆಯೇ...

ಮೆಟ್‌ನ ಧ್ವನಿ ಮೊಳಗಿತು:

"ಇವತ್ತಿನ ಹಾಗೇ. ಇದೇ ಮನೆಯಲ್ಲಿ, ಇಲ್ಲೇ ಬೆಂಕಿಯ ಸುತ್ತಲೂ ಹೀಗೇ ಕೂತಿದ್ದೆವು. ನಾನು ಇಲ್ಲೆ ಕೂತಿದ್ದೆ. ಸಣ್ಣಗೆ ಜಿನುಗು ಮಳೆಯೂ ಬೀಳ್ತಿತ್ತು. ಥು ಅಲ್ಲಿ ಕೂತಿದ್ದ. ಈಗ

ಜಿಟ್ ಕೂತಿರೋ ಜಾಗದಲ್ಲಿ ಮಾಯ್ ಕೂತಿದ್ದಳು ಆವತ್ತು. ನಾನು ಹೇಳಿದ್ದು ಸರಿ ತಾನೇ ಥು?"

ಓ, ಮೆಟ್ ಹೇಳಿದ್ದು ಸರಿಯಾಗೇ ಇತ್ತು. ಆವತ್ತು ಸಹ ಅಂಜೂರದ ಎಲೆಗಳ ಮೇಲೆ ಮಳೆ ಹನಿಗಳು ಟಪಟಪ ಸದ್ದು ಮಾಡುತ್ತ ಬೀಳುತ್ತಿದ್ದವು. ಕ್ಷನುವಿನ ಕೊರಡುಗಳು ಬೆಂಕಿಯಲ್ಲಿ ಭಯಂಕರವಾಗಿ ಉರಿದು ಬೂದಿಯಾಗುತ್ತಿದ್ದವು. ಬೊಂಬಿನ ಕೊಳವೆಯಿಂದ ನೀರು ಸುರಿಯುತ್ತಿದ್ದ ಸದ್ದು ಕೇಳುತ್ತಿತ್ತು ದೂರದಿಂದ. ಜನರು ಥುನನ್ನು ಅವನ ಯಶಸ್ವೀ ಸಾಹಸಕ್ಕಾಗಿ ಅಭಿನಂದಿಸಲು ನೆರೆದಿದ್ದರು. ಅವನ ಎದುರು ಮಾಯ್ ಕೂತಿದ್ದಳು. ಜಿಟ್ ಳಂತೆಯೇ ಅವಳ ಹುಬ್ಬುಗಳೂ ಕಡುಗಪ್ಪು. ಎಷ್ಟು ದಟ್ಟವಾದ ಬಣ್ಣ ಎಂದರೆ, ಕಣ್ಣುಗಳ ಹೊಳಪನ್ನು ಅವು ಮಸುಕುಗೊಳಿಸುತ್ತಿದ್ದವು. ಪ್ರಾಯಶಃ ಅವಳ ಕಣ್ಣುಗಳಲ್ಲಿ ಜಿಟ್‌ಳ ಕಣ್ಗಳಲ್ಲಿರುವ ಗಾಂಭೀರ್ಯಕ್ಕಿಂತ ಹೆಚ್ಚಾಗಿ ಪ್ರೇಮಭಾವವಿತ್ತೇನೋ. ಆದರೆ ಅವಳ ಕಣ್ಣುಗಳಲ್ಲೂ ಇದೇ ಬಗೆಯ ಸ್ಥೈರ್ಯ, ಶಾಂತಿ ಮನೆ ಮಾಡಿದ್ದವು. ಅಂದ ಹಾಗೆ ಇವತ್ತು ಮಾತನಾಡಿದ ಹಾಗೆ ಮೆಟ್ ಆ ದಿನ ಮಾತಾಡಿರಲಿಲ್ಲ. ಸುಮ್ಮನೆ ಇಷ್ಟು ಮಾತ್ರ ಹೇಳಿದ್ದ: "ಮಾಯ್, ಕ್ವುಯೆಟ್ ಬಿಟ್ಟು ಹೋದ ಆ ಪತ್ರವನ್ನು ಇಲ್ಲಿ ಕೊಡು. ಥು ನೀನು ಅದನ್ನ ಓದಿ ಹೇಳು"

ಥುನ ಬಂಧನವಾದ ನಂತರ ಕ್ವುಯೆಟ್ ಬೇ ಜಿಲ್ಲೆಗೆ ಕಾರ್ಯ ಸಂಬಂಧದ ಮೇಲೆ ಹೋದ. ಹೊಂಚು ಹಾಕಿ ಕೂತ ಶತ್ರುಗಳು ನಡೆಸಿದ ಹಲ್ಲೆಯಲ್ಲಿ ಅವನ ಮೈತುಂಬ ಗಾಯಗಳಾದವು. ಕಾಡಿನಲ್ಲೇ ಅವನು ಕಡೆಯುಸಿರೆಳೆದ. ಆದರೆ ಸಾಯುವ ಮುನ್ನ ಕ್ಸೋಮನ್ ಗ್ರಾಮವಾಸಿಗಳಿಗೆ ಒಂದು ಪತ್ರ ಬರೆದಿಟ್ಟು ಹೋಗಿದ್ದ. ಥು ಅದನ್ನು ಗಟ್ಟಿಯಾಗಿ ಓದಿ ಹೇಳಿದ:

"ಪ್ರಿಯ ಥು, ಮಾಯ್, ಮತ್ತು ಇತರ ಕ್ಸೋಮನ್‌ನ ಬಂಧುಗಳೇ, ನನ್ನ ಸಾವು ಸನ್ನಿಹಿತವಾಯಿತು. ಇನ್ನೂ ಜೀವದಿಂದಿರುವ ನೀವು ನಿಮ್ಮ ಭರ್ಜಿ, ಬಿಲ್ಲು ಬಾಣಗಳನ್ನು ಸಿದ್ಧ ಮಾಡಿಟ್ಟುಕೊಳ್ಳಿ. ಆಯುಧಗಳನ್ನು ಬಳಸಬೇಕಾದ ದಿವಸ ಬಂದೇ ತೀರುತ್ತದೆ. ಇನ್ನು ಥು, ... ನೀನು ಚೆನ್ನಾಗಿ ಓದಬೇಕು. ಹೋರಾಟಗಾರನಾಗಿ ನನ್ನ ಸ್ಥಾನವನ್ನು ತುಂಬಬೇಕು..."

ಹೌದು, ಎಲ್ಲರೂ ಇದ್ದರು ಅಂದು. ಟಿಂಗ್ ಅಜ್ಜ, ಪ್ರೊ ಅಣ್ಣ, ಬ್ಲಾಮ್ ಅಕ್ಕ, ಪ್ರೋಯ್ ಅಜ್ಜಿ, ಲೆಂಗ್ ಅಜ್ಜ... ಇದ್ದುದು ಒಂದೇ ವ್ಯತ್ಯಾಸ. ಅವತ್ತು ಮಾಯ್ ಕೂಡಾ ಇದ್ದಳು. ಥು ಕ್ವುಯೆಟ್‌ನ ಸಂದೇಶವನ್ನು ಓದಿ ಮುಗಿಸಿದ ಬಳಿಕ ಇಡಿಯ ಗ್ರಾಮವೇ ಮೇಲೆದ್ದು ಮೆಟ್‌ನನ್ನು ಹಿಂಬಾಲಿಸಿತು. ಕ್ಷನು ಪಂಜುಗಳು ಬೆಳಗಿ ದಾರಿತೋರಿದವು. ಕಾಡಿನಲ್ಲಿ ಜೋಕೆಯಿಂದ ಅಡಗಿಸಿಟ್ಟಿದ್ದ ಆಯುಧಗಳನ್ನು ಎತ್ತಿಕೊಂಡು ಬರಲು ಎಲ್ಲರೂ ತೆರಳಿದರು. ಥು ಮೂರು ದಿನಗಳ ಪ್ರಯಾಣ ಬೆಳಸಿ ನ್ಗೊಕ್‌ಲಿಂಗ್ ಬೆಟ್ಟವನ್ನು ತಲುಪಿದ. ಆದರೆ ಸೀಮೆಸುಣ್ಣ ತರಲು ಬಂದದ್ದಲ್ಲ. ಒಂದು ಬುಟ್ಟಿಯ ತುಂಬ ಸಾಣೆಕಲ್ಲುಗಳನ್ನು ಹೊತ್ತುಕೊಂತು ಕ್ಸೋಮನ್ ಗ್ರಾಮಕ್ಕೆ ಹಿಂದಿರುಗಿದ. ಆ ಬೆಟ್ಟದ ಮೇಲೆ ಇನ್ನು ನೂರು ಕ್ರಾಂತಿಗಳಾದರೂ ಸಾಕಾಗುವಷ್ಟು ಸಾಣೆಕಲ್ಲಿನ ರಾಶಿಯಿದೆ.

ಕ್ಸೋಮನ್ ಗ್ರಾಮವಾಸಿಗಳು ರಾತ್ರಿಯೆಲ್ಲ ಆಯುಧಗಳನ್ನು ಹರಿತಗೊಳಿಸುವರು. ಬೆಳಗ್ಗೆ ಕಾಡಿನ ಭಾಗಗಳನ್ನು ಅಲ್ಲಲ್ಲಿ ಕಡಿದು ನೆಲಸಮ ಮಾಡಿ ಕೆಸು ಮತ್ತು ಪಾಮ್‌ಚೂ ಗೆಡ್ಡೆಗಳ ಬೆಳೆಯನ್ನು ಬೆಳೆಸಲು ಸಿದ್ಧತೆ ಮಾಡುವರು. ಮೆಟ್ ಎಲ್ಲ ಕೆಲಸಗಳಿಗೂ ಮುಂದಾಳು. ಕ್ರಮೇಣ ಕಾಡಿನ ಕ್ಷನು ಮರಗಳ ದಟ್ಟಣೆಯ ನಡುನಡುವೆ ಅಲ್ಲಲ್ಲಿ ಕಂಗೊಳಿಸುವ ಹಸಿರು ಹೊಲಗಳು ಹುಟ್ಟಿಕೊಂಡವು. ಡಾಕ್‌ಹಾ ಠಾಣ್ಯದ ಸಿಪಾಯಿಗಳಿಗೆ ಕ್ಸೋಮನ್ ನಿವಾಸಿಗಳು ಭರ್ಜಿಗಳನ್ನೂ ಚೂರಿಗಳನ್ನೂ ಮಸೆಯುತ್ತಿದ್ದಾರೆಂಬ ಸುದ್ದಿ ತಲುಪಿತು. ಸುಗ್ಗಿಯ ಕಾಲದ

ಒಂದು ದಿನ ಸೈನ್ಯದ ಒಂದು ತುಕಡಿಯೇ ಹಳ್ಳಿಗೆ ಬಂತು. ಥು ಮತ್ತು ಮಾಯ್‌ರ ಚೊಚ್ಚಲು ಮಗು ಹುಟ್ಟಿದ ಹೊಸತು. ತುಕಡಿಯ ಕಮಾಂಡರ್ ಜುಕ್, ಒಂದು ಕೆಂಪು ಟೊಪ್ಪಿಗೆಯನ್ನು ಧರಿಸಿದ್ದವನು, ಮುಂದೆ ಬಂದು ನಿಂತ. ಅರಚಿದ:

"ಇನ್ನಾರೂ ಅಲ್ಲ ಆ ಥುನದ್ದೇ ಇರಬೇಕು ಈ ಕಿತಾಪತಿ, ಆ ಹುಲಿಯನ್ನು ನಾವು ಕೊಂದು ಹಾಕದಿದ್ದರೆ ಮುಂದೆ ಅವನಿಂದ ನಮಗೆ ಬೇಕಾದಷ್ಟು ತೊಂದರೆ ಆಗುತ್ತೆ."

ಮೆಟ್ ಮತ್ತು ಥು ಇಬ್ಬರೂ ತಮ್ಮೊಂದಿಗೆ ಗ್ರಾಮದ ಯುವಕರನ್ನು ಕಾಡಿನೊಳಕ್ಕೆ ಕರೆದೊಯ್ದು ಮರ – ಬಂಡೆಗಳ ಹಿಂದೆ ಅಡಗಿಕೊಂಡಿದ್ದರು. ಹಳ್ಳಿಯಿಂದ ಈ ಸ್ಥಳ ಹೆಚ್ಚು ದೂರವೇನೂ ಇರಲಿಲ್ಲ. ಅಲ್ಲಿಂದಲೇ ಮೈ–ಡಿಯೆಮ್ ಸೈನಿಕರು ಬರುವುದು ಹೋಗುವುದು ಎಲ್ಲಾ ತಿಳಿಯುತ್ತಿತ್ತು.

ಶತ್ರುಸೇನೆ ನಾಲ್ಕು ದಿವಸಗಳ ಕಾಲ ಹಳ್ಳಿಯಲ್ಲಿ ತಳವೂರಿತು. ಸೈನಿಕರ ಚಾವಟಿಗಳು ಹಳ್ಳಿಗರೆಲ್ಲರ ಬೆನ್ನುಗಳನ್ನೂ ನೆಕ್ಕಿ ರುಚಿ ನೋಡಿದವು. ಹಳ್ಳಿಯಲ್ಲಿ ರೋದನದ ಸ್ವರ ತುಂಬಿತು. ತನ್ನ ರೈಫಲನ್ನು ಮೇಲೆತ್ತಿ ಜುಕ್ ಕೂಗಿ ಹೇಳಿದ:

"ಹಳ್ಳಿಯನ್ನ ಬಿಟ್ಟು ಹೋಗೋಕ್ಕೆ ಯಾರಾದರೂ ಪ್ರಯತ್ನ ಪಟ್ಟರೆ ಕಂಡಲ್ಲೇ ಸುಟ್ಟುಹಾಕಿ ಬಿಡ್ತೀವಿ!"

ಯಾರಿಗೂ ಹೊರಗೆ ಕಾಲಿಡಲು ಸಾಧ್ಯವಾಗಲಿಲ್ಲ. ಆದರೆ ಚೂಟಿಯಾಗಿದ್ದ ಹುಡುಗಿ ಜಿಟ್ ದಿನಾಲೂ ಮುಸ್ಸಂಜೆಯ ಕತ್ತಲಿನಲ್ಲಿ ಬೊಂಬಿನ ನೀರುಕೊಳವೆಗಳ ಮೇಲೆ ಸಾಹಸ ಮಾಡುತ್ತ ನಡೆದುಹೋಗಿ ಕಾಡನ್ನು ಸೇರುವಳು. ಮೆಟ್ ಅಜ್ಜನಿಗೆ ಅನ್ನದ ಬುತ್ತಿಯನ್ನು ತರುವಳು. ನಾಲ್ಕನೇ ದಿವಸ ಅವಳು ಕಾಡಿನಿಂದ ಮುಂಬೆಳಗಿನ ಹೊತ್ತಿನಲ್ಲಿ ಹಿಂದಿರುಗುತ್ತಿದ್ದಾಗ ಶತ್ರುಗಳ ಕೈಗೆ ಸಿಕ್ಕಿಬಿದ್ದಳು. ಅವರು ಮಗುವನ್ನು ಅನಾಮತ್ತು ಎತ್ತಿ ಅಂಗಳದ ನಡುಮಧ್ಯೆ ನಿಲ್ಲಿಸಿ ಕದಲದಿರಲು ಆಜ್ಞಾಪಿಸಿದರು. ಸಣ್ಣ ಕೈ ಬಂದೂಕಿನಿಂದ ಅವಳತ್ತ ಗುಂಡು ಹಾರಿಸಿದರು. ಒಂದರ ಮೇಲೆ ಮತ್ತೊಂದು: ಗುಂಡುಗಳ ಸುರಿಮಳೆ. ಆದರೆ ಬೇಕೆಂದೇ ಗುಂಡು ಅವಳಿಗೆ ತಾಕದಂತೆ ಎಚ್ಚರ ವಹಿಸಿದರು. ತೋಟಾಗಳು ಅವಳ ಕಿವಿಯ ಸಮೀಪದಲ್ಲೇ ಸುಂಯ್‌ಕಾರ ಮಾಡುತ್ತ ಹಾರಿದವು. ಮಗುವಿನ ಕೂದಲು ಸುಟ್ಟಿತು. ಅವಳ ಪುಟ್ಟಪಾದಗಳ ಬಳಿಯಲ್ಲೇ ಗುಂಡುಗಳು ಹಾರಿ ನೆಲಕಿತ್ತು ಬಂದು ಮಣ್ಣು ಹಾರಿತು ಅವರು ಆ ದಾಳಿಯನ್ನು ಆರಂಭಿಸಿದಾಗ ಜಿಟ್ ಬಿಕ್ಕಿಬಿಕ್ಕಿ ಅತ್ತುಬಿಟ್ಟಳು. ಆದರೆ ಹತ್ತನೆಯದೋ ಹನ್ನೆರಡನೆಯದೋ ಗುಂಡು ಹಾರಿಸಲ್ಪಟ್ಟ ಆನಂತರ ಅವಳು ಕಣ್ಣನ್ನು ಒರೆಸಿಕೊಂಡು ತುಟಿಯನ್ನು ಬಿಗಿಹಿಡಿದಳು. ಅವಳ ಸುತ್ತ ನಿಂತಿದ್ದ ಸಿಪಾಯಿಗಳು ಒಬ್ಬರ ನಂತರ ಒಬ್ಬರು ಗುಂಡು ಹಾರಿಸಿದರು. ಪ್ರತಿಯೊಂದು ಆಸ್ಫೋಟನೆಗೂ ಅವಳ ತೆಳ್ಳನೆಯ ಶರೀರ ಬೆಚ್ಚಿ ನಡುಗುತ್ತಿತ್ತು. ಆದರೆ ಸುತ್ತುವರಿದಿದ್ದ ಶತ್ರುಗಳ ಮೇಲೆ ನೆಟ್ಟಿದ್ದ ಕಣ್ಣುಗಳಲ್ಲಿ ಶಾಂತಿ ಇತ್ತು. ಇಂದು ಥುನ ಮುಂದೆ ಕೂತಿರುವ ಪಕ್ಷದ ಕಾರ್ಯದರ್ಶಿನಿಯ ಕಣ್ಣುಗಳಲ್ಲಿರುವ ಶಾಂತಿಯೇ ಅಲ್ಲಿಯೂ ನೆಲೆಸಿತ್ತು.

ಮಗು ಬಾಯಿ ಬಿಡಲಿಲ್ಲವಾದ್ದರಿಂದ ಜುಕ್ ಮುಂದಿನ ಕ್ರಮ ಕೈಗೊಂಡ. ಮಾಯ್‌ಳನ್ನು ಬಂಧಿಸಲು ಆಜ್ಞೆ ನೀಡಿದ. "ಹೆಣ್ಣು ಹುಲಿಯನ್ನೂ ಹುಲಿ ಮರಿಯನ್ನೂ ಹಿಡಿದ ಮೇಲೆ ಗಂಡುಹುಲಿಯನ್ನು ಹಿಡಿಯೋದು ಎಷ್ಟು ಹೊತ್ತು?" ಎಂದು ಅಟ್ಟಹಾಸದಿಂದ ಹೇಳಿದ.

ಹಳ್ಳಿಯ ಸಮೀಪದಲ್ಲೇ ಇರುವ ಕಾರಂಜಿಯ ಬಳಿ ಮರವೊಂದರ ಹಿಂದೆ ಥು ಅಡಗಿ

ಕುಳಿತಿದ್ದ. ಜುಕ್‌ನ ಮಾತುಗಳು ಅವನ ಕಿವಿಗೆ ಬಿದ್ದವು. ಅವನು ಕೂತಿದ್ದ ಕಡೆಯಿಂದ ಸಮುದಾಯ ಭವನದ ಅಂಗಣದಲ್ಲಿ ನಡೆಯುವುದೆಲ್ಲಾ ಸ್ಪಷ್ಟವಾಗಿ ಕಾಣಿಸುತ್ತಿತ್ತು. ಹತ್ತು ಮಂದಿ ಕಟ್ಟುಮಸ್ತಾದ ಆಳುಗಳು ಹಸಿಬಾಣಂತಿ ಮಾಯ್‌ಳನ್ನು ಅಂಗಳಕ್ಕೆ ದರದರ ಎಳೆದು ತರುವುದನ್ನು ಕಂಡಾಗ ಅವನ ಮುಂದಿದ್ದ ಮರದ ಕಾಂಡದ ಮೇಲಿನ ಅವನ ಹಿಡಿತ ಬಲಗೊಂಡಿತು. ಮಾಯ್ ತನ್ನ ಬೆನ್ನಿನ ಮೇಲೆ ಮಗುವನ್ನು ಹೊತ್ತುಕೊಂಡಿದ್ದಳು. ಒಂದು ತಿಂಗಳ ಹಸುಗೂಸು. ಎಲ್ಲರೂ ಅನ್ನುತ್ತಿದ್ದರು: "ಮಗು ಎಲ್ಲಾ ಥುನದೇ ಪಡಿಯಚ್ಚು." ಮಗುವನ್ನು ಬೆನ್ನಿಗೆ ಕಟ್ಟಿಕೊಳ್ಳಲು ಮತ್ತು ಅದಕ್ಕೆ ಸುತ್ತಲು ಬಟ್ಟೆಯನ್ನು ತರಲು ಕಾಂಗ್‌ಟುಮಗೆ ಹೋಗಲು ಸಾಧ್ಯವಾಗಿರಲಿಲ್ಲ. ತನ್ನ ವಸ್ತ್ರವನ್ನೇ ಎರಡು ತುಂಡು ಮಾಡಿ ಒಂದನ್ನು ಅವಳಿಗೆ ಕೊಟ್ಟಿದ್ದ. ಮಗು ಈಗ ತನ್ನ ತಾಯಿಯನ್ನು ಅವಚಿಕೊಂಡು ಗಾಢವಾಗಿ ನಿದ್ರೆ ಹೋಗಿತ್ತು.

ತಿರಸ್ಕಾರಪೂರ್ವಕವಾಗಿ ಜುಕ್ ಕೇಳಿದ:

"ಕಮ್ಯೂನಿಸ್ಟಳೋ ನೀನು?"

"ಎಲ್ಲಿ ನಿನ್ನ ಗಂಡ?"

ಮಲಗಿದ್ದ ಮಗು ಪಕ್ಕಕ್ಕೆ ವಾಲಿತು. ಮಾಯ್ ಅದನ್ನು ಸರಿಯಾಗಿ ಮಲಗಿಸಿಕೊಂಡಳು. ಅನಂತರ ಕತ್ತೆತ್ತಿ ಜುಕ್‌ನನ್ನು ಅಗಲವಾಗಿ ತೆರೆದ ಕಣ್ಣುಗಳಿಂದ ನಿಟ್ಟಿಸಿದಳು.

ಜುಕ್ ಕಿರಿಚಿದ:

"ಏಯ್ ನಾಯಿ! ನಿನ್ನ ನಾಲಿಗೆ ಬಿದ್ದು ಹೋಗಿದೆಯೇನು?"

ಸಿಪಾಯಿಗಳತ್ತ ತಿರುಗಿ ಗರ್ಜಿಸಿದ:

"ಏನು ಹಾಗೆ ಮುಖ ನೋಡ್ತಿದೀರಿ?" ಎಂದು.

ಒಬ್ಬ ಧಾಂಡಿಗ ಮಾಯ್‌ಳ ಕಡೆ ಹೆಜ್ಜೆ ಹಾಕಿದ. ಕೈಯಲ್ಲಿ ಕಬ್ಬಿಣದ ಸಲಾಕೆ. ತನ್ನ ನಾಲಿಗೆಯನ್ನು ಮುಂಚಾಚಿ ಸಲಾಕೆಯನ್ನು ತುಟಿಗಳ ಮೇಲೆ ಒಮ್ಮೆ ಸವರಿಕೊಂಡ. ಆಯುಧವನ್ನು ಮೇಲೆತ್ತಿದ. ವಿಹ್ವಲಳಾದ ಮಾಯ್‌ಳಿಂದ ಆರ್ತಸ್ವರ ಹೊರಟಿತು. ಬೆನ್ನಿನ ಮೇಲೆ ಏಟು ಬೀಳುವ ಮುನ್ನವೇ ಮಗುವನ್ನು ಮುಂದಕ್ಕೆ ಸೆಳೆದುಕೊಂಡು ಎದೆಗೆ ಅಪ್ಪಿಕೊಂಡಳು.

"ಎಲ್ಲಿದಾನೆ ಥು?"

ಎರಡನೇ ಏಟು ಅವಳ ಎದೆಯ ಮೇಲೆ ಬಿತ್ತು. ಆದರೆ ತಾಯಿ ಮಗುವನ್ನು ತಕ್ಷಣ ಬೆನ್ನಿನ ಮೇಲೆ ಹಾಕಿಕೊಂಡು ಅದನ್ನು ರಕ್ಷಿಸಿದಳು. ಈಗ ಏಟು ಬೆನ್ನಿನ ಮೇಲೆ ಬಿತ್ತು. ಮಾಯ್ ಮಗುವನ್ನು ಅವಸರದಲ್ಲಿ ಸ್ಥಳಾಂತರಿಸಿದಳು. ಆದರೆ ಸೈನಿಕ ತನ್ನ ವೇಗವನ್ನು ಹೆಚ್ಚಿಸಿದ. ಅವನ ಕೈ ಚುರುಕಾಗಿ ಸಲಾಕೆಯನ್ನು ಬೀಸಿತು. ಮಾಯ್‌ಳ ಸ್ವರ ಉಡುಗಿ ಹೋಯಿತು. ಆನಂತರ ಮಗು ಕಿರಿಚಿಕೊಂಡ ಸದ್ದು ಕೇಳಿಸಿತು. ಆ ಮೇಲೆ ಮೌನ: ಸಲಾಕೆ ಪೆಟ್ಟುಗಳ ಥಡಥಡ ಮಾತ್ರ ಕೇಳಿಬಂತು.

ಮರದ ಕಾಂಡವನ್ನು ಬಿಗಿಯಾಗಿ ಹಿಡಿದಿದ್ದ ಥುನ ಕೈಗಳು ಕುಸಿದವು. ಅವನು ಪುಟಿದೆದ್ದ. ಅವನ ಭುಜವನ್ನು ಭಾರವಾದ ಕೈಯೊಂದು ತಡೆದು ಹಿಡಿಯಿತು. ಮೆಟ್‌ನ ಧ್ವನಿ ಕೇಳಿಸಿತು:

"ಬೇಡ ಥು! ತಡಿ, ನಾನು..."

ಥು ಮೆಟ್‌ನ ಕೈಯನ್ನು ಕೊಡವಿಬಿಟ್ಟ. ಮೆಟ್‌ಗೆ ತಾನು ಕಾಣುತ್ತಿರುವುದು ಅಪರಿಚಿತನನ್ನೇ ಎನಿಸಿತು. ಥುನ ಕಣ್ಣುಗಳು ಪಂಜುಗಳಂತೆ ತೋರಿದವು. ಮೆಟ್ ಅವನನ್ನು ತಡೆಯಲಿಲ್ಲ.

ದೊಡ್ಡ ಕೋಲಾಹಲ. ಅಂಗಳದ ಮಧ್ಯೆ ಥು ಸಿಂಹದಂತೆ ನುಗ್ಗಿಬಂದ. ಸಲಾಕೆಯ ಧಾಂಡಿಗ ತನ್ನ ಬೆನ್ನಿನ ಮೇಲೆ ನೆಲಕ್ಕೊರಗಿದ. ಜುಕ್ ಸಮುದಾಯ ಭವನದ ಒಳಕ್ಕೆ ಧಾವಿಸಿದ. ಬಂದೂಕಿನ ಚಿಲಕಗಳು ಕ್ಲಕ್ ಕ್ಲಕ್ ಎಂದು ಸದ್ದು ಮಾಡಿದವು. ಮಗುವನ್ನು ತೋಳುಗಳಲ್ಲಿ ಅಪ್ಪಿಹಿಡಿದ ಮಾಯ್ ತೆವಳುತ್ತ ಬಂದು ಥುನ ಎದೆಗೆ ಒರಗಿದಳು. ಅವನು ಹೆಂಡತಿಯನ್ನು ಮಗುವನ್ನು ತನ್ನ ಬಿಗಿಯಾದ ಅಪ್ಪುಗೆಯಲ್ಲಿ ಬಂಧಿಸಿದ

ಅವನು ಗುಡುಗಿದ:

"ಇಲ್ಲಿದೀನಿ ನರಪಿಶಾಚಿಗಳೆ! ಥು ಇಲ್ಲಿದಾನೆ!"

ಆದರೆ ಮಾಯ್ ಮತ್ತು ಮಗುವನ್ನು ಜೀವಸಹಿತ ಉಳಿಸಿಕೊಳ್ಳಲು ಥುಗೆ ಸಾಧ್ಯವಾಗಲಿಲ್ಲ.

"ಊಹೂಂ, ಥುಗೆ ತನ್ನ ಮಗನನ್ನು ಮತ್ತು ಮಾಯ್‌ಳನ್ನು ಉಳಿಸಲು ಸಾಧ್ಯವಾಗಲಿಲ್ಲ."

ಮೆಟ್ ಅಜ್ಜ ತನ್ನ ಕಂಚಿನ ಕಂಠದಲ್ಲಿ ಹೇಳುತ್ತಿದ್ದ. ಕಣ್ಣಿನಿಂದ ತುಳುಕಿದ ಕಣ್ಣೀರಿನ ಹನಿಯನ್ನು ಅವನು ಒರೆಸಿ ಹಾಕಿದ. ಅನಂತರ ಮತ್ತೂ ಏರುಧ್ವನಿಯಲ್ಲಿ ಮುಂದುವರಿಸಿದ:

"ಹೆಂಡತಿ ಮಗ ಇಬ್ಬರಲ್ಲಿ ಯಾರೂ ಉಳಿಯಲಿಲ್ಲ. ಮಾಯ್ ಆವತ್ತು ರಾತ್ರಿ ಸತ್ತು ಹೋದಳು. ಇನ್ನು ಮಗು, ಅದು ಆಗಲೇ ಸತ್ತು ಹೋಗಿತ್ತು. ಆದರೆ ತಾಯಿ ಕೆಳಗೆ ಬಿದ್ದಾಗ ಅದರ ಹೊಟ್ಟೆಮೇಲೆ ಕಬ್ಬಿಣದ ಸಲಾಕೆಯ ಪ್ರಹಾರವಾಯಿತು. ಇನ್ನು ನೀನು, ಥು... ನಿನ್ನನ್ನ ಅವರು ಸೆರೆ ಹಿಡಿದರು. ನಿಶ್ಶಸ್ತ್ರ – ಏನು ಮಾಡೋ ಹಾಗಿದ್ದೆ ನೀನು? ಆಗ ನಾನು ಮರದ ಹಿಂದೆ ನಿಂತುಕೊಂಡು ನೋಡ್ತಿದ್ದೆ. ನಿನ್ನ ಕೈಗಳನ್ನು ಲಿಯಾನಾ ಬಳ್ಳಿಯಿಂದ ಕಟ್ಟಿ ಹಾಕಿದರು. ಆದರೆ ನಿನ್ನ ರಕ್ಷಣೆಗೆ ನಾನು ಧಾವಿಸಲಿಲ್ಲ. ನಿನ್ನ ಹಾಗೆ ನನ್ನದೂ ಬರಿಗೈ! ನಾನು ಕಾಡಿನ ಒಳಕ್ಕೆ ಇತರ ಯುವಕರನ್ನು ಹುಡುಕಿಕೊಂಡು ಹೊರಟೆ. ಅವರು ತಮ್ಮ ಭರ್ಜಿಗಳನ್ನೂ ಚೂರಿಗಳನ್ನೂ ತರಲು ಹೋಗಿದ್ದರು. ಮಕ್ಕಳೇ, ಈ ಮಾತನ್ನು ಹುಷಾರಾಗಿ ಕೇಳಿಕೊಳ್ಳಿ. ಯಾವತ್ತಿಗೂ ಜ್ಞಾಪಕ ಇಟ್ಟುಕೊಳ್ಳಿ. ನಾನು ಸತ್ತು ಹೋದ ಮೇಲೆ ಇದನ್ನು ನೀವು ನಿಮ್ಮ ಮಕ್ಕಳಿಗೆ ತಿಳಿಸಿ ಹೇಳಬೇಕು; ಶತ್ರುಗಳು ಬಂದೂಕು ತೊಗೊಂಡು ಬಂದರೆ ನಾವು ಕತ್ತಿ ಹಿಡಕೊಂಡು ತಯಾರಾಗಬೇಕು.!"

ಸೈನಿಕರು ಥುನನ್ನು ಲಿಯಾನಾ ಬಳ್ಳಿಯಿಂದ ಕಟ್ಟಿಹಾಕಿದರು. ಸಮುದಾಯ ಭವನದ ಒಂದು ಕೋಣೆಯ ಮೂಲೆಗೆ ನೂಕಿ ಬೀಗ ಜಡಿದರು. ಬ್ರಾಇ ಅಣ್ಣನಿಂದ ಕಸಿದುಕೊಂಡ ಹಂದಿಯೊಂದರ ಮಾಂಸವನ್ನು ಭಕ್ಷಿಸಲು ತೆರಳಿದರು.

ಕತ್ತಲಾಯಿತು. ಥು ಯೋಚಿಸಿದ: ನಾನೇಕೆ ಇಷ್ಟು ಶಾಂತನಾಗಿದ್ದೇನೆ? ನನ್ನ ಮಗು ಸತ್ತು ಹೋಯಿತು. ಪ್ರಾಯಶಃ ಮಾಯ್ ಕೂಡ. ನಾನೂ ಸಾಯಲಿದ್ದೇನೆ. ಕ್ವಯೆಟ್ ಹಾಕಿಕೊಟ್ಟ ಪರಂಪರೆಯನ್ನು ಮುಂದುವರಿಸುವವರು ಯಾರು? ಯಾರು ಮುಂದಿನ ಕ್ರಾಂತಿಕಾರ? ಪಕ್ಷವು ಹೋರಾಟಕ್ಕೆ ಕರೆಯಿತ್ತಾಗ ಕ್ಸೋಮನ್ ಗ್ರಾಮವಾಸಿಗಳ ಮುಂದಾಳುತನವನ್ನು ಯಾರು ವಹಿಸುತ್ತಾರೆ? ಮೆಟ್ ಅಜ್ಜನಿಗೆ ವಯಸ್ಸಾಯಿತು. ಆದರೇನಂತೆ. ಯುವಕರು ಇದ್ದಾರಲ್ಲ – ಜಿಟ್ ದೊಡ್ಡವಳಾಗುತ್ತಾಳೆ. ಅವಳು ಅಕ್ಕ ಮಾಯ್‌ಳಿಗಿಂತ ಹೆಚ್ಚು ದೃಢವಾದ ಸಂಕಲ್ಪವುಳ್ಳ ಹುಡುಗಿ... ಛೆ! ನನ್ನ ವಿಷಾದ ಒಂದೇ. ಕ್ಸೋಮನ್ ಜನರು ಬಂಡಾಯ ಹೂಡುವ ಆ ಐತಿಹಾಸಿಕ ದಿನವನ್ನು ನೋಡಲು ನಾನಿರುವುದಿಲ್ಲ.

ಜುಕ್ ಥುನನ್ನು ನೇರವಾಗಿ ಕೊಂದುಬಿಡಬಹುದಿತ್ತು; ಆದರೆ ಹಾಗೆ ಮಾಡಲಿಲ್ಲ. ಸಮುದಾಯ ಭವನದ ಮಧ್ಯದಲ್ಲಿ ದೊಡ್ಡ ಬೆಂಕಿಯೊಂದನ್ನು ಮಾಡಲು ಸೈನಿಕರಿಗೆ

ಆದೇಶವಿತ್ತ. ಜನರೆಲ್ಲರನ್ನೂ ಅದರ ಸುತ್ತ ನಿಲ್ಲಿಸಲಾಯಿತು. ಥುನ ಕಟ್ಟುಗಳನ್ನು ಬಿಚ್ಚಿ ಗ್ರಾಮೀಣರನ್ನು ಉದ್ದೇಶಿಸಿ ಜುಕ್ ಮಾತಾಡಿದ.

"ನನಗೆ ಸುದ್ದಿ ಗೊತ್ತಾಯಿತು. ಸೂಳೆಮಕ್ಕಳಾ! ಕತ್ತಿ ಹರಿತ ಮಾಡ್ತೀರೋ! ಭೇಷಾಗಿ ಮಾಡಿ! ಕತ್ತಿ ಹಿಡಿಯೋ ತೀಟೆ ಇರೋರೆಲ್ಲ ನಿಮ್ಮ ಥುನ ಕೈ ಏನಾಗುತ್ತೆ ನೋಡಿ!" ಜುಕ್ ಸಿಪಾಯಿಗಳಲ್ಲೆಲ್ಲ ಹೆಚ್ಚು ಬಲಶಾಲಿಯಂತೆ ತೋರುತ್ತಿದ್ದವನತ್ತ ನೋಡಿ ಸೂಚನೆ ನೀಡಿದ. ಎಲ್ಲವನ್ನೂ ಪೂರ್ವಾಲೋಚನೆಯಿಂದ ಸಿದ್ಧಗೊಳಿಸಲಾಗಿತ್ತು. ಆ ಧಾಂಡಿಗ ತನ್ನ ತೋಟಾಚೀಲದಿಂದ ಒಂದಷ್ಟು ಚಿಂದಿಬಟ್ಟೆಯನ್ನು ಹೊರತೆಗೆದ. ಚಿಂದಿಯನ್ನು ಕ್ಸನು-ರಾಳದಲ್ಲಿ ಅದ್ದಿ ನೆನೆಸಲಾಗಿತ್ತು. ಅದನ್ನು ಥುನ ಬೆರಳುಗಳ ಸುತ್ತ ಕಟ್ಟಿದ. ಆನಂತರ ಉರಿಯುವ ಕೊಳ್ಳಿಯೊಂದನ್ನು ಸೆಳೆದುಕೊಂಡ. ಆದರೆ ಜುಕ್ ಅಡ್ಡಬಂದು "ನಾನು ಮಾಡ್ತೀನಿ!" ಎಂದು ಕೊಳ್ಳಿಯನ್ನು ಕಿತ್ತುಕೊಂಡ.

ಥು ತುಟಿಯನ್ನು ಎರಡು ಮಾಡಲಿಲ್ಲ. ಜುಕ್‌ನತ್ತ ದುರುಗುಟ್ಟಿದ, ಅಷ್ಟೆ, ಬೆಂಕಿಯನ್ನು ಥುನ ಮುಖದ ಬಳಿ ತಂದು ಆಡಿಸುತ್ತ ಜುಕ್ ಅಟ್ಟಹಾಸದಿಂದ ನಕ್ಕು ಅಂದ:

"ಕತ್ತಿ ಮಸೆಯೊ ಕಮ್ಯೂನಿಸ್ಟನನ್ನು ಎಲ್ರೂ ಚೆನ್ನಾಗಿ ನೋಡಿ! ದಗಾಕೋರ ಕುನ್ನಿಗಳೇ! ಕತ್ತಿ ಹಿಡಿಯೋದು ನಿಮ್ಮ ಹಣೆಯಲ್ಲಿ ಬರೆದಿಲ್ಲ. ಇನ್ನಾದರೂ ನಿಮ್ಮ ಹುಚ್ಚು ಬಿಟ್ಟುಬಿಡಿ!"

ಥುನ ಒಂದು ಬೆರಳು ಹೊತ್ತಿ ಉರಿಯಿತು. ಅದಕ್ಕೆ ಅಂಟಿಕೊಂಡೇ ಇನ್ನೊಂದು, ಮತ್ತೊಂದು... ಕ್ಸನು-ರಾಳವು ಶೀಘ್ರವಾಗಿ ಉರಿಯುವ ವಸ್ತು. ಈಗ ಥುನ ಬೆರಳುಗಳು ಬೆರಳುಗಳಲ್ಲ, ಧಗಧಗ ದಹಿಸುವ ಪಂಜುಗಳು. ಥು ತನ್ನ ಕಣ್ಣುಗಳನ್ನು ಮುಚ್ಚಿಕೊಂಡ. ಮತ್ತೆ ತೆರೆದು ತನ್ನ ಕೈಗಳತ್ತ ದಿಟ್ಟಿಸಿ ನೋಡಿದ. ದೇವರೇ! ಹೊತ್ತಿಕೊಂಡು ಉರಿಯುತ್ತಿರುವುದು ಅವನ ಬೆರಳುಗಳು ಮಾತ್ರವೆ? ಇಲ್ಲ, ಅವನ ಪುಪ್ಪುಸಗಳಲ್ಲಿ ಕರುಳಿನಲ್ಲಿ ಕೂಡ ಅಸಹನೀಯ ಉರಿ. ಆದರೂ ಅವನು ತುಟಿಯನ್ನು ಬಿಗಿಹಿಡಿದೇ ಇದ್ದ. ಬಾಯಲ್ಲಿ ಕಹಿ ರುಚಿಯ ಅನುಭವವಾಯಿತು. ರಕ್ತ. ಅವನು ತುಟಿಗಳನ್ನು ಬಲವಾಗಿ ಕಚ್ಚಿಬಿಟ್ಟಿದ್ದ. ಉಹೂಂ, ಅವನು ಕೂಗಿಕೊಳ್ಳಲಿಲ್ಲ. ಕ್ವುಯೆಟ್ ಹೇಳಿದ್ದ: ಒಬ್ಬ ಕಮ್ಯೂನಿಸ್ಟ್ ಯಾವತ್ತೂ ದಯೆಗಾಗಿ ಭಿಕ್ಷೆ ಬೇಡುವುದಿಲ್ಲ. ನಾನು ಎಂದೂ ದಯಾಯಾಚನೆ ಮಾಡುವುದಿಲ್ಲ. ಥೂ ಮನಸ್ಸು ಗಟ್ಟಿ ಮಾಡಿಕೊಂಡ. ಜ್ವಾಲೆಗಳು ಕರುಳುಗಳನ್ನು ಸುಡುತ್ತಿವೆ. ಅಯ್ಯೋ ಕ್ವುಯೆಟ್ ಅಣ್ಣಾ! ನಾನು ತಡೆಯಲಾರದೆ ಅರಚಿಕೊಳ್ಳುತ್ತೇನೆಯೆ? ಉಹೂಂ, ಇಲ್ಲ ಎಂದಿಗೂ ಇಲ್ಲ.

ಜುಕ್ ಗಹಗಹಿಸಿ ನಗುತ್ತಿದ್ದ: ನಗೆಯ ಮೊಳಗು ಎಲ್ಲೆಡೆ ಪ್ರತಿಧ್ವನಿಗೊಂಡಿತು. ವಯಸ್ಕರು ತಾಳಲಾರದೆ ಮೇಲೆದ್ದರು. ಸಿಪಾಯಿಗಳು ಅವರನ್ನು ದೂರ ತಳ್ಳಿದರು. ಆನಂತರ ಒಮ್ಮೆಲೇ ಹೆಜ್ಜೆಯ ಸಪ್ಪಳ, ಕೂಗುಗಳು ಕೇಳಿಬಂದವು. ಏನು, ಏನಾಗುತ್ತಿದೆ?

ಥು ಕೀರಲು ಧ್ವನಿಯಲ್ಲಿ ಒಮ್ಮೆ ಕೂಗಿಕೊಂಡ. ಒಂದೇ ಸಲ ಅವನ ಕೂಗು ಮತ್ತೆ ಮತ್ತೆ ಪಡಿದನಿಗೊಂಡಿತು. "ಕೊಲ್ಲಿರೋ! ಕೊಚ್ಚಿರೋ!" ಎಂದು ಧ್ವನಿಗಳು ಗರ್ಜಿಸಿದವು. ಭಾರವಾದ ಹೆಜ್ಜೆಗಳ ತುಳಿತಕ್ಕೆ ಸಮುದಾಯ ಭವನದ ನೆಲ ಅದುರಿತು. ಸಿಪಾಯಿಗಳು ಕಿರಿಚಿಕೊಂಡರು. ಮೆಟ್‌ನ ಕಂಚಿನ ಕಂಠ ಮೊಳಗಿತು.

"ಎಲ್ರನ್ನೂ ಕೊಂದುಹಾಕಿ!" ಇಗೋ, ಅವನು ಧಾವಿಸಿ ಬಂದಿದ್ದ. ಕೈಯಲ್ಲೊಂದು ಉದ್ದನೆಯ ಚೂರಿಯನ್ನು ಝಳಪಿಸುತ್ತ. ಅವನ ಕಾಲದೆಸೆಯಲ್ಲಿ ಜುಕ್ ಕುಸಿದು ಬಿದ್ದಿದ್ದ. ಸುತ್ತಲೂ ಕ್ಸೋಮನ್ ಗ್ರಾಮದ ಯುವಕರು, ಎಲ್ಲರ ಕೈಯಲ್ಲೂ ಮಿರುಗುವ ಕತ್ತಿಗಳು,

ನ್ಗೊಕ್‌ಲಿಂಗ್ ಬೆಟ್ಟದಿಂದ ಥು ತಂದಿದ್ದ ಸಾಣೆಕಲ್ಲಿನ ಮೇಲೆ ಮಸೆದೂ ಮಸೆದೂ ಹರಿತಗೊಳಿಸಿದ್ದ ಹೊಳೆಯುವ ಕತ್ತಿಗಳು.

ಥುಗೆ ಪ್ರಜ್ಞೆ ಮರಳಿ ಬಂದಾಗ ಬ್ರಾಇ ಅಣ್ಣನ ಶಾಂತವಾದ ಧ್ವನಿ ಕೇಳಿಸಿತು. "ಥು, ಥು, ಎಚ್ಚರವಾಯಿತಾ? ಇಲ್ಲಿ ನೋಡು. ನಾವು ಅವರನ್ನೆಲ್ಲ ಕೊಂದುಹಾಕಿಬಿಟ್ಟೆವು. ಎಲ್ಲಾ ಹತ್ತು ಜನರನ್ನೂ – ನಮ್ಮ ಕತ್ತಿ, ನಮ್ಮ ಭರ್ಜಿಗಳಿಂದ ತಿವಿದು ಕೊಂದುಹಾಕಿದೆವು. ನೋಡು!"

ಥುನ ಬೆರಳುಗಳಲ್ಲಿ ಉರಿಯುತ್ತಿದ್ದ ಬೆಂಕಿಯನ್ನು ನಂದಿಸಲಾಗಿತ್ತು. ಆದರೆ ಕೋಣೆಯ ನಡುವೆ ಹಚ್ಚಲಾಗಿದ್ದ ಕ್ಸನು ಮರದ ಕೊರಡುಗಳ ಬೆಂಕಿ ಇನ್ನೂ ಉರಿಯುತ್ತಲೇ ಇತ್ತು. ಸಿಪಾಯಿಗಳ ಮೃತಶರೀರಗಳು ಸುತ್ತಲೂ ಬಿದ್ದಿದ್ದವು.

ಮೆಟ್ ಅಜ್ಜ ಕೋಣೆಯ ನಡುವೆ ಭಲ್ಲೆಯ ಮೊನೆಯನ್ನು ನೆಲಕ್ಕೆ ಒರಗಿಸಿಕೊಂಡು ನಿಂತಿದ್ದ. ಅವನ ಏರುಧ್ವನಿ ಮತ್ತೆ ಮೊಳಗಿತು. "ಈಗಿನ್ನೂ ಶುರು. ಇನ್ನೂ ದೊಡ್ಡ ಬೆಂಕಿ ಮಾಡೋಣ. ಎಲ್ಲರೂ, ಚಿಕ್ಕವರು, ದೊಡ್ಡವರು, ಹೆಂಗಸರು, ಗಂಡಸರು ಒಂದೊಂದು ಕತ್ತಿ ಹಿಡಕೊಳ್ಳಿ, ಆಗದವರು ಬೊಂಬಿನ ಈಟಿಗಳನ್ನು ಚೂಪು ಮಾಡಿ, ಒಬ್ಬೊಬ್ಬರೂ ಐನೂರು ಐನೂರು ಈಟಿಗಳನ್ನು! ಹೂಂ, ಪಂಜು ಹಚ್ಚಿಕೊಳ್ಳಿ!...

ಘಂಟಾನಾದ ಮೊಳಗಿತು...

ತೊರೆಯ ಬದಿಯ ಕ್ಸನು ಬೆಟ್ಟದ ತುದಿಯಲ್ಲಿ ನಿಂತು ನೋಡಿದರೆ ಕ್ಸೋಮನ್ ಗ್ರಾಮದ ಸುತ್ತಲಿನ ಕಾಡಿನಲ್ಲಿ ದೊಡ್ಡ ಕಲ್ಲೋಲವುಂಟಾಗಿದೆ ಎಂದು ವೇದ್ಯವಾಗುತ್ತಿತ್ತು. ಎಲ್ಲೆಲ್ಲೂ ದೊಡ್ಡ ಪಂಜುಗಳು ಬೆಂಕಿ ಕಾರುತ್ತಿದ್ದವು.

* * *

ರಾತ್ರಿ ತುಂಬಾ ಹೊತ್ತಾಗಿದ್ದರೂ ಯಾರಿಗೂ ಅದರ ಪರಿವೆ ಇದ್ದಂತಿರಲಿಲ್ಲ. ಮಳೆ ಮುಂಚೆಗಿಂತ ಜೋರಾಗಿ ಬೀಳುತ್ತಿತ್ತು.

ಮೆಟ್ ಅಜ್ಜ ತಲೆಯೆತ್ತಿ ಸುತ್ತಲೂ ನೋಡಿದ. ಹೋತದ ಗಡ್ಡದಂತಿರುವ ಅವನ ದಾಡಿ ಅಲುಗಿತು.

"ನಾನು ಇಡೀ ಕತೆಯನ್ನು ನಿಮಗೆ ಹೇಳಿದ್ದೇನೆ. ನಮ್ಮ ಕ್ಸೋಮನ್ ಹಳ್ಳಿಯ ಜನರು ಆವತ್ತು ಕತ್ತಿ ಹಿಡಿದು ಬಂಡಾಯ ಎದ್ದರು. ಥುನ ಬೆರಳುಗಳು ವಾಸಿಯಾದ ತಕ್ಷಣ ಅವನು ಹೊರಟ. ಅವನ ಬೆರಳುಗಳಲ್ಲಿ ಒಂದೊಂದರಲ್ಲೂ ಈಗ ಎರಡೆರಡು ಗೆಣ್ಣು ಮಾತ್ರ ಉಳಿದಿದ್ದವು. ಆದರೂ ಅವನಿಗೆ ಥಟಿ ಹಿಡಿಯೋದಕ್ಕೆ ಸಾಧ್ಯವಿತ್ತು, ಬಂದೂಕಿನ ಕುದುರೆ ಎಳೆಯೋದಕ್ಕೂ ಸಾಧ್ಯ ಇತ್ತು. ನಮಗೆ ಸುದ್ದಿ ಬಂತು. ನ್ಗೊಕ್‌ಲಿಂಗ್ ಬೆಟ್ಟದ ಆಚೆ ಇನ್ನೊಂದು ಹಳ್ಳಿಯಲ್ಲಿ ಇನ್ನೊಬ್ಬ ಜುಕ್ ಬಂದು ಸೇರಿಕೊಂಡಿದ್ದನಂತೆ. ಅಲ್ಲಿಯ ಜನರು ಹೀಗೇ ದಂಗೆ ಎದ್ದರಂತೆ. ನಾವು ಥುನನ್ನು ದಂಗೆ ನೋಡಿಕೊಂಡು ಬಾ ಅಂತ ಕಳಿಸಿದೆವು. ಆಗ ಹೋದವನು ಈಗ ಬರ್ತಿದಾನೆ... ಇಷ್ಟು ದಿನ ಯಾಕಾಯಿತೋ ಹಾಳಾದವನೆ?! ಹಳ್ಳಿಯ ಹುಡುಗಿಯರೆಲ್ಲ ನೀನು ಬರ್ತೀಯಾಂತ ದಿನಾ ಎದುರುನೋಡ್ತಿದ್ದರು. ಹೂಂ, ನಾನು ಹೇಳೋದನ್ನೆಲ್ಲಾ ಹೇಳಿಯಾಯ್ತು. ಇನ್ನು ನಿನ್ನ ಸರದಿ. ಈ ಮೂರುವರ್ಷ ಏನೇನು ಮಾಡಿದೀಯೆ, ನಾವು ತಲೆ ತಗ್ಗಿಸೋಂಥ ಕೆಲಸ ಏನೂ ಮಾಡಿಲ್ಲ ತಾನೆ? ಏನು ಮಾಡ್ದಿ ಹೇಳು. ಎಷ್ಟು ಜನ ಮೈಡಿಯೆಮ್ ಸೈನಿಕರನ್ನು ಕೊಂದುಹಾಕಿದೆ?"

ಥು ಎದ್ದುನಿಂತ. ಬೆಂಕಿಗೂಡಿನ ಬಳಿಗೆ ಹೆಜ್ಜೆ ಹಾಕಿದ. ಏನು ಹೇಳಬೇಕು ತಾನು? ತನ್ನ

ಜನರಿಗಾಗಿ ಪ್ರೇಮ ಅವನ ಹೃದಯವನ್ನು ತುಂಬಿತು.

ಕಡೆಗೂ ಮೌನವನ್ನು ಮುರಿದ.

ಮೆಟ್ ಅಜ್ಜ, ಇಲ್ಲಿರುವ ಸಮಸ್ತರೆ, ನನಗೆ... ನನಗೆ... ಆ ಜುಕ್ ಸಿಕ್ಕಿದ.

"ಎಲ್ಲಿ ?"

"ಅವನ ತುಕಡಿಯ ಠಾಣ್ಯದಲ್ಲಿ."

"ಅವನನ್ನ ಕೊಂದುಹಾಕಿದೆಯಾ ?"

"ಹೂಂ."

"ಗುಂಡು ಹಾರಿಸಿಥ?"

"ಉಹೂಂ"

"ಯಾಕೆ?"

ಥು, ಭುಜದ ಮೇಲಿದ್ದ ಬಂದೂಕನ್ನು ಕಳಚಿ ನೆಲದ ಮೇಲಿಟ್ಟ.

"ಅದು ನಡೆದಿದ್ದು ಹೀಗೆ. ಅವರ ಠಾಣ್ಯಕ್ಕೇ ನಾವು ಲಗ್ಗೆಯಿಟ್ಟೆವು. ಅವರ ತುಕಡಿಗಳನ್ನೆಲ್ಲ ನಾಶ ಮಾಡಿದೆವು."

"ಎಲ್ಲವನ್ನೂ ?"

"ಎಲ್ಲವನ್ನೂ, ಅವರ ಕಮಾಂಡರ್ ಭೂಗತನಾಗಿ ತಪ್ಪಿಸಿಕೊಂಡ. ನಾವು ಅವನಿಗೆ ಶರಣಾಗೋದಕ್ಕೆ ಹೇಳಿದೆವು. ಅವನು ಒಪ್ಪಲಿಲ್ಲ. ನಾವು ಕೈಬಾಂಬುಗಳನ್ನು ಎಸೆದೆವು. ಆದರೆ ಅವನು ಅಡಗಿಕೊಂಡಿದ್ದ ಜಾಗ ಗೂಡಿನ ಹಾಗೆ ಸುರಕ್ಷಿತವಾಗಿತ್ತು, ಬಾಂಬುಗಳ ಸಿಡಿ ಚೂರುಗಳು ಅವನಿಗೆ ತಾಕುತ್ತಲೇ ಇರಲಿಲ್ಲ.

ನಮ್ಮ ಕಮಾಂಡರ್ ಕೇಳಿದರು:

"ಅವನನ್ನು ಹಿಡಿಯೋಕ್ಕೆ ಕೆಳಗಡೆ ಯಾರು ಹೋಗ್ತೀರಿ ?"

"ನಾನು ಹೋಗ್ತೀನೀಂತ ಹೇಳಿದೆ. ಕೆಳಕ್ಕೆ ಇಳಿದೆ. ಕತ್ತಲು ಅಂದರೆ ಕತ್ತಲು. ಅವನ ಹತ್ತಿರ ಬಂದೂಕಿತ್ತು, ಗುಂಡು ಹಾರಿಸಿದ. ಅವನ ಬಂದೂಕನ್ನ ಕಿತ್ತುಕೊಂಡೆ. ನನ್ನ ಮೇಲೆ ಕುಸ್ತಿ ಮಾಡಿ ಉರುಳಿಸೋಕ್ಕೆ ನೋಡಿದ. ನಾನೇ ಅವನನ್ನ ಕೆಳಕ್ಕೆ ಕೆಡವಿದೆ. ಅವನ ಎದೆ ಮೇಲೆ ನನ್ನ ಮಂಡಿ ಊರಿ ಕೂತೆ. ಫ್ಲಾಷ್ ಬೆಳಕನ್ನ ಹತ್ತಿಸಿದೆ. "ಜುಕ್, ನಾನು ಯಾರೂಂತ ಜ್ಞಾಪಕ ಇದೆಯಾ?" ಅಂದೆ. ಉಹೂಂ ಅಂತ ತಲೆ ಆಡಿಸಿದ. "ಸರಿ. ಹಾಗಾದರೆ ನನ್ನ ಕೈ ನೋಡು. ನನಗೆ ರೈಫಲು ಹಿಡಿಯೋಕ್ಕೆ ಇನ್ನೂ ಸಾಧ್ಯ ಇದೆ," ಅಂದೆ. ಅವನು ಭಯದಲ್ಲಿ ಕಣ್ಣು ಅರಳಿಸಿದ. ನಾನು,

"ನನ್ನ ಹತ್ತಿರ ರೈಫಲ್ ಇದೆ. ಕತ್ತಿ ಕೂಡಾ ಇದೆ. ಆದರೆ ನಾನು ನಿನ್ನನ್ನ ಗುಂಡು ಹಾಕಿ ಕೊಲ್ಲೋದಿಲ್ಲ. ಕತ್ತಿಯಿಂದ ತಿವಿಯೋದಿಲ್ಲ. ನನ್ನ ಮೊಂಡುಗೈಯಿಂದ ನಿನ್ನನ್ನ ಕತ್ತು ಹಿಸುಕಿ ಕೊಂದುಹಾಕ್ತೇನೆ ಜುಕ್ ಎಂದೆ."

ಜಿಟ್ ತನ್ನ ಶಾಂತವಾದ ಧ್ವನಿಯಲ್ಲಿ ಪ್ರಶ್ನಿಸಿದಳು:

"ಅವನನ್ನು ಕೊಂದುಹಾಕಿದೆ ತಾನೆ?"

"ಮತ್ತೆ!"

"ಆದರೆ ಅವನು ಜುಕ್ ಆಗಿರಲಿಲ್ಲ ಅಲ್ಲವಾ!"

"ಅವರೆಲ್ಲ ಆ ಜುಕ್ ಜಾತಿಗೆ ಸೇರಿದವರೇ."

ಮೆಟ್ ಎದ್ದು ನಿಂತ, ತನ್ನ ಭಾರವಾದ ಕೈಯನ್ನು ಥುನ ಭುಜದ ಮೇಲಿಟ್ಟ, "ಸರಿ!" ಎಂದು ವಿಕಟ ಅಟ್ಟಹಾಸದ ನಗೆ ನಕ್ಕ. ಆ ಧ್ವನಿ ಪ್ರತಿಧ್ವನಿತವಾಯಿತು. ಕೋಣೆಯಲ್ಲಿ ನಗೆ ತುಂಬಿತು.

ತೊರೆಯ ಬದಿಯ ಕ್ಲನು ಬೆಟ್ಟದ ಮೇಲೆ ಶೆಲ್‌ಗಳ ದಾಳಿ ಆರಂಭವಾಯಿತು. ಆದರೆ ಯಾರೂ ಅದರತ್ತ ಗಮನ ಕೊಡಲಿಲ್ಲ. ಕೋಣೆಯಲ್ಲಿ ನೆರೆದವರ ಮಾತುಗಳ ಮಹಾಪೂರದಲ್ಲಿ ದೂರದ ಆಸ್ಫೋಟನೆಯ ಕುಂದಿದ ಧ್ವನಿ ಕೊಚ್ಚಿಹೋಯಿತು.

* * *

ಥು ಬೆಳಿಗ್ಗೆ ಹೊರಡುಬಿಟ್ಟ. ಮೆಟ್ ಅಜ್ಜ ಮತ್ತು ಜಿಟ್ ಅವನೊಂದಿಗೆ ಸ್ವಲ್ಪ ದೂರ ಹೆಜ್ಜೆ ಹಾಕಿದರು. ಅವರು ತೊರೆಯ ಪಕ್ಕದ ಕ್ಲನುವಿನ ಕಾಡನ್ನು ತಲಪಿದರು. ನಿನ್ನೆ ರಾತ್ರಿಯ ಶೆಲ್ ದಾಳಿಗೆ ಹಲವು ಮರಗಳು ಬಲಿಯಾಗಿದ್ದವು. ಆ ಮರಗಳಿಂದ ಸೋರಿದ್ದ ಸಸ್ಯರಸದ ಹನಿಗಳು ಬೇಸಿಗೆಯ ಸೂರ್ಯನ ಪ್ರಕಾಶದಲ್ಲಿ ಮಿಂಚುತ್ತಿದ್ದವು. ಸುತ್ತಲೂ ಅಸಂಖ್ಯ ಸಸಿಗಳು ಕೊನರುತ್ತಿದ್ದವು. ಬಂದೂಕಿನ ಸನೀನುಗಳಂತೆ ಚೂಪಾದ ಕುಡಿಗಳು ನೆಲದಿಂದ ಮೇಲೆದ್ದಿದ್ದವು.

ಅವರು ಅಲ್ಲಿ ಸುಮಾರು ಹೊತ್ತು ಸುತ್ತಲೂ ನೋಡುತ್ತ ನಿಂತಿದ್ದರು: ಕ್ಷಿತಿಜದವರೆಗೂ ಬೆಳೆದಿದ್ದ ಕ್ಲನು ಕಾಡುಗಳ ಸಾಲು – ಕಣ್ಣಿನ ನೋಟದ ಹರಹಿನ ತುಂಬ ಹರಡಿಕೊಂಡ ಕ್ಲನು ಕಾಡುಗಳ ಸಾಲು.

○ ನ್ಯೆಬಿನ್ ಸಂಗ್

ದಂತದ ಹಣಿಗೆ

'ಜೊಂಡು ಹುಲ್ಲು ಬಯಲಿ'ನ ನಡುಮಧ್ಯದಲ್ಲಿ ಮರೆಯಾಗಿ ಕಟ್ಟಲಾಗಿತ್ತು ಆ ಮರದ ಜೋಪಡಿಯನ್ನು. ಅಷ್ಟೇನೂ ದಟ್ಟ ವಲ್ಲದ ಮ್ಯಾಂಗ್ರೋವ್ ಮರಗಳ ಪಟ್ಟೆಯೊಂದು ಅದನ್ನು ಅದನ್ನು ಸುತ್ತುವರಿದಿತ್ತು. ಯುದ್ಧದ ಕಾಲ; ಗುಪ್ತ ಸಂದೇಶ ಗಳನ್ನು ಒಯ್ಯಲು ಒಂದು ಸಂಪರ್ಕ ಜಾಲವೇ ಹರಡಿಕೊಂಡಿತ್ತು. ಅದರದೊಂದು ಭಾಗ, ಈ ಸಂಪರ್ಕ ಕೇಂದ್ರ. ಮ್ಯಾಂಗ್ರೋವ್ ಮರಗಳನ್ನು ಪ್ಲಕ್ ಪ್ಲಕ್ ಎಂದು ಸದ್ದು ಮಾಡುತ್ತ ಚುಂಬಿಸುತ್ತಿದ್ದ ನೀರಿನ ಅಲೆಗಳು; ಜೋಪಡಿಯನ್ನು ಅದರ ಸುತ್ತಲ ಪ್ರದೇಶವನ್ನು ತೋಯಿಸುತ್ತಿದ್ದ ಹಾಲು ಬೆಳದಿಂಗಳು. ಜೋಪಡಿಯು ಚಿಕ್ಕದಾದರೂ ಅದರ ತುಂಬ ಜನ ತುಂಬಿದ್ದರು. ನಾವು ಹೊರಡುವ ಸರದಿಗಾಗಿ ಕಾಯಬೇಕಾದ್ದರಿಂದ ಈಗ ವಿಶ್ರಮಿಸಿಕೊಳ್ಳುತ್ತಿದ್ದೆವು. ಮರದ ಮಂಚದ ಮೇಲೆ ಕಾಲ ಮೇಲೆ ಕಾಲು ಹಾಕಿ ಆರಾಮವಾಗಿ ಕುಳಿತ ನಮಗೆ ನಮ್ಮನ್ನು ಕೂಡಿಹಾಕಿದ್ದರೋ ಎಂಬ ಭಾವನೆ. ಕಾಲ ಕಳೆಯಲು ಹರಟೆ ಕೊಚ್ಚುತ್ತಿದ್ದೆವು; ಕತೆ ಹೇಳುತ್ತಿದ್ದೆವು. ನನ್ನೊಡನೆ ಇದ್ದವರಲ್ಲಿ ಒಬ್ಬ ವಯಸ್ಕ ಕಾರ್ಯಕರ್ತನನ್ನು ನಾನೆಂದೂ ಮರೆಯಲು ಸಾಧ್ಯವಿಲ್ಲವೇನೋ – ಅವನ ಕತೆಗಾರಿಕೆ ಸೊಗಸು ಅಂಥದು, ಅವನು ವಿವರಿಸುತ್ತಿದ್ದ ಹಾಸ್ಯ ಸನ್ನಿವೇಶಗಳನ್ನು, ಪ್ರತಿಭಟನಾ ಯುದ್ಧ ಕಾಲದ ರಸಪ್ರಸಂಗಗಳನ್ನು – ಕೊಂಚ ಅಶ್ಲೀಲ ಎನ್ನಲೆ? – ಕೇಳಿದಾಗ ನಕ್ಕೂ ನಕ್ಕೂ ಪಕ್ಕೆಗಳು ನೋಯತೊಡಗುತ್ತಿದ್ದವು. ಕತೆಯನ್ನು ಆರಂಭಿಸುವ ಮುನ್ನ ಅವನು ಮುಗುಳ್ನಗುತ್ತಿದ್ದ. ಒಳ್ಳೆ ನಕಲಿ ಆಸಾಮಿಯ ಹಾಗೆ ಕಾಣುತ್ತಿದ್ದ. ಆದರೆ ಇಂದೇಕೋ ಅವನ ಚರ್ಯೆ ಭಿನ್ನವಾಗಿ ಕಂಡಿತು. ತಾನೇ ಮಾತನಾಡುತ್ತೇನೆಂದು ಮುಂದೆ ಬಂದ. ಎಲ್ಲರೂ ಒಪ್ಪಿದಾಗ ಮಾತ್ರ ಮೌನಿಯಾದ. ತಲೆಯನ್ನು ನಸು ತಗ್ಗಿಸಿ ಸ್ತಬ್ಧನಾಗಿ ಕುಳಿತು ಸುತ್ತ ಇರುವ ನೀರಿನ ವಿಶಾಲ ಹರಹನ್ನು ನಿಟ್ಟಿಸಿದ. ನಾವು ನಮ್ಮ ಚೇಷ್ಟೆ ನಿಲ್ಲಿಸಿ ಗಂಭೀರರಾದೆವು. ಹೊರಗಡೆ ಹುಯ್ಯಲಿಡುವ ಗಾಳಿ. ಅಲೆಗಳು ಮ್ಯಾಂಗ್ರೋವ್ ಮರಗಳ ಕಾಂಡಕ್ಕೆ ಹುಚ್ಚು ಆವೇಶದಿಂದ ಅಪ್ಪಳಿಸಿದವು ಜೋಪಡಿಯು ದೋಣಿಯಂತೆ ಅಲುಗಾಡಿತು.

ಕೊಕ್ಕರೆಗಳು ನಿಂತಲ್ಲಿಂದ ಕದಲಿ ರೆಕ್ಕೆಗಳನ್ನು ಬಡಿಯುತ್ತ ಕೊಂಚ ಮೇಲಕ್ಕೆ ಹಾರಿದವು. ಈ ಬೀಸುಗಾಳಿ, ಅಲೆಗಳು ಅವನ ಮನಸ್ಸಿನಲ್ಲಿ ಸುಪ್ತವಾದ ನೆನಪುಗಳನ್ನು ಕೆದಕಿದವೋ ಎಂಬಂತೆ ತೋರಿತು. ನಮ್ಮಿಂದ ಮುಖ ತಿರುಗಿಸಿ ದಿಗಂತದತ್ತ ನೋಡಿದ. ಮಿಣುಕುವ ನಕ್ಷತ್ರಗಳನ್ನು ದಿಟ್ಟಿಸಿದ...

* * *

ಇದು ನಡೆದದ್ದು ಒಂದು ವರುಷಕ್ಕೂ ಹಿಂದೆ. ಆದರೆ ಅದನ್ನು ನೆನಸಿಕೊಂಡಾಗ ನನಗೆ ದಿಗ್ಭ್ರಮೆಯಾಗುತ್ತದೆ, ಕನಸಿನಿಂದ ಎಚ್ಚೆತ್ತಂತೆ.

ಆ ದಿನ ನಾನು ಠಾಣ್ಯ ಎಂ.ಜಿ. ನಿಂದ ಠಾಣ್ಯ ಡಿ.ಎ.ವರೆಗೆ ಪ್ರಯಾಣ ಮಾಡಬೇಕಿತ್ತು. ಮೋಟಾರು ಬೋಟು ತೀರವನ್ನು ಬಿಟ್ಟು ಹೊರಡುತ್ತಲೂ ನಮಗೆಲ್ಲ ಕಾತರ ಉಂಟಾಯಿತು. ಬೋಟಿನ ಮುಖ್ಯಸ್ಥ ಯಾರೋ ಏನೋ? ಇದು ಬರೀ ಕುತೂಹಲವಾಗಿರಲಿಲ್ಲ. ಸಂಪರ್ಕ ಕೇಂದ್ರವನ್ನು ಬಿಟ್ಟು ಹೊರಡುವ ಮುನ್ನ ನಮಗೆ ಬೋಧನೆ ಮಾಡಲಾಗಿತ್ತು – ನಮ್ಮ ಪ್ರಯಾಣ ಸುದೀರ್ಘವಾದುದಷ್ಟೇ ಅಲ್ಲ, ಅಪಾಯಗಳಿಂದ ಕೂಡಿದುದು. ಕೇವಲ ದೋಣಿಯ ಮೂಲಕ ಮಾತ್ರವಲ್ಲ, ಕಾಲ್ನಡಿಗೆಯನ್ನೂ ಆಶ್ರಯಿಸಬೇಕಿತ್ತು ಸಂದರ್ಭ ಬಂದಾಗ. ದೋಣಿಯಲ್ಲಿ ಸಾಗುವಾಗ ನಮ್ಮನ್ನು ಶತ್ರುಗಳು 'ಚಾಪರ್' ಹೆಲಿಕಾಪ್ಟರುಗಳನ್ನು ಬಳಸಿ ಸುಲಭವಾಗಿ ಪತ್ತೆ ಹಚ್ಚಬಹುದಿತ್ತು. ನಡೆದು ಹೋಗುವಾಗ ಶತ್ರುಪಡೆಯೊಂದಿಗೆ ಮುಖಾಮುಖಿ ಯಾಗುವ ಸಾಧ್ಯತೆಯೂ ಇತ್ತು. ನಮಗೆ ದೊರೆತ ಆಜ್ಞೆಯ ಪ್ರಕಾರ ಅಕಸ್ಮಾತ್ ಚಾಪರ್‌ಗಳು ನಮ್ಮ ನೆತ್ತಿಯ ಮೇಲೆ ಹಾರಾಡಿದರೆ ನಾವು ತೆಪ್ಪಗಿದ್ದುಕೊಂಡು ದೋಣಿಯನ್ನು ನಡೆಸುವ ಮುಖ್ಯಸ್ಥನು ಹೇಳಿದ ಹಾಗೆ ಕೇಳಬೇಕಾಗಿತ್ತು. ಇದರ ಅರ್ಥ ಏನು? ನಮ್ಮ ವಿಧಿಯನ್ನು ಮುಖ್ಯಸ್ಥನ ಕೈ ವಶಕ್ಕೆ ಒಪ್ಪಿಸಬೇಕು ಎಂದೇ ಆತ ಎಂಥ ಮನುಷ್ಯನೋ ಎಂಬ ಕಾತರ ನಮಗೆ ಸಹಜವಾದುದೇ. ಆ ಕತ್ತಲೆಯಲ್ಲಿ ನನಗೇನೂ ಸ್ಪಷ್ಟವಾಗಿ ಕಾಣಿಸುತ್ತಿರಲಿಲ್ಲವಾದರೂ ಮುಖ್ಯಸ್ಥನ ಸ್ಥಾನದಲ್ಲಿದ್ದುದು ತೆಳ್ಳನೆಯ ಮೈಕಟ್ಟಿನ ಯುವತಿ ಎಂದು ಗೋಚರಿಸಿತು. ಹೆಗಲಿಗೆ ಅಮೆರಿಕೆಯಲ್ಲಿ ತಯಾರಾದ ಸಣ್ಣ ಬಂದೂಕನ್ನು ಕಟ್ಟಿಕೊಂಡಿದ್ದಳು. ಕುತ್ತಿಗೆಯ ಸುತ್ತ ಒಂದು ಸ್ಕಾರ್ಫ್ ಬಿಗಿದಿತ್ತು. ಅವಳ ನಡತೆಯಲ್ಲಿ, ವೇಷಭೂಷಣದಲ್ಲಿ ಏನೋ ಒಂದು ಬಗೆಯ ಅಚ್ಚುಕಟ್ಟುತನ ಎದ್ದು ಕಾಣುತ್ತಿತ್ತು.

ನಾವು ಹೊರಟದ್ದು ಎಂ.ಜಿ. ಕೇಂದ್ರದಿಂದಲ್ಲವೆ? ಆ ಸಂಪರ್ಕ ಕೇಂದ್ರದಲ್ಲಿ ತುಂಬಾ ವಿಚಕ್ಷಣ ಬುದ್ಧಿಯ ಇನ್ನೂ ಚಿಕ್ಕ ವಯಸ್ಸಿನ ಹುಡುಗಿಯೊಬ್ಬಳು ಕೆಲಸ ನಿರ್ವಹಿಸುತ್ತಾಳೆಂದು ಕೇಳಿ ತಿಳಿದಿದ್ದೆ. ಒಮ್ಮೆ ಅವಳು ಸೇನೆಯ ತುಕಡಿಗಳಿಗೆ ಮಾರ್ಗದರ್ಶನ ಮಾಡುತ್ತಿದ್ದಳಂತೆ. ನದಿಯನ್ನು ದಾಟುವ ಮುನ್ನ ಅವರಿಗೆ ದಡದಿಂದ ಸುಮಾರು ದೂರದಲ್ಲಿದ್ದ ಬತ್ತದ ಹೊಲವೊಂದರಲ್ಲಿ ನಿಲ್ಲಲು ಹೇಳಿ ತಾನು ತನ್ನ ಸಂಗಾತಿಯೊಂದಿಗೆ ಪ್ರದೇಶವನ್ನು ತಪಾಸಣೆ ಮಾಡಲು ಮುಂದೆ ಹೋದಳಂತೆ. ನದಿಯ ಸಮೀಪದಲ್ಲಿದ್ದ ತೋಪು ಒಂದನ್ನು ಹೊಕ್ಕಾಗ ಅವಳಿಗೆ ತಿಳಿಯಿತು, ಹೊಂಚು ಹಾಕುತ್ತಿರುವ ಶತ್ರುಸೇನೆಯ ವ್ಯೂಹದ ನಡುಮಧ್ಯೆ ತಾನು ಸಿಲುಕಿಬಿದ್ದಿದ್ದೇನೆ ಎಂದು! ಆದರೂ ಅವಳು ಸ್ವಲ್ಪವೂ ವಿಚಲಿತಳಾಗಲಿಲ್ಲ. ತನ್ನ ಸಹೋದ್ಯೋಗಿಗೆ ಹೇಳಿದಳು:

"ಎಲ್ಲಾ ಸರಿಯಾಗಿದೆ. ನೀನು ವಾಪಸ್ ಹೋಗಿ ಎಲ್ಲರನ್ನೂ ಕರೆದುಕೊಂಡು ಬಾ, ನಾನು ದೋಣಿ ತರೋಕೆ ಹೋಗ್ತೀನಿ."

ಈ ಮಾತುಗಳನ್ನು ಶತ್ರುಪಡೆಗಳು ಕೇಳಿಸಿಕೊಳ್ಳಲೆಂದು ಅವಳು ಗಟ್ಟಿಯಾಗಿಯೇ ಹೇಳಿದಳು. ಹಾಗೆ ಹೇಳುವಾಗ ಸಹೋದ್ಯೋಗಿಗೆ ಗುಪ್ತವಾದ ಸಂದೇಶವನ್ನೂ ಕೊಟ್ಟಳು. ಅವನು ಹಿಂದಿರುಗಿ ಜೊತೆಗಾರರೊಂದಿಗೆ ಕೆಲವು ಕಿಲೋಮೀಟರ್‌ಗಳಷ್ಟು ದೂರವಿದ್ದ ತಾಣವೊಂದಕ್ಕೆ ಹೋಗಿ ಅಲ್ಲಿಂದ ದೋಣಿಯಲ್ಲಿ ಸುರಕ್ಷಿತವಾಗಿ ನದಿಯನ್ನು ದಾಟಿದ. ಇವಳೇನು ಮಾಡಿದಳು, ಎರಡು ಗ್ರೆನೇಡುಗಳನ್ನು ನೆಲದಲ್ಲಿ ಬಿತ್ತಿದವಳೇ ಗಡಿಯನ್ನು ದಾಟಿಹೋದಳು. ಇತ್ತ ಶತ್ರುಪಡೆಯವರು ಮನಸ್ಸಿನಲ್ಲಿಯೇ ಮಂಡಿಗೆ ಮುರಿಯುತ್ತ ಕಾದೇ ಕಾದರು. ಕಡೆಗೆ ತಾವು ಬೇಸ್ತು ಬಿದ್ದುದು ಗೊತ್ತಾದಾಗ ಪರಸ್ಪರ ಬೈದಾಡಿಕೊಂಡು ತಮ್ಮ ಶಿಬಿರಕ್ಕೆ ಮರಳಿದರು. ಹಾಗೆ ಮರಳಿ ಹೋಗುವಾಗ ಗ್ರೆನೇಡ್ ಬಲೆಗೆ ಬಲಿಬಿದ್ದರು. ಆಗ ಎಷ್ಟೋ ಮಂದಿ ಸೈನಿಕರು ಸತ್ತರೆಂದು ಕೇಳಿದ್ದೇನೆ. ಈ ಕಥೆಗೆ ಉಪ್ಪು ಖಾರ ಹಚ್ಚಿ, ಆ ಹುಡುಗಿಗೆ ಗುರುತು ಹಿಡಿಯುವ ಒಂದು ವಿಲಕ್ಷಣವಾದ ಶಕ್ತಿ ಇದೆ ಅಂತ ನಂತರ ಎಲ್ಲರೂ ಮಾತಾಡಿಕೊಳ್ಳುತ್ತಿದ್ದರು. ಶತ್ರುವನ್ನು ಪತ್ತೆ ಹಚ್ಚುವುದಷ್ಟೇ ಅಲ್ಲ, ವಾಸನೆ ಹಿಡಿದು ಅವರಲ್ಲಿ ಅಮೆರಿಕನ್ನರು ಯಾರು, ಕೈಗೊಂಬೆಗಳು ಯಾರು ಅಂತ ಕೂಡ ಹೇಳಿಬಿಡುತ್ತಿದ್ದಳಂತೆ.

ನಾನು ಸಧ್ಯಕ್ಕೆ ಪ್ರಯಾಣ ಮಾಡುತ್ತಿದ್ದ ದೋಣಿಯ ಮುಖ್ಯ ನಾವಿಕಳು ಆ ಹುಡುಗಿಯೇ ಆಗಿದ್ದಲ್ಲಿ ಹೆಚ್ಚಿನ ಭಯಕ್ಕೆ, ಕಾತರಕ್ಕೆ ಕಾರಣವಿಲ್ಲ ಎಂದುಕೊಂಡೆ.

ಅವಳನ್ನು ಪ್ರಶ್ನಿಸಿದೆ.

"ಈ ಕೇಂದ್ರದಲ್ಲಿ ಎಷ್ಟು ಜನ ಮಹಿಳೆಯರು ಕೆಲಸ ಮಾಡ್ತಿದ್ದಾರೆ?"

"ಇಬ್ಬರೇ, ಒಬ್ಬ ಅಡುಗೆ ಹೆಂಗಸು ಮತ್ತು ನಾನು..."

ಅವಳೇ ಇವಳು; ಸಂಶಯವಿಲ್ಲ. ನನಗೆಷ್ಟೋ ನೆಮ್ಮದಿಯಾಯಿತು. ಅವಳ ಧ್ವನಿಯನ್ನು ಕೇಳಿ ಇವಳಿಗೆ ಹದಿನೆಂಟೋ ಹೆಚ್ಚೆಂದರೆ ಇಪ್ಪತ್ತೋ ಪ್ರಾಯವಿದ್ದೀತೆಂದು ಊಹಿಸಿದೆ. ಅವಳನ್ನು ಕಂಡರೆ ಅಕ್ಕರೆ ಉಂಟಾಯಿತು. ಇನ್ನೊಂದಿಷ್ಟು ಪ್ರಶ್ನೆಗಳನ್ನು ಕೇಳಬೇಕೆನಿಸಿದರೂ ಅವಳು ದೋಣಿಯನ್ನು ದಡದಿಂದ ಚಾಲಿಸಲು ಯಂತ್ರಸಾಧನದೊಂದಿಗೆ ಸೆಣಸುತ್ತಿದ್ದುದನ್ನು ಕಂಡು ಸುಮ್ಮನಾದೆ.

ಸಿದ್ಧತೆಗಳೆಲ್ಲ ಮುಗಿದ ಮೇಲೆ ಅವಳು ನೇರವಾಗಿ ಎದ್ದುನಿಂತಳು, ಪಕ್ಕದ ದೋಣಿಯೊಂದರತ್ತ ತಿರುಗಿ ಅಂದಳು:

"ನಾನು ಮೊದಲು ಹೊರಡುತ್ತೇನೆ. ಆಯಿತಾ?"

ಪಕ್ಕದ ದೋಣಿಯ ನಾವಿಕ, "ಒಳ್ಳೆಯದು! ಒಳ್ಳೆಯದು!" ಎಂದು ಸುಖಪ್ರಯಾಣವನ್ನು ಕೋರಿದ. ಕೆಲಸಗಾರರಲ್ಲಿ ಕೆಲವರು ಅವಳನ್ನು "ಹಾಯ್ ಸೋದರಿ" [ಅಕ್ಕ] ಎಂದೂ ಉಳಿದವರು "ಸೋದರಿ ಅಟ್" [ತಂಗಿ] ಎಂದೂ ಸಂಬೋಧಿಸುವರು. ಅವಳು ಅವರಿಗೆಲ್ಲ ತಮಾಷೆಯಾಗಿ ಉತ್ತರ ಕೊಟ್ಟು ನಕ್ಕು ನಗಿಸುವಳು. ಅವರನ್ನು "ತಮ್ಮ"ಂದಿರೆಂದು ಕರೆಯುವಳು. ನಮ್ಮನ್ನು ಉದ್ದೇಶಿಸಿ "ನಿಮ್ಮ ಸರಂಜಾಮುಗಳನ್ನೆಲ್ಲ ಜೇಬುಗಳಲ್ಲೋ ಚೀಲಗಳಲ್ಲೋ ತುಂಬಿಕೊಳ್ಳಿ. ಹೆಲಿಕಾಪ್ಟರೋ ಶತ್ರುಸೇನೆಯೋ ಎದುರಾದಾಗ ಅವಾಂತರದಲ್ಲಿ ಏನೂ ಕಳೆದುಹೋಗಬಾರದು," ಎಂದು ನಯವಾಗಿ ಆಜ್ಞಾಪಿಸಿದಳು.

ಒದಗಬಹುದಾದ ಅನಾಹುತಗಳನ್ನು ಕುರಿತು ನಯವಾದ ಮಾತುಗಳಲ್ಲೇ ಎಚ್ಚರಿಸಿದಳು. ಆನಂತರ ಮುಂದಕ್ಕೆ ಹೋಗಿ ಕುಳಿತು, ಮೋಟಾರನ್ನು ಚಾಲೂ ಮಾಡಿದಳು. ಮ್ಯಾಂಗ್ರೋವ್ ಮರಗಳ ದಟ್ಟಣೆಯನ್ನು ತ್ಯಜಿಸಿದ ದೋಣಿ ಬಾಣದಂತೆ ಮುಂದಕ್ಕೆ ಧಾವಿಸಿತು. ಗಾಳಿಯಲ್ಲಿ

ಹಿತವೆನಿಸುವ ಕುಳಿರು. ಅವಳ ಸೂಚನೆಯಂತೆ ನಾವೆಲ್ಲ ನಮ್ಮ ಸರಕನ್ನು ಜೋಪಾನ ಮಾಡಿಕೊಳ್ಳುವುದರಲ್ಲಿ ಮಗ್ನರಾದೆವು. ನನ್ನ ಬಳಿಯಿದ್ದ ಬೆಲೆಬಾಳುವ ವಸ್ತುಗಳೆಂದರೆ ನನ್ನ ಕಾಗದ ಪತ್ರಗಳು; ಅವಲ್ಲದೆ ನನ್ನ ಪ್ರಯಾಣದ ಖರ್ಚಿಗೆಂದು ನಾನು ಜೇಬಿನಲ್ಲಿ ಇರಿಸಿದ ಹಣ. ಅರೆ, ಹೌದು, ಒಮ್ಮೆಲೇ ನನಗೆ ದಂತದ ಹಣಿಗೆಯ ನೆನಪು ಬಂದು ಚೀಲದಲ್ಲಿ ತಡಕಾಡಿದೆ. ಪುಟಾಣಿ ಹಣಿಗೆ, ಹುಡುಕಿ ತೆಗೆದು ಅದನ್ನು ನನ್ನ ಜಾಕೆಟ್‌ನ ಜೇಬಿನಲ್ಲಿ ಭದ್ರವಾಗಿಟ್ಟು ಮೇಲೊಂದು ಸೇಫ್ಟಿ ಪಿನ್ನು ಚುಚ್ಚಿದೆ. ಆ ಹಣಿಗೆಯನ್ನು ಅಷ್ಟು ಕಾಳಜಿಯಿಂದ ಜೋಪಾನ ಮಾಡಿದ್ದಕ್ಕೆ ಕಾರಣವೂ ಇತ್ತು. ನನ್ನ ಪ್ರಾಣಮಿತ್ರನೊಬ್ಬನ ನೆನಪಿಗೆ ಏಕಮಾತ್ರ ಕುರುಹಾಗಿ ನನ್ನ ಬಳಿ ಅದು ಉಳಿದುಕೊಂಡಿತ್ತು. ಅದನ್ನು ಕಂಡಾಗೆಲ್ಲ ನನಗೆ ಏನೋ ಕಳವಳ ಉಂಟಾಗುತ್ತಿತ್ತು; ನೋವಿನ ಸೆಲೆಯೊಂದು ಹೃದಯದಲ್ಲಿ ಚಿಮ್ಮುತ್ತಿತ್ತು.

1954ರಲ್ಲಿ ಶಾಂತಿ ಮರುಸ್ಥಾಪನೆಗೊಂಡಾಗ ನಡೆದ ಮಾತು. ನಾನು ಮತ್ತು ನನ್ನ ಸ್ನೇಹಿತ ಇಬ್ಬರೂ ನಮ್ಮ ಹಳ್ಳಿಗೆ ಹಿಂತಿರುಗಿದೆವು. ನಾವಿಬ್ಬರೂ ಮೆಕಾಂಗ್ ನದಿಯ ಅಳಿವೆಯೊಂದರ ಬಳಿ ಅಕ್ಕಪಕ್ಕದ ಮನೆಗಳಲ್ಲಿಯೇ ವಾಸವಾಗಿದ್ದುದು. 1946ರ ಪೂರ್ವದಲ್ಲಿ ಫ್ರೆಂಚ್ ಸೇನಾಪಡೆಯು ನಮ್ಮ ಮಾತೃಭೂಮಿಗೆ ಲಗ್ಗೆ ಇಟ್ಟಾಗ ನಡೆದ ಪ್ರತಿಭಟನಾತ್ಮಕ ಯುದ್ಧದಲ್ಲಿ ನಾವಿಬ್ಬರೂ ಪಾಲ್ಗೊಂಡಿದ್ದೆವು. ಅವನು ತನ್ನ ಕುಟುಂಬದಲ್ಲಿ ಆರನೆಯ ಮಗನಾದ್ದರಿಂದ ಸೌ ಎಂದು ನಾಮಕರಣ ಮಾಡಿದ್ದರು, ಮದುವೆಯಾಗಿ ಹನ್ನೆರಡು ತಿಂಗಳ ಹೆಣ್ಣುಮಗುವಿತ್ತು. ಮುಕ್ತ ಪ್ರದೇಶಗಳಲ್ಲಿ ಅವನನ್ನು ಕಾಣಲೆಂದು ಅವನ ಹೆಂಡತಿ ಬಂದಾಗಲೆಲ್ಲ ಮುಂದಿನ ಸಲ ಮಗುವನ್ನು ಕರೆ ತಾ ಎಂದವನು ಒತ್ತಾಯಪಡಿಸುತ್ತಿದ್ದ. ತಾನು ಕಾಡುಮೇಡುಗಳ ಮೂಲಕ ಹಾದು ಬರಬೇಕಾದ್ದರಿಂದ ಮಗುವನ್ನು ಕರೆದು ತರಲು ತಾಯಿಗೆ ಹಿಂಜರಿಕೆ. ಅವಳ ಪ್ರಯಾಣವೇ ಪ್ರಯಾಸಪೂರ್ಣವಾಗಿರುವಾಗ! ಸೌ ಹೀಗಾಗಿ ಸುಮ್ಮನಾಗುತ್ತಿದ್ದ. ಮಗುವನ್ನು ಕಾಣಬೇಕೆಂಬ ಹೆಬ್ಬಯಕೆಯನ್ನು ಕಷ್ಟಪಟ್ಟು ಅದುಮಿಟ್ಟುಕೊಂಡಿದ್ದ. ಎಂಟು ವರ್ಷಗಳ ದೀರ್ಘಕಾಲ ಮಗಳನ್ನು ಪುಟ್ಟ ಛಾಯಾಚಿತ್ರವೊಂದರಲ್ಲಿ ನೋಡಿಯೇ ತೃಪ್ತಿಪಟ್ಟ. ಈಗ ಮರಳಿ ಮನೆಗೆ ಹೋಗುವ ಸಂದರ್ಭದಲ್ಲಿ ಪಿತೃವಾತ್ಸಲ್ಯದ ತುಯ್ತಕ್ಕೆ ಸಿಕ್ಕ ಅವನ ಮನಸ್ಸು ಗಲಿಬಿಲಿಗೊಂಡಿತ್ತು. ನಮ್ಮ ದೋಣಿ ದಡ ಮುಟ್ಟಿತು. ಅವನಿಗೆ ಮನೆಯ ಅಂಗಳದಲ್ಲಿ ಮಾವಿನ ಮರದ ನೆರಳಿನಲ್ಲಿ ಆಡಿಕೊಳ್ಳುತ್ತಿದ್ದ ಪುಟ್ಟ ಹುಡುಗಿಯೊಬ್ಬಳು ಕಾಣಿಸಿದಳು. ಎಂಟು ವರ್ಷವಿದ್ದೀತು. ಕೆಂಪು ಹೂವಿನ ನಡುವಂಗಿ; ಕಪ್ಪು ಷರಾಯಿ; ಕುತ್ತಿಗೆ ಮಟ್ಟಕ್ಕೆ ಕತ್ತರಿಸಿದ ಕೂದಲು; ಮುದ್ದು ಮುಖ. ದೋಣಿ ನಿಲ್ಲುವುದಕ್ಕೂ ಕಾಯದೆ, ಅವನು ದಡಕ್ಕೆ ನೆಗೆದ. ಆಘಾತಕ್ಕೆ ನಮ್ಮ ದೋಣಿ ಹಿಂದಕ್ಕೆ ಸರಿಯಿತು: ನಾನು ಮುಗ್ಗರಿಸಿದೆ. ಅವನು ಮುಂದೆ ನಡೆದು ನಿಂತು ಕೂಗು ಹಾಕಿದ. "ಯಾರದು ಆಡ್ತಿರೋದು? ನನ್ನ ಮಗಳೇನಾ? ನನ್ನ ಮಗಳು ಥೂನೇನಾ?" ಲಲ್ಲೆಗರೆಯುವ ಅವನ ಆತುರವೆಲ್ಲ ಅವನ ಕರೆಯಲ್ಲಿ ಎರಕವಾಗಿತ್ತು.

ನಾನೂ ಅಷ್ಟರಲ್ಲಿ ಅವನನ್ನು ಸಮೀಪಿಸಿದ್ದೆ. ಅವಳು ಹುಲ್ಲೆಯಂತೆ ಓಡಿಬಂದು ಕೊರಳಸುತ್ತ ತೋಳುಗಳನ್ನು ಬಳಸಿ ಮುದ್ದಿನ ಮಳೆಗರೆಯುವಳೆಂದು ಅವನು ನಂಬಿದ್ದ. ಕೈಗಳನ್ನು ಚಾಚಿ ಮುಂದಕ್ಕೆ ಬಗ್ಗಿ ಅವಳನ್ನು ಬಿಗಿದಪ್ಪಿಕೊಳ್ಳಲೆಂದು ಮತ್ತೆರಡು ಹೆಜ್ಜೆ ಮುಂದಿಟ್ಟ. ಅವನ ಕರೆಯಿಂದ ಭಯಗೊಂಡ ಪುಟ್ಟ ಹುಡುಗಿ ಬಟ್ಟಲುಗಣ್ಣನ್ನು ಅಗಲವಾಗಿ ತೆರೆದು ಅವನನ್ನೇ ದಿಟ್ಟಿಸಿತು. ಅವನೋ, ತನ್ನ ಭಾವೋದ್ವೇಗವನ್ನು ತಡೆಯಲಾರದಾದ. ಇಂಥ ಭಾವೋತ್ಕಟತೆಯ ಸಂದರ್ಭದಲ್ಲೆಲ್ಲ ಅವನ ಬಲಗೆನ್ನೆಯ ಮೇಲಾಗಿದ್ದ ಗಾಯದ ಗುರುತು ಕೆಂಪಗೆ ಮಿರುಗುತ್ತಿತ್ತು;

ನೋಡಲು ಕೊಂಚ ಭಯಂಕರವಾಗಿ ತೋರುತ್ತಿತ್ತು. ಅವನು ಕೈ ಚಾಚಿಕೊಂಡೇ ನಿಧಾನವಾಗಿ ಮುಂಬರಿಯುತ್ತ ನಡುಗುವ ಸ್ವರದಲ್ಲಿ "ಬಾರೇ ಮರಿ! ಬಾ ಚಿನ್ನ!" ಎಂದು ತೊದಲಿದ.

ಏನೂ ಅರ್ಥವಾಗಲಿಲ್ಲ ಆ ಮಗುವಿಗೆ. ನನ್ನತ್ತ ನೋಡಿತು, ಯಾರೀತ ಎಂದು ಕೇಳುವ ಹಾಗೆ. ಅವಳ ಮುಖ ಒಮ್ಮೆಲೇ ವಿವರ್ಣವಾಯಿತು. ಚಿಗರೆ ಮರಿಯಂತೆ ಒಳಗೋಡುತ್ತ ಕಿರುಚಿಕೊಂಡಳು:

"ಅಮ್ಮಾ! ಅಮ್ಮಾ!"

ಸೌ ಕದಲದೆ ನಿಂತ. ಅವನ ಕಣ್ಣುಗಳು ಅವಳನ್ನೇ ಹಿಂಬಾಲಿಸಿದವು. ಮುಖದಲ್ಲಿ ನೋವು ಕಾಣಿಸಿತು. ಚಾಚಿದ ಕೈಗಳು ಕೈಮರದಂತೆ ಬಿದ್ದು ಹೋದುವು.

ನಮ್ಮ ಪ್ರಯಾಣವೇ ದೀರ್ಘವಾಗಿತ್ತು; ಬಹಳ ಕಾಲ ತೆಗೆದುಕೊಂಡಿತ್ತು. ಹಾಗಿದ್ದುದರಿಂದ ಮನೆಯಲ್ಲಿ ಉಳಿದುಕೊಳ್ಳಲು ಕೇವಲ ಮೂರು ದಿನಗಳ ಅವಕಾಶ ಮಾತ್ರ ಇತ್ತು. ತಂದೆಯನ್ನು ಗುರುತು ಹಿಡಿಯಲು ಥೂಗೆ ಇಷ್ಟು ಕಾಲಾವಕಾಶ ಸಾಕಾಗಲಿಲ್ಲ. ತನ್ನ ತಾಯಿಯೊಂದಿಗೆ ಆ ರಾತ್ರಿಯನ್ನು ಕಳೆಯಲು ಸೌಗೆ ಅವಳು ಅವಕಾಶ ನೀಡಲಿಲ್ಲ. ತೀವ್ರವಾದ ಪ್ರತಿಭಟನೆಯನ್ನು ಸೂಚಿಸುತ್ತ ಮಂಚದಿಂದ ಕೆಳಗಿಳಿದವಳೇ ಅವನನ್ನೂ ಎಳೆದು ಕೆಳಗಿಳಿಸಿದಳು. ಇಡೀ ದಿವಸ ಅವಳನ್ನು ಸಮಾಧಾನಪಡಿಸಲು ಸೌ ಯತ್ನಿಸಿದ. ವ್ಯರ್ಥ. ಬಾಯ್ಬಿಟ್ಟು "ಅಪ್ಪ" ಎನ್ನಲೇ ಇಲ್ಲ!

ಅಪ್ಪನನ್ನು ಊಟಕ್ಕೆ ಕರೆ – ಎಂದು ಅಮ್ಮ ಅಂದಾಗ, "ಬೇಕಾದರೆ ನೀನೇ ಕರಿ!" ಅಂತ ಎದುರುತ್ತರ ನೀಡಿದಳು.

ಅವಳ ತಾಯಿಗೆ ಕೋಪದಿಂದ ಮೈ ಉರಿಯಿತು. ಊಟದ ಕಡ್ಡಿಯೊಂದನ್ನು ಎಳೆದುಕೊಂಡು ಹೊಡೆಯಲು ಸನ್ನದ್ಧಳಾದಳು.

"ಹೇಳಿದ ಹಾಗೆ ಕೇಳ್ತೀಯೋ ಇಲ್ವೋ!" ಎಂದಳು.

ಈಗ ಥೂ, "ಊಟಕ್ಕೆ ಬನ್ನಿ" ಎಂದಷ್ಟೇ ಹೇಳಿದಳು.

ಸೌ ಸುಮ್ಮನೆ ಕುಳಿತಿದ್ದ. 'ಅಪ್ಪ' ಎಂದಾಳೇನೋ ಎಂದು ಕಾದ. ಅವಳು ಅಡುಗೆಮನೆಯಲ್ಲಿದ್ದುಕೊಂಡೇ ದನಿ ಎತ್ತರಿಸಿ "ಊಟ ತಯಾರಿದೆ!" ಎಂದು ಕೂಗಿದಳು.

ಸೌ ನಿಶ್ಚಲವಾಗಿ ಕೂತಿದ್ದ.

ಅವಳು ತಾಯಿಯತ್ತ ತಿರುಗಿ "ನೀನು ಹೇಳಿದ ಹಾಗೆ ನಾನು ಮಾಡಿಯಾಯ್ತು. ಅವರೇ ನನ್ನ ಮಾತು ಕೇಳೋದಿಲ್ಲ" ಎಂದು ಮುಖ ಉಬ್ಬಿಸಿ, ಕೋಪದಿಂದ ಹೇಳಿದಳು.

ತಲೆಯಲ್ಲಾಡಿಸುತ್ತ ಸೌ ತನ್ನ ಮಗಳನ್ನು ನೋಡಿದ. ಮುಗುಳ್ನಕ್ಕ. ಪ್ರಾಯಶಃ ವಿಷಾದದಿಂದ. ಬಿಕ್ಕಿ ಅಳಲು ಸಾಧ್ಯವಾಗಿರಲಿಕ್ಕಿಲ್ಲ ಅವನಿಗೆ, ಅವನ ದುಃಖ ತುಂಬಾ ಆಳವಾದ್ದು.

ರಾತ್ರಿಯ ಅಡುಗೆಯನ್ನು ತಯಾರಿಸಲೆಂದು ಒಲೆಯ ಮೇಲೆ ಎಸರಿಟ್ಟು ಸೌನ ಹೆಂಡತಿ ಅಂಗಡಿಗೆ ಹೊರಟಳು. ಮಗಳಿಗೆ ಅಡಿಗೆಯತ್ತ ನಿಗಾ ಇಟ್ಟಿರಲು ಹೇಳಿ, "ಅನ್ನ ಕುದಿಯೋಕ್ಕೆ ಬಂದರೆ ಅಪ್ಪನ್ನ ಕರಿ" ಎಂದು ಆಜ್ಞಾಪಿಸಿದಳು. ಕೊಂಚ ಹೊತ್ತಿಗೆಲ್ಲ ಮಡಕೆಯಲ್ಲಿಟ್ಟ ಎಸರು ಕುದಿಯತೊಡಗಿತು. ಸೌನ ಮಗಳು ಜಾಗರೂಕತೆಯಿಂದ ಮಡಕೆಯ ಮೇಲಿದ್ದ ಮುಚ್ಚಳವನ್ನು ತೆಗೆದು ಬದಿಗಿರಿಸಿದಳು. ಅನ್ನವನ್ನು ದೊಡ್ಡ ಊಟದ ಕಡ್ಡಿಯಿಂದ ಕೆದಕಿದಳು. ಗಂಜಿ ಬಸಿಯಲು ಮಡಕೆಯನ್ನು ಮೇಲೆತ್ತಿ ಬಗ್ಗಿಸಬೇಕು. ಆದರೆ ಅದು ವಿಪರೀತ ಭಾರ. ಅವಳು ಸೌನ ಕಡೆ ನೋಡಿದಳು. ನಾನು ಅಂದುಕೊಂಡೆ, ಇವಳ ಬಿಂಕಬಿಗುಮಾನವೆಲ್ಲ ಮುರಿಯಿತು, ಅಪ್ಪನನ್ನು ಸಹಾಯಕ್ಕೆ ಕರೆಯಲೇಬೇಕು. ಕರೆಯುತ್ತಾಳೆ...

ಕರೆದಳು. ಸುತ್ತಲೂ ನೋಡಿ "ಅನ್ನ ಕುದೀತಿದೆ. ಗಂಜಿ ಬಸಿಯಬೇಕು. ಒಂದ್ನಿಮಿಷ ಬರ್ತೀರಾ?" ಎಂದಳು.

ನಾನು ಮಧ್ಯೆ ಪ್ರವೇಶಿಸಿ, "ಹಾಗಲ್ಲ ಮರಿ, ಕೇಳೋದು. ಅಪ್ಪಾ ಒಂದ್ನಿಮಿಷ ಇಲ್ಬನ್ನಿ, ಗಂಜಿ ಬಸಿಯಬೇಕು, ಅಂತ ನಯವಾಗಿ ಕೇಳ್ಬಾರದೆ?" ಎಂದೆ.

ನನ್ನ ಮಾತಿನತ್ತ ಅವಳಿಗೆ ಲಕ್ಷ್ಯವಿದ್ದರೆ ತಾನೆ? ಗಟ್ಟಿಯಾಗಿ, "ನನಗೇನು, ಅನ್ನ ಮುದ್ದೆ ಆಗ್ಹೋಗತ್ತೆ" ಅಂದಳು.

ಸೌ ನಿಶ್ಚಲನಾಗೇ ಕುಳಿತಿದ್ದ.

ನಾನು ಹೆದರಿಸಿದೆ,

"ಅನ್ನ ಕೆಡಿಸಿದರೆ ಅಮ್ಮನ ಕೈಯಲ್ಲಿ ಒದೆ ತಿನ್ನಬೇಕಾಗುತ್ತೆ. ಅಪ್ಪಾ ಇಲ್ಲಿ ಬಾ ಅಂತ ಕರಿ, ಈಗಲಾದ್ರೂ ಏನಂತೆ!"

ಅನ್ನ ಬೆಂದಾಗಿತ್ತು; ನೀರು ಕುದಿಯುತ್ತಲೇ ಇತ್ತು. ಅವಳಿಗೆ ಈಗ ಭಯವೇ ಆಯಿತೆಂದು ತೋರುತ್ತದೆ. ಕೆಳಗೆ ಮುಖ ಮಾಡಿಕೊಂಡು ಏನೋ ಯೋಚಿಸಿದಳು. ಉಹೂಂ, ತನ್ನ ಛಲ ಬಿಡಲಿಲ್ಲ. ಬಟ್ಟೆಚೂರನ್ನು ತಂದು ಮಡಕೆಯನ್ನು ಮೇಲೆತ್ತಲು ವಿಫಲ ಪ್ರಯತ್ನ ಮಾಡಿದಳು. ಗಂಜಿ ಕುದಿಯುತ್ತಲೇ ಇತ್ತು. ಏನು ಮಾಡಬೇಕೋ ತಿಳಿಯದೆ ಅವಳು ಅಳುವುದೊಂದು ಬಾಕಿ. ಒಮ್ಮೆ ಮಡಕೆಯತ್ತ ಒಮ್ಮೆ ನಮ್ಮತ್ತ ನೋಡಿದಳು. ಅಯ್ಯೋ ಪಾಪ ಅನಿಸಿತು, ಅವಳನ್ನು ಕಂಡು; ನಗುವೂ ಬಂತು ಒಳಗೊಳಗೇ. ಕಡೆಗೆ ದೊಡ್ಡ ಸೌಟೊಂದನ್ನು ಕೈಗೆತ್ತಿಕೊಂಡು ಗಂಜಿಯನ್ನು ತುಂಬಿ ಹೊರಚೆಲ್ಲತೊಡಗಿದಳು. ತನಗೆ ತಾನೇ ಏನೋ ಗೊಣಗಿಕೊಂಡಳು, ನಮಗದು ಕೇಳಿಸಲಿಲ್ಲ. ಅಬ್ಬಾ ಆ ಹಟಮಾರಿತನವೇ! ಊಟದ ವೇಳೆ ಸೌ ತನ್ನ ಮಗಳಿಗೆ ಹಳದಿ ಮೀನಿನ ತತ್ತಿಯನ್ನು ಬಡಿಸಿದ. ಅದಕ್ಕೆ ಅವಳೇನು ಮಾಡಬೇಕು? ತನ್ನ ಊಟದ ಕಡ್ಡಿಯಿಂದ ತತ್ತಿಯನ್ನು ತಟ್ಟೆಯಲ್ಲೇ ದೂರ ಸರಿಸಿದಳು. ಆಮೇಲೆ ಇದ್ದಕ್ಕಿದ್ದಂತೆ ಕಡ್ಡಿಯಿಂದ ಅದನ್ನು ಎಗರಿಸಿ ಎಸೆದುಬಿಟ್ಟಳು, ಅನ್ನ ಅತ್ತಿತ್ತ ಚೆಲ್ಲಿ ರಂಪವಾಯಿತು. ಅವಳ ವರ್ತನೆಯಿಂದ ಕೋಪಗೊಂಡ ಸೌ ಅವಳ ಪೃಷ್ಠಕ್ಕೆ ಒಂದೇಟು ಬಾರಿಸಿದ. "ಕತ್ತೆ!" ಎಂದ.

ಅವಳು ಅತ್ತೂ ಕರೆದು ರಂಪರಾದ್ಧಾಂತ ಮಾಡಿ ಓಡಿಹೋದಾಳೆಂಬ ನನ್ನ ಊಹೆ ತಪ್ಪಾಯಿತು, ಅವಳು ತಲೆ ತಗ್ಗಿಸಿ ಕೂತಳು. ಒಂದು ಕ್ಷಣ, ಬಳಿಕ ತತ್ತಿಯನ್ನು ಮೇಲಕ್ಕೆತ್ತಿಕೊಂಡು ತಟ್ಟೆಯಲ್ಲಿರಿಸಿದಳು. ಮೌನವಾಗಿ ಎದ್ದುನಿಂತು ಹೊರಗೆ ಹೋಗಿ ನದಿಯ ಕಡೆ ನಡೆದಳು. ದೋಣಿಯಲ್ಲಿ ಜಿಗಿದು ಸರಪಳಿಯನ್ನು ಬಿಚ್ಚಿ ಬೇಕೆಂದೆ ಅಲ್ಲಾಡಿಸಿ ಸದ್ದು ಮಾಡಿ, ಹುಟ್ಟುಹಾಕುತ್ತ ಹೊರಟೇಬಿಟ್ಟಳು. ತನ್ನ ಅಜ್ಜಿಯ ಮನೆಗೆ ಹೋಗಿ ನಡೆದದ್ದನ್ನು ಹೇಳಿಕೊಂಡು ಅತ್ತಳು. ಆದಿನ ಸಂಜೆ ಸೌನ ಹೆಂಡತಿ ತಾಯಿಯ ಮನೆಗೆ ಹೋಗಿ ಮಗಳನ್ನು ಕರೆತರಲು ಶತಪ್ರಯತ್ನ ನಡೆಸಿದಳು. ಉಹೂಂ, ಅವಳು ಮರಳಿ ಬರಲಿಲ್ಲ. ಮರುದಿನ ಸೌ ಹೊರಡಬೇಕಲ್ಲ, ಆ ರಾತ್ರಿ ಅವನೊಂದಿಗೆ ಕಳೆಯಲಾದೀತೆಂದು ಆಕೆ ಮಗಳನ್ನು ಬಲವಂತವಾಗಿ ಕರೆತರಲಿಲ್ಲ.

ಮರುದಿವಸ ಬೆಳಗ್ಗೆ ಬೇಕಾದಷ್ಟು ಜನ ನೆಂಟರಿಷ್ಟರು ಸೌನನ್ನು ಬೀಳ್ಕೊಡಲು ಬಂದಿದ್ದರು. ಥುನನ್ನು ಕರಕೊಂಡು ಅಜ್ಜಿಯೂ ಬಂದಿದ್ದರು. ನೆಂಟರನ್ನು ಬರಮಾಡಿಕೊಳ್ಳುವುದರಲ್ಲಿ, ಮಾತಾಡುವುವರಲ್ಲಿ ಮಗ್ನನಾಗಿದ್ದ ಸೌ ಮಗಳನ್ನು ಆಸಕ್ತಿಯಿಂದ ಗಮನಿಸಲಿಲ್ಲ. ಅವನ ಹೆಂಡತಿ ಅವನ ಸಾಮಾನು ಸರಂಜಾಮನ್ನೆಲ್ಲ ಜೋಡಿಸುತ್ತಿದ್ದಳು. ಪುಟ್ಟ ಹುಡುಗಿ ಮೂಲೆಯೊಂದರಲ್ಲಿ ಒಮ್ಮೆ ನಿಲ್ಲುತ್ತಾಳೆ. ಒಮ್ಮೆ ಬಾಗಿಲಿಗೆ ಒರಗಿ ನಿಲ್ಲುತ್ತಾಳೆ. ತಂದೆಯ ಸುತ್ತ

ನೆರೆದವರನ್ನು ದಿಟ್ಟಿಸುತ್ತಾಳೆ. ಅವಳೀಗ ಭಿನ್ನಳಾಗಿ ಕಂಡಳು. ಮೊದಲಿನ ಹಟವಿಲ್ಲ. ಹುಬ್ಬು ಗಂಟಿಕ್ಕಿರಲಿಲ್ಲ. ಉದ್ದವಾದ, ಮೇಲಕ್ಕೆದ್ದ ಅವಳ ಕಣ್ಣೆವೆಗಳು ಒಮ್ಮೆಯಾದರೂ ಅಲುಗಿದಂತೆ ತೋರಿರಲಿಲ್ಲ; ಅದರಿಂದ ಅವಳ ಕಣ್ಣುಗಳು ಮತ್ತಷ್ಟು ಅಗಲವಾಗಿ ತೋರಿದವು. ಅವಳು ಯೋಚನಾಮಗ್ನಳಾಗಿದ್ದಳೆಂಬುದಂತೂ ಸ್ಪಷ್ಟವಾಗಿತ್ತು.

ಹೊರಡುವ ಮುನ್ನ ಎಲ್ಲರಿಗೂ ವಿದಾಯ ಹೇಳಿದ ಸೌ ಅತ್ತಿತ್ತ ಕಣ್ಣು ಹಾಯಿಸಿದ. ತೋರಿಕೆಗಾದರೂ ಮಗಳನ್ನು ಅಪ್ಪಿಕೊಂಡು ಮುದ್ದುಗರೆಯಬೇಕಲ್ಲ? ಆದರೆ ಅವನು ಪ್ರೀತಿಯಿಂದ ದಿಟ್ಟಿಸಿದೊಡನೆಯೇ ಅವಳು ಓಡಿ ಹೋದರೆ ಏನು ಮಾಡುವುದು! ಅವನ ನೋಟದಲ್ಲಿ ಮಮತೆಯಷ್ಟೇ ಅಲ್ಲ, ದುಃಖದ ನೆರಳೂ ಇತ್ತು. ಅವಳು ಒಮ್ಮೆ ಕಣ್ಮಿಟುಕಿಸಿದ್ದನ್ನು ನಾನು ಕಂಡೆ.

"ಬೈ ಬೈ" ಸೌ ಮೃದುವಾದ ಸ್ವರದಲ್ಲಿ ನುಡಿದ.

ಅವಳು ಮೂಲೆಯಲ್ಲೇ ನಿಂತಿರುತ್ತಾಳೆಂದುಕೊಂಡೆ.

ಅನಿರೀಕ್ಷಿತವಾಗಿ ಅವಳು "ಅಪ್ಪ... ಅಪ್ಪ..." ಎಂದು ಕೂಗಿದಳು.

ಮೌನವನ್ನು ಸೀಳಿಕೊಂಡು ಬಂದ ಆ ಮಾರ್ದವ ಕರೆ ಎಲ್ಲರ ಹೃದಯವನ್ನೂ ಛಿದ್ರಗೊಳಿಸಿತು. ಎಷ್ಟೋ ವರ್ಷಗಳಿಂದ ಹೇಳದೆ, ಹೇಳಲು ತವಕಪಟ್ಟರೂ ಹೇಳದೆ ಅದುಮಿಟ್ಟಿದ್ದ ಪದವದು. "ಅಪ್ಪ." ಅಳಿಲಿನಂತೆ ಅಪ್ಪನತ್ತ ಧಾವಿಸಿದವಳೇ ಅವನ ಕೊರಳನ್ನು ತಬ್ಬಿ ಹಿಡಿದಳು. ಅವನ ಎದೆಗೆ ಭದ್ರವಾಗಿ ಅವಚಿಕೊಂಡು ಬಿಕ್ಕುತ್ತ ಅವಳು ಹೇಳಿದಳು.

"ಅಪ್ಪ ನೀನು ಎಲ್ಲೂ ಹೋಗಕೂಡದು. ನನ್ನ ಜತೇನೇ ಇರಬೇಕು."

ಅಪ್ಪ ಮಗಳನ್ನು ತಬ್ಬಿ ಹಿಡಿದ. ಮಗಳು ಅವನ ಕೆನ್ನೆಗೆ, ಕೂದಲಿಗೆ, ಕತ್ತಿಗೆ, ಕೆನ್ನೆಯ ಮೇಲಿನ ಗಾಯದ ಗುರುತಿಗೆ ಮುತ್ತಿನ ಮಳೆಗರೆದಳು.

ಅಜ್ಜಿ ನನಗೆ ನಡೆದದ್ದನ್ನು ವಿವರಿಸಿದರು. ಹಿಂದಿನ ರಾತ್ರಿ ಆಕೆ ಮೊಮ್ಮಗಳನ್ನು ಉಪಾಯವಾಗಿ ಪ್ರಶ್ನಿಸುತ್ತ ಅವಳ ವರ್ತನೆಗೆ ಕಾರಣವನ್ನು ಹುಡುಕಿದ್ದರು. ಅವಳು ಅಪ್ಪನನ್ನು "ಅಪ್ಪ" ಎಂದೇಕೆ ಕರೆಯುವುದಿಲ್ಲ ಎಂದು ಕೇಳಿದ್ದಕ್ಕೆ, ಥೂ:

"ಅವರೇನೂ ಅಪ್ಪನೂ ಅಲ್ಲ, ಗಿಪ್ಪನೂ ಅಲ್ಲ!" ಎಂದು ಉತ್ತರಿಸಿದ್ದಳು.

"ನಿಂಗೆ ಹ್ಯಾಗೆ ಗೊತ್ತು? ಅವರು ದೂರ ಹೋಗಿ ಎಷ್ಟೋ ವರ್ಷ ಆಗಿಹೋಯ್ತು, ಅದಕ್ಕೇ ನಿನಗೆ ಗುರುತು ಸಿಕ್ಕಲಿಲ್ಲವೇನೋ."

"ಫೋಟೋದಲ್ಲಿ ಇರೋ ಅಪ್ಪನೇ ಬೇರೆ ಥರ ಇದಾರೆ."

"ಇರಬೌದು. ಅವತ್ತಿಗಿಂತ ಹೆಚ್ಚು ವಯಸ್ಸು ಆಗಿದೆಯಲ್ಲ ಅವರಿಗೆ."

"ವಯಸ್ಸು ಆಗಿರೋದಕ್ಕಲ್ಲ. ಅಪ್ಪನ ಮುಖದ ಮೇಲೇನೂ ಅಂಥ ಗುರುತಿಲ್ಲ."

ಅಜ್ಜಿಗೆ ಎಲ್ಲವೂ ಅರ್ಥವಾಯಿತು. ಅವರು ಎಲ್ಲವನ್ನೂ ಕತೆಯಂತೆ ಮೊಮ್ಮಗಳಿಗೆ ಹೇಳಿದರು. ಫ್ರೆಂಚ್ ಸೈನಿಕರ ಜತೆ ಯುದ್ಧಕ್ಕೆ ಅವಳಪ್ಪ ಹೋದಾಗ ಗಾಯವಾದದ್ದನ್ನು ವಿವರಿಸಿದರು. ಯುದ್ಧದ ಸಮಯದಲ್ಲಿ ಫ್ರೆಂಚರು ಹೇಗೆ ಹಿಂಸೆ ಕೊಡುತ್ತಾರೆ ಎಂದು ಹೇಳಿದರು. ಹಾಸಿಗೆಯಲ್ಲಿ ಹೊರಳುತ್ತ ಮೌನವಾಗಿಯೇ ಎಲ್ಲವನ್ನೂ ಕೇಳಿಸಿಕೊಂಡ ಹುಡುಗಿ ಆನಂತರ ದೊಡ್ಡವರಂತೆ ನಿಟ್ಟುಸಿರುಬಿಟ್ಟಳು. ಮರುದಿವಸವೇ ತನ್ನನ್ನು ಮನೆಗೆ ಕರೆದೊಯ್ಯುವಂತೆ ಅಜ್ಜಿಗೆ ಹೇಳಿದಳು.

ಅಪ್ಪನಿಗೆ ಭದ್ರವಾಗಿ ಕಟ್ಟಿಕೊಂಡ ಥೂ ಪದೇ ಪದೇ ತನ್ನ ಹಿಡಿತವನ್ನು ಬಲಗೊಳಿಸು

ತ್ತಿದ್ದಳು. ಸೌಗೆ ತನ್ನ ಭಾವೋದ್ವೇಗವನ್ನು ತಡೆಯಲಾಗಲಿಲ್ಲ. ಮಗಳಿಗೆ ತನ್ನ ಕಣ್ಣೀರು ಕಾಣಿಸಬಾರದಲ್ಲ! ಒಂದು ಕೈಯಲ್ಲಿ ಅವಳನ್ನು ಎತ್ತಿಕೊಂಡು ಇನ್ನೊಂದು ಕೈಯಲ್ಲಿ ಕಣ್ಣನ್ನು ಒರೆಸಿಕೊಂಡ. ಅವಳ ಕೂದಲನ್ನು ಚುಂಬಿಸಿ "ಅಪ್ಪ ಈಗ ಹೋಗ್ಲೇಬೇಕು ಮರಿ, ಬೇಗ ವಾಪಸ್ ಬಂದ್ಬಿಡ್ತೀನಿ" ಎಂದು ಉಸುರಿದ.

"ಬೇಡ!" ಅವಳು ಕಿರಿಚಿದಳು. ತನ್ನ ಕೈಕಾಲುಗಳೆರಡರಿಂದಲೂ ಅವನನ್ನು ಬಿಗಿದಪ್ಪಿ ಕೊಂಡಳು. ನೆರೆದವರೆಲ್ಲರ ಕಣ್ಣಾಲಿಗಳಲ್ಲೂ ನೀರೂರಿತು. ನನಗೂ ಮುಕ್ತವಾಗಿ ಉಸಿರಾಡುವುದು ಕಷ್ಟವಾಯಿತು. ಇನ್ನಷ್ಟು ದಿವಸ ಇಲ್ಲೇ ಇರಬಾರದೇ ಸೌ ಎಂದು ಹೇಳಬೇಕೆಂದುಕೊಂಡೆ. ಆದರೆ ಅದು ಅಷ್ಟು ಸುಲಭದ ಮಾತಾಗಿರಲಿಲ್ಲ, ಇಲ್ಲಿದ್ದು ಬಿಡುವುದು. ನಾವು ದಕ್ಷಿಣದಲ್ಲೇ ಇರಬೇಕೋ ಉತ್ತರಕ್ಕೆ ಸಾಗಬೇಕೋ ನಮಗೆ ಗೊತ್ತಿರಲಿಲ್ಲ. ಉತ್ತರಕ್ಕೆ ಹೋಗಲೇಬೇಕಾದಲ್ಲಿ ನಾವು ಕ್ಲುಪ್ತವಾದ ಸಮಯಕ್ಕೆ ಹಿಂದಿರುಗಿ ಸಿದ್ಧತೆಗಳನ್ನು ನಡೆಸಬೇಡವೆ? ಹೊರಡುವ ಸಮಯ ಸಮೀಪಿಸಿತು. ಎಲ್ಲರೂ ಅವಳನ್ನು ಸಂತೈಸಲು ಯತ್ನಿಸಿದರು.

ಸೌನ ಹೆಂಡತಿ, "ಥೂ, ಮರಿ. ನನ್ನ ಬಂಗಾರ ಅಲ್ಲವಾ ನೀನು? ಅಪ್ಪನ್ನ ಹೋಗೋಕ್ಕೆ ಬಿಡು. ಅವರು ನಮ್ಮ ದೇಶ ಒಂದಾದಾಗ ವಾಪಸ್ ಬಂದು ಇಲ್ಲೇ ಇದ್ದುಬಿಡ್ತಾರೆ. ಎಲ್ಲೂ ಹೋಗೋದಿಲ್ಲ" ಎಂದಳು.

ಅಜ್ಜಿ ಮೊಮ್ಮಗಳ ತಲೆಯನ್ನು ನೇವರಿಸಿ ಹೇಳಿದರು, "ಜಾಣಮರಿ, ಅಪ್ಪನ್ನ ಬಿಟ್ಟುಬಿಡು. ವಾಪಸ್ ಬರೋವಾಗ ನಿನಗೊಂದು ಬಾಚಣಿಗೆ ತಂದುಕೊಡೋಕ್ಕೆ ಹೇಳು."

"ನನಗೇಂತ ವಾಪಸ್ ಬರೋವಾಗ ಒಂದು ಬಾಚಣಿಗೆ ತಗೊಂಬಾ ಅಪ್ಪ" ಎಂದು ಬಿಕ್ಕುತ್ತಲೇ ಹೇಳಿದ ಥೂ, ತನ್ನ ಬಂಧನವನ್ನು ಸಡಿಲಿಸಿ, ಕೆಳಗೆ ಜಿಗಿದಳು.

ಕೆಲ ಕಾಲದ ನಂತರ ನಾನು ಮತ್ತು ಸೌ ಪೂರ್ವ ನ್ಯಾಮ್ ಬೋಗೆ ಹೋಗಿ ಅಲ್ಲಿ ಸಾಮುದಾಯಿಕ ಸಂಘಟನೆಯೊಂದರಲ್ಲಿ ಕೆಲಸ ಮಾಡಿದೆವು. 1954ರಿಂದ 1959ರ ನಡುವಿನ ಕಾಲ ಅತ್ಯಂತ ಕಠಿಣವಾದದ್ದು. ಯು.ಎಸ್.–ಡಿಯೆಮ್ ಆಡಳಿತವು ಪ್ರತಿಭಟನಾತ್ಮಕ ಕದನದಲ್ಲಿ ಪಾಲುಗೊಂಡವರನ್ನು ಕ್ರೂರದೃಷ್ಟಿಯಿಂದ ನೋಡುತ್ತ ಅಂಥವರು ಸಿಕ್ಕರೆ ಭಸ್ಮಮಾಡಲು ತಯಾರಿತ್ತು. ನಾವು ವಾಸಮಾಡುತ್ತಿದ್ದುದ್ದು ಕಾಡಿನಲ್ಲಿ. ಅಲ್ಲಿ ನಮ್ಮದು ಸಾಹಸಪೂರ್ಣ ಜೀವನ. ಆ ಘಟನೆಗಳನ್ನು ಹೇಳುತ್ತ ಹೋದರೆ ಇಡೀ ರಾತ್ರಿ ಬೇಕಾದೀತು ಮುಗಿಸಲು. ಒಮ್ಮೊಮ್ಮೆ ಒಂದೇ ರಾತ್ರಿಯಲ್ಲಿ ಮೂರು ಸಲ ಶತ್ರುಸೇನೆ ನಮ್ಮನ್ನು ಸುತ್ತುವರಿಯುತ್ತಿತ್ತು. ಎಷ್ಟೋ ಸಲ ಮರಗಳ ಎಲೆಗಳನ್ನೇ ತಿಂದು ಕಾಲ ಕಳೆದಿದ್ದೇವೆ. ಆದರೆ ಅದು ಬೇರೆಯೇ ಕಥೆ.

ನಾವು ರಾತ್ರಿ ಜೋಂಡಲೆಗಳಲ್ಲಿ ಮಲಗುತ್ತಿದ್ದೆವು. ಪ್ಲಾಸ್ಟಿಕ್‌ನ ಹಾಳೆಯೊಂದು ನಮ್ಮ ಛಾವಣಿ. ಸೌ ಆಗಾಗ ನನ್ನಲ್ಲಿ ತನ್ನ ಮನದಳಲನ್ನು ಹಂಚಿಕೊಳ್ಳುತ್ತಿದ್ದ. ತನ್ನ ಮಗಳಿಗೆ ಹೊಡೆದದ್ದಕ್ಕಾಗಿ ಅವನಿಗೆ ಪಶ್ಚಾತ್ತಾಪ.

ಒಮ್ಮೆ ಇದ್ದಕ್ಕಿದ್ದಂತೆ ಎದ್ದು ಕೂತವನೇ ಹೇಳಿದ:

"ಇಲ್ಲಿ ಜನ ಆಗಾಗ ಆನೆ ಬೇಟೆ ಆಡೋದನ್ನ ನೋಡಿದೀನಿ. ನನಗೊಂದು ಚೂರು ಆನೆದಂತ ಎಲ್ಲಿಯಾದರೂ ಸಿಕ್ಕೀತೋ ನೋಡಬೇಕು. ನನ್ನ ಮಗಳಿಗೆ ಒಂದು ದಂತದ ಹಣಿಗೆ ಮಾಡಿಕೊಡಬೇಕು.

ಅವನಿಗೆ ಆ ಬಳಿಕ ಅದರದ್ದೇ ಗುಂಗು. ಇದಾದ ಕೆಲವು ದಿವಸಗಳ ತರುವಾಯವೇ ನಮ್ಮಲ್ಲಿ ಆಹಾರದ ದಾಸ್ತಾನು ಮುಗಿದುಹೋಗಿ ನಾವು ಬಿಲ್ಲು ಬಾಣಗಳೊಂದಿಗೆ

ಬೇಟೆಯಾಡುವ ನಿರ್ಧಾರಕ್ಕೆ ಬಂದೆವು, ಬಂದೂಕು ಇದ್ದರೂ ಅನುಪಯುಕ್ತ. ಕಾಡಿನ ಮೌನವನ್ನು ಕಲಕಿದರೆ ವೈರಿ ರಣಹದ್ದನ್ನು ಆಹ್ವಾನಿಸಿದಂತೆಯೇ! ಆನೆಗಳನ್ನು ಬೇಟೆಯಾಡುವ ವಿಚಾರವೇನೂ ನಮ್ಮ ತಲೆಯಲ್ಲಿ ಇದ್ದಿಲ್ಲ. ಆದರೆ ಒಂದು ಆನೆ ನಮ್ಮ ತಂಗುದಾಣದ ಬಳಿಗೇ ಒಮ್ಮೆ ಅಕಸ್ಮಾತ್ತಾಗಿ ಬಂತು. ಸೌ ಮಾತ್ರ ಉತ್ಸುಕನಾಗಿ ಅದನ್ನು ಹಿಂಬಾಲಿಸಲು ನಿರ್ಧರಿಸಿದ. ಸ್ನೇಹಿತನೊಬ್ಬನೊಂದಿಗೆ ಪೊದೆಯಲ್ಲಿ ಅಡಗಿ ಕುಳಿತು ಆನೆ ಬಳಿ ಸಾರುವುದನ್ನೇ ಕಾಯುತ್ತಿದ್ದ. ಹಾಗೆ ಹತ್ತಿರ ಬಂದಾಗ ಸರಿಯಾಗಿ ಅದರ ಕಣ್ಣಿಗೆ ಗುರಿಯಿಟ್ಟು ಅವರು ಬಾಣಬಿಟ್ಟರು.

ಆ ದಿವಸದ ಮಧ್ಯಾಹ್ನ ನನಗಿನ್ನೂ ಚೆನ್ನಾಗಿ ನೆನಪಿದೆ. ಧಾರಾಕಾರ ಮಳೆ ಆಗತಾನೆ ಕೊನೆಗೊಂಡಿತ್ತು. ಮರಗಳ ಎಲೆಗಳ ತುದಿಯಿಂದ ನೀರಿನ್ನೂ ತೊಟ್ಟಿಕ್ಕುತ್ತಿತ್ತು. ನೀರಿನ ಬಿಂದುಗಳು ಎಲೆಗಳ ಮೇಲೆ ಫಳಫಳನೆ ಹೊಳೆಯುತ್ತಿದ್ದವು. ನನ್ನ ಪ್ಲಾಸ್ಟಿಕ್ ಛಾವಣಿಯ ತಡಿಯಲ್ಲಿ ನಾನು ಕಾರ್ಯಮಗ್ನನಾಗಿದ್ದೆ. ಯಾರೋ ಕೂಗಿದ್ದು ಕೇಳಿಸಿದಾಗ ತಲೆ ಮೇಲೆತ್ತಿ ನೋಡಿದೆ, ಸೌ ಒಂದು ತುಂಡು ಆನೆದಂತವನ್ನು ಎತ್ತಿ ಹಿಡಿದು ತೋರಿಸಿದ. ಮಗುವಿನಂತೆ ನಕ್ಕ.

ಆನಂತರ ಅವನು 20 ಮಿ.ಮೀ. ತೋಟಾವೊಂದನ್ನು ಸುತ್ತಿಗೆಯಿಂದ ಹೊಡೆದು ಒಂದು ಪುಟಾಣಿ ಗರಗಸವನ್ನಾಗಿ ಪರಿವರ್ತಿಸಿದ, ಇದಾದ ಮೇಲೆ ಅವನು ಕಂಡಾಗಲೆಲ್ಲ ಗರಗಸ ಹಿಡಿದು ಆನೆದಂತದ ಚೂರಿನೊಂದಿಗೆ ಹೆಣಗುತ್ತಿದ್ದ. ಒಬ್ಬ ಕುಸುರಿ ಕೆಲಸದವನ ತಾಳ್ಮೆ, ಜಾಗರೂಕತೆ ಮತ್ತು ಚಾಕಚಕ್ಯತೆ. ದಿನಕ್ಕೆ ಎರಡು ಹಲ್ಲುಗಳನ್ನಾದರೂ ಅವನು ಕೊರೆಯುತ್ತಿದ್ದ. ಕಾರ್ಯದಲ್ಲಿ ತಲ್ಲೀನನಾಗಿದ್ದಾಗ ಅವನನ್ನು ನೋಡುವುದೇ ನನಗೊಂದು ರಂಜನೆಯಾಗಿತ್ತು. ಕಡೆಗೂ ಹೆಚ್ಚೇನು ಸಮಯವೂ ಹಿಡಿಯಲಿಲ್ಲ – ಅವನು ದಿಗ್ವಿಜಯ ಸಾಧಿಸಿದ. ಹತ್ತು ಸೆಂಟಿಮೀಟರು ಉದ್ದ, ಒಂದೂವರೆ ಸೆಂಟಿಮೀಟರು ಅಗಲದ ಸೊಗಸಾದ ಬಾಚಣಿಗೆ ಸಿದ್ಧವಾಯಿತು. ಅದರ ಹಿಡಿಯ ಮೇಲೆ ಅವನು ಕಷ್ಟಪಟ್ಟು ಈ ವಾಕ್ಯವನ್ನು ಕೆತ್ತಿದ: "ನನ್ನ ಮಗಳು ಥೂಗಾಗಿ ಪ್ರೀತಿ ಮತ್ತು ಶುಭಾಶಯಗಳೊಂದಿಗೆ."

ಈಗ ಸೌನ ಪ್ರಕ್ಷುಬ್ಧ ಮನಸ್ಸಿಗೆ ಒಂದಿಷ್ಟು ಶಾಂತಿ ದೊರಕಿತು. ತನ್ನ ಮಗಳು ಇನ್ನೂ ಅದನ್ನು ಉಪಯೋಗಿಸುತ್ತಿರಲಿಲ್ಲವಾದರೂ ಅವನಿಗೆ ಏನೋ ತೃಪ್ತಿ. ಎಷ್ಟೋ ರಾತ್ರಿಗಳು ಅವನು ಅದರಿಂದ ತನ್ನ ಕೂದಲನ್ನೇ ತೀಡಿಕೊಳ್ಳುತ್ತಿದ್ದುದೂ ಉಂಟು. ಮಗಳನ್ನು ಮತ್ತೆ ಕಾಣಬೇಕೆಂಬ ಉತ್ಕಟ ಬಯಕೆ ಅವನನ್ನು ಕಾಡುತ್ತಿತ್ತು. ಆದರೆ ಒಂದು ದುರದೃಷ್ಟಕರ ಘಟನೆ ಜರುಗಿತು. 1958ರ ಕೊನೆ. ಆಗಿನ್ನೂ ನಮ್ಮ ಬಳಿ ಶಸ್ತ್ರಾಸ್ತ್ರಗಳು ಇರಲಿಲ್ಲ. ಅಮೆರಿಕನ್ ಹಾಗೂ ಕೈಗೊಂಬೆ ಸರ್ಕಾರಗಳ ಪಡೆಯೊಂದು ನಮ್ಮ ಮೇಲೆ ದಾಳಿ ಮಾಡಿತು. ಅಮೆರಿಕನ್ ವಿಮಾನವೊಂದರಿಂದ ಹಾರಿಬಂದ ಗುಂಡು ಅವನ ಎದೆಗೆ ತಾಕಿತು. ಆಸೆಗಳನ್ನು ತುಂಬಿಕೊಂಡಿದ್ದ ಆ ಎದೆ ಬಿರಿಯಿತು. ತನ್ನ ಕಡೆಯಾಸೆಯನ್ನು ತಿಳಿಸಲು ಮಾತ್ರ ಒಂದಷ್ಟು ಶಕ್ತಿ ಉಳಿದಿತ್ತು ಅವನಲ್ಲಿ. ಸಾಯುವ ಮುಂಚೆ ಜೇಬಿನಲ್ಲಿ ಕೈತೂರಿಸಿ ಹಣಿಗೆಯನ್ನು ತೆಗೆದ. ನನ್ನ ಕೈಗಳಲ್ಲಿ ಅದನ್ನಿಟ್ಟು ನನ್ನನ್ನೇ ದೃಷ್ಟಿಸಿ ನೋಡಿದ. ಆ ನೋಟವನ್ನು ನಾನು ಏನೆಂದು ವರ್ಣಿಸಲಿ? ನನ್ನ ಶಬ್ದ ಭಂಡಾರ ತೀರಾ ಚಿಕ್ಕದು. ಇಷ್ಟು ಮಾತ್ರ ಹೇಳಬಲ್ಲೆ. ಆಗಾಗ ನನ್ನ ಕಲ್ಪನೆಯಲ್ಲಿ ಅವನ ಚಿತ್ರ ನುಸುಳುತ್ತದೆ. ಅವನು ತನ್ನ ಕಣ್ಣುಗಳನ್ನು ನನ್ನಲ್ಲೇ ನೆಟ್ಟಿರುವ ಆ ದೃಶ್ಯ ನನ್ನನ್ನು ಕಾಡುತ್ತದೆ.

"ತಪ್ಪದೇ ಇದನ್ನು ನಿನ್ನ ಮಗಳಿಗೆ ತಲುಪಿಸುತ್ತೇನೆ ಸೌ," ಎಂದು ನಾನು ಬಾಗಿ ಅವನ

ಕಿವಿಯಲ್ಲಿ ಮೆಲುದನಿಯಲ್ಲಿ ಉಸುರಿದೆ. ಇದನ್ನು ಕೇಳಿದ ಸೌ ತನ್ನ ಕಣ್ಣುಗಳನ್ನು – ತೃಪ್ತಿಯಿಂದ ಎಂಬುದು ನನ್ನ ಕಲ್ಪನೆ – ಮುಚ್ಚಿದ. ಮತ್ತೆ ತೆರೆಯಲಿಲ್ಲ.

ಕತ್ತಲಿನ ಆ ದಿನಗಳಲ್ಲಿ ಬದುಕುವುದಷ್ಟೇ ಗುಪ್ತವಾಗಿ ನಡೆಯುತ್ತಿರಲಿಲ್ಲ. (ಇದೇನು ಕಲ್ಪನೆಗೆ ಅತೀತವಾದುದೂ ಅಲ್ಲ) ಆದರೆ ಸಾವು ಆಗ ರಹಸ್ಯದ ಬಾಬು! ಸೌನ ಗೋರಿಯನ್ನು ನೆಲದಿಂದ ಮೇಲಕ್ಕೆ, ಕೊಂಚ ಎತ್ತರದಲ್ಲಿ, ಕಟ್ಟುವ ಹಾಗಿರಲಿಲ್ಲ, ಅಕಸ್ಮಾತ್ ವೈರಿಯ ಕಣ್ಣಿಗೆ ಅದು ಬಿದ್ದರೆ ಅವನದನ್ನು ಹಾಳು ಗೆಡವದೆ ಬಿಡುವುದಿಲ್ಲ. ಆದ್ದರಿಂದ ಸಮಾಧಿಯ ಬಳಿ ಗುರ್ತಿಗಾಗಿ ಹತ್ತಿರದ ಮರವೊಂದರಲ್ಲಿ ಒಂದು ಚಿಹ್ನೆಯನ್ನು ಕೆತ್ತಿಟ್ಟೆ.

ನಮ್ಮ ಸಂಗಾತಿಗಳು ಬದುಕಿದ್ದು, ಸತ್ತದ್ದು ಹೀಗೆಯೇ. ಸಹಿಸಲು ಅಸಾಧ್ಯವಾದ ರೀತಿಯಲ್ಲಿ. ಕಡೆಗೆ ನಾವು ತೋಳನ್ನು ಮೇಲಕ್ಕೆತ್ತಿ ಶಕ್ತಿ ಪ್ರದರ್ಶನ ಮಾಡಬೇಕಾಯಿತು; ಬಂಡಾಯವೇಳಬೇಕಾಯಿತು.

ಕೆಲಕಾಲಾನಂತರ ನಾನು ಮುಂಚೆಗಿಂತ ಹೆಚ್ಚು ಸುರಕ್ಷಿತವಾದ ನೆಲೆಯೊಂದರಲ್ಲಿದ್ದೆ. ಒಬ್ಬ ನಂಟ ನನ್ನನ್ನು ನೋಡಲು ಬಂದ. ಅವನ ಮೂಲಕ ಥೂಗೆ ಹಣಿಗೆಯನ್ನು ಕಳುಹಿಸುವ ಯೋಚನೆ ಬಂತು. ಆದರೆ ಬಂದವನು ಹೇಳಿದ, ಆಕೆ ಮತ್ತು ಅವಳ ತಾಯಿ ಹಳ್ಳಿಯನ್ನು ತೊರೆದು ಸೈಗಾನ್‌ಗೆ ಅಥವಾ ಜೊಂಡಿನ ಬಯಲಿಗೆ ಹೊರಟುಹೋಗಿದ್ದರು, ಹಳ್ಳಿಯಲ್ಲಿ ಅಮೆರಿಕನ್ನರು "ಟು ಕಾಂಗ್*" ತರಗತಿಗಳನ್ನು ನಡೆಸುತ್ತ ಭಯೋತ್ಪಾದಕರಿಂದ ಹಲ್ಲೆಗಳನ್ನು ನಡೆಸುತ್ತ ದೊಂಬಿ ಎಬ್ಬಿಸಿದ್ದರು. ಮನೆಗಳನ್ನು ಸುಟ್ಟು ಬೂದಿ ಮಾಡುತ್ತಿದ್ದರು. ನಿರಾಶ್ರಿತ ಜನರನ್ನು ಕ್ಯಾಂಪುಗಳಲ್ಲಿ ತುರುಕುತ್ತಿದ್ದರು. ಹೀಗಾಗಿ ಆ ಸ್ಥಳವು ಕ್ರಮೇಣ ನಿರ್ಜನವಾಯಿತು.

* * *

ನಾನು ಹಣಿಗೆಯನ್ನು ತೆಗೆದು ಕೈಯಲ್ಲಿರಿಸಿಕೊಂಡೆ. ಅದರ ಇತಿಹಾಸವೆಲ್ಲ ನೆನಪಿಗೆ ಬಂದು ಮನಸ್ಸಿಗೆ ನೋವಾಯಿತು.

ನಾವು ಕುಳಿತಿದ್ದ ದೋಣಿಯ ಮೋಟಾರು ಜೇಂಕರಿಸುತ್ತಿತ್ತು. ನನಗೆ ನಮ್ಮ ದೋಣಿಯ ಅಂಬಿಗಿತ್ತಿಯನ್ನು ನೋಡುತ್ತ ಪ್ರಬಲವಾದ ಇಚ್ಛೆ ಉಂಟಾಯಿತು. ಆ ಯುವತಿಯ ಮೇಲಲ್ಲವೆ ನಮ್ಮೆಲ್ಲರ ರಕ್ಷಣೆ ಅವಲಂಬಿಸಿದ್ದದ್ದು? ಅಂಥ ದಟ್ಟವಾದ ಕತ್ತಲೆಯೇನೂ ಇರಲಿಲ್ಲ. ನಕ್ಷತ್ರಗಳಿಂದ ಆಕಾಶ ಆಚ್ಛಾದಿತವಾಗಿತ್ತು. ಅಲ್ಲೊಂದು ಇಲ್ಲೊಂದು ತೆಳ್ಳಗಿನ ಮೋಡದ ಪೊರೆ, ನಕ್ಷತ್ರದ ಬೆಳಕಿನಲ್ಲಿ ಅವಳ ಪಾರ್ಶ್ವಭಾಗ ಮಾತ್ರ ಕಂಡಿತು. ದುಂಡಗಿನ ಮುಖ, ಆ ಕಣ್ಣುಗಳ ನೋಟ ಬಣ್ಣನೆಗೆ ನಿಲುಕದು. ಅವಳನ್ನು ಎಲ್ಲಿಯಾದರೂ ಈ ಹಿಂದೆ ನೋಡಿದ್ದೇನೆಯೇ ಎಂದು ಚಿಂತಿಸಿದೆ.

ಇದ್ದಕ್ಕಿದ್ದಂತೆ ಯಾರೋ ಕೂಗಿದರು:

"ವಿಮಾನ! ವಿಮಾನ!"

ಪ್ರಯಾಣಿಕರಲ್ಲಿ ಗಲಿಬಿಲಿಯುಂಟಾಯಿತು. ದೋಣಿ ಒಂದು ಕ್ಷಣ ಅಲ್ಲೋಲಕಲ್ಲೋಲ ವಾಯಿತು. ಅನೇಕರು ಕೂಗಿಕೊಂಡರು.

"ದಡಕ್ಕೆ ಕರ್‍ಕೊಂಡು ಹೋಗ್ಬಿಡಿ!"

"ಎಲ್ಲಿದೆ ವಿಮಾನ?"

---

* ಟು ಕಾಂಗ್ – ಕಮ್ಯೂನಿಸ್ಟರ ದೂಷಣೆ, ಆಪಾದನೆ

"ನಮ್ಮ ಹಿಂದುಗಡೆ ಅದರ ಬೆಳಕು ಕಾಣಿಸುತ್ತೆ."

"ಜೆಟ್ ಇರಬೇಕು! ಅಯ್ಯೋ ದಡಕ್ಕೆ ತಿರುಗಿಸಿ ದೋಣಿಯನ್ನ!"

ಆ ಯುವತಿ ದೋಣಿಯ ವೇಗವನ್ನು ತಗ್ಗಿಸಿ ಆಕಾಶದ ಕಡೆ ಸ್ವಲ್ಪ ಹೊತ್ತು ದಿಟ್ಟಿಸಿಗಳು

"ಉಹೂಂ, ವಿಮಾನವೂ ಅಲ್ಲ ಏನೂ ಅಲ್ಲ. ನಕ್ಷತ್ರ ಅಷ್ಟೆ."

ಅವಳ ನಿರ್ವಿಕಾರ ಶಾಂತ ಧ್ವನಿಯನ್ನು ಕೇಳಿದವರು ಅದರ ಮೋಡಿಗೆ ಸಿಲುಕದೆ ಇರುವುದಿಲ್ಲ. ಭೀತರಾದ ಪ್ರಯಾಣಿಕರೆಲ್ಲ ಈಗ ಶಾಂತರಾದರು. ಅವಳು ಮತ್ತೆ ವಾಹನದ ವೇಗವನ್ನು ಹೆಚ್ಚಿಸಿದಳು.

ನಾನು ಈ ಪ್ರಯಾಣಕ್ಕೆ ಮುನ್ನ ಎಷ್ಟೋ ದಿವಸಗಳ ಕಾಲ ಕಾಲ್ನಡಿಗೆಯನ್ನೇ ನಂಬಿಕೊಂಡಿರಬೇಕಾಗಿತ್ತು. ಹೀಗಾಗಿ ಮೋಟಾರು ಬೋಟಿನ ಪ್ರಯಾಣ ಹಿತವೆನಿಸಿತು. ಏನಾದರೂ, ಶತ್ರುವಿಮಾನಗಳ ಭಯ ಇದ್ದೇ ಇತ್ತು.

ಮೋಟಾರು ಬೋಟು, ಒಂದು ಕಾಲುವೆಯ ಮೂಲಕ ಹಾದುಹೋಗುತ್ತಿತ್ತು. ಸುತ್ತಲೂ ಖಾಲಿ ಮೈದಾನ. ಮನೆಗಳಾಗಲೀ ರಕ್ಷಣೆಗೆ ಬೇರಾವ ತಾವಾಗಲೀ ಇರಲಿಲ್ಲ. ದೂರದಲ್ಲಿ ಬಿದಿರು ಮೆಳೆಗಳ ಗುಂಪುಗಳು ಕಂಡುವಷ್ಟೆ. ನನ್ನ ಭೀತಿಯನ್ನು ಅರ್ಥ ಮಾಡಿಕೊಂಡಳೋ ಎಂಬಂತೆ ಅವಳು ದೋಣಿಯ ವೇಗವನ್ನು ಮತ್ತೂ ಹೆಚ್ಚಿಸಿದಳು: ದೋಣಿಯ ಮೂತಿಯ ಬಳಿ ನೀರು ಮೇಲಕ್ಕೆ ಉಬ್ಬುಬ್ಬಿ ಬೀಳುತ್ತಿತ್ತು. ಉಂಟಾದ ತೆರೆಗಳು ದಡಕ್ಕೆ ಅಪ್ಪಳಿಸಿದಾಗ ಅಲ್ಲಿ ಬೆಳೆದ ಗಿಡಗಂಟಿಗಳು ನಡುಗುತ್ತಿದ್ದವು.

ನಾವೆಲ್ಲರೂ ಮೌನವಾಗಿದ್ದುಕೊಂಡೇ ಆನಂದವನ್ನು ಅನುಭವಿಸತೊಡಗಿದೆವು. ಅಷ್ಟರಲ್ಲೆ ಮೋಟಾರಿನ ಮೊರೆತ ನಿಂತುಹೋಯಿತು. ಎಂಜಿನ್ನನ್ನು ನಿಲ್ಲಿಸಿದ ಯುವತಿ ಕೂಗಿದಳು: "ವಿಮಾನಗಳು ಬರ್ತಾ ಇವೆ!"

ಬಿದಿರುಪೊದೆಯತ್ತ ದೋಣಿಯನ್ನು ತಿರುಗಿಸಿದಳು. ನಮ್ಮ ಹಿಂದೆ ಬರುತ್ತಿದ್ದ ಮತ್ತೊಂದು ದೋಣಿಯೂ ರಕ್ಷಣೆಗಾಗಿ ಅಲ್ಲೇ ಬಂದಿತು. ಅಮೆರಿಕನ್ ಹೆಲಿಕಾಪ್ಟರುಗಳ ಮೊರೆತ ನಮಗೆ ಈಗ ಕೇಳಿಸಿತು. ಎಲ್ಲರೂ ಹೇಳುತ್ತಿದ್ದುದು ಅವಳು ವಾಸನೆಯ ಆಧಾರದ ಮೇಲೆ ಶತ್ರುಗಳನ್ನು ಗುರುತಿಸುತ್ತಾಳೆ ಎಂದು, ಅದು ಹೇಗೋ ಏನೋ ಗೊತ್ತಿಲ್ಲ. ಆದರೆ ನಮ್ಮ ದೋಣಿಯ ಮೊರೆತದ ನಡುವೆಯೂ ಹೆಲಿಕಾಪ್ಟರಿನ ಸದ್ದು ಅವಳಿಗೆ ಕೇಳಿಸಿದ್ದು ಅದ್ಭುತ ಎನಿಸಿತು.

ದೋಣಿ ಬಲವಾಗಿ ಅಲ್ಲಾಡಿತು. ನಮ್ಮಲ್ಲಿ ಅನೇಕರಿಗೆ ಆಯ ತಪ್ಪಿತು. ಅವಳು ಸಮಾಧಾನಪಡಿಸಿದಳು.

ಎಲ್ಲರೂ ದಯವಿಟ್ಟು ಶಾಂತರಾಗಿರಿ. ಚಾಪರ್‌ಗಳು ಇನ್ನೂ ದೂರದಲ್ಲಿವೆ. ದಡಕ್ಕೆ ಹಾರಿಕೊಳ್ಳಿ. ಎಲ್ರೂ ಬೇರೆ ಬೇರೆ ಕಡೆ ಅಡಗಿಕೊಳ್ಳಿ. ಅವರು ನಿಮ್ಮ ಮೇಲೆ ಬೆಳಕುಬಿಟ್ಟರೆ ಕಮಕ್ ಕಿಮಕ್ ಅನ್ನದೆ ಮಲಗೇ ಇರಿ.

ಅವಳು ಮಾತು ಪೂರೈಸುವಷ್ಟರಲ್ಲಿ ಒಬ್ಬೊಬ್ಬರಾಗಿ ಎಲ್ಲರೂ ಭೂಮಿಗೆ ನೆಗೆದುಬಿಟ್ಟಿದ್ದರು. ನಾನೊಬ್ಬ ಮಾತ್ರ ದೋಣಿಯಲ್ಲಿದ್ದೆ. ಹಾರಲು ಸಿದ್ಧನಾದಾಗ ಅವಳು, "ದೊಡ್ಡಪ್ಪ, ನೀವು ಬೇಕಾದರೆ ಇಲ್ಲೇ ಇರಿ. ನಾವಿಷ್ಟೇ ಜನ ಇಲ್ಲಿ, ಏನೂ ಚಿಂತೆಯಿಲ್ಲ" ಎಂದು ತಡೆದಳು.

ಬೇರೆಯವರೇನಾದರೂ ಅವಳ ಸ್ಥಾನದಲ್ಲಿದ್ದುಕೊಂಡು ಆ ಮಾತು ಹೇಳಿದ್ದರೆ ನಾನು ಒಪ್ಪುತ್ತಿದ್ದೆನೋ ಇಲ್ಲವೋ? ಆದರೆ ಆ ಹುಡುಗಿಯ ವರ್ತನೆ, ಹಾವಭಾವ ನನ್ನನ್ನು ಮಂತ್ರಮುಗ್ಧನನ್ನಾಗಿ ಮಾಡಿತ್ತು. ಚಾಪರ್‌ಗಳು ಬಂದೇ ಬಂದವು. ಕಣ್ಣು ಕೋರೈಸುವ

ಬೆಳಕು ನಮ್ಮ ಕಡೆಗೆ ಧಾವಿಸಿತು. ಅವುಗಳ ಗರ್ಜನೆ ಕೇಳಿಸಿತು. ಅಮೆರಿಕನ್ನರು ಸಾಧಾರಣವಾಗಿ ಈ ಕೆಲಸಗಳಿಗೆ ಮೂರು ಹೆಲಿಕಾಪ್ಟರುಗಳನ್ನು ಬಳಸುತ್ತಿದ್ದರು. ಒಂದು ಮಾರ್ಗದರ್ಶನ ಮಾಡುತ್ತ ಸಾಗಿದರೆ ಇನ್ನೆರಡು ಹೆಲಿಕಾಪ್ಟರುಗಳು ಗುಂಡಿನ ದಾಳಿ ಮಾಡಲು ಸನ್ನದ್ಧವಾಗಿರುತ್ತಿದ್ದವು.

ಅವಳು ನನಗೆ "ಮರದ ಎಲೆಗಳಿಂದ ಮರೆಮಾಡಿಕೊಂಡು ಮಲಗಿಕೊಳ್ಳಿ, ಅಲ್ಲಾಡಬೇಡಿ." ಎಂದು ಸಲಹೆ ನೀಡಿದಳು.

ಇದು ನನಗೆ ಹೊಸ ಅನುಭವ, ನನ್ನ ಮೇಲೆ ಹೆಲಿಕಾಪ್ಟರಿನ ಸದ್ದಾಯಿತು. ಪ್ರಜ್ವಲಿಸುವ ಬೆಳಕು ನನ್ನ ಕಣ್ಣನ್ನು ಕುಕ್ಕಿತು. ಬ್ಲೇಡುಗಳು ನನ್ನ ನೆತ್ತಿಯ ನೇರಕ್ಕೇ ಪರಿಭ್ರಮಿಸುತ್ತ ಕರ್ಕಶ ಸದ್ದು ಮಾಡಿದವು. ನಮ್ಮ ದೋಣಿ ಎದ್ದು ಕಾಣುತ್ತಿದೆಯೇನೋ ಎಂದು ಭಯವಾಯಿತು. ನಾವು ಮೇಲೆ ಮುಚ್ಚಿದ್ದ ಮರದ ಎಲೆಗಳು ಬಿರುಗಾಳಿಗೆ ಸಿಕ್ಕಿದಂತೆ ಹಾರಿಹೋದವು. ಸಿಪಾಯಿಚೀಲಗಳು ಅನಾಥವಾಗಿ ಬಿದ್ದವು. ನನ್ನ ಕತೆ ಮುಗಿಯಿತೆಂದೇ ತಿಳಿದೆ. ತೋಳುಗಳ ನಡುವೆ ತಲೆಯನ್ನು ಹುದುಗಿಸಿಕೊಂಡು ಮುದ್ದೆಯಾಗಿ ಕುಳಿತೆ. ಅವಳು ನನ್ನ ಭೀತಿಯನ್ನು ಗ್ರಹಿಸಿದಳೆಂದು ತೋರುತ್ತದೆ.

"ನಮಗೆ ಅವರು ಕಾಣಿಸಿದರೂ ಅವರಿಗೆ ನಾವು ಕಾಣಿಸೋಲ್ಲ" ಎಂದು ಅವಳು ಧೈರ್ಯ ಹೇಳಿದಳು.

ಅವಳ ಮಾತುಗಳಲ್ಲಿ ನನಗೆ ಈ ಹಿಂದೆ ಕಂಡಿದ್ದ ಮಾಂತ್ರಿಕ ಶಕ್ತಿ ಈಗ ಕಾಣಲಿಲ್ಲ. ನೀರಿಗೆ ನೆಗೆದುಬಿಡಲೇ ಎಂಬ ಆಲೋಚನೆ ಬಂತು, ಆದರೆ ಮನಸ್ಸನ್ನು ಸ್ಥಿಮಿತಕ್ಕೆ ತಂದುಕೊಂಡೆ.

ಬೆಳಕಿನ ಪ್ರಕಾಶ ತಗ್ಗುತ್ತಾ ಬಂತು. ಎಂಜಿನ್ನಿನ ಗರ್ಜನೆಯೂ ಲಯವಾಗುತ್ತ ಬಂತು. ವಿಮಾನಗಳು ಹೊರಟುಹೋದವು. ಮತ್ತೆ ಅಂಧಕಾರ ಕವಿದುಕೊಂಡಿತು. ಆದರೂ ಕದಲುವ ಧೈರ್ಯವಿರಲಿಲ್ಲ ನನಗೆ. ವೈರಿ ಪುನಃ ಬಂದರೆ?

ಅವಳು ಹೇಳಿದಳು:

"ಅವರು ಸುಮ್ಮನೆ ಶಕ್ತಿಯ ಪ್ರದರ್ಶನ ಮಾಡ್ತಾರಷ್ಟೆ. ವಾಸ್ತವವಾಗಿ ಅವರಿಗೆ ಏನೂ ಕಾಣಿಸೋದಿಲ್ಲ."

ಮೈದಾನದ ಕಡೆ ನೋಡಿ ಪ್ರಯಾಣಿಕರನ್ನು ಕರೆದಳು. ಕೆಲವರು ಒದ್ದೆ ಮುದ್ದೆಯಾಗಿದ್ದರು. ಬಟ್ಟೆ ಬದಲಾಯಿಸುತ್ತ ಗೊಣಗಿಕೊಂಡರು. ದೋಣಿ ಮತ್ತೆ ಚಲಿಸಿತು.

ನಾವು ದಡ ಮುಟ್ಟಿದಾಗ ನಡುರಾತ್ರಿ ಮೀರಿತ್ತು. ಆನಂತರ ಕಾಲ್ನಡಿಗೆ. ಸರದಿಯ ಸಾಲಿನಲ್ಲಿ ಚಲಿಸಿದೆವು. ಕೊಚ್ಚೆಮಯವಾದ ಏರುತಗ್ಗಿನ, ಹೆಜ್ಜೆಯಿಟ್ಟರೆ ಜಾರುವ ಕಂದಕಗಳಲ್ಲಿ ನಡೆದೆವು. ಕೈಯಲ್ಲಿ ಚಪ್ಪಲಿಗಳನ್ನು ತೆಗೆದಿಟ್ಟುಕೊಂಡು ಜಾಗರೂಕತೆಯಿಂದ ಒಂದೊಂದೇ ಹೆಜ್ಜೆಯನ್ನು ಇಡುತ್ತಾ ಆ ದುರ್ಗಮವಾದ ಮಾರ್ಗವನ್ನು ಕ್ರಮಿಸಬೇಕಾಗಿತ್ತು. ನದಿಯ ದಡದ ಹತ್ತಿರ ಒಂದು ನಿರ್ದಿಷ್ಟ ಸ್ಥಳದಲ್ಲಿ ಅವಳು ನಿಂತಳು. ಸ್ಥಳ ಶೋಧನೆ ಮಾಡಲು ಇಬ್ಬರು ಸ್ವಯಂಸೇವಕರನ್ನು ಅಟ್ಟಿದಳು.

ಅರ್ಧ ಗಂಟೆಯ ಅವಧಿಯೊಳಗೇ ಅವರಿಗೆ ಶತ್ರು ದರ್ಶನವಾಯಿತು. ಶತ್ರುಪಡೆ ಯಾವಾಗಲೂ ಮಾಡುವಂತೆ ನದಿಯ ಬದಿಯ ತೋಟಗಳಲ್ಲಿ ಅಡಗಿ ಕೂರದೆ ತೆರೆದ ಮೈದಾನದಲ್ಲಿ ಹೊಂಚುಹಾಕುತ್ತ ಕುಳಿತಿತ್ತು. ಎಲ್ಲೆಡೆಯಿಂದಲೂ ಬಂದೂಕು ಹಾರಿಸಿದ ಸದ್ದು. ತೋಟಾಗಳು ಸುಂಯ್‌ಕಾರ ಮಾಡುತ್ತ ಹಾರಾಡಿದವು.

"ತಮ್ಮ ತು, ಇಲ್ಲಿ ಕೇಳು: ಇವರನ್ನ ದೂರ ಕರ್‍ಕೊಂಡು ಹೋಗು. ನಾನು ಇಲ್ಲಿ ಉಳಕೊಳ್ತೀನಿ" ಎಂದವಳು ಆಜ್ಞೆ ಮಾಡಿದಳು.

ಇಡೀ ಗುಂಪಿಗೆ ಇವಳೇ ನಾಯಕಿ ಇರಬೇಕು ಎಂದು ನಾನು ಊಹಿಸಿದೆ.

"ನಮ್ಮ ಜತೆ ಬಂದು ಬಿಡು" ಎಂದು ಹೇಳಲು ತವಕಿಸಿದೆ. ಆದರೆ ಗಂಟಲಿನವರೆಗೆ ಬಂದ ಮಾತನ್ನು ನಾಲಿಗೆ ಆಡುವಷ್ಟರಲ್ಲಿ ಅವಳು ಮಾಯವಾಗಿ ಹೋಗಿದ್ದಳು. ಶೆಲ್‌ಗಳು ಸಿಳ್ಳೆನಾದ ಮಾಡುತ್ತ ಸ್ವಲ್ಪ ದೂರದಲ್ಲೇ ಬೀಳುತ್ತಿದ್ದವು. ಕಂದಕದ ಬಳಿಯಲ್ಲೇ ನಾವು ನಿಶ್ಚಲರಾಗಿ ಮಲಗಿದ್ದೆವು. ತಲೆಯೆತ್ತಲೂ ತಾಕತ್ತಿಲ್ಲ.

ನಮಗೆ ಎಡದಿಕ್ಕಿನಿಂದ ಸಣ್ಣ ಬಂದೂಕಿನಿಂದ ಹೊಡೆದ ಗುಂಡಿನ ಸಪ್ಪಳ ಕೇಳಿಸಿತು. ಮರುಕ್ಷಣವೇ ಶೆಲ್‌ಗಳ ದಾಳಿ ಆ ದಿಕ್ಕಿನತ್ತಲೇ ಕೇಂದ್ರೀಕೃತವಾಯಿತು. ಅವಳು ಉದ್ದೇಶ ಪೂರ್ವಕವಾಗಿ ಗುಂಡು ಹಾರಿಸಿದ್ದಳು. ಶತ್ರುವಿನ ಗಮನವನ್ನು ತನ್ನತ್ತ ಸೆಳೆದುಕೊಳ್ಳುವುದು ಅವಳ ಉದ್ದೇಶವಾಗಿತ್ತು.

"ತು, ಓಡಿಹೋಗು" ಎಂದು ಅಪ್ಪಣೆಯಾಯಿತು. ನಮ್ಮ ಗುಂಪು ಮುಂದಕ್ಕೆ ಧಾವಿಸಿತು. ನನಗೆ ಗುಂಡಿನ ದಾಳಿಗೆ ಎದುರಾದ ಅನುಭವ ಇರಲಿಲ್ಲ. ಆದರೂ ನನಗೆ ಹೆದರಿಕೆ ಯಾಗಲಿಲ್ಲ. ನನ್ನ ಚಿಂತೆಯೆಲ್ಲ ಆ ಹುಡುಗಿಗಾಗಿ. ನಾವು ದಿಕ್ಕಾಪಾಲಾಗಿ ಮೈದಾನದ ಮೂಲಕ ಓಡಿದೆವು. ಅಲ್ಲಿದ್ದ ಪೊದೆಯನ್ನು ತಲಪಿದೆವು. ಅಲ್ಲಿಂದ ನದಿಗೆ. ನದಿಯನ್ನು ಯಾವ ಅಪಾಯವೂ ಇಲ್ಲದೆ ದಾಟಿದೆವು.

ಉಗ್ರವಾದ ಗುಂಡಿನ ದಾಳಿ ಮುಂದುವರಿಯಿತು. ಕ್ರಮೇಣ ಅದು ಹೆಚ್ಚು ಹೆಚ್ಚು ಘೋರ ವಾಯಿತು. ಆ ಶಬ್ದ-ಸಮುದ್ರದ ನಡುವೆ ನಾನು ಕೇಳಲು ಪ್ರಯತ್ನಿಸಿದ್ದು ಸಣ್ಣ ಬಂದೂಕೊಂದರ ಹೊಡೆತವನ್ನು. ಅದೇ ಕೇಳದಾದಾಗ ಅವಳಿಗಾಗಿ ನನ್ನ ಕಳವಳ ಹೆಚ್ಚಾಯಿತು.

ಹಳ್ಳಿಯಲ್ಲಿದ್ದ ಸಂಪರ್ಕ ಕೇಂದ್ರದ ಶಾಖೆಯೊಂದನ್ನು ನಾವು ತಲುಪಬೇಕಾಗಿತ್ತೆ. ಶತ್ರುವಿನ ಭಯದಿಂದ ಕಂಬಿಕಿತ್ತ ನಾವು ಗುರಿಯನ್ನು ನಿಶ್ಚಿತ ವೇಳೆಗೆ ಮುಂಚೆಯೇ ಮುಟ್ಟಿದೆವು. ಡಿ.ಎ. ಠಾಣ್ಯದಿಂದ ನಮಗೆ ಹೊಸ ಮಾರ್ಗದರ್ಶಿಯೊಬ್ಬ ಜತೆಯಾಗುವವನಿದ್ದ. ಅವನಿಗಾಗಿ ಕಾಯ ಬೇಕಿತ್ತು. ಒಂದು ಅನಾನಾಸು ತೋಟದಲ್ಲಿ ನಾವು ಒಟ್ಟುಗೂಡಿದೆವು. ಅದು ಹೆಸರಿಗಷ್ಟೆ ತೋಟ. ಶತ್ರು ವಿಮಾನಗಳು ಸಿಂಪಡಿಸಿದ ವಿಷಕಾರಿ ರಸಾಯನ ದ್ರವ್ಯಗಳ ಕಾರಣದಿಂದ ಆ ಅನಾನಾಸು ಸಸಿಗಳು ಫಲಹೀನವಾಗಿದ್ದವು. ನಮ್ಮಲ್ಲಿ ಎಲ್ಲರೂ ಹಾಜರಿದ್ದೆವು. ಕೆಲವರ ಚಪ್ಪಲಿಗಳು, ಇನ್ನು ಕೆಲವರ ಚೀಲಗಳು ಕಾಣೆಯಾಗಿದ್ದವು. ನದಿಯನ್ನು ದಾಟುವಾಗ ಅವು ಕಳೆದುಹೋಗಿದ್ದವು. ಎಲ್ಲರಿಗಿಂತ ಹೆಚ್ಚು ವಯಸ್ಸಾದ ನಾನೇ ಏನನ್ನೂ ಕಳೆದುಕೊಂಡಿರಲಿಲ್ಲ.

ನಮಗೆಲ್ಲ ದಣಿವಾಗಿತ್ತು. ಒಂದು ರಾತ್ರಿ ವಿಶ್ರಮಿಸಿಕೊಳ್ಳಲು ನಮ್ಮ ಮಾರ್ಗದರ್ಶಿಗಳು ಒಪ್ಪಿಗೆ ನೀಡಿದರು. ತಮ್ಮ ಜೋಲೆಗಳಲ್ಲಿ ಕೆಲವರು ಮಲಗಿದರು. ಕೆಲವರು ನೆಲದ ಮೇಲೆ ಪವಡಿಸಿದರು. ನಮ್ಮ ಚೀಲಗಳೇ ನಮಗೆ ದಿಂಬು. ಎಲ್ಲರೂ ಗೊರಕೆ ಹೊಡೆಯುತ್ತ ಎದ್ದು ಹೋದರೂ ನಾನು ಬೇಗುದಿಯಿಂದ ತೊಳಲಾಡಿದೆ. ಜೊಂಪು ಹತ್ತಿದಾಗ ಒಂದು ಕನಸು ಬಿತ್ತು. ನಾನು ನನ್ನ ಹಳ್ಳಿಗೆ ಹೋಗುತ್ತಿದ್ದೇನೆ. ಎಲ್ಲವೂ ಬೆರಗುಗೊಳಿಸುವಷ್ಟು ಬದಲಾಗಿದೆ, ಜನರನ್ನು ಅವರ ಮನೆಗಳಿಂದ ಹೊರನೂಕಿ ಕ್ಯಾಂಪುಗಳಲ್ಲಿ ಕೂಡಿಹಾಕಲಾಗಿದೆ. ಆ ಕ್ಯಾಂಪುಗಳನ್ನೂ ಅವರು ಅನಂತರ ಧ್ವಂಸ ಮಾಡುತ್ತಾರೆ. ತೋಟಗಳೂ ಮುಂಚಿನಂತಿಲ್ಲ. ಕನಸಿನಲ್ಲಿ ನಾನು ಹಿಂದೆ ಸೌನನ್ನು ಒಡಗೂಡಿ ಹಳ್ಳಿಗೆ ಹೋದದ್ದು. ಅವನು ನನ್ನನ್ನು ಅಗಲಿ

ಹೋದದ್ದು, ದಂತದ ಹಣಿಗೆಯನ್ನು ನನಗೆ ಅವನು ಒಪ್ಪಿಸಿದ್ದು – ಎಲ್ಲವನ್ನೂ ಮತ್ತೊಮ್ಮೆ ಕಂಡೆ. ಆಗಾಗ ನನಗೆ ಎಚ್ಚರವಾಗುತ್ತಿತ್ತು. ಹಿಂದೆ ಉಳಿದುಕೊಂಡು ಶತ್ರುಗಳನ್ನು ಎದುರಿಸಿದವರನ್ನು ಅದರಲ್ಲೂ ನಮ್ಮ ಮಾರ್ಗದರ್ಶಿನಿಯನ್ನು ನಾನು ಜ್ಞಾಪಿಸಿಕೊಂಡು, ಅವರಿಗೆ ಏನಾಯಿತೋ ಎಂದು ಚಿಂತಿಸಿದೆ. ನಂತರ ಯಾವಾಗಲೋ ನಿದ್ರೆ ನನ್ನನ್ನು ಆವರಿಸಿಕೊಂಡು ಬಿಟ್ಟಿತು. ದೇಹ ದಣಿದಿತ್ತು.

ಎಚ್ಚರವಾದಾಗ ಹೆಜ್ಜೆಗಳ ಸದ್ದು, ಮಾತುಗಳು, ಕಿಲಕಿಲ ನಗು ಎಲ್ಲವೂ ಕೇಳಿಸಿತು. ಎಲ್ಲವೂ ಅಸ್ಪಷ್ಟ. ಪೂರ್ತಿಯಾಗಿ ಕಣ್ತೆರೆದು ನೋಡಿದಾಗ ಆಗಲೇ ಹೊಸದಿನ ಹುಟ್ಟಿ ನಸುಕು ಮೂಡಿತ್ತು. ಎಲ್ಲರೂ ಉತ್ಸಾಹದಿಂದ ಮಾತಾಡುತ್ತಿದ್ದರು. ಆ ಹುಡುಗಿ ಅದೋ ಅಲ್ಲಿದ್ದಳು. ಬಟ್ಟೆಯೆಲ್ಲ ತೊಯ್ದುಹೋಗಿತ್ತು. ಮೈಯೆಲ್ಲ ಕೆಸರು. ಹೇಗಾದರೂ ಸಮಯಕ್ಕೆ ಸರಿಯಾಗಿ ಬಂದು ಸೇರಿದಳಲ್ಲ!

ನಾನು ಗುಂಪನ್ನು ಸಮೀಪಿಸಿದಾಗ ಅವರು ಪರಸ್ಪರ ವಿದಾಯ ಹೇಳುತ್ತಿದ್ದರು. ಅವಳನ್ನು ನಾನೀಗ ಬೆಳಕಿನಲ್ಲಿ ಸ್ಪಷ್ಟವಾಗಿ ನೋಡಿದೆ, ಶತ್ರುಪಡೆಯೊಂದಿಗೆ ಹೋರಾಡಿ ಅಪಾಯದಿಂದ ಪಾರಾಗಿ ಬಂದವಳು; ಆದರೆ ಮುಖದಲ್ಲಿ ಅಂಥ ಭಾವನೆಯೇ ಇರಲಿಲ್ಲ. ಏನೂ ಆಗಿರದವಳಂತೆ ನಗುತ್ತ ಹರಟುತ್ತಿದ್ದಳು. ಬಿಸಿಲಿನಲ್ಲಿ ಕುಂದಿದ ಮುಖ, ಹೊಳೆಯುವ ಕಣ್ಣುಗಳು. ಇಪ್ಪತ್ತು ವರ್ಷವನ್ನು ಮೀರಿರಲಾರದು ಪ್ರಾಯ. ಅವಳು ಧರಿಸಿದ್ದ ಕಿವಿಯ ಲೋಲಕಗಳು ಅವಳಿಗೆ ಎಳೆ ಮಗುವಿನ ಕಳೆ ನೀಡಿದ್ದವು. ಅವಳು ನನ್ನ ಕಡೆಗೇ ಬಂದಳು, ನನ್ನ ಅಭಿಮಾನ, ಕೃತಜ್ಞತೆ ಅವಳಿಗೆ ತಿಳಿಸಬೇಕೆಂದುಕೊಂಡೆ. ಮುಗುಳ್ನಕ್ಕೆ. "ಮಗೂ, ನಿನ್ನ ಬಗ್ಗೆ ನಾನು ಎಷ್ಟು ಕಾತರನಾಗಿದ್ದೆ ಗೊತ್ತೆ? ನೀನು ನಿಮ್ಮ ಅಪ್ಪನಿಗೆ ಎಷ್ಟನೇ ಮಗಳು?"

"ನಾನೇ ಮೊದಲನೆಯವಳು ದೊಡ್ಡಪ್ಪ."

"ಮತ್ತೆ ಅವರು ಯಾಕೆ ನಿನ್ನನ್ನು ತಂಗಿ ಎನ್ನುತ್ತಾರೆ? ನಿನಗೆ ಮದುವೆ..."

ನನ್ನನ್ನು ಮಧ್ಯದಲ್ಲೇ ತಡೆದು ಹೇಳಿದಳು:

ಉಹೂಂ. ಮನೆಯಲ್ಲಿ ನಾನೇ ಮೊದಲನೆಯವಳು. ನಾನೇ ಕಡೆಯವಳು. ಅಪ್ಪನಿಗೆ ನಾನು ಒಬ್ಬಳೇ ಮಗಳು.

"ನೀನು ಯಾವ ಹಳ್ಳಿಯಿಂದ ಬಂದವಳು? ನಿನ್ನನ್ನು ಹಿಂದೆಲ್ಲೋ ನೋಡಿದಂತಿದೆಯಪ್ಪ."

"ಕುಲಾವೋ ಗಿಯೆಂಗ್."

ನನ್ನ ಹಳ್ಳಿಯ ಹೆಸರು ಕೇಳಿ ಚಕಿತನಾದೆ. "ಏನು, ಲಾಂಗ್ ಚೌಸಾ ಪ್ರಾಂತದ ಚೋ ಮಾಯ್ ಜಿಲ್ಲೆಯ ಕುಲಾವೋ ಗಿಯೆಂಗ್ ಹಳ್ಳಿಯೇ?"

"ಹೌದು?"

"ನಿನ್ನ ಹೆಸರೇನು?"

"ಥೂ."

"ಥೂ, ನಿಜವಾಗಿಯೂ" ನಾನು ಆಶ್ಚರ್ಯದಲ್ಲಿ ಉದ್ಗರಿಸಿದೆ. "ನಿನ್ನ ತಂದೆಯ ಹೆಸರು ಸೌ ಮತ್ತು ತಾಯಿಯ ಹೆಸರು ಬಿನ್ಹ್ ಅಲ್ಲ ತಾನೆ?"

ಅವಳು ಬೆಕ್ಕಸಬೆರಗಾದಳು. ಒಂದು ಮಾತೂ ಆಡದೆ ನನ್ನನ್ನು ಅಡಿಯಿಂದ ಮುಡಿಯವರೆಗೆ ನೋಡಿದಳು. ಡಿ.ಎ. ಠಾಣ್ಯದ ಮಾರ್ಗದರ್ಶಿಗಳು ನಮ್ಮನ್ನು ಕರೆದು ಪ್ರಯಾಣಕ್ಕೆ

ಸಿದ್ಧರಾಗಲು ತಿಳಿಸಿದರು. ಅವರೇನು ಹೇಳಿದರೋ ನಾನು ಲೆಕ್ಕಿಸಲಿಲ್ಲ. ಬೇರೇನನ್ನೂ ಕೇಳುವ ಸ್ಥಿತಿಯಲ್ಲಿ ನಾನಿರಲಿಲ್ಲ.

"ನಿನ್ನ ಅಪ್ಪನ ಹೆಸರು ಸೌ ಅಲ್ಲವೆ ಮಗು?"

"ಹೌದು.. ಆದರೆ ನಿಮಗೆ ಹೇಗೆ ಗೊತ್ತು?"

ಹೃದಯವನ್ನು ತುಂಬಿಬಂದ ಭಾವನೆಗಳ ಪೂರವನ್ನು ಹತೋಟಿಯಲ್ಲಿಟ್ಟುಕೊಳ್ಳಲು ಪ್ರಯತ್ನಿಸಿದೆ, ನಡುಗುವ ಸ್ವರದಲ್ಲಿ ಹೇಳಿದೆ:

"ನಾನು ಬ ದೊಡ್ಡಪ್ಪ, ನೆನಪಿದೆಯಾ? ನಿನ್ನ ಅಪ್ಪ ನಿನ್ನನ್ನು ಬಿಟ್ಟು ಹೊರಡುವಾಗ ಒಂದು ಹಣಿಗೆ ತಂದುಕೊಡ್ತೀನೀಂತ ಹೇಳಿದ್ದ?"

ಅವಳು ತಲೆಯಲುಗಿಸಿ "ಹೂಂ" ಎಂದಳು.

ಯುದ್ಧದ ಕಾಲದಲ್ಲಿ ಇಂಥ ಅನಿರೀಕ್ಷಿತ ಭೇಟಿಗಳು ಆಗುತ್ತಿದ್ದುದು ಅಪರೂಪವೇನಲ್ಲ. ಅವಳನ್ನು ನೋಡುತ್ತಲೇ ನಾನು ಜೇಬಿನಿಂದ ಹಣಿಗೆಯನ್ನು ತೆಗೆದೆ.

"ಇದನ್ನ ನಿನ್ನ ಅಪ್ಪ ಕಳಿಸಿದ್ದಾನೆ. ಅವನೇ ಮಾಡಿದ್ದು ಇದನ್ನು, ನಿನಗೆ ತಲಪಿಸಬೇಕೂಂತ ನನ್ನ ವಶ ಕೊಟ್ಟ." ಅವಳ ಕಣ್ಣುಗಳು ದೊಡ್ಡದಾಗಿ ತೆರೆದವು. ಅವಳು ಹಣಿಗೆಯನ್ನು ಕೈಗೆತ್ತಿಕೊಂಡಳು. ಅವಳಿಗೆ ತನ್ನ ತಂದೆ ತನ್ನಿಂದ ಬೀಳ್ಕೊಂಡು ಹೋದ ದಿನ ನೆನಪಿಗೆ ಬಂದಿದ್ದೀತು. ನನ್ನ ಮನಸ್ಸಿಗೆ ತುಂಬಾ ನೋವಾಯಿತು. ಅವಳು ತುಂಬಾ ಸಂತೋಷ ಗೊಂಡಿದ್ದಾಳೆಂದು ತಿಳಿದ ನನಗೆ ಆ ಸಂತೋಷಕ್ಕೆ ಕಲ್ಲು ಹಾಕುವುದು ಬೇಡ ಅನ್ನಿಸಿತು. ಸುಳ್ಳು ಹೇಳುವುದು ಅಪರಾಧವಲ್ಲ. ನಾನಂದೆ "ಅಪ್ಪ ಹುಷಾರಾಗಿದ್ದಾನೆ. ಅವನಿಗೆ ಬರ್ಲಿಕ್ಕಾಗಲಿಲ್ಲ.

ಅವಳ ಕಣ್ಣು ರೆಪ್ಪೆಗಳು ಬಡಿದುಕೊಂಡವು. "ನಿಮಗೆಲ್ಲೋ ಭ್ರಾಂತಿ" ಎಂದಳು.

ನನಗೆ ನಿರಾಶೆಯಾಯಿತು. ಆಘಾತವೂ ಆಯಿತು. "ಯಾಕೆ? ನಿಮ್ಮ ತಂದೆ ಹೆಸರು ಸೌ ಅಲ್ಲವೆ? ತಾಯಿ ಹೆಸರು ಬಿನ್ಹ್ ಅಲ್ಲವೆ?"

"ಹೂ."

ಅವಳ ಕಣ್ಣಿನ ಅಂಚಿನಲ್ಲಿ ನೀರು ಮಿನುಗಿತು. ಉದ್ವೇಗವನ್ನು ತಡೆದುಕೊಂಡಳು:

"ಸುಳ್ಳು ಹೇಳ್ತಿದೀರಿ – ನನಗೆ ದುಃಖ ಆಗುತ್ತೇಂತ. ಅಪ್ಪ ಸತ್ತು ಹೋಗಿದಾರೆ ಅಂತ ನನಗೆ ಗೊತ್ತು."

ಅವಳ ಕಣ್ಣುಗಳಲ್ಲಿ ಮಿಂಚಿದ ನೀರು ಕೆನ್ನೆಯ ಮೇಲೆ ಹರಿಯಿತು.

"ನಿಜ ಹೇಳೋದಕ್ಕೆ ಹೆದರಿಕೋಬೇಡಿ ದೊಡ್ಡಪ್ಪ, ನಾನು ದುಃಖವನ್ನು ತಡಕೋಬಲ್ಲೆ. ನಾನು ಈ ಕೆಲಸಕ್ಕೆ ಸೇರಬೇಕಾದಾಗ ಅಮ್ಮನ್ನ ಕೇಳಿದೆ, ಅವಳೇ ಹೇಳಿದ್ದು, ಅಪ್ಪ ಸತ್ತುಹೋಗಿದಾರೇಂತ."

ಇನ್ನೂ ಏನಾದರೂ ಹೇಳುತ್ತಿದ್ದಳೇನೋ. ಅವಳ ಕಂಠ ಉಬ್ಬಿ ಬಂತು. ಮಾತುಗಳು ಒಳಗೇ ಕರಗಿಹೋದವು. ತಲೆತಗ್ಗಿಸಿ ನೆಲವನ್ನೇ ನೋಡತೊಡಗಿದಳು. ಅವಳ ತಲೆಗೂದಲು ಹಾರಾಡಿತು. ನಾನು ಮೌನವಾಗಿದ್ದೆ. ನನ್ನನ್ನು ಸಂಗಾತಿಗಳು ಹೊರಡುವ ಹೊತ್ತಾಯಿತೆಂದು ಕೂಗಿದರು. ನಾನು ಅವಳ ವಿಳಾಸ ಪಡೆದುಕೊಂಡೆ. ಅವಳ ತಾಯಿ ಮತ್ತು ಬಂಧುಗಳ ಆರೋಗ್ಯದ ವಿಷಯ ಚುಟುಕಾಗಿ ಕೇಳಿ ತಿಳಿದುಕೊಂಡೆ.

ಥೂಳನ್ನು ಭೆಟ್ಟಿಯಾದ ಸಂತೋಷ ಕೆಲ ನಿಮಿಷಗಳಷ್ಟಕ್ಕೇ ಸೀಮಿತವಾಯಿತು. ಹೊರಡುವ ವೇಳೆ ಸಮೀಪಿಸಿತ್ತು. ಅವಳ ಕಡೆ ದೃಷ್ಟಿ ಹಾಯಿಸಿ "ಹೋಗಿ ಬರಲೇ ಮಗು"? ಎಂದೆ.

ಅವಳು ಏನನ್ನೋ ಉತ್ತರ ರೂಪವಾಗಿ ಅಂದಳು. ನನಗೆ ಕೇಳಿಸಲಿಲ್ಲ. ದೂರ ಹೋದ ಮೇಲೆ ತಿರುಗಿ ನೋಡಿದೆ. ಅವಳು ನಮ್ಮನ್ನು ಹಿಂಬಾಲಿಸುತ್ತಿದ್ದುದು ಕಂಡಿತು. ಒಂದು ಕಂದಕದ ಬಳಿ ಅವಳು ನಿಂತಳು. ಪಕ್ಕದಲ್ಲಿದ್ದ ಬತ್ತದ ಪೈರು, ಗಾಳಿ ಬೀಸಿದಾಗ ತೊನೆದಾಡುತ್ತಿತ್ತು. ಅವಳತ್ತ ಧಾವಿಸುತ್ತಿರುವ ಅಲೆಗಳಂತೆ ತೋರುತ್ತಿತ್ತು. ಅವಳ ಹಿಂಬದಿಯಲ್ಲಿ ಎತ್ತರದ ತೆಂಗಿನ ಮರಗಳು. ವಿಷಾಕ್ತ ರಸಾಯನ ದ್ರವ್ಯಗಳ ಪ್ರೋಕ್ಷಣೆಯಿಂದ ಗರಿಗಳಲ್ಲಿ ಎಲೆಗಳೆ ಇಲ್ಲ. ರಾಕ್ಷಸಾಕಾರದ ಮೀನುಗಳ ಅಸ್ಥಿಪಂಜರಗಳನ್ನು ಗಾಳಿಯಲ್ಲಿ ನೇತುಹಾಕಿದಂತೆ ಅನಿಸುತ್ತಿತ್ತು. ಮೇಲ್ಮುಖವಾಗಿ ಎದ್ದುನಿಂತ ಗರಿಗಳ ಸಮೂಹವು ಮುಗಿಲಕಡೆ ಮೊಗಚಾಚಿ ಸೆಟೆದು ನಿಂತ ನಗ್ನವಾದ ಖಡ್ಗಗಳ ರಾಶಿಯೆಂಬಂತೆ ತೋರಿದವು.   ○

○ ಹುಲು ಮಾಯ್

ಡಿಯೆನ್ ಬಿಯೆನ್ ಫೂನ ಗಡಿಯಾರದವನು

ಆಳವಾದ ಕಂದರಗಳಿಂದ ಕೂಡಿದ ಎತ್ತರದ ಹಸಿರು ಬೆಟ್ಟಗಳು ದಿಗಂತವನ್ನು ಮರೆ ಮಾಡಿದ್ದವು. ಕೆಳಗೆ ವಿಶಾಲವಾದ ಬತ್ತಲೆ ಬಯಲು. ಬಯಲಿನ ಉದ್ದಕ್ಕೂ ಮೈಚಾಚಿಕೊಂಡ ಕಂದಕಗಳು. ಕಂದಕಗಳ ಕೆಸರಿನಲ್ಲಿ ತೊಚಪಚ ಕಾಲೆಳೆದುಕೊಂಡು ಸಾಗುತ್ತಿದ್ದೆ. ಹಲವು ತಾಸುಗಳಾದರೂ ಹೀಗೆ ಸಂದಿರಬೇಕು. ಇಲ್ಲಿ ಒಂದು ಕಡೆಯಿಂದ ಇನ್ನೊಂದು ಕಡೆಗೆ ಹೋಗಲು ಇದೊಂದೇ ದಾರಿ. ಫಿರಂಗಿ ದಳದವರು ಅನಿರೀಕ್ಷಿತವಾಗಿ ಹಾರಿಸುವ ಗುಂಡು, ಇಲ್ಲವೆ, ವೈರಿ ವಿಮಾನದಿಂದ ಬೀಳುವ ಬಾಂಬು – ಪ್ರಾಣಭಯ ಪ್ರತಿಕ್ಷಣವೂ ಕಾಡುತ್ತದೆ. ಅದಕ್ಕೇ ನಾವು ಓಡಾಡಬೇಕಾದಾಗ ಈ ಕಂದಕಗಳನ್ನು, ಹಳ್ಳಗಳನ್ನು ಆಶ್ರಯಿಸುವುದು.

ಕಂದಕದೊಳಕ್ಕೆ ವಿಪರೀತ ಕೆಸರಾದಾಗ ಜೀವವನ್ನು ಕೈಯಲ್ಲಿ ಹಿಡಿದುಕೊಂಡೇ ಅದರಿಂದ ಹೊರಬಂದೆ. ಕಾಡಿಗೂ ನನಗೂ ನಡುವೆ ಬಯಲು ಬಾಯ್ತೆರೆದು ನಿಂತಿದೆ. ಆದಷ್ಟು ಬೇಗ ದಾಟಿಬಿಡಬೇಕು. ಆದರೆ ನನ್ನೆದುರಿನ ದೃಶ್ಯ ನನ್ನ ಕಾಲುಗಳು ಬೇರು ಬಿಡುವಂತೆ ಮಾಡಿತು. ಬಟ್ಟ ಬಯಲಲ್ಲಿ ನಾನು ಕಂಡದ್ದು, ಒಂದು ಪ್ರಕ್ಷುಬ್ಧ ಸಮುದ್ರ, ನಮ್ಮ ರಕ್ಷಣಾ ನೆಲೆಗಳ ಸುತ್ತಲೂ ಶತ್ರುಗಳ ವಿಮಾನ ದಾಳಿಯಿಂದ ಉಂಟಾದ ವಿಕೃತಿಯದು. ಒಂದೆಡೆ ನೆಲದಲ್ಲಿ ಸಿಡಿಗುಂಡುಗಳ ಕೊರೆತ ಅಸಂಖ್ಯಾತ ರಂಧ್ರಗಳನ್ನು ಕಂಡೆ. ಸಿಡುಬಿನ ಕಲೆಗಳುಳ್ಳ ಮುಖದ ನೆನಪಾಯಿತು. ಇನ್ನೊಂದೆಡೆ ಬಯಲು ಅಲೆ ಅಲೆಯಾಗಿ ಸೀಳಲ್ಪಟ್ಟಂತೆ ಕಂಡಿತು. 500 ಕಿಲೋಗಳ ಅಥವಾ ಒಂದು ಟನ್ ಭಾರದ ಬಾಂಬ್‌ಗಳು ನೆಲದಲ್ಲಿ ಕೊಳಗಳಷ್ಟು ದೊಡ್ಡ ಹೊಂಡಗಳನ್ನು ಸೃಷ್ಟಿಸಿದ್ದುವು. ಶತ್ರುಗಳು ತಮ್ಮ ಬಾಂಬ್ ಮತ್ತು ಸಿಡಿಗುಂಡುಗಳನ್ನು ಆ ಒಂದು ಸ್ಥಳದ ಮೇಲೆ ಕೇಂದ್ರೀಕರಿಸಿದ್ದಿರಬೇಕು ಎನ್ನುವಂತಿತ್ತು ಆ ನೋಟ. ಅಬ್ಬಾ! ಎಂಥ ಉಗ್ರ ದಾಳಿ!

ಈ ಕಲಕಿದ ಸಮುದ್ರದ ನಡುವೆಯೂ ನನ್ನ ಕಣ್ಣಿಗೆ ಬಿದ್ದ ವಿಮಾನನಾಶಕ ಬಂದೂಕುಗಳ ಸಾಲು ನನ್ನನ್ನು ವಿಚಲಿತ

ಗೊಳಿಸಿತು. ನನಗೆ ಈಗ ಎಲ್ಲವೂ ಸ್ಪಷ್ಟವಾಯಿತು. ನಮ್ಮ ವಿಮಾನನಾಶಕ ಪಡೆ ವೈರಿಗಳ ಗಮನವನ್ನು ಇತ್ತ ಸೆಳೆದಿತ್ತು.

ಈ ಫಿರಂಗಿಗಳು ಯಾವ ರಕ್ಷಣಾವ್ಯವಸ್ಥೆಯೂ ಇಲ್ಲದೆ ನೆಲದ ಮೇಲೆ ಮೈಯೊಡ್ಡಿ ನಿಂತಿದ್ದವು. ಇಲ್ಲಿಯ ಸೈನಿಕರು ಎದುರಿಸುವ ಅಪಾಯ, ಕಂದಕಗಳಲ್ಲಿ ಓಡಾಡುವ ನಾವು ಎದುರಿಸುವುದಕ್ಕಿಂತ ತುಂಬಾ ಹೆಚ್ಚು. ಈ ನಡುವೆ ಇಲ್ಲಿ ಬೇಕಾದಷ್ಟು ಸಾವು–ನೋವುಗಳು ಉಂಟಾಗಿರಬೇಕು. ನನ್ನ ಕಾಲ ಕೆಳಗಿನ ಮಣ್ಣು ಚೂರ್ಣದಂತಾಗಿತ್ತು, ಮರಳಿನಂತಿತ್ತು. ಬಂದೂಕುಗಳ ಕಡೆಗೆ ನಡೆದೆ. ಸೈನಿಕರು ಯಾರೂ ನನ್ನನ್ನು ಗಮನಿಸಲಿಲ್ಲ. ಅವರೆಲ್ಲ ತಮ್ಮ ತಮ್ಮ ಬಂದೂಕುಗಳಲ್ಲೇ ಮುಳುಗಿಹೋಗಿದ್ದರು. ಶಿರಸ್ತ್ರಾಣವನ್ನು ಧರಿಸಿದವರು ಕೆಲವರು, ಧರಿಸದವರು ಹಲವರು – ಎಲ್ಲರ ಕಣ್ಣೂ ಬೆಟ್ಟದ ಶಿಖರದಲ್ಲೇ ಕೀಲಿಸಿತ್ತು. ಯಾವ ಮಾಯದಲ್ಲಿ ಯಾವ ಕ್ಷಣದಲ್ಲಿ ವಿಮಾನವೊಂದು ಅತ್ತಲಿಂದ ನೆಗೆದು ಬರುತ್ತದೋ! ಪ್ರಕ್ಷುಬ್ಧ ಸಮುದ್ರದ ಹೋಲಿಕೆ ಕೊಟ್ಟೆ, ಅಲ್ಲವೆ? ಈ ಬಂದೂಕುಗಳು, ಈ ಸೈನಿಕರು, ಆ ಸಮುದ್ರದ ಮಧ್ಯೆ ತೇಲುವ ಪುಟಾಣಿ ದೋಣಿಗಳಂತೆ ಕಂಡರು, ಯಾವ ಘಳಿಗೆಯಲ್ಲಿ ಚಂಡಮಾರುತ ಇವರನ್ನು ನುಂಗಿ ನೀರು ಕುಡಿಯುತ್ತದೋ...

ಈ ವಿಮಾನ – ನಾಶಕ ಬಂದೂಕಗಳ ಸಾಮರ್ಥ್ಯದ ಬಗ್ಗೆ ನಾವು ಹಿಂದೆ ಚರ್ಚಿಸುತ್ತಿದ್ದೆವು. ಆದರೆ ಕೊನೆಗೂ ಅವುಗಳು ರಂಗಪ್ರವೇಶ ಮಾಡಿದುದು ಡಿಯೆನ್ ಬಿಯೆನ್ ಫೂ ಕದನದ ಕಾಲದಲ್ಲಿ. ಅದಕ್ಕೆ ಮುನ್ನ, ಎಂಟು ವರ್ಷಗಳ ಕಾಲ ಹಾಡಹಗಲಿನಲ್ಲೇ ದಾಳಿ ನಡೆಸುವ ದರೋಡೆಕೋರರ ಎಗ್ಗಿಲ್ಲದ ಲಗ್ಗೆಯನ್ನು ನಾವು ಮೌನವಾಗಿ ಸಹಿಸಬೇಕಿತ್ತು. ಆ ಕಾಲ ಕಳೆದುಹೋಯಿತೆಂಬುದನ್ನು ಅವರಿಗೀಗ ನಮ್ಮ ಸೋದರರು ತೋರಿಸುತ್ತಿದ್ದಾರೆ.

ವಿಮಾನಗಳನ್ನು ಕಂಡ ಕೂಡಲೇ ಪಲಾಯನ ಹೂಡದ ಜನ ಈಗ ಮೊದಲ ಬಾರಿಗೆ ನಮ್ಮ ನೆಲದಲ್ಲಿದ್ದಾರೆ. ಕದನದ ಆರಂಭದಿಂದಲೇ ಹಲವಾರು ಶತ್ರುವಿಮಾನಗಳನ್ನು ಕೆಡವಲಾಗಿತ್ತು. ದೂರದಲ್ಲಿ ವಿಮಾನವೊಂದು ತಮ್ಮತ್ತ ಧಾವಿಸುವುದೇ ತಡ ಸೈನಿಕರು ಜಾಗೃತರಾಗುತ್ತಾರೆ. ತುಪಾಕಿಗಳು ಗರ್ಜಿಸುತ್ತವೆ. ಇದನ್ನೆಲ್ಲ ಕೇಳಿದ ನನಗೆ ಅನ್ನಿಸಿತು – ನಮ್ಮ ಕಾಲಾಳುಗಳು ಸದಾ ಸಾವಿನ ಅಂಚಿನಲ್ಲಿದ್ದುಕೊಂಡೇ ಹೋರಾಡುತ್ತಾರೆ; ಅವರಿಗೆ ಹೋಲಿಸಿದರೆ ಈ ವಿಮಾನ ನಾಶಕ ಪಡೆಯವರಿಗೆ ಏನೇನೂ ಅಪಾಯವಿಲ್ಲ ಎಂದು. ಆದರೆ ಈಗ ಕಣ್ಣಾರೆ ಕಂಡಾಗ ಅನ್ನಿಸಿತು – ಇಲ್ಲ, ಇಲ್ಲ, ನಮ್ಮ ಕಾಲಾಳುಗಳು ಎದುರಿಸುವ ಅಪಾಯಕ್ಕಿಂತ ಇದು ಯಾವ ವಿಧದಲ್ಲೂ ಕಮ್ಮಿಯಿಲ್ಲ.

ಕಣಿವೆಯ ತಪ್ಪಲಲ್ಲಿ ಸುರಂಗಗಳ ದೊಡ್ಡ ಜಾಲವೇ ಹರಡಿಕೊಂಡಿದೆ. ಅತ್ತಿಂದಿತ್ತ ಚಟುವಟಿಕೆಯಿಂದ ಓಡಾಡುವ ಸೈನಿಕರು, ಹೊಚ್ಚ ಹೊಸ ಸಮವಸ್ತ್ರವನ್ನು ಶಿಸ್ತಾಗಿ ಧರಿಸಿ, ಗುಂಡನೆಯ ಶಿರಸ್ತ್ರಾಣವನ್ನು ತಲೆಗೇರಿಸಿಕೊಂಡಿದ್ದರು. ನಾನು ಊಹಿಸಿದೆ. ಇದು ವಿಮಾನನಾಶಕ ಪಡೆಯ ತಂಗುದಾಣವಿರಬೇಕು, ಉಲ್ಲಾಸದ ಸುಗಂಧ ಅಲ್ಲಿ ವ್ಯಾಪಿಸಿತ್ತು. ಶಿಬಿರದ ಸುತ್ತಮುತ್ತಲೂ ಮೊಸರು ಚೆಲ್ಲಿದಂತೆ ಅರಳಿರುವ ಬಾನ್ ಹೂಗಳ ಘಮಘಮದಿಂದಾಗಿಯೋ ಅಥವಾ ಬೇರಾವುದೇ ಕಾರಣದಿಂದಾಗಿಯೋ, ತೆರೆದ ಮೈದಾನದಲ್ಲಿರುವ ಒಂದು ಫಿರಂಗಿ ದಳದ ಶಿಬಿರದಲ್ಲಿರುವುದಕ್ಕಿಂತ ತೀರಾ ಭಿನ್ನವಾದ ವಾತಾವರಣ ಅಲ್ಲಿತ್ತು.

ನಾನು ಗಕ್ಕನೆ ನಿಂತೆ. ಆಶ್ಚರ್ಯದಿಂದ ದಿಟ್ಟಿಸಿ ನೋಡಿದೆ. ಶಿಬಿರವೊಂದರ ಪಕ್ಕದಲ್ಲೇ

ಮರದ ಹಲಗೆಯನ್ನು ನೇತುಹಾಕಲಾಗಿತ್ತು. ಅದರ ಮೇಲೆ ಬರೆಯಲಾಗಿತ್ತು.

ಉಚಿತ ಕೈಗಡಿಯಾರ ದುರಸ್ತಿ ಅಂಗಡಿ.

ಕಂದಕ 1, ಡಿಯೆನ್ ಬಿಯೆನ್ ಫೂ

ಯಾರೋ ಫಿರಂಗಿದಳದ ಸೈನಿಕನ ತುಂಟಾಟವಿರಬೇಕು. ನನಗೆ ನಗು ಬರಲಿಲ್ಲ. ಸ್ವಲ್ಪ ಸಿಡಿಮಿಡಿಗೊಂಡೆ. ಹಲವಾರು ದಿವಸದಿಂದ ಕೆಟ್ಟುನಿಂತ ನನ್ನ ಕೈಗಡಿಯಾರದ ನೆನಪು ಚುಚ್ಚಿತು. ನನ್ನ ತಂಡದ ರಾಜಕೀಯ ಮುಂದಾಳುವಾದ ನಾನು, ತಂಡದ ಕಾರ್ಯಕ್ರಮ ಗಳನ್ನು ಯೋಜನಾಬದ್ಧವಾಗಿ ನಿರೂಪಿಸಬೇಕಾಗಿತ್ತು. ಆದರೆ ಕೈಗಡಿಯಾರವಿಲ್ಲದೆ ನಾನು ಅಸಹಾಯಕ, ಇಡೀ ಜಗತ್ತಿನಿಂದ ಕಿತ್ತು ಬೇರ್ಪಟ್ಟು ದ್ವೀಪವಾದ ರಾಬಿನ್‌ಸನ್ ಕ್ರೂಸೋ. ಮತ್ತೆ ಆ ಜಗತ್ತಿನೊಂದಿಗೆ ಸಂಪರ್ಕಿಸಬೇಕಾದಾಗ ಹಗಲು ರಾತ್ರಿಯೆನ್ನದೆ ಅಲ್ಲಿಂದಿಲ್ಲಿಗೆ ಧಾವಿಸುತ್ತ ವೇಳೆಯೆಷ್ಟೆಂದು ವಿಚಾರಿಸಬೇಕು. ಸಮಯದ ಕಗ್ಗೊಲೆ! ಹೀಗೆ ಹಾಳಾಗುವ ವೇಳೆಯನ್ನು ಇನ್ನೂ ಹೆಚ್ಚಿನ ಅವಶ್ಯ ಕಾರ್ಯಗಳಿಗೆ ಉಪಯೋಗಿಸಬಹುದೋ? ಕೈಲಾಗದವನು ಮೈ ಪರಚಿಕೊಂಡನಂತೆ. ನಾನು ಸಿಟ್ಟಿನಿಂದ ಗಡಿಯಾರವನ್ನು ಎಸೆದುಬಿಡಬೇಕೆಂದು ಎಷ್ಟೋ ಸಲ ಅಂದುಕೊಂಡದ್ದುಂಟು. ಉಹುಂ, ಸಂಪೂರ್ಣ ನಿರುಪಯೋಗಿ ವಸ್ತುವಾದರೂ ನನ್ನ ಕಿಸೆಯಲ್ಲಿ ಅದೊಂದು ತಾಯಿತದಂತೆ ಉಳಿದಿತ್ತು.

'ಆಹಾ! ತಮಾಷೆ ಮಾಡೋಕೆ ಬೇರೇನೂ ಸಿಕ್ಕಲಿಲ್ಲವೇನೊ!' ಎಂದು ಮರದ ಹಲಗೆಯನ್ನೇ ದಿಟ್ಟಿಸುತ್ತ ಗಟ್ಟಿಯಾಗಿ ಗೊಣಗಿದೆ.

ಎಲ್ಲಿಂದಲೋ ಒಂದು ಧ್ವನಿ ನುಡಿಯಿತು; "ತಮಾಷೆ ಏನಿಲ್ಲ, ನಮ್ಮ ತಂಡದಲ್ಲಿ ನಿಜವಾಗಿಯೂ ಒಂದು ಅಂಗಡಿಯಿದೆ."

ನಾನು ಹಿಂತಿರುಗಿ ನೋಡಿದೆ. ಧ್ವನಿಯ ಮಾಲಿಕ ತಂಗುದಾಣದಿಂದ ಹೊರಬರುವ ಹವಣಿಕೆಯಲ್ಲಿದ್ದ. ಶಿರಸ್ತ್ರಾಣವನ್ನು ಧರಿಸಿದ್ದ. ಕತ್ತಿನ ಸುತ್ತ ಪ್ಯಾರಾಚೂಟ್ ಬಟ್ಟೆಯ ಸ್ಕಾರ್ಫ್ ಕಟ್ಟಿಕೊಂಡಿದ್ದ. ಜೇಬುಗಳಲ್ಲಿ ಕೈತೂರಿಸಿಕೊಂಡು ಹೊರಬರುತ್ತ, "ನೀವು ಅಂಗಡಿ ನೋಡಬೇಕು ಅನ್ನೋದಾದರೆ ನಾನು ಕರೆದುಕೊಂಡು ಹೋಗ್ತೀನಿ," ಎಂದ.

ಅವನೊಬ್ಬ ಕಾರ್ಯಕರ್ತ ಹೌದೋ ಅಲ್ಲವೋ ಹೇಳಲಾರೆ ಮುಖದ ಮೇಲೆ ತೆಳ್ಳನೆಯ ಮೀಸೆ ಚಿಗುರಿದ್ದರೂ, ಬಹಳ ಎಳೆ ವಯಸ್ಸು. ಆದರೆ ಅವನ ನಿಲುವು, ಮಾತುಗಾರಿಕೆಯನ್ನು ಕಂಡು ಇವನು ತಂಡದ ಕಮಾಂಡರ್ ಇರಬೇಕೆಂದು ತರ್ಕಿಸಿದೆ.

"ನನ್ನ ಗಡಿಯಾರ, ಸುಮಾರು ದಿವಸವಾಯಿತು, ಕೆಟ್ಟುಕೂತಿದೆ. ಅಲ್ಲಿ ನಮ್ಮ ಜವಾಬ್ದಾರಿಯ ಕೆಲಸಕ್ಕೂ, ಇದು ಕೆಟ್ಟುಹೋಗಿರುವುದಕ್ಕೂ... ಒಳ್ಳೆಯ ಫಜೀತಿ. ಗಡಿಯಾರ ಇಲ್ಲದೇ ಇರೋದು ಕಣ್ಣೇ ಕಳಕೊಂಡಿರೋ ಹಾಗೆ ಆಗಿದೆ."

"ಹಾಗಿದ್ದ ಪಕ್ಷದಲ್ಲಿ ಬನ್ನಿ; ರಿಪೇರಿ ಮಾಡಿಸಿಕೊಂಡು ಹೋಗಿ."

ಸಲೀಸಾಗಿ ಹೇಳಿಬಿಟ್ಟ. ನನಗೆ ನಿಜವಿರಬಹುದೇ ಎಂಬ ಅನುಮಾನ. ಜೊತೆಗೇ ವಿಶ್ವಾಸ. ರಿಪೇರಿಗಾಗಿ ನಾನು ಹಿಂದೆ ಶತ ಪ್ರಯತ್ನ ನಡೆಸಿದ್ದೆ. ವಾಹನಗಳಲ್ಲಿ ಸಾಗುವ ನನ್ನ ಸ್ನೇಹಿತ ರನ್ನೆಲ್ಲರನ್ನೂ ಕೇಳಿಯಾಗಿತ್ತು, ಏನೇನೂ ಪ್ರಯೋಜನವಾಗಲಿಲ್ಲ, ಅವರು ಯಾರೂ ಮುಂಚೂಣಿಯ ಆಹಾರ ವಿತರಣಾ ಕೇಂದ್ರಕ್ಕಿಂತ ಮುಂದೆ ಹೋಗುತ್ತಿರಲಿಲ್ಲ. ಮದ್ದು ಗುಂಡುಗಳಲ್ಲೇ ವ್ಯವಹಾರ ನಡೆಯುವ ಮುಂಚೂಣಿಯಲ್ಲಿ ಗಡಿಯಾರ ರಿಪೇರಿ ಅಂಗಡಿ ಎಲ್ಲಿಂದ ಬರಬೇಕು!

ಹಲಗೆ ತೂಗುಬಿದ್ದಿದ್ದ ತಂಗುದಾಣದ ಬಳಿಗೆ ನಿರ್ವಿಕಾರ ಚಿತ್ತದಿಂದ ನಡೆದ ಯುವಕ ಒಳಗೆ ಇಣುಕಿನೋಡಿದ. ಆನಂತರ ನನ್ನತ್ತ ತಿರುಗಿ, "ಬನ್ನಿ ಒಳಗೆ," ಅಂದ.

ನಾನು ಅವನನ್ನು ಒಳಕ್ಕೆ ಹಿಂಬಾಲಿಸಿದೆ. ಅಲ್ಲಿನ ದೃಶ್ಯವನ್ನು ಕಂಡು ನನಗೆ ನಿಜಕ್ಕೂ ಆಶ್ಚರ್ಯವಾಯಿತು. ಹೌದು, ಒಬ್ಬ ರಿಪೇರಿಯಾತ ನಿಜಕ್ಕೂ ಅಲ್ಲಿದ್ದ. ಮೂಲೆಯೊಂದರಲ್ಲಿ ಮರೆ ಕಟ್ಟಿದ ವಿದ್ಯುದ್ದೀಪದ ಬೆಳಕಿನಲ್ಲಿ ಗೋಣು ಬಗ್ಗಿಸಿಕೊಂಡು ಕೆಲಸದಲ್ಲಿ ನಿರತನಾಗಿದ್ದ. ಬಲಗಣ್ಣಿಗೆ ಭೂತಗಾಜನ್ನು ಕಟ್ಟಿಕೊಂಡಿದ್ದ. ಅವನ ಮುಂದಿದ್ದ ಮೇಜಿನ ಮೇಲೆ – ಬಾಂಬ್ ಶೆಲ್‌ಗಳ ಹೊರಪೆಟ್ಟಿಗೆಯೊಂದರ ಮೇಲೆ ಪ್ಯಾರಾಚೂಟ್ ಬಟ್ಟೆಯ ತುಂಡನ್ನು ಹೊದಿಸಿದರೆ ಅದೇ ಮೇಜು – ರಿಪೇರಿಗೆ ಅವಶ್ಯವಾದ ಪುಟ್ಟ ಸಲಕರಣೆಗಳೆಲ್ಲವೂ ಇದ್ದವು. ನಾವು ಒಳಹೊಕ್ಕಾಗ ಆತ ಪುಟಾಣಿ ದಬ್ಬಳದ ಮೊನೆಯಿಂದ ಗಡಿಯಾರವೊಂದರ ಒಳಭಾಗವನ್ನು ಮೆಲ್ಲನೆ ಕೆದಕುತ್ತ ತದೇಕಚಿತ್ತದಿಂದ ಅದನ್ನು ನೋಡುತ್ತಿದ್ದ. ನಮ್ಮನ್ನು ಅವನು ಗಮನಿಸಲಿಲ್ಲ.

ಯುವ ಸೈನಿಕ ನನ್ನತ್ತ ತಿರುಗಿನೋಡಿ ಮುಗುಳ್ನಕ್ಕ. ನನ್ನ ಆಶ್ಚರ್ಯ ಕಂಡು ತಮಾಷೆ ಯೆನಿಸಿರಬೇಕು.

ಈ "ಅಂಗಡಿ" ಇಲ್ಲಿಗೆ ಹೇಗೆ ಕಾಲಿಟ್ಟಿತು? ಸಪ್ಲೈ ಸರ್ವೀಸಿನವರೇ ಇದನ್ನು ನಡೆಸುತ್ತಿದ್ದಾರೆಯೆ? ಈ ವಾದದಲ್ಲಿ ತರ್ಕವಿರಲಿಲ್ಲ. ಇಷ್ಟು ಹತ್ತಿರದಲ್ಲೇ ವಿಮಾನ-ನಾಶಕ ಪಡೆಯನ್ನಿಟ್ಟುಕೊಂಡು ಯಾರು ತಾನೆ ಇಲ್ಲಿ ಅಂಗಡಿಯನ್ನು ತೆರೆದಾರು? ಅಷ್ಟೇ ಅಲ್ಲ, ಸರ್ವೀಸಿಗೆ ಇದು ಸೇರಿದ್ದೇ ಆದರೆ ಒಂದು ರಿಪೇರಿ ಕೆಲಸಕ್ಕೆ ಹಲವಾರು ಕ್ರಮಗಳಿರಬೇಕು. ಸಿಕ್ಕಸಿಕ್ಕ ಗಡಿಯಾರಗಳನ್ನು ಅವರು ಮಾಡಿಕೊಡುವುದಿಲ್ಲ. ಇಲ್ಲೋ, ಈ ಯುವ ಸೈನಿಕ ನನ್ನನ್ನು ಗಡಿಯಾರ ರಿಪೇರಿ ಮಾಡಿಸಿಕೊಳ್ಳಲು ಆಹ್ವಾನಿಸಿದ್ದಾನೆ.

ರಿಪೇರಿಯಾತ ತನ್ನ ಕೈಯಲ್ಲಿದ್ದ ಗಡಿಯಾರದ ಪರಿಶೀಲನೆಯನ್ನು ಮುಗಿಸಿ ನಮ್ಮತ್ತ ತಿರುಗಿ ತಲೆಯಾಡಿಸಿ ಮುಗುಳ್ನಕ್ಕ. ಯುವ ಸೈನಿಕನಿಗೆ, "ಇದು ಸ್ವಲ್ಪ ತರಲೆ ಕೆಲಸ ಕಣಯ್ಯ," ಎಂದ. "ಅವತ್ತು ನೋಡಿದಾಗ ಇದರ ಸ್ಪ್ರಿಂಗು ಒಂದಿಷ್ಟು ಆಚೀಚೆ ಕದಲಿದೆ ಅಂದುಕೊಂಡಿದ್ದೆ. ಇವತ್ತು ನೋಡ್ತೀನಿ – ಮಿನಿಟ್ ಕೈ ಇರುತ್ತಲ್ಲ, ಅದರ ಅಕ್ಷವೇ ಮುರಿದುಹೋಗಿದೆ. ಇದು ನನ್ನ ಕೈಗೆ ಮೀರಿದ್ದು ಅಂತ ಕಾಣುತ್ತೆ."

"ನಿನಗೊಬ್ಬ ಗಿರಾಕಿಯನ್ನು ಹಿಡಕೊಂಡು ಬಂದಿದೀನಿ" ಎಂದು ಹೇಳಿ ಸೈನಿಕ ನನ್ನತ್ತ ನೋಡಿದ. "ನೋಡಿ, ಇವನೇ ಕಾಮ್ರೆಡ್ ಫಾಂಗ್. ಈ ಉದ್ಯಮದ ಯಜಮಾನ. ಡಿಯೆನ್ ಬಿಯೆನ್ ಫೂನ ಒಂದನೇ ಸುರಂಗದಲ್ಲಿರೋ ಗಡಿಯಾರ ರಿಪೇರಿ ಅಂಗಡಿಯ ಏಕಮಾತ್ರ ಕೆಲಸಗಾರ!"

ಯಾವುದು ಈವರೆಗೆ "ಅಂಗಡಿ" ಮಾತ್ರವಾಗಿತ್ತೋ ಅದು ಈಗ "ಉದ್ಯಮ"ದ ಮಟ್ಟಕ್ಕೇರಿತ್ತು!

"ಸರಿಸರಿ! ಈಗ ಒಂದು 'ದಂ' ಎಳೆಯೋಣ ನಾವು ಭೆಟ್ಟಿಯಾದುದರ ನೆನಪಿಗೆ." ಎಂದು ಫಾಂಗ್ ಅಲ್ಲೇ ಮೂಲೆಯಲ್ಲಿ ತಡಕಿ ನೀರಿನ ಕೊಳವೆಯೊಂದನ್ನು ಸೆಳೆದುಕೊಂಡ. ಕೊಳವೆಯ ತುದಿಗೆ ತುಟಿಯನ್ನಿಟ್ಟು ಆಳವಾಗಿ ಶ್ವಾಸವನ್ನೆಳೆದುಕೊಂಡ. ನೀರಿನ ಬುಳುಬುಳು ಸದ್ದು ತಾಣವನ್ನು ತುಂಬಿತು. ನನ್ನ ಕಡೆ ತಿರುಗಿ ಫಾಂಗ್ ಕೇಳಿದ, "ಏನ್ರೀ, ನಿಮಗೆ ಪೈಪ್ ಸೇದುವುದು ಇಷ್ಟವಾ?"

ಇಲ್ಲ ಎಂದೆ, ಫಾಂಗ್ ಮತ್ತು ಆ ಯುವ ಸೈನಿಕ ಬಿದ್ದು ಬಿದ್ದು ನಕ್ಕರು. ಸೈನಿಕ ನನಗೆ

ಗುಟ್ಟನ್ನು ವಿವರಿಸಿದ. "ನಿಮಗೆ ಪೈಪ್ ಸೇದೋದು ಇಷ್ಟ ಇಲ್ಲ; ನಿಮಗೇ ಲಾಭ! ಇಲ್ಲದೆ ಹೋಗಿದ್ದಿದ್ದರೆ ನಿಮ್ಮ ಹೊಗೆಸೊಪ್ಪಿಗೆ ಸಂಚಕಾರ ಬರ್ತಿತ್ತು. ಈ ಕಾಮ್ರೇಡ್ ಫಾಂಗನದು ಬರೀ ನಾಟಕ! ಬರೀ ಕೊಳವೆಯಿಂದ ದೊಡ್ಡ ಸದ್ದು ಮಾಡಿದರೆ ನಿಜವಾಗಿಯೂ ಪೈಪ್ ಸೇದೋರು ಯಾರಾದರೂ ಹುಡುಕ್ಕೊಂಡು ಬರ್ತಾರೆ. ಅವರೇ ಇವನಿಗೆ ಒಂದು ಚೂರು ಹೊಗೆಸೊಪ್ಪು ಕೊಟ್ಟು ಮನಸ್ಸಿನಲ್ಲೇ ಶಾಪ ಹಾಕ್ಕೊಂಡು ಹೋಗ್ತಾರೆ!"

ಫಾಂಗ್ ಕೆಳಗೆ ಬಗ್ಗಿ ಮೇಜಿನ ಮೇಲೆ ಹಾಸಿದ್ದ ಪ್ಯಾರಾಚೂಟ್ ಬಟ್ಟೆಯ ಕೆಳಗೆ ತಡಕಾಡಿ ಒಂದು ಪೊಟ್ಟಣವನ್ನು ಹೊರತೆಗೆದ: "ಅವನೊಬ್ಬ ಬೊಗಳೆ ಆಸಾಮಿ! ಅವನ ಮಾತು ಕೇಳಬೇಡಿ. ಇಲ್ನೋಡಿ... ಬಂದವರನ್ನ ನಾನು ಯಾವತ್ತೂ ಹಾಗೆ ಕಳಿಸಿದ್ದಿಲ್ಲ; ಒಂದು ದಂ ಎಳೆದ ಮೇಲೇ ಅವರು ಇಲ್ಲಿಂದ ಕದಲೋದು..."

ಆತ ಒಂದು ಚಿಟಿಕೆ ಹೊಗೆಸೊಪ್ಪನ್ನು ಕೈಗೆತ್ತಿಕೊಂಡು ಅದನ್ನು ಉಂಡೆ ಮಾಡಿದ. ಕೊಳವೆಯೊಳಕ್ಕೆ ಹಾಕಿ ಬೆಂಕಿ ಹತ್ತಿಸಿದ. ಆಳವಾದ 'ದಂ' ಎಳೆದು ಮುಗುಳ್ನಗುತ್ತ ಹೊಗೆಯನ್ನು ಹೊರಬಿಟ್ಟ. ಹೊಗೆ ಇಡೀ ಕೋಣೆಯನ್ನು ಆವರಿಸಿತು.

ಯುವಸೈನಿಕ ನನಗೆ ಮತ್ತೊಂದು ರಹಸ್ಯ ಬಯಲು ಮಾಡಿದ: "ಇದೂ ಒಂದು ಢೋಂಗಿ ಕಣ್ರೀ. ಅದೇನು ಹೊಗೆಸೊಪ್ಪು ಅಂದುಕೊಂಡ್ರಾ? ಬಿದಿರಿನ ಚೂರನ್ನು ನೀರಿನಲ್ಲಿ ಒದ್ದೆಮಾಡಿ ಕುಟ್ಟಿಬಿಟ್ಟರೆ ಅದೇ ಹೊಗೆಸೊಪ್ಪು ನಮ್ಮ ಕಾಮ್ರೇಡ್‌ಗೆ!"

"ಏನು, ಢೋಂಗಿಯೇ? ಖಂಡಿತ ಅಲ್ಲ! ಇದೂ ಹೊಗೆಸೊಪ್ಪೇ, ಮನೆಯಲ್ಲೇ ತಯಾರಿಸಿದ್ದು, ಒಂದನೇ ನಂಬರ್ ಸುರಂಗದಲ್ಲಿ ತಯಾರಿಸಿದ್ದು!" ಎಂದು ನಗುತ್ತ ಕಾಮ್ರೇಡ್ ಫಾಂಗ್ ನುಡಿದ.

ಇವರಿಬ್ಬರ ತುಂಟಾಟ ಕಂಡು ನನ್ನ ವಿಷಯವೇ ಇವರಿಗೆ ಮರೆತು ಹೋಗಿದೆ ಎಂದುಕೊಂಡೆ.

"ನಿಮ್ಮ ಗಡಿಯಾರ ಕೆಟ್ಟು ಹೋಗಿದೆಯಾ?"

"ಹೂಂ."

"ಎಲ್ಲಿ, ನೋಡೋಣ!"

ನಾನು ನನ್ನ ಜೋಬಿಗೆ ಕೈಹಾಕಿ ತೆಗೆದುಕೊಟ್ಟೆ. ಅದನ್ನು ನೋಡುತ್ತಲೇ "ನಿಕ್‌ಲ್ಸ್ ಸೂಪರ್ ಇರಬೇಕು!" ಎಂದ. ಗಡಿಯಾರವನ್ನು ಕೈಗೆತ್ತಿಕೊಂಡು ಅದರ ಕಿವಿ ಹಿಂಡಿ ಗೊಣಗಿದ; "ಸ್ಪ್ರಿಂಗು ಸಡಿಲವಾಗಿದೆ ಅಥವಾ ಮುರಿದು ಹೋಗಿದೆ."

ಫಾಂಗ್ ವಿದ್ಯುದ್ದೀಪವನ್ನು ಬೆಳಗಿದ. ತನ್ನ ಅಂಗೈಗಳಲ್ಲಿ ಗಡಿಯಾರವನ್ನು ಹಿಡಿದುಕೊಂಡು ಹಿಂದುಮುಂದಾಗಿ ತಿರುಚಿದ. ಗಡಿಯಾರದ ಬೆನ್ನು ಅನಾಮತ್ತಾಗಿ ಕಳಚಿಕೊಂಡಿತು. ಭೂತಗನ್ನಡಿಯನ್ನು ಕಣ್ಣಿಗೆ ತಗುಲಿಸಿಕೊಂಡು ಒಳಗಿನ ಅಂಗರಚನೆಯನ್ನು ಪರೀಕ್ಷಿಸಲು ತೊಡಗಿದ.

"ಸ್ಪ್ರಿಂಗು ಮುರಿದ್ಹೋಗಿದೆ," ಎಂದ. ಆ ವಾಕ್ಯ ನನ್ನನ್ನು ಅಪ್ಪಳಿಸಿತು – ಗಿಟಾರ್‌ನ ತಂತಿ ಒಮ್ಮೆಗೇ ಕಡಿದು ಹೋದಂತೆ. ನನಗೆ ಪೇಚಾಡುವಂತಾಯಿತು.

"ಇಲ್ಲೇ ಬಿಟ್ಟು ಹೋಗಿ, ಒಂದು ವಾರದೊಳಗೆ ಕೆಲಸ ಮುಗಿದಿರುತ್ತೆ. ನೀವೇ ಒಂಬತ್ತನೇ ಗಿರಾಕಿ. ಈಗ ಮೂರನೇ ಗಡಿಯಾರ ರಿಪೇರಿ ಆಗ್ತಾ ಇದೆ. ಮರೀಬೇಡಿ – ನಿಮ್ದು ಒಂಬತ್ತನೇ ನಂಬರು"

ನನಗೆ ಆದ ಸಂತೋಷದಲ್ಲಿ ಆತನನ್ನು ಹೇಗೆ ಅಭಿನಂದಿಸಬೇಕೋ ತಿಳಿಯದಾಯಿತು. ಇನ್ನು ಒಂದೇ ವಾರ, ನಾನು ಸಭೆಯಿಂದ ವಾಪಸಾಗುವಾಗ ನನ್ನ ಕೈಗಡಿಯಾರ ಟಿಕ್‌ಟಿಕಿಸುತ್ತ ನನಗಾಗಿ ಕಾದಿರುತ್ತದೆ. ಆನಂತರ ಅದನ್ನು ಜೋಕೆಯಿಂದ ಜೋಪಾನ ಮಾಡುತ್ತೇನೆ, ಯುದ್ಧ ಮುಗಿಯುವತನಕ ಯಾರಿಗೂ ಮುಟ್ಟಗೊಡುವುದಿಲ್ಲ.

"ನೀವು ಯಾವ ಘಟಕದಲ್ಲಿ ಇರೋದು ?" ವಿಷಯವನ್ನು ಬಿಚ್ಚಿಡುವ ಅಗತ್ಯ ಕಾಣಲಿಲ್ಲ. ನಾನೆಂದೆ: "ಎರಡನೇ ತುಕಡಿಯಲ್ಲಿ, ಇಳಿಜಾರಿನ ಕಣಿವೆಯನ್ನು ರಕ್ಷಿಸುವ ಜವಾಬ್ದಾರಿ ನಮ್ಮದು."

ಫಾಂಗ್‌ನ ಮುಖ ಒಮ್ಮೆಲೇ ಬೆಳಗಿತು, "ಓ ಹೌದಲ್ಲ! ನೀವು ಅಲ್ಲಿ ಯುದ್ಧ ಮಾಡುತ್ತಿದ್ದಾಗ ನಾವು ಅದನ್ನು ಗಮನಿಸೋದಕ್ಕೇಂತ ವೀಕ್ಷಣಾ ಕೇಂದ್ರಕ್ಕೆ ಹೋಗ್ತಿದ್ವಿ. ಒಂದು ಸಲವೂ ತಪ್ಪಿಸಿಕೊಳ್ತಿರಲಿಲ್ಲ. ನಿಮಗೆ ಇಷ್ಟು ಜರೂರಾಗಿ ಗಡಿಯಾರ ಯಾಕೆ ಬೇಕು ಗೊತ್ತಾಯ್ತು."

"ನಿಮಗೆ ನಿಜ ಹೇಳಬೇಕೂಂದ್ರೆ ನನಗೆ ಈ ಗಡಿಯಾರ ಕೆಟ್ಟಿರೋದ್ರಿಂದ ರಾತ್ರಿ ನಿದ್ದೇನೇ ಇಲ್ಲ, ಎಲ್ಲಿ ಸಭೆಗಳಿಗೆ ತಡವಾಗಿ ಹೋಗುತ್ತೋ ಅಂತ ಭಯ. ನಿಮಿಷಕ್ಕೊಂದು ಸಲ ವೇಳೆ ಎಷ್ಟಾಯಿತೂಂತ ವಿಚಾರಿಸೋ ಕಿರಿಕಿರಿ... ಅಬ್ಬಾ, ಸಾಕುಸಾಕಾಗಿ ಹೋಗಿದೆ!"

ಫಾಂಗ್ ಒಂದು ನಿಮಿಷ ಆಲೋಚಿಸಿದ. "ನಿಮಗೆ ಆರನೇ ನಂಬರು ಕೊಡ್ತೀನಿ. ನಾಲ್ಕು, ಐದು ನಂಬರಿನವರಿಗೂ ತುಂಬಾ ಜರೂರಾಗಿ ಗಡಿಯಾರ ರಿಪೇರಿ ಆಗಬೇಕಾಗಿದೆ – ಫಿರಂಗಿ ದಳದವರು. ಮಿಕ್ಕವರು ಸೇವಾದಳಕ್ಕೆ ಸೇರಿದವರು. ಅವರದ್ದೇನು, ಯಾವಾಗ ಮಾಡಿಕೊಟ್ಟರೂ ನಡೆಯುತ್ತೆ. ನೀವು ಇನ್ನು ನಾಲ್ಕು ದಿನ ಬಿಟ್ಟು ಬನ್ನಿ.

ನಾನು ಫಾಂಗ್‌ನ ಕೈಯನ್ನ ಬಲವಾಗಿ ಕುಲುಕಿದೆ.

"ನಿಮ್ಮ ಉಪಕಾರ ನಾನು ಮರೆಯೋಕ್ಕಾಗೋದಿಲ್ಲ," ಎಂದೆ.

ಬೇರೆ ಏನು ಹೇಳಲೂ ತೋಚದೆ ಅದನ್ನೇ ಪುನರುಚ್ಚರಿಸಿದೆ.

"ತುಂಬಾ ಉಪಕಾರ ಆಯ್ತು. ಇನ್ನು ನಾಲ್ಕು ದಿವಸ ಆದಮೇಲೆ ಬರ್ತೀನಿ." ಎಂದೆ.

ಈಗ ಯುವಸೈನಿಕನ ಕಡೆಗೆ ತಿರುಗಿದೆ. ಯಥಾಪ್ರಕಾರ ಶಾಂತ ಮುಖಮುದ್ರೆ. ಜೇಬುಗಳಲ್ಲಿ ಕೈತೂರಿಸಿಕೊಂಡು ನಿಂತಿದ್ದ. ತುಟಿಗಳ ಅಂಚಿನಲ್ಲಿ ಕಿರುನಗೆ. ನನ್ನ ಮಿತಿಮೀರಿದ ಸಂತೋಷವನ್ನು ನಾನು ಮುಚ್ಚಿಟ್ಟುಕೊಳ್ಳಲಾರದೆ ಹೀಗೆ ಹೊರಗೆಡಹಿದ್ದು ಅವನಿಗೆ ಮೋಜೆನಿಸಿರಬೇಕು! ಉತ್ಸಾಹದ ಭರದಲ್ಲಿ ಅವನ ಕೈಗಳನ್ನೂ ಕುಲುಕಿದೆ. "ನಿಮಗೂ ಅಷ್ಟೆ... ತುಂಬಾ ಉಪಕಾರವಾಯ್ತು."

ನಾವಿಬ್ಬರೂ ತಂಗುದಾಣದಿಂದ ಹೊರಬಿದ್ದು ಮುಖ್ಯ ಸುರಂಗದತ್ತ ಚಲಿಸಿದೆವು. ನಾನು ಪ್ರಶ್ನಿಸಿದೆ;

"ಕಾಮ್ರೇಡ್ ಫಾಂಗ್‌ಗೆ ನಿಮ್ಮ ಘಟಕದಲ್ಲಿ ಏನು ಕೆಲಸ?"

"ಡ್ರೈವರ್ ಆಗಿದ್ದಾನೆ. ಈ ಬಂದೂಕುಗಳನ್ನೆಲ್ಲಾ ಇಲ್ಲಿಗೆ ಅವನೇ ಸಾಗಿಸಿದ್ದು. ಸದ್ಯಕ್ಕೆ ಏನೂ ಕೆಲಸ ಇಲ್ಲ, ಅದಕ್ಕೇ ಇದೊಂದು ಖಯಾಲಿ ಅಂಟಿಕೊಂಡಿದೆ – ಈ ಗಡಿಯಾರ ರಿಪೇರಿ ಕೆಲಸ."

ನನ್ನ ಕುತೂಹಲ ಗರಿ ಬಿಚ್ಚಿತು. "ಅದು ಸರಿ, ಈ ಅಂಗಡಿಗೆ ಬೇಕಾದ ಸಾಮಾನು ಸರಂಜಾಮು ಎಲ್ಲಾ ಎಲ್ಲಿಂದ ಬಂತು? ಒಳ್ಳೆ ನಿಜವಾದ ಗಟಿಯಾರ ರಿಪೇರಿ ಅಂಗಡಿ ಇದ್ದ ಹಾಗೇ ಇದೆ."

ಯುವಸೈನಿಕನ ಮುಖದಲ್ಲಿ ನಗೆ ಮಿಂಚಿತು. ಅವನ ಮೀಸೆಯ ಎಳೆಗಳು ಅದುರಿದವು. ವಿನೋದವಾಗಿ ಕಂಡಿತು. ರಹಸ್ಯವಾದ್ದೇನೋ ಹೇಳುವವನಂತೆ ಅಂದ. "ಹೇಗೋ ಹೊಂದಿಸಿಕೊಂಡ! ಎಲ್ಲದಕ್ಕಿಂತ ಆ ಭೂತಗಾಜನ್ನ ಹುಡುಕೋದೇ ಪ್ರಯಾಸವಾಯಿತು. ಕಡೆಗೆ ಡಾಕ್‌ಲಾಪ್ ಬೆಟ್ಟದ ಮೇಲೆ ಸಿಕ್ಕಿದ ದುರ್ಬೀನಿನ ಗಾಜಿನ ಚೂರನ್ನೇ ಹೊಂದಿಸಿಕೊಳ್ಳ ಬೇಕಾಯ್ತು. ಉಳಿ, ಸ್ಕ್ರೂ ಡ್ರೈವರು ಇವೆಲ್ಲ ಅವನೇ ತಯಾರಿಸಿಕೊಂಡ. ಶತ್ರುಗಳು ಹಾರಿಸಿದ ತೋಟಾಗಳಿಂದಲೇ ಎಲ್ಲಾ ಮಾಡಿಕೊಂಡ! ಅವನ ಕೋಣೆಯಲ್ಲಿ ದೀಪ ಇದೆ ನೋಡಿದಿರಾ? ಅದಕ್ಕೆ ಕರೆಂಟು ಎಲ್ಲಿಂದ ಬರುತ್ತೆ ಅಂದುಕೊಂಡ್ರಿ? ಹಳೇ ರೇಡಿಯೋ ಬ್ಯಾಟರಿಗಳಿಂದ!"

"ಮತ್ತೆ ಗಡಿಯಾರದ ಬಿಡಿ ಭಾಗಗಳು?" (ನನ್ನ ಗಡಿಯಾರದ ಮುರುಕಲು ಸ್ಪ್ರಿಂಗಿನ ಬದಲು ಹೊಸದೊಂದು ಬರಬೇಕಿತ್ತಲ್ಲ!)

"ಶುರು ಮಾಡಿದಾಗ ಒಂದೇ ಒಂದು ಹಳೇ ಗಡಿಯಾರ ಇತ್ತು. ಆಮೇಲೆ ಇನ್ನೂ ಒಂದೆರಡನ್ನ ಹೇಗೋ ಸಂಪಾದಿಸಿಕೊಂಡ."

"ಅದ್ಭುತ ಮನುಷ್ಯ. ನನ್ನಿಂದ ಆತನಿಗೇನಾದರೂ ತೊಂದರೆಯಾಯ್ತೊ?"

"ಛೆ ಛೆ! ತುಂಬಾ ಸಂತೋಷವೇ ಆಗಿದೆ ಅನ್ನಬೇಕು. ಮಿಕ್ಕ ಸಂಗಾತಿಗಳೆಲ್ಲ ಯುದ್ಧರಂಗ ದಲ್ಲಿದ್ದಾರೆ. ಅವನಿಗೆ ತನ್ನ ತಾಣದಲ್ಲಿ ಒಂಟಿಯಾಗಿ ಕುಳಿತು ಬೇಜಾರಾಗಿತ್ತು."

ಈ ಯುವ ಸೈನಿಕ ನನಗೆ ಹೆಚ್ಚು ಆತ್ಮೀಯನಾಗತೊಡಗಿದ್ದ.

"ನಿಮ್ಮ ಹೆಸರೇನು?" ಎಂದೆ.

"ಕ್ಯಾನ್."

"ಯಾವ ಕಡೆ ಹೋಗ್ತಿದೀರಿ?"

ನನ್ನ ದಾರಿಯಲ್ಲೇ ಬರಬಹುದೆಂಬ ದೂರದ ಆಸೆ ಹೊತ್ತು ಪ್ರಶ್ನಿಸಿದೆ.

ಆತನೆಂದ:

"ಫಿರಂಗಿಗಳನ್ನು ಸ್ಥಾಪಿಸಿರುವ ಸ್ಥಳಕ್ಕೆ."

ನಾವು ಆಗಲಬೇಕಾಯಿತು. ನಾನು ಮುಂಚೂಣಿಯ ಕೇಂದ್ರ ಕಾರ್ಯಾಲಯಕ್ಕೆ ಹೋಗಬೇಕಿತ್ತು.

ನಾನು ಕೆಲವು ಕಿಲೋಮೀಟರುಗಳ ಹಾದಿಯನ್ನು ಸವೆಸಿದ್ದೆನೇನೋ. ಒಂದು ಹಿಂಡು ಶತ್ರು ವಿಮಾನಗಳು ಹಾರಿ ಬಂದವು. ವಿಮಾನ–ನಾಶಕ ಬಂದೂಕುಗಳ ಗರ್ಜನೆ ಕೇಳಿಸಿತು. ಈ ಒಂದು ತಿಂಗಳಿನಿಂದ ಇದೇ ಗರ್ಜನೆಯೇ ನಮ್ಮನ್ನು ಕಾಪಾಡುತ್ತಿದೆ, ನಾವು ಇದುವರೆಗೂ ವಿಮಾನ–ನಾಶಕ ಪಡೆಯವರನ್ನು ಭೇಟಿಯಾಗಿರಲಿಲ್ಲ. ನಮ್ಮನ್ನು ಬೆಸೆದಿದ್ದುದು ಹೋರಾಟದ ಬಾಂಧವ್ಯ ಒಂದೇ. ಈಗ ಅವರಲ್ಲಿ ನನಗೆ ನಿಜಕ್ಕೂ ಮಮತೆ ಹುಟ್ಟಿತು. ಅವರಲ್ಲಿ ಒಬ್ಬ ನನ್ನ ಗಡಿಯಾರವನ್ನು ರಿಪೇರಿ ಮಾಡಿಕೊಡುವನೆಂಬುದು ಒಂದೇ ಕಾರಣವಲ್ಲ! ಈ ಕದನದಲ್ಲಿ ವಿಮಾನ–ನಾಶಕ ಪಡೆಗಳ ಪಾತ್ರ ದೊಡ್ಡದು. ಅವರನ್ನು ನಾವು ಅಭಿಮಾನದಿಂದ ನೋಡುತ್ತಿದ್ದೆವು. ಆದರೂ ನನಗೆ ಒಮ್ಮೊಮ್ಮೆ ಅನುಮಾನ: ಈ ವಿಮಾನನಾಶಕ ಪಡೆಯವರಿಗೆ ತಮ್ಮ ಸಾಹಸಕೃತ್ಯಗಳ ಪರಿಣಾಮವಾಗಿ ವಿಪರೀತ ಹೆಮ್ಮೆ ಬಂದಿರಲಿಕ್ಕೂ ಸಾಕು. ನಮ್ಮಂಥ ಪದಾತಿ ಸೈನಿಕರನ್ನು ಅವರು ಅಹಂಕಾರದಿಂದ ನೋಡಿದರೆ ಆಶ್ಚರ್ಯವಿಲ್ಲ. ನಿನ್ನೆಯವರೆಗೂ ಅವರು ನನ್ನ ಪಾಲಿಗೆ ವಿಮಾನಗಳನ್ನು ಸುತ್ತುವರಿಯುವ ಬಿಳಿಹೊಗೆ ಮಾತ್ರವಾಗಿದ್ದರು. ಇಂದು ಅವರನ್ನು ಸಾಕಾರವಾಗಿ ನೋಡಿದ್ದೆ. ಯುವಕರು ನಿಜ. ಆದರೆ ಜಂಭ ಕಿಂಚಿತ್ತೂ ಇಲ್ಲ. ಬದಲಾಗಿ ನನ್ನನ್ನು ಆತ್ಮೀಯನಂತೆ ಕಂಡು ಆದರಿಸಿದ್ದರು. ನನ್ನ ಪಾಲಿಗೆ ಇದೆಲ್ಲ

ಚೆಲುವೆ ಯುವತಿಯೊಬ್ಬಳನ್ನು ಸಂಧಿಸಿದಾಗ ಆಗುವ ಅನುಭವದಂತಿತ್ತು, ಆಕೆಯ ಚೆಲುವು ನಮ್ಮನ್ನು ಆಕರ್ಷಿಸುತ್ತದೆ. ಆಕೆಯ ಪರಿಚಯಕ್ಕಾಗಿ, ಆಕೆಯೊಂದಿಗೆ ನಾಲ್ಕು ಮಾತುಗಳಿಗಾಗಿ ಹಾತೊರೆಯುತ್ತೇವೆ. ಒಳಗೇ ಅಳುಕು. ಎಲ್ಲಿ ನಮ್ಮನ್ನು ಹೀನಾಯವಾಗಿ ದೂರ ಸರಿಸಿ ಬಿಡುತ್ತಾಳೋ ಅಂತ. ಅದೇ ಕಾರಣ ಅವಳಲ್ಲಿ ದೋಷಗಳನ್ನು ಹುಡುಕಿ ತೆಗೆಯುತ್ತೇವೆ, ಅವಳನ್ನು ಮರೆಯಲು ಪ್ರಯತ್ನಿಸುತ್ತೇವೆ. ಆನಂತರ ಅವಳನ್ನು ಸಂಧಿಸಿದಾಗ ಅವಳ ಸದ್ಗುಣ ಗಳನ್ನು ಮನವರಿಕೆ ಮಾಡಿಕೊಂಡು ಅಯ್ಯೋ ಅಂದುಕೊಳ್ಳುತ್ತೇವೆ. ಅವಳ ಅನುಕಂಪ ನಮ್ಮನ್ನು ಪೂರಾ ಗೆದ್ದುಬಿಡುತ್ತದೆ.

ನನ್ನ ಹಿಂದೆಯೇ ಸ್ಫೋಟಗೊಂಡ ಬಾಂಬ್‌ಗಳನ್ನು ಕಂಡು ನನ್ನ ಮನಸ್ಸು ತಲ್ಲಣಿಸುತ್ತಿದೆ. ತೆಳುವಾದ ಮೀಸೆಯ ಯುವ ಸೈನಿಕನ ಮುಗುಳ್ನಗು ನೆನಪಿನಲ್ಲಿ ತೇಲುತ್ತದೆ. ಅವನು ಶಿರಸ್ತ್ರಾಣವನ್ನು ಧರಿಸಿದ್ದ, ಅಲ್ಲವೆ? ಅದೇನಾದರೂ ಉಪಯುಕ್ತವಾಗಿದ್ದಿರಬಹುದೇ? ಕಾಮ್ರೇಡ್ ಫಾಂಗ್? ಬಾಂಬ್‌ಗಳು ಅವನನ್ನು ನುಂಗದೆ ಬಿಟ್ಟಿರಬಹುದೇ?

ಐದು ದಿನಗಳ ತರುವಾಯ ನಾನು ಒಂದನೇ ನಂಬರಿನ ಸುರಂಗಕ್ಕೆ ಹಿಂತಿರುಗಿದೆ. ಸಭೆಗಳ ಮಧ್ಯೆ ಒಂದಷ್ಟು ಹೊಗೆಸೊಪ್ಪನ್ನು ಸಂಗ್ರಹಿಸಿದ್ದೆ. ಒಂದು ಬೆಂಕಿಪೊಟ್ಟಣ ತುಂಬುವಷ್ಟಿದ್ದೀತು. ಫಾಂಗ್‌ನ ತಂಗುದಾಣದತ್ತ ಹೆಜ್ಜೆ ಹಾಕುತ್ತ ನನ್ನ ಕಾಣಿಕೆಯನ್ನು ಹೇಗೆ ಸಲ್ಲಿಸಲೆಂದು ಚಿಂತಿಸಿದೆ. ಇದನ್ನು ಅವನು ಕೆಲಸಕ್ಕೆ ಕೊಟ್ಟ ಶುಲ್ಕ ಎಂದು ಭಾವಿಸಬಾರದಲ್ಲ!

ಬೆಟ್ಟಗಳ ತಪ್ಪಲಿನಲ್ಲೆಲ್ಲ ಬ್ಯಾನ್ ಹೂಗಳ ಬಿಳುಪೇ ಬಿಳುಪು. ಸುರಂಗ ಮಾರ್ಗದ ನಡುವೆ ಒಂದು ತೆರೆದ ಮೈದಾನ ಪ್ರದೇಶ ಎದುರಾಯಿತು. ಇಲ್ಲಿಂದ ಮುವಾಂಗ್‌ಥಾನ್ ಮೈದಾನ ಸ್ಪಷ್ಟವಾಗಿ ಗೋಚರಿಸಿತು. ಕೆಂಪು ಬಣ್ಣದ ಜೇಡಿಮಣ್ಣು. ನಡುನಡುವೆ ಬೇರೆ ವರ್ಣಗಳ ಪಟ್ಟೆ ಪಟ್ಟೆ. ಕ್ಯಾಂಪ್ ಹೂಡಲು ಹೇಳಿ ಮಾಡಿಸಿದಂಥ ಸೊಗಸಾದ ಸ್ಥಳ. ಆತ್ಮೀಯ ಬಂಧುವನ್ನು ಕಾಣಲು ಹೋಗುವಾಗ ಉಂಟಾಗುವ ಉತ್ಸಾಹ ನನ್ನ ಹೃದಯದಲ್ಲಿ ಪುಟಿಯುತ್ತಿತ್ತು, ಆದರೆ ಒಂದನೇ ನಂಬರಿನ ಸುರಂಗ ಖಾಲಿಯಾಗಿತ್ತು. ಘಟಕದವರು ತಮ್ಮ ತಂಗುದಾಣವನ್ನು ಬದಲಾಯಿಸಿದ್ದಾರೋ ಹೇಗೆ?

ಕಾಮ್ರೇಡ್ ಫಾಂಗ್‌ನ 'ಅಂಗಡಿ'ಯ ಎದುರು ನೇತುಹಾಕಲಾಗಿದ್ದ ಹಲಗೆಯೂ ಕಾಣಲಿಲ್ಲ. ನಾನು ವಾಪಸು ಹೊರಡುವ ಸನ್ನಾಹದಲ್ಲಿದ್ದಾಗ ಗೋಡೆಯ ಮೇಲಿದ್ದುದೇನೋ ನನ್ನ ಗಮನ ಸೆಳೆಯಿತು. ಬೊಂಬಿನ ಚೂರಿನಿಂದ ಒಂದು ಕಾಗದದ ಹಾಳೆಯನ್ನು ಮಣ್ಣುಗೋಡೆಗೆ ಚುಚ್ಚಲಾಗಿತ್ತು. ಅದರ ಮೇಲೆ ಬರೆದದ್ದು –

"ಗಡಿಯಾರಗಳ ಬಗ್ಗೆ ಪಕ್ಕದ ತಾಣದಲ್ಲಿ ವಿಚಾರಿಸಿ."

ನಾನು ಅಲ್ಲಿಗೆ ಹೋದೆ.

ಮಡಕೆ ಮತ್ತಿತರ ಪಾತ್ರೆಗಳ ರಾಶಿಯ ಪಕ್ಕದಲ್ಲಿ ಮರದ ಹಲಗೆಯೊಂದರ ಮೇಲೆ ಒಬ್ಬಾತ ಮಲಗಿದ್ದ. ನಾನು ಹತ್ತಿರ ಹೋದಾಗ ಕಣ್ಣು ಬಿಟ್ಟು ನೋಡಿದ. ನಿದ್ರೆಯಿಲ್ಲದೆ ಕೆಂಪಾದ ಕಣ್ಣುಗಳು.

"ನಾನು ಕಾಮ್ರೇಡ್ ಫಾಂಗ್ ಅವರನ್ನು ಕಾಣಬೇಕಿತ್ತಲ್ಲ?"

ಆತ ಎದ್ದು ಕುಳಿತು ಕೇಳಿದ:

"ಏನು, ಗಡಿಯಾರ ರಿಪೇರಿಗೆ ಕೊಟ್ಟಿದ್ರಾ?"

"ಹೌದು."

ಆತ ಒಂದು ಗಂಟನ್ನು ಹೊತ್ತು ತಂದು ಬಿಚ್ಚಿದ. ವಿವಿಧ ಮಾದರಿಗಳ ಹತ್ತಾರು ಗಡಿಯಾರಗಳು. "ನಿಮ್ಮ ನಂಬರ್ ಯಾವುದು?"

"ಆರು."

"ಆಗಿದೆ."

ನಾನು ನನ್ನ ಕೈಗಡಿಯಾರವನ್ನು ಹೂವಿನಂತೆ ಕೈಗೆತ್ತಿಕೊಂಡೆ. ಅನುಮಾನದಿಂದಲೇ ಕಿವಿಯ ಬಳಿಯಲ್ಲಿಟ್ಟುಕೊಂಡೆ. ಢವಢವಗುಟ್ಟುವ ನನ್ನ ಎದೆಯ ಮಿಡಿತಕ್ಕೆ ಸ್ಪಂದಿಸುತ್ತ ಗಡಿಯಾರ ಟಿಕ್‌ಟಿಕಿಸುತ್ತಿತ್ತು. "ಅಬ್ಬಾ!" ಎಂದು ಉದ್ಗರಿಸಿದೆ. "ಆದರೆ ಕಾಮ್ರೇಡ್ ಫಾಂಗ್ ಎಲ್ಲಿದ್ದಾರೆ?"

"ಏನೋ ವಿಶೇಷ ಕೆಲಸದ ಮೇಲೆ ಹೋಗಿದ್ದಾನೆ."

"ಯಾವಾಗ?"

"ಮೊನ್ನೆ."

"ಯಾವಾಗ ಬರ್‍ತಾರೆ? ನಾನು ಅವರನ್ನ ನೋಡಲೇಬೇಕು. ಒಂದು ನಿಮಿಷವಾದರೂ ಸರಿಯೆ."

"ಆಗೋಲ್ರಿ, ಅವನು ತುಂಬಾ ದೂರ ಹೊರಟುಹೋಗಿದಾನೆ."

ನನಗೆ ಸ್ವಲ್ಪ ಕಿರಿಕಿರಿಯಾಯಿತು. ಇವನೆಲ್ಲೋ ಮನುಷ್ಯರನ್ನು ಮುಟ್ಟದ ಗುಬ್ಬಿ ಎಂದುಕೊಂಡೆ. ಹತ್ತು ಮಾತಾಡಿದರೆ ಒಂದು ಮಾತಾಡುತ್ತಾನೆ. ಈ ಹಿಂದೆ ಇಲ್ಲಿ ನನ್ನನ್ನು ಸಂಧಿಸಿದ ವ್ಯಕ್ತಿಗಳಿಗೂ ಈತನಿಗೂ ಎಷ್ಟೊಂದು ವ್ಯತ್ಯಾಸ! ಕಾಮ್ರೇಡ್ ಫಾಂಗ್ ಎಲ್ಲಿಗೆ ಹೋಗಿದ್ದಾನೆ ಎಂದು ಪ್ರಶ್ನಿಸಲು ನಾಲಗೆ ತವಕಿಸಿತು. ಆದರೆ ಧೈರ್ಯವಾಗಲಿಲ್ಲ.

ನನ್ನ ಕಾಣಿಕೆಯನ್ನು ಜೇಬಿನಿಂದ ಹೊರತೆಗೆದೆ. "ನೋಡಿ, ಇದರಲ್ಲಿ ಒಂದಿಷ್ಟು ಹೊಗೆಸೊಪ್ಪಿದೆ. ಇದನ್ನು ಕಾಮ್ರೇಡ್ ಫಾಂಗ್‌ಗೆ ತಲಪಿಸಿ ಬಿಡ್ತೀರಾ?"

ಸೈನಿಕ ಪೆಟ್ಟಿಗೆಯ ಕಡೆ ದೃಷ್ಟಿ ಹಾಯಿಸಿದ, ನನ್ನ ಮುಖವನ್ನೂ ನೋಡದೆ ಅಂದ!

"ಅದನ್ನು ನೀವೇ ಇಟ್ಟುಕೊಳ್ಳಿ. ಅವನಿಗೆ ತಲಪಿಸೋ ಮಾರ್ಗ ಇಲ್ಲ."

ಈ ಸೈನಿಕನ ಆಯಾಸದ ದನಿ ಮುಂದಿನ ಸಂಭಾಷಣೆಗೆ ಕಡಿವಾಣ ಹಾಕಿತು. ರಾತ್ರಿಯೆಲ್ಲಾ ದುಡಿದಿರಬೇಕು, ನಿದ್ದೆಯಿಲ್ಲ. ವಂದನೆ ಹೇಳಿ ಹೊರಬಂದೆ.

ಆದರೆ ನನ್ನ ಮಿತ್ರನನ್ನು ಕಾಣದೆ ಹೊರಡಲು ನನ್ನ ಮನಸ್ಸು ಒಪ್ಪಲಿಲ್ಲ. ಮತ್ತೆ ಕೋಣೆಯೊಳಕ್ಕೆ ಬಂದೆ, ಸೈನಿಕ ನಿದ್ದೆ ಹೋಗಿದ್ದರೆ ಏನಪ್ಪ ಮಾಡುವುದು ಎಂದುಕೊಳ್ಳುತ್ತ. ಆದರೆ ಆತ ಎಚ್ಚರವಾಗಿದ್ದ. ಅಂಗಾತ ಮಲಗಿ ಹಣೆಯ ಮೇಲೆ ಅಂಗೈಯನ್ನಿಟ್ಟುಕೊಂಡು ಮಲಗಿದ್ದ. ಕೆಂಪನೇ ಕಣ್ಣುಗಳು ಪೂರ್ಣ ತೆರೆದಿದ್ದವು.

"ನಾನು ಕಾಮ್ರೇಡ್ ಕ್ಯಾನ್ ಅವರನ್ನು ಕಾಣಬಹುದಾ?"

"ಯಾವ ಕ್ಯಾನ್? ಕಂಪನಿಯ ಕಮಾಂಡರೋ ಅಥವಾ ಫಿರಂಗಿ ದಳದವನೋ?

ನನಗೆ ತಬ್ಬಿಬ್ಬಾಯಿತು. "ಇನ್ನೂ ಎಳೇ ವಯಸ್ಸಿನವನು, ತೆಳ್ಳಗೆ ಮೀಸೆ ಬಿಟ್ಟಿದಾನೆ."

"ಅವರೇ ಕಮಾಂಡರ್. ನೀವು ಲೈನಿನ ಕಡೆ ಹೋಗ್ತಿದೀರಾ?"

"ಹೂಂ."

"ಇಲ್ಲಿಂದ ಸುಮಾರು ಎರಡು ಕಿಲೋಮೀಟರ್ ಇರಬಹುದು – ಒಂದು ದೊಡ್ಡ ಮರ ಉರುಳಿಕೊಂಡು ಬಿದ್ದಿದೆ. ಅದರ ಬಲಗಡೆಗೆ ಬಯಲಿನಲ್ಲಿ ಬಂದೂಕುಗಳು ಕಾಣಿಸುತ್ತವೆ. ಅಲ್ಲೇ ಕಮಾಂಡರ್ ಕ್ಯಾನ್ ಇರೋದು."

ಓ, ಹಾಗಾದರೆ ಅವತ್ತು ನಾನು ಸಂಧಿಸಿದ ಯುವ ಸೈನಿಕ, ಕಂಪೆನಿಯ ಕಮಾಂಡರ್!

ನಾನು ಯೋಚಿಸುತ್ತಲೇ ಹೆಜ್ಜೆ ಹಾಕಿದೆ. ನಾನು ಹಿಂದೆ ನೋಡಿದ ದೃಶ್ಯವೇ: ಅಲ್ಲೋಲ ಕಲ್ಲೋಲವಾದ ಭೂಮಿ. ಆದರೆ ಈ ಹಿಂದೆ ಕಂಡಿದ್ದ ಬಂದೂಕುಗಳು ಅಲ್ಲಿರಲಿಲ್ಲ. ಬೋಗುಣಿಯಾಕಾರದ ಬಾಂಬ್ ಕ್ರೇಟರುಗಳು ಕಂಡವು. ಇವುಗಳನ್ನು ಸುತ್ತುವರಿಯುತ್ತ ಸಾಗಿದ ಹಳ್ಳಗಳು. ಈ ಹಳ್ಳಗಳು ನೇರವಾಗಿ ತಲಪುವುದು ಫ್ರೆಂಚ್ ಕ್ಯಾಂಪನ್ನು. ನಾವು ಹೆಣೆದಿರುವ ಚಕ್ರವ್ಯೂಹ ದಿನದಿಂದ ದಿನಕ್ಕೆ ಹೆಚ್ಚು ಬಿಗಿಯಾಗುತ್ತಿದೆ. ಫಿರಂಗಿ ದಳದವರು ನಮ್ಮ ಸನಿಹಕ್ಕೆ ವೈರಿಯ ಸುತ್ತ ಸರಿದಿದ್ದಾರೆ.

ನಾನು ಮುಖ್ಯ ಕಂದಕಕ್ಕೆ ಧುಮುಕಿದೆ. ತನ್ನಿಂದ ಹೆಚ್ಚೇನೂ ದೂರವಿಲ್ಲದ ಒಂದು ಅಂಕುಡೊಂಕಾದ ಹಳ್ಳದಲ್ಲಿ ಯಾರೋ ಒಬ್ಬ ವ್ಯಕ್ತಿ ಇದ್ದುದು ಗೋಚರಿಸಿತು.

ಆತ ಕ್ಯಾನ್, ಕಂಪೆನಿಯ ಕಮಾಂಡರ್, ಅವನೂ ನನ್ನನ್ನು ಗಮನಿಸಿ ಮುಗುಳ್ನಕ್ಕ. ಮುಗ್ಧ ನಗು. ಆ ತೆಳ್ಳನೆಯ ಮೀಸೆ ಇಲ್ಲದೆ ಹೋಗಿದ್ದರೆ ಅವನೊಬ್ಬ ಹಸುಳೆಯಂತೆ ಕಾಣುತ್ತಿದ್ದ.

"ನೀವು ಇಲ್ಲಿ ಸಿಗ್ತೀರೀಂತ ಯಾರೋ ಹೇಳಿದರು." ಎಂದು ಜೇಬಿನಿಂದ ಹೊಗೆಸೊಪ್ಪಿನ ಪೆಟ್ಟಿಗೆಯನ್ನು ಹೊರತೆಗೆದೆ. "ಇಲ್ನೋಡಿ, ಒಂದು ಚೂರು ಹೊಗೆಸೊಪ್ಪು ತಂದಿದ್ದೇನೆ. ಎಷ್ಟೋ ದಿವಸದಿಂದ ಒಂದೂ 'ದಂ' ಎಳೀದೇ ಇರೋರಿಗೆ ತಲಪಿಸಿಬಿಡಿ."

ಕ್ಯಾನ್‌ಗೆ ನಿಜಕ್ಕೂ ಸಂತೋಷವಾಯಿತು. "ಭಲೆ! ಹೊಗೆಸೊಪ್ಪು ಸೇದೋರಿಗೆಲ್ಲ ಸಮವಾಗಿ ಪಾಲು ಹಂಚಿಕೊಡ್ತೀನಿ."

"ಕಾಮ್ರೇಡ್ ಫಾಂಗ್‌ನಂಥ ಭಾರೀ ಹೊಗೆಸೊಪ್ಪಿನ ಖಯಾಲಿ ಇರೋರು ಯಾರಾದರೂ ಇದ್ದರೆ ಅಷ್ಟನ್ನೂ ಕೊಟ್ಟುಬಿಡಿ."

ಯುವಕನ ಹುರುಪು ಮಾಯವಾಯಿತು.

"ನಿಮ್ಮ ಗಡಿಯಾರ ವಾಪಸು ಸಿಕ್ಕಿತಾ? ನಮ್ಮ ಗಡಿಯಾರ ರಿಪೇರಿ ಅಂಗಡಿ ಹೋಯ್ತು ಕಣ್ರೀ."

"ಫಾಂಗ್ ಎಲ್ಲಿಗೆ ಹೊರಟು ಹೋದರು?" ನಾನು ಕೇಳಿದೆ. ಎಲ್ಲೋ ಅಪಸ್ವರ ಮಿಡಿಯುತ್ತಿದೆ ಎಂದು ನನ್ನ ಮನಸ್ಸು ನುಡಿಯಿತು.

ಕ್ಯಾನ್ ಆಶ್ಚರ್ಯದಿಂದ ನನ್ನ ಕಡೆ ನೋಡಿದ.

"ಅರೆ, ಅಲ್ಲಿ ಯಾರೂ ಹೇಳಲಿಲ್ವ? ಫಾಂಗ್ ಹೋಗಿಬಿಟ್ಟ."

ನಾವು ಒಂದು ಕ್ಷಣ ಸ್ತಬ್ಧರಾಗಿ ನಿಂತೆವು. ಫಾಂಗ್ ಇನ್ನಿಲ್ಲ. ನಮ್ಮ ಈ ದುರ್ಭರ ಜೀವನದಲ್ಲಿ ಫಾಂಗ್‌ನಂಥ ಮನುಷ್ಯರ ಇರವು ಬದುಕನ್ನು ಎಷ್ಟೋ ಹಗುರಗೊಳಿಸುತ್ತದೆ. ಬಿದಿರಿನ ಪುಡಿಯನ್ನೇ ಹೊಗೆಸೊಪ್ಪು ಎಂದು ಪೈಪ್‌ನಲ್ಲಿಟ್ಟು ಸೇದುವ, ಯಾವಾಗಲೂ ಇನ್ನೊಬ್ಬರ ಸೇವೆ ಮಾಡುವಂಥ ಮನುಷ್ಯರು. ನನಗೆ ಈಗ ಅರ್ಥವಾಯಿತು – ಕೆಂಗಣ್ಣಿನ ಆ ಕಾಮ್ರೇಡ್ ನನ್ನನ್ನು ಹಾಗೇಕೆ ಸ್ವಾಗತಿಸಿದ ಎಂದು. ಅವನ ವರ್ತನೆ ಎಲ್ಲವೂ ಸ್ಪಷ್ಟವಾಯಿತು.

ಅವಘಡವು ಹೇಗೆ ಜರುಗಿತೆಂಬುದನ್ನು ಕ್ಯಾನ್ ವಿವರಿಸಿದ.

ಎರಡು ದಿನಗಳ ಹಿಂದೆ ಅವನ ಘಟಕಕ್ಕೆ ಆಜ್ಞೆ ಬಂದಿತ್ತು. ಮುಂದಕ್ಕೆ ಕದಲಬೇಕು ಎಂದು. ಪೂರ್ವಸಿದ್ಧತೆಗಳನ್ನು ಮಾಡಲು ಕಂಪನಿಯ ಡೆಪ್ಯುಟಿ ಕಮಾಂಡರ್ ಕ್ಯಾನ್ ಮತ್ತು ಅವನ ರಾಜಕೀಯ ಸಲಹೆಗಾರ ಇಬ್ಬರೂ ಘಟಕದ ವರ್ಗಾವಣೆಯನ್ನು ನಿರ್ದೇಶಿಸಲು ಸಿದ್ಧರಾದರು.

ನೆಲಬಾಂಬ್‌ಗಳನ್ನು ಪತ್ತೆ ಹಚ್ಚುವ ದಳದವರು ರಸ್ತೆಯನ್ನು ಸುಗಮಗೊಳಿಸಿದರು. ಫಿರಂಗಿ ತೋಪುಗಳನ್ನು ಹೊರಕ್ಕೆಳೆದು ಸಾಗಿಸಲಾಯಿತು. ಅದೇನೂ ಕಷ್ಟವಾಗಲಿಲ್ಲ. ಎಲ್ಲವೂ ಅಂದುಕೊಂಡಂತೆ ನಡೆದಿದ್ದರೆ ಘಟಕವನ್ನು ಕಾಲು ಗಂಟೆಯೊಳಗೆ ಹೊಸ ಸ್ಥಾನಕ್ಕೆ ವರ್ಗಾಯಿಸಬಹುದಿತ್ತು. ಆದರೆ ಅರ್ಧದಾರಿ ಹೋಗುವಷ್ಟರಲ್ಲಿ ಮೈದಾನಕ್ಕೆ ತೆರೆ ಎಳೆದಿದ್ದ ಇಬ್ಬನಿಯ ಪೊರೆ ಮೇಲೆದ್ದು ಕದಲತೊಡಗಿತು. ಟ್ರಕ್‌ಗಳನ್ನು ಆದಷ್ಟೂ ವೇಗವಾಗಿ ಚಲಾಯಿಸಲು ಆಜ್ಞೆಯಾಯಿತು. ಇಲ್ಲ ತೀರಾ ತಡವಾಯಿತು. ವೈರಿ ರಣಹದ್ದುಗಳ ಕಣ್ಣಿಗೆ ಈ ದೃಶ್ಯ ಕುಕ್ಕಿತು. ಮುವಾಂಗ್ ಥಾನ್‌ನಲ್ಲಿದ್ದ ಫಿರಂಗಿದಳ ಕೂಡಲೇ ಕ್ರಮ ಕೈಗೊಂಡಿತು. ಆಸ್ಫೋಟನೆಗಳ ಹೊಗೆ ಟ್ರಕ್ಕುಗಳ ಸಾಲನ್ನು ದಟ್ಟವಾಗಿ ಆವರಿಸಿಕೊಂಡಿತು. ಆದರೂ ಎಲ್ಲಕ್ಕಿಂತಲೂ ಮುಂದಿದ್ದ ಟ್ರಕ್ಕಿಗೆ ತೀವ್ರವಾದ ಜಖಂ ಆಯಿತು. ಮುಂದೆ ಸಾಗಲಾರದೆ ಅದು ದಾರಿಗೆ ಅಡ್ಡವಾಗಿ ನಿಂತು ಬಿಟ್ಟಿತು.

ಕೊನೆಯ ಟ್ರಕ್ಕನ್ನು ನಡೆಸುತ್ತಿದ್ದವನು ಫಾಂಗ್. ಅವನ ಮುಂದಿನದು ಕ್ಯಾನ್‌ನ ವಾಹನ. ತನ್ನ ಮುಂದಿದ್ದ ಟ್ರಕ್ ನಿಂತುಬಿಟ್ಟಿದ್ದನ್ನು ಕಂಡಾಗ ಕಾಮ್ರೇಡ್ ಫಾಂಗ್ ಕಿಟಕಿಯಿಂದ ತಲೆಯನ್ನು ಹೊರಹಾಕಿ ಕೂಗಿದ. "ಎಡಕ್ಕೆ ತಿರುಗಿಸಿಕೋ, ಅಣೆಕಟ್ಟೆಯ ಮೇಲೆ ನಡೆಸು !"

ಆದರೆ ಕ್ಯಾನ್‌ನ ವಾಹನದ ಒಂದು ಚಕ್ರ ವೈರಿ ವಿಮಾನಗಳ ಷೆಲ್ ದಾಳಿಗೆ ಬಲಿಯಾಗಿತ್ತು. ಫಾಂಗ್ ಪ್ರಶ್ನಿಸಿದ: "ನಾವು ದಾಟಿಕೊಂಡು ಮುಂದೆ ಹೋಗೋದಾ, ಹೇಗೆ ?"

ಕ್ಯಾನ್ ತಲೆಯಾಡಿಸಿ ಹೌದೆಂದು ಸೂಚಿಸಿದ. ಫಾಂಗ್ ಎಡಕ್ಕೆ ತಿರುಗಿ ಅಣೆಕಟ್ಟನ್ನು ಏರಿದ. ನಜ್ಜುಗುಜ್ಜಾದ ಟ್ರಕ್‌ಗಳನ್ನು ದಾಟಿಕೊಂಡು ಮುಂದೆ ಸಾಗಿದ. ಮತ್ತೆ ಸ್ಯಾಪರ್‌ಗಳಿಂದ ಶುಚಿಗೊಳಿಸಲ್ಪಟ್ಟ ರಸ್ತೆ ಎದುರಾಯಿತು. ಶೆಲ್ ದಾಳಿಯನ್ನು ತಪ್ಪಿಸಿಕೊಂಡು ಹೊಸ ಸ್ಥಾನವನ್ನು ತಲಪಿದ ಕಮಾಂಡರ್‌ನನ್ನು ಕಂಡು ಅನುಮತಿ ಯಾಚಿಸಿದ. ತಾನು ಮರಳಿ ಮುರಿದುಬಿದ್ದ ಟ್ರಕ್‌ಗಳಿಗೆ ಹೋಗಿ ಅಲ್ಲಿದ್ದ ಬಂದೂಕುಗಳನ್ನು ತರುತ್ತೇನೆ ಎಂದ.

ಹಾಗೆ ಹೋದ ಫಾಂಗ್ ಎರಡು ಸಲ ಬಂದೂಕುಗಳನ್ನು ಸಾಗಿಸಿಕೊಂಡು ಬಂದ. ಆದರೆ ಮೂರನೆಯ ಪ್ರಯಾಣದಲ್ಲಿ ಶೆಲ್ ದಾಳಿಯಿಂದ ಪಾರಾಗಿ ಬರಲು ಸಾಧ್ಯವಾಗಲಿಲ್ಲ. ಸಿಡಿಗುಂಡಿನ ಚೂರೊಂದು ತಲೆಗೆ ಬಡಿಯಿತು. ಕೂಡಲೇ ಪ್ರಾಣ ಹೋಯಿತು. ಕಾಮ್ರೇಡ್ ಫಾಂಗ್ ಹುತಾತ್ಮರ ಸಾಲಿಗೆ ಸೇರಿಹೋದ.

ಕ್ಯಾನ್‌ನ ಮುಖ ಖಿನ್ನವಾಯಿತು. ಒಂದು ನಿಮಿಷ ತಡೆದು, ಆನಂತರ ನುಡಿದ. "ಆವತ್ತಿನ ಶೆಲ್ ದಾಳಿ ತುಂಬಾ ಭಯಂಕರವಾಗಿತ್ತು. ಹಳ್ಳದಲ್ಲಿ ಅನಾಮತ್ತಾಗಿ ಮಲಗಿಕೊಂಡಿದ್ದೆ ನಾನು. ಫಾಂಗ್‌ಗೆ ಕೂಗಿ ಹೇಳಿದೆ, ನಾನೂ ಬರ್ತೀನಿ ತಾಳು. ಸದ್ಯಕ್ಕೆ ಇಲ್ಲಿ ಬಾ. ಈಗ ಹೋಗೋದು ಅಪಾಯ – ಅಂತ. ಆದರೆ ಅವನು ಕೇಳಬೇಕಲ್ಲ? ಇಲ್ಲ ಕ್ಯಾನ್, ನಾನು ಹೋಗ್ತೀನಿ, ಇಲ್ಲದಿದ್ದರೆ ನಮ್ಮ ಬಂದೂಕಗಳನ್ನು ನಾಶ ಮಾಡಿಬಿಡ್ತಾರೆ. ಅಂದವನೇ ಹೊರಟುಬಿಟ್ಟ ಅವನು ಹೇಳಿದ್ದರಲ್ಲಿ ತಪ್ಪೇನೂ ಇರಲಿಲ್ಲ. ನಮ್ಮಲ್ಲಿದ್ದ ಒಂದೊಂದು ಬಂದೂಕೂ ನಮಗೆ ಅತ್ಯಮೂಲ್ಯವಾಗಿತ್ತು. ಆದರೂ... ಅವನು ನನ್ನ ಮಾತು ಕೇಳಿದ್ದಿದ್ದರೆ... ಈಗ ಇಡೀ ಘಟಕವೇ ಅವನು ಹೋದನಲ್ಲ ಅಂತ ಅಳುತ್ತೆ. ಎಷ್ಟು ಜನ, ಎಷ್ಟು ಜನ ಸತ್ತವರು!... ಆದರೆ ನಾವು ನಮ್ಮ ದುಃಖವನ್ನು ಅದುಮಿಟ್ಟುಕೊಳ್ಳಬೇಕು, ಅದರಲ್ಲೂ ನಾವು – ಕಾರ್ಯಕರ್ತರು.

ಕ್ಯಾನ್ ವಿಷಯ ಬದಲಿಸಿದ. "ನಮ್ಮ ಹೊಸ ಸ್ಥಳದಲ್ಲಿ ನಾವು 'ಡಿಯೆನ್ ಬಿಯೆನ್ ಫೂ; ಟನೆಲ್ ನಂಬರ್ ಎರಡ'ರಲ್ಲಿ ತಂಗುತ್ತೇವೆ. ನಾನು ಅಡಿಗೆಯವರಿಗಾಗಿ ಹುಡುಕಾಡ್ತಿದೀನಿ.

ಒಂದು ಹೊಸ ವಿಧಾನವನ್ನು ಕಂಡು ಹಿಡಿದಿದ್ದೇವೆ, ಬಂಕರ್ ವಿಧಾನ ಅಂತ, ಅಡಿಗೆ ಮಾಡೋಕ್ಕೆ – ತುಂಬಾ ಭದ್ರ, ಒಂದಿಷ್ಟೂ ಅಪಾಯವಿರೋಲ್ಲ. ಶತ್ರುಗಳು ಇಷ್ಟ ಬಂದಷ್ಟು ಬಾಂಬ್ ಎಸೆಯಲಿ, ನಮ್ಮ ಅಡಿಗೆಯವರ ಕೂದಲು ಕೂಡ ಕೊಂಕೋದಿಲ್ಲ"

ಅವನ ಮಾತು ಇನ್ನೂ ಮುಗಿದಿರಲಿಲ್ಲ.

"ಆಮೇಲೆ ನಿಮಗೆ ಮುಂದಿನ ಸಲ ಕ್ಷೌರವಾಗಬೇಕಾದಾಗ ಇಲ್ಲಿಗೆ ಬನ್ನಿ. ನಾವು ಒಂದು ಕ್ಷೌರದಂಗಡಿ ಶುರು ಮಾಡೋಣಾಂತಿದೀವಿ. ಬಿಳಿ ಹೊದಿಕೆ ಹೊದ್ದುಕೊಂಡಿರೋರು ನಿಮಗೆ ಸಿಕ್ಕಿದರೆ ಕ್ಷೌರದವರು ಅಂತ ಲೆಕ್ಕ. ಅಷ್ಟೇ ಅಲ್ಲ ಕ್ಷೌರ ಮಾಡಿಸಿಕೊಂಡವರಿಗೆ ನಾಲ್ಕೈದು ತೊಟ್ಟುಗಳಷ್ಟು ಯೂ–ಡಿ–ಕೋಲೋನಿನ ಸುಗಂಧವನ್ನೂ ಹಚ್ಚಿ ಕಳಿಸುತ್ತೇವೆ. ಈಗ, ನೀವು ಬರೋದಕ್ಕೆ ಮುಂಚೆ ಒಂದು ಪೆಟ್ಟಿಗೆ ಸಿಕ್ಕಿತು ಪ್ಯಾರಾಚೂಟ್‌ನೊಂದಿಗೆ ಎಸೆದದ್ದು. ಅದರೊಳಗೆ ಏನಿತ್ತು ಅಂತೀರಿ! ನಾಲ್ಕೈದು ಸೀಸೆಗಳು. ಎಲ್ಲದರಲ್ಲೂ ಬೆಲೆಬಾಳುವ ಸುಗಂಧ ದ್ರವ್ಯ! ಹಾಂ, ನಮ್ಮ ಅಂಗಡಿಯಲ್ಲಿ ನೀವು ಕ್ಷೌರಕ್ಕೆ ಕಾಸು ಕೊಡಬೇಕಿಲ್ಲ, ತಲೆ ಕೊಟ್ಟರೆ ಸಾಕು!"

ಒಂದು ನಿಮಿಷ ಮೌನವಾದನಂತರ ಕ್ಯಾನ್ ಏನನ್ನೋ ಜ್ಞಾಪಿಸಿಕೊಂಡು ಪುನಃ ನುಡಿದ. "ಆವತ್ತು ಫಾಂಗ್ ಹೇಳ್ತಿದ್ದ. ನಿಮ್ಮ ಗಡಿಯಾರಕ್ಕೆ ಹಾಕಿರೋ ಹೊಸ ಸ್ಪ್ರಿಂಗ್ ಇದೆಯಲ್ಲ. ಅದು ಸ್ವಲ್ಪ ಚಿಕ್ಕದಂತೆ. ಆದರೆ ಚಿಂತೆ ಏನಿಲ್ಲ. ನೀವು ಒಂದು ಸಲ ಗಡಿಯಾರ ತಿರುಗಿಸಿದರೆ ಇಪ್ಪತ್ತು ಗಂಟೆ ಕಾಲ ನಡೆಯುತ್ತೆ. ವಿಷಯ ಏನಪ್ಪ ಅಂದರೆ ನೀವು ಸ್ವಲ್ಪ ಕರುಣೆ, ಕನಿಕರ ಕಲಿತುಕೋಬೇಕು; ಗಡಿಯಾರದ ಕಿವಿ ಹಿಂಡುವಾಗ ನಿಮ್ಮ ಶತ್ರುಗಳನ್ನು ಜ್ಞಾಪಿಸಿಕೊಳ್ಳ ಬಾರದು! ಏನಂತೀರಿ?!"

ವಿಶ್ವಕಥಾಕೋಶ

ಸಂಪುಟ -೩

ಕಾಡಿನಲ್ಲಿ ಬೆಳದಿಂಗಳು

ಲೇಖಕರ ಪರಿಚಯ

ಕಾಡಿನಲ್ಲಿ ಬೆಳದಿಂಗಳು

ನ್ಗೈನ್ ಮಿನ್ಹ್ ಚಾವ್ (1930-1989)

ವಿಯೆಟ್ನಾಮ್‌ನ ಅತ್ಯಂತ ಜನಪ್ರಿಯ ಗದ್ಯ ಬರಹಗಾರ. 1950ರ ದಶಕದಲ್ಲಿ ಸಾಹಿತ್ಯಲೋಕಕ್ಕೆ ಪದಾರ್ಪಣೆ. ಅಮೆರಿಕ ವಿರುದ್ಧ ಸಮರದಲ್ಲಿ ಪಾತ್ರ. 'ನದೀ ಮುಖಜ ಭೂಮಿ' (1967), 'ಬೇರೆ ಬೇರೆ ಬಾಂದಳಗಳು' (1970), ಕಥಾ ಸಂಗ್ರಹಗಳು. ಹಾಗೂ 'ಸೈನಿಕನ ಹೆಜ್ಜೆ ಗುರುತು' (1972), 'ಮನೆ ಮನೆಯಲ್ಲಿ ಬೆಳಕು' (1977), 'ಸುಟ್ಟುಹೋದ ನೆಲ' (1977) ಇವು ಮೂರು ಸಮರ ಕಾದಂಬರಿಗಳು. ❍

ದೂರದ ತಾರೆಗಳು

ಲೀ ಮಿಂಗ್ ಖ್ಯುಯೆ

ವಿಯೆಟ್ನಾಮ್‌ನಲ್ಲಿ 1949ರಲ್ಲಿ ಜನನ. ತನ್ನ ಹದಿನೈದನೇ ವಯಸ್ಸಿಗೆ ಪೀಪಲ್ಸ್ ಆರ್ಮಿ ಆಫ್ ವಿಯೆಟ್ನಾಮ್‌ನ ಸದಸ್ಯೆಯಾಗಿದ್ದರು. ಸಣ್ಣ ಕಥೆಗಾರ್ತಿ ಹಾಗೂ ಕಾದಂಬರಿಕಾರ್ತಿ. ಈಕೆಗೆ 1987ರಲ್ಲಿ ಬರಹಗಾರರ ಒಕ್ಕೂಟದ ರಾಷ್ಟ್ರೀಯ ಪ್ರಶಸ್ತಿ ಬಂದಿತ್ತು. ದ ಸ್ಟಾರ್ಸ್, ದ ಅರ್ತ್, ದ ರಿವರ್ ಇವು ಖ್ಯುಯೆ ಬರೆದ ಇಂಗ್ಲಿಷ್ ಪುಸ್ತಕ. ❍

ತಾಯಿಯ ಕರುಳು

ವು ಲೆ ಮಾಯ್ (1876-1919)

ಮಾಹಿತಿ ಲಭ್ಯವಿಲ್ಲ. ❍

ಕಿಡಿಗಳು

ಕ್ಸು ಅನ್ ಕಂಗ್.

1933ರಲ್ಲಿ ಜನನ. ಇವರ ಎಲ್ಲ ಕೃತಿಗಳೂ ಶ್ರಮಜೀವಿಗಳ ಬಗ್ಗೆ. 'ಆ ಎತ್ತರ' (1962), 'ಸೌಂದರ್ಯ ವೈವಿಧ್ಯ' (1971), 'ರೆಕ್ಕೆಗಳು' (1967),

'ಬೀಡು ಕಬ್ಬಿಣದ ಪ್ರವಾಹ' (1960), 'ಬೆಂಕಿಯ ಕೆಳಗಡೆ' (1973) ಇವು ಮುಖ್ಯ ಕೃತಿಗಳು. ❍

ಸವೆಯದ ದಾರಿಯಲ್ಲಿ

ಕ್ಸು ಅನ್ ಟ್ರಿಂಗ್. (1876-1919)

ಮಾಹಿತಿ ಲಭ್ಯವಿಲ್ಲ. ❍

ಅಡಿಕೆ ಮರಗಳ ಸುವಾಸನೆ

ಚು ವ ನ್

1923ರಲ್ಲಿ ಜನನ ಸುಪ್ರಸಿದ್ಧ ಗದ್ಯ ಬರಹಗಾರ. ಮುಖ್ಯವಾಗಿ ಬೆಸ್ತರು ಮತ್ತು ಬಂದರು ಕೆಲಸಗಾರರ ಬಗ್ಗೆ ಬರವಣಿಗೆ. 'ನಿನ್ಹ್ ನದಿಯ ಮೀನುಗಾರ್ತಿ' (1960), 'ನದಿಯ ಮೇಲಣ ಹಾಡುಗಳು' (1963), 'ಕರಿಮರದ ಹೂಗಳು' ಇವು ಕಥಾ ಸಂಗ್ರಹಗಳು. 'ಚಂಡಮಾರುತ' (1975), 'ಲವಣ ಭೂಮಿಗಳು' (1975) ಇವು ಕಾದಂಬರಿಗಳು.

❍

ಕ್ರೀಡಾ ಪ್ರೇಮ

ನ್ಗ್ವೆನ್ ಕಂಗ್ ಹ್ಆನ್ (1903-1977)

ವಾಸ್ತವವಾದಿ ಶೈಲಿಯ ಪ್ರಥಮ ವಿಯೆಟ್ನಾಮೀ ಬರಹಗಾರರಲ್ಲೊಬ್ಬ. 15 ಕಾದಂಬರಿಗಳನ್ನು ಬರೆದರಾದರೂ ವಿಡಂಬನಾತ್ಮಕ ಸಣ್ಣಕಥೆಗಳಿಂದಾಗಿ ಹೆಚ್ಚಿನ ಹೆಸರು. 'ನಟ ಟೈಬೆನ್' ಎಂಬ ಹೆಸರಿನಲ್ಲಿ 1935ರಲ್ಲಿ ಪ್ರಕಟವಾದ ಕಥಾಸಂಗ್ರಹ ಸಾಹಿತ್ಯದ ಸಾಮಾಜಿಕ ಅಂಶಗಳ ಬಗ್ಗೆ ಚರ್ಚೆಗೆ ನಾಂದಿ. ರಾಷ್ಟ್ರೀಯ ವಿಮೋಚನಾ ಚಳವಳಿಯಲ್ಲಿ ಪ್ರಮುಖ ಪಾತ್ರ. 'ಕುರುಡು ಕೊನೆಯ ಬೀದಿಯಲ್ಲಿ' ಕಾದಂಬರಿಯ ಪ್ರಕಟಣೆಯ ನಂತರ ಚಾಕೊ ದ್ವೀಪಕ್ಕೆ ಗಡೀಪಾರು. ಕಾದಂಬರಿ ಬಹಿಷ್ಕೃತ. 1945ರ ಆಗಸ್ಟ್ ಕ್ರಾಂತಿಯ ನಂತರ ವಿಯೆಟ್ನಾಮಿನ ಬರಹಗಾರರು ಮತ್ತು ಕಲಾವಿದರ ಸಂಘದ ಕ್ರಿಯಾಶೀಲ ಸದಸ್ಯ. 'ಅರೆ ಬೆಳಕು–ಅರೆಗತ್ತಲು' (1956), 'ಬಿತ್ತುವೆವು, ಕೊಯ್ಯುವೆವು' (1961), 'ಕಸದ ತಿಪ್ಪೆ' (1963). ಇವು ಕ್ರಾಂತಿಯ ನಂತರದ ಕಾದಂಬರಿಗಳು. 'ಸಾಹಿತ್ಯರಂಗದಲ್ಲಿ ನನ್ನ ಬದುಕು' ಎಂಬುದು ಇವರ ಆತ್ಮಕಥೆ.

❍

ಮಗ

ಆನ್ಹ್ ಡುಕ್

1935ರಲ್ಲಿ ಜನನ. ಆನ್ಹ್ ಡುಕ್ ಎಂಬುದು ಕಾವ್ಯನಾಮ. ನಿಜವಾದ ಹೆಸರು ಬುಯಿ ಡುಕ್ ಅಯ್. ದಕ್ಷಿಣ ವಿಯೆಟ್ನಾಮಿನ ಜನಪ್ರಿಯ ಗದ್ಯ ಬರಹಗಾರ. ಪತ್ರಕರ್ತನಾಗಿ ಜೀವನ ಆರಂಭ. ವಸಾಹತುಶಾಹಿ ವಿರೋಧಿ ಚಳವಳಿಯಲ್ಲಿ ಪ್ರಮುಖ ಪಾತ್ರ. ಅಮೆರಿಕದ ಆಕ್ರಮಣ ಸಮಯದಲ್ಲಿ ದಕ್ಷಿಣದ ವಿಮೋಚಿತ ವಲಯದಲ್ಲಿ ವಾಸ. ದಕ್ಷಿಣ ವಿಯೆಟ್ನಾಮ್ ದೇಶಭಕ್ತರ ಬಗ್ಗೆ ಕೆಳಕಂಡ ಕೃತಿಗಳು : 'ಆಸ್ಪತ್ರೆಯಲ್ಲಿ ಕೇಳಿ ಬರೆದುಕೊಂಡ ಒಂದು ಕಥೆ' (1959), 'ಸಾಗರ ದೃಶ್ಯ' (1961), 'ಕಮಾಲು ಭೂಶಿರದಿಂದ ಕೆಲವು ಪತ್ರಗಳು' (1975), 'ಹಕ್ಕಿಗಳ ಮಾರುಕಟ್ಟೆಯ ಮುದಿ ಒಡೆಯನ ಒಂದು ಕನಸು' (1969), 'ಹೊಂದತ್ ಹಳ್ಳಿ' (1966) ಹಾಗೂ 'ಮಣ್ಣಿನ ಮಕ್ಕಳು' (1975). 'ಕಮಾಲು ಭೂಶಿರದಿಂದ ಕೆಲವು ಪತ್ರಗಳು' ಕೃತಿಗೆ ಸಾಹಿತ್ಯ ಪ್ರಶಸ್ತಿ ಬಂದಿದೆ.

❍

ಕ್ಸನು ಮರಗಳ ಕಾಡು

ನ್ಗ್ವೆನ್ ಟ್ರಂಗ್ ಥನ್ಹ್

1932ರಲ್ಲಿ ಜನನ. ಕಾದಂಬರಿಕಾರ, ಸಣ್ಣ ಕಥೆಗಾರ, ಸಾರ್ವಜನಿಕ ಪ್ರಮುಖ. ಫ್ರೆಂಚ್ ವಸಾಹತುಶಾಹಿ ವಿರುದ್ಧ ಹೋರಾಟದ ಸಮಯದಲ್ಲಿ ಬರವಣಿಗೆ ಆರಂಭ. ಜನತಾ ಸೇನೆಯ ಯೋಧ. ಸೇನೆಯ ವೃತ್ತ ಪತ್ರಿಕೆಗೆ ಸಮರ ವರದಿಗಳು. ಪ್ರಥಮ ಪುಸ್ತಕ 'ಎಚ್ಚೆತ್ತ ನಾಡು' (1955). 'ಒಂದು ಭೂಗತ ಚಿಲುಮೆ' ಕಿರು ಕಾದಂಬರಿ 1959ರಲ್ಲಿ ಬರೆದರು. 'ಪರ್ವತಾಗ್ರದ ಮೇಲೆ' ಎಂಬುದು ಕಥಾಸಂಗ್ರಹ. ಅಮೆರಿಕಾ ಆಕ್ರಮಣದ ಸಂದರ್ಭದಲ್ಲಿ ದಕ್ಷಿಣದ ಕಡೆ ಬಂದರು. ಅಲ್ಲಿದ್ದಾಗಲೇ 'ಕ್ಸನು ಮರಗಳ ಕಾಡು', 'ಉಕ್ಕು' ಮತ್ತು 'ಕ್ವಾಂಗ್' ಕೃತಿಗಳನ್ನು ಬರೆದರು. ಲೋಟಸ್ ಸಾಹಿತ್ಯ ಪ್ರಶಸ್ತಿ ವಿಜೇತರು. ❍

ದಂತದ ಹಣಿಗೆ

ನ್ಗ್ವೆನ್ ಸಂಗ್

1933ರಲ್ಲಿ ಜನನ. ಜನಪ್ರಿಯ ಬರಹಗಾರ. ಸಾಮ್ರಾಜ್ಯಶಾಹಿ ವಿರೋಧಿ. ಯುದ್ಧಕಾಲವಿಡೀ ದಕ್ಷಿಣ ವಿಯೆಟ್ನಾಮ್‌ನ ವಿಮೋಚನಾ ಸೇನೆಯಲ್ಲಿದ್ದು ಹೋರಾಡಿದವರು. ಇವರ ಸಮರದ ಅನುಭವಗಳು 'ದಂತದ ಹಣಿಗೆ' (1968), 'ಪಚ್ಚೆಕಲ್ಲಿನ ಕರ್ಣಕುಂಡಲಗಳು' (1969) ಎಂಬ ಕೃತಿಗಳಲ್ಲಿ

ವ್ಯಕ್ತವಾಗಿವೆ. 'ನನ್ನ ನಾಡಿನ ಜನರು' (1960) ಕಥಾಸಂಗ್ರಹವಾಗಿದ್ದು, 'ಉಳಿದವರ ಟಿಪ್ಪಣಿಗಳು' ಇದು ನೀಳ್ಗತೆಗಳ ಸಂಗ್ರಹವಾಗಿದೆ. 'ಬೆಂಕಿಯ ನಾಡುಗಳು' ಮತ್ತು 'ಒಂದು ವಿಮಾನ ನಿರೋಧಕ ನೆಲೆಯಲ್ಲಿ' ಇವೆರಡು ಇವರ ಕಾದಂಬರಿಗಳು. ❍

ಡಿಯೆನ್ ಬಿಯೆನ್ ಘೂನ ಗಡಿಯಾರದವನು

ಹುಲು ಮಾಯ್

1926ರಲ್ಲಿ ಜನನ. ಪ್ರಸಿದ್ಧ ಬರಹಗಾರ. ಫ್ರೆಂಚ್ ವಸಾಹತುಶಾಹಿ ಹಾಗೂ ಅಮೆರಿಕದ ಸಾಮ್ರಾಜ್ಯಶಾಹಿ ವಿರುದ್ಧ ಎರಡು ಸಮರಗಳಲ್ಲೂ ಸಕ್ರಿಯ ಪಾತ್ರ. ಮುಖ್ಯವಾಗಿ ಸಮರದ ಬಗ್ಗೆ ಬರಹ. ಕಾದಂಬರಿಗಳು : 'ಬಿರುಗಾಳಿಯ ದಿನಗಳು' (1957), 'ಕೊನೆಯ ಭೂಶಿರ' (1961), 'ತುಕಡಿಯ ಸಂಗಾತಿಗಳು' ಮತ್ತು 'ಮುಂದಿರುವ ಮುಂಚೂಣಿ' ಇವೆರಡು ಸಣ್ಣ ಕಥೆಗಳ ಸಂಗ್ರಹ. ❍

ಅನುವಾದಕರು

ಸಿ. ಪಿ. ರವಿಕುಮಾರ್

1961ರಲ್ಲಿ ಬೆಂಗಳೂರಿನಲ್ಲಿ ಜನನ. ಕವಿ, ಭಾಷಾಂತರಕಾರ ಮತ್ತು ಪ್ರಬಂಧ ಲೇಖಕ. ಕಂಪ್ಯೂಟರ್ ಎಂಜಿನಿಯರ್. ಗರಿಷ್ಠ ಅಂಕಗಳಿಗಾಗಿ ಸ್ವರ್ಣಪದಕ. 'ಟೆಕ್ಸಾಸ್ ಇನ್‌ಸ್ಟ್ರುಮೆಂಟ್ಸ್ ಇಂಡಿಯಾ'ದಲ್ಲಿ ಉದ್ಯೋಗಿ. ಯೂನಿವರ್ಸಿಟಿ ಆಫ್ ಸದರನ್ ಕ್ಯಾಲಿಫೋರ್ನಿಯಾದಿಂದ ಪಿಎಚ್.ಡಿ. ಪದವಿ. ಅನುವಾದ, ಬರವಣಿಗೆಗಳಲ್ಲಿ ಆಸಕ್ತಿ. ಸಾಹಿತ್ಯ ಕ್ಷೇತ್ರದಲ್ಲಿ ಒಟ್ಟು ಹದಿಮೂರು ಕೃತಿಗಳು. ವಿ.ಟಿ.ಎಸ್./ವಿ.ಎಲ್.ಎಸ್.ಐ. ಸಮ್ಮೇಳನಗಳಲ್ಲಿ ಸಂಶೋಧನಾ ಲೇಖನಗಳಿಗಾಗಿ ಪ್ರಶಸ್ತಿ. ❍

ವಿಶೇಷ ಕೃತಜ್ಞತೆ

'ಕಾಡಿನಲ್ಲಿ ಬೆಳದಿಂಗಳು' ಸಂಪುಟಕ್ಕಾಗಿ ಕಥೆಗಳನ್ನು ಆರಿಸಲು ಅನುಕೂಲವಾಗುವಂತೆ 'Distant Stars,' 'The Watch-maker of Dien Bien Phu,' 'Ivory Comb' ಮತ್ತಿತರ ಸಂಕಲನಗಳನ್ನೂ ವಿಯೆಟ್ನಾಮಿನ ನಿಯತ ಕಾಲಿಕೆಗಳನ್ನು ಇತರ ಆಕರ ಸಾಮಗ್ರಿಯನ್ನೂ ಒದಗಿಸಿದ

ಹತ್ತಿರದ – ದೂರದ ಮಿತ್ರರು,

– ಬೆಂಗಳೂರಿನ The Indian institute of World Culture ನ ಅಧಿಕಾರಿ ವರ್ಗ,

– ವಿಯೆಟ್ನಾಮಿನ ಅಂಕಿತನಾಮಗಳ ಸರಿಯಾದ ಉಚ್ಚಾರವನ್ನು ದೊರಕಿಸಿಕೊಟ್ಟ ನವದೆಹಲಿಯ ಪ್ರೊ॥ ಭೀಷಮ್ ಸಾಹ್ನಿ

ಇವರಿಗೆಲ್ಲ ನಮ್ಮ ಕೃತಜ್ಞತೆಗಳು ಸಲ್ಲುತ್ತವೆ.

ವಿಶ್ವಕಥಾಕೋಶ

25 ಸಂಪುಟಗಳು – ಪ್ರಧಾನ ಸಂಪಾದಕರು : ನಿರಂಜನ

ಧರಣಿಮಂಡಲ ಮಧ್ಯದೊಳಗೆ : 22 ಕನ್ನಡ ಕಥೆಗಳು
ಆಫ್ರಿಕದ ಹಾಡು : ಆಫ್ರಿಕ ಖಂಡದ ಕಥೆಗಳು ಅನು : ಸಿ. ಸೀತಾರಾಮ್
ಕಾಡಿನಲ್ಲಿ ಬೆಳದಿಂಗಳು : ವಿಯೆಟ್ನಾಮ್ ಕಥೆಗಳು ಅನು : ಸಿ.ಪಿ. ರವಿಕುಮಾರ್
ಚೆಲುವು : ಮಂಗೋಲಿಯ, ಚೀನ, ಜಪಾನ್, ಕೊರಿಯ ಕಥೆಗಳು ಅನು : ಜಿ.ಎಸ್. ಸದಾಶಿವ
ಸುಭಾಷಿಣಿ : ಭಾರತ, ನೆರೆಹೊರೆ ಕಥೆಗಳು ಅನು : 23 ಅನುವಾದಕರು
ವಿಚಿತ್ರ ಕಕ್ಷಿದಾರ : ಇಂಗ್ಲೆಂಡ್ ಕಥೆಗಳು ಅನು : ಎನ್.ಎಸ್. ರಾಮಚಂದ್ರಯ್ಯ, ಎಸ್.ಆರ್. ಭಟ್
ಮಂಜುಹೂವಿನ ಮದುವಣಗಿ : ಹಂಗೆರಿ, ರುಮಾನಿಯ ಕಥೆಗಳು
ಅನು : ಕೆ.ಎಸ್. ನಾರಾಯಣಸ್ವಾಮಿ
ಬೂದುಬಣ್ಣದ ಕಾಂಗರೂ : ಆಸ್ಟ್ರೇಲಿಯ, ನ್ಯೂಝಿಲೆಂಡ್ ಕಥೆಗಳು
ಅನು : ಪಾ. ಸಂಜೀವ ಬೋಳಾರ
ಹೆಜ್ಜೆಗುರುತು : ರಷ್ಯ, ನೆರೆಹೊರೆ ಕಥೆಗಳು ಅನು : ಕೆ.ಎಸ್. ನಿಸಾರ್ ಅಹಮದ್
ಅರಬಿ : ಐರ್‌ಲೆಂಡ್, ವೇಲ್ಸ್, ಸ್ಕಾಟ್‌ಲೆಂಡ್ ಕಥೆಗಳು ಅನು : ಶಾ. ಬಾಲು ರಾವ್
ನೆತ್ತರು ದೆವ್ವ : ಚೆಕೊಸ್ಲೊವಾಕಿಯ, ಪೋಲೆಂಡ್ ಕಥೆಗಳು ಅನು : ಎಚ್.ಕೆ. ರಾಮಚಂದ್ರಮೂರ್ತಿ
ಬಾವಿಕಟ್ಟೆಯ ಬಳಿ : ಯುಗೊಸ್ಲಾವಿಯ, ಆಲ್ಬೇನಿಯ, ಬಲ್ಗೇರಿಯ ಕಥೆಗಳು
ಅನು : ಚಿ. ಶ್ರೀನಿವಾಸರಾಜು
ಅದೃಷ್ಟ : ಅಮೆರಿಕ, ಕೆನಡ, ಮೆಕ್ಸಿಕೊ ಕಥೆಗಳು ಅನು : ವೀಣಾ ಶಾಂತೇಶ್ವರ
ಸಜ್ಜನನ ಸಾವು : ಐಸ್‌ಲೆಂಡ್, ಡೆನ್‌ಮಾರ್ಕ್, ನಾರ್ವೆ, ಸ್ವೀಡನ್, ಫಿನ್‌ಲೆಂಡ್ ಕಥೆಗಳು
ಅನು : ಕ.ನಂ. ನಾಗರಾಜು
ಡೇಗೆ ಹಕ್ಕಿ : ಇಟಲಿ, ಆಸ್ಟ್ರಿಯ ಕಥೆಗಳು ಅನು : ಎಸ್. ಅನಂತನಾರಾಯಣ
ಅವಸಾನ : ಗ್ರೀಸ್, ಸೈಪ್ರಸ್, ಟರ್ಕಿ ಕಥೆಗಳು ಅನು : ಎ. ಈಶ್ವರಯ್ಯ
ತಾತನ ಹುಟ್ಟುಹಬ್ಬ : ಹಾಲೆಂಡ್, ಬೆಲ್ಜಿಯಮ್, ಸ್ವಿಟ್ಜರ್‌ಲೆಂಡ್ ಕಥೆಗಳು
ಅನು : ಸಿ.ಎಚ್. ಪ್ರಹ್ಲಾದ್‌ರಾವ್
ಬಾಲ ಮೇಧಾವಿ : ಜರ್ಮನಿ ಕಥೆಗಳು ಅನು : ಎಚ್.ಎಸ್. ರಾಘವೇಂದ್ರರಾವ್
ಇಬ್ಬರು ಗೆಳೆಯರು : ಸ್ಪೇನ್, ಪೋರ್ಚುಗಲ್ ಕಥೆಗಳು ಅನು : ಕೆ.ವಿ. ನಾರಾಯಣ
ಅಬಿಂದಾ – ಸಯಿದ್ : ಇಂಡೋನೇಷ್ಯ, ಫಿಲಿಪ್ಪೀನ್ಸ್, ಮಲಯ, ಸಿಂಗಾಪುರ,
ಥಾಯ್‌ಲೆಂಡ್ ಕಥೆಗಳು ಅನು : ಎಸ್ಸಾರ್ಕೆ
ನಿಗೂಢ ಸೌಧ : ಫ್ರಾನ್ಸ್ ಕಥೆಗಳು ಅನು : ಬಸವರಾಜ ನಾಯ್ಕರ
ಬೆಳಗಾಗುವ ಮುನ್ನ : ಕ್ಯೂಬಾ, ಜಮೇಯಿಕ ಕಥೆಗಳು ಅನು : ಶ್ರೀಕಾಂತ
ಮರಳುಗಾಡಿನ ಮದುವೆ : ಪಶ್ಚಿಮ ಏಷ್ಯ ಕಥೆಗಳು ಅನು : ವಾಸುದೇವ
ಕಿವುಡು ವನದೇವತೆ : ದಕ್ಷಿಣ ಅಮೆರಿಕ ಕಥೆಗಳು ಅನು : ಈಶ್ವರಚಂದ್ರ
ಸಾವಿಲ್ಲದವರು : ಪಂಚ ಮಹಾಕಾವ್ಯಗಳಿಂದ ಆಯ್ದ ಕಥೆಗಳು
ನಿರೂಪಣೆ : ಸಿ.ಕೆ. ನಾಗರಾಜ ರಾವ್